स्नेहगाथा

मंगेश पाडगांवकर यांचे साहित्य

कविता

धारानृत्य (१९५०), जिप्सी (१९५३), छोरी (१९५७), शर्मिष्ठा (१९६०) उत्सव (१९६२), वात्रटिका (१९६३), विदूषक (१९६६), सलाम (१९७८) गझल (१९८१), भटके पक्षी (१९८४), तुझे गीत गाण्यासाठी (१९८९) बोलगाणी (१९९०), नवा दिवस (१९९३), उदासबोध (१९९४) त्रिवेणी (१९९५), मोरू (१९९९), कविता माणसांच्या, माणसांसाठी (१९९९) राधा (२०००), आनंदऋतू (२००४), सूर आनंदघन (२००५), मुखवटे (२००६) गिरकी (२००८), शब्द (२००९)

मुलांसाठी कविता

भोलानाथ (१९६४), बबलगाम (१९६७), चांदोमामा (१९९२), सुट्टी एके सुट्टी (१९९२), वेडं कोकरू (१९९२), आता खेळा नाचा (१९९२), झुले बाई झुला (१९९२), वाढदिवसाची भेट (२०००), अफाटराव (२०००), फुलपाखरू निळं निळं (२०००)

ललित लेखन

निंबोणीच्या झाडामागे (१९५४), आले मेघ भरून (२०१०), असे होते गांधीजी (२०१०), स्नेहगाथा (२०११), शोध कवितेचा (२०११)

अनुवादित

मीरा (१९६५), कबीर (१९९७), सूरदास (१९९९), वादळ (द टेम्पेस्ट) (२००१) ज्यूलिअर सीझर (२००२), रोमिओ आणि ज्यूलिएट (२००३), बायबल : नवा करार (२००८)

समीक्षा

चिंतन (२०११)

पॉप्युलर प्रकाशन, मुंबई

मंगेश पाडगांवकर

स्नेहगाथा

संपादक : अस्मिता मोहिते, संगीता बापट

स्नेहगाथा
(म-११९१)
पॉप्युलर प्रकाशन
ISBN 978-81-7185-728-9

SNEHGATHA
(Marathi : Literary Essays)
Mangesh Padgaonkar

मुखपृष्ठ व मांडणी : दत्तात्रेय पाडेकर

पहिली आवृत्ती : २०११/१९३३

अक्षरजुळणी
संतोष गायकवाड
पुणे ४११ ०२७

प्रकाशक
हर्ष भटकळ
पॉप्युलर प्रकाशन प्रा. लि.
३०१, महालक्ष्मी चेंबर्स
२२, भुलाभाई देसाई रोड
मुंबई ४०००२६

माझ्या लेखनाला प्रकाशात आणणाऱ्या
मौज प्रकाशन गृह
पॉप्युलर प्रकाशन
यांना कृतज्ञतापूर्वक

प्रकाशकाचे निवेदन

मंगेश पाडगांवकरांचा 'जिप्सी' हा कविता संग्रह १९५३ साली पॉप्युलर प्रकाशनाने प्रसिद्ध केला. 'जिप्सी'नंतर पुढच्या तेरा वर्षांत त्यांची दहा पुस्तके पॉप्युलरने प्रसिद्ध केली. त्यानंतर त्यांची पुस्तके मौज प्रकाशनाने काढली असली तरीही त्यांच्याविषयीची आपुलकी सरलेली नव्हती. म्हणूनच पाडगांवकरांच्या कवितालेखनाइतकेच समृद्ध आणि सरस असलेले त्यांचे गद्यलेखन एकत्रित स्वरूपात प्रसिद्ध करावे ही कल्पना मनात आली. पाडगांवकरांना ही कल्पना सांगताच त्यांनी 'स्नेहगाथा' असे नावही त्यासाठी सुचवले.

त्यांचे सर्व गद्य लिखाण एकत्रित करताना असे लक्षात आले की केवळ एका संग्रहात मावेल असा हा पसारा नाही. इतक्या विविध विषयांवर आणि इतके विपुल लेखन त्यांनी केले आहे, त्याला न्याय द्यायचा तर त्याची विषयवार रचना करणे आवश्यक आहे. म्हणूनच पाडगांवकरांच्या गद्यलेखनाचा हा वेगळा प्रकल्पच आकाराला आला आहे.

'स्नेहगाथा'मधील लेखन हे तीन विभागांत सामावले आहे. अनेक वर्षांपासून त्यांचे मित्र असलेले काही साहित्यिक, पूर्वसूरी तसेच समकालीन साहित्यिकांबद्दल त्यांनी केलेले लेखन, त्यांनी वेळोवेळी लिहिलेले समीक्षात्मक लेख आणि घेतलेल्या काही विस्तृत मुलाखती. या सर्वांकडे नजर टाकली तेव्हा असे लक्षात आले की लेखनविषय किंवा लेखनप्रकार वेगवेगळे असतील त्यानुसार त्यांची लेखनशैली अनुरूप शब्दकळा धारण करते. जवळच्या मित्रांबद्दल ती अधिक मोकळी, मिस्कील होते तर पूर्वसूरींबद्दल लिहिताना त्यांच्याबद्दलचा, त्यांच्या साहित्याबद्दलचा आदरभाव पाडगांवकरांच्या लेखनात

सतत जाणवतो. चर्चा किंवा मुलाखत अधिक रंगतदार होते कारण त्यामागे पाडगांवकरांचा अभ्यास आहे ही जाणीव होत राहते.

या चारही पुस्तकांसाठी लेखांची जमवाजमव करताना स्वत: पाडगांवकरांची खूपच मदत झाली. आपण लिहिलेल्या लेखांची, भाषणांची हस्तलिखित किंवा छापील प्रत सांभाळून ठेवण्याची सवय पाडगांकवरांना आहे. त्यांनी त्यांच्याजवळच्या लेखांच्या प्रती दिल्याच शिवाय ज्या लेखांच्या प्रती त्यांच्यापाशी नव्हत्या त्यांच्या प्रकाशनांचे आठवतील तितके संदर्भ पुरवले. पाडगांवकरांच्या या सहकार्यामुळे आमचे काम खूपच सोपे झाले. शिवाय पुस्तकांची मांडणी करण्याचा उत्साहदेखील दुणावला. पाडगांवकरांची संमती आणि सहकार्य याशिवाय ही पुस्तके सिद्ध होऊ शकली नसती. त्यांचे औपचारिक आभार मानण्याऐवजी त्यांच्या या ऋणात राहणेच आम्हाला अधिक आवडेल.

दादर, मुंबई इथले मुंबई मराठी ग्रंथसंग्रहालय आणि बदलापूर इथले 'ग्रंथसखा' हे वाचनालय या दोन संस्था अशा आहेत, ज्यांच्याकडे हक्काने आम्ही संदर्भ मागावेत आणि त्यांनीही ते आपुलकीने तत्परतेने पुरवावेत. मुंबई मराठी ग्रंथसंग्रहालयाचा संदर्भ विभाग आणि 'ग्रंथसखा'चे श्याम जोशी आणि या दोन्ही संस्थांतील मदतशील कर्मचारी यांचे मनापासून आभार.

हे लेख मिळवण्यासाठी ज्यांनी मोलाची मदत केली त्यांमध्ये श्रीनिवास विनायक कुलकर्णी यांचे विशेष आभार. त्यांनी मुद्दाम पत्र लिहून पाडगांवकरांच्या अनेक लेखांचे संदर्भ पुरवले. परंतु प्रयत्न करूनही त्यांपैकी वि. द. घाटे, ना. घ. देशपांडे यांच्यावरचे लेख, 'विशाखा' या कुसुमाग्रजांच्या कवितासंग्रहाचे पाडगांवकरांनी लिहिलेले परीक्षण उपलब्ध होऊ शकले नाही. या लेखांमुळे या पुस्तकाचे स्वरूप अधिकच चांगले झाले असते.

अनेक नियतकालिकांमध्ये विखुलेले लेख मिळवणे, त्यांच्या प्रती काढणे, प्रसंगी वाचनालयात बसून लेख उतरवून काढणे, त्यांचे संपादन करणे, क्रमवारी करणे अशा विविध संपादकीय कामांमध्ये संगीता बापट यांची बहुमोल मदत झाली. पॉप्युलर प्रकाशन आणि मंगेश पाडगांवकर अशा दोघांशीही जिव्हाळ्याचे नाते असल्याने त्यांनी हे काम अगदी मनापासून केले. त्यांचे औपचारिक आभार मानणे त्यांना आवडणार नाही तरीही त्यांच्याविषयीची कृतज्ञता व्यक्त केल्याशिवाय राहवत नाही.

पाडगांवकरांचे लेखन जितके उत्कृष्ट तेवढीच या पुस्तकांची निर्मितीही उत्तम

व्हावी असा आमचा प्रयत्न होता. त्या कामी या पुस्तकाचे मुखपृष्ठ व मांडणी करणारे चित्रकार दत्तात्रय पाडेकर आणि अक्षरजुळणी करणारे संतोष गायकवाड यांचे मोलाचे सहकार्य लाभले. त्यांनाही मन:पूर्वक धन्यवाद.

जितकी मोहक कविता पाडगांवकर लिहितात तितकेच आकर्षक आणि अर्थसघन गद्यही ते सहज लिहितात. मराठी साहित्याचे विचक्षण, रसिक वाचक आणि अभ्यासक या सर्वांनाच आमच्या ह्या प्रकल्पामुळे पाडगांवकरांचे समग्र गद्यलेखन एकत्रित स्वरूपात उपलब्ध होणार आहे.

दि. २० ऑगस्ट २०११ — **हर्ष भटकळ**

मुंबई

अनुक्रमणिका

मुर्गी क्लब

१९६० च्या सुमारास नवसाहित्याच्या बहराच्या काळात पाडगांवकर, वसंत बापट, विंदा करंदीकर, गंगाधर गाडगीळ, सदानंद रेगे असे अनेक लेखक-कवी, श्री. पु भागवतांसारखे संपादक, प्रकाशक साहित्यक्षेत्रात मोलाची कामगिरी करत होते. साहित्यबाह्य जीवनातही या सर्वांची परस्परांशी अगदी घट्ट मैत्री होती. तेव्हा कलात्मक निर्मितीचा आणि लौकिक जीवनातल्या अडीअडचणींचा ताण काहीसा हलका करण्याच्या प्रयत्नातून 'मुर्गी क्लब'ची कल्पना निघाली.

'मुर्गी क्लब'चे हे सगळे मेंबर दरमहा एखाद्या हॉटेलात जेवायला जात. पाळीपाळीने जेवणाचा खर्च करत आणि जेवणादरम्यान कलानिर्मितीच्या शिस्तीच्या चौकटी मोडून परस्परांची थट्टामस्करी, टवाळ्या आणि थोडी फार दंगामस्ती करत.

'मुर्गी क्लब'मधल्या गमतीचे लोभस वर्णन गंगाधर गाडगीळ यांनी 'आठवणींच्या गंधरेखा'मध्ये केले आहे. त्याचप्रमाणे या क्लबातल्या आपल्या साथीदारांवर मंगेश पाडगांवकरांनीही प्रसंगोपात्त लेख लिहिले आहेत. तेच लेख 'मुर्गी क्लब' या विभागात एकत्रित केले आहेत.

गंगाधर गाडगीळ

प्रत्येक माणसाच्या आयुष्यात, तो अगदी जन्माला आल्यापासून, अनेक माणसे येतात. माणसांची ही ये-जा सतत चालू असते. या माणसांच्या वागण्याचे कमी-अधिक ठसे आपल्या मनावर उमटतात. या नानाविध ठशांचे अनेक कपटे आपल्या आठवणींत कुठे तरी गोळा होत राहतात. पण वाहणाऱ्या आयुष्याबरोबर सतत पुढे पुढे वाहत जात असताना, या माणसांविषयी विचार करण्याचा किंवा त्यांच्या व्यक्तिमत्त्वाची घडण समजून घेण्याचा प्रसंग जवळजवळ येत नाही, असे म्हटले तरी चालेल. व्यावहारिक पातळीवर माणसांच्या वागण्याचे काही अंदाज आपण जरूर बांधतो. पण या मागचा आपला हेतू अगदी वेगळा असतो; आणि तो त्या त्या वेळच्या आपल्या व्यावहारिक गरजेशी बांधलेला असतो.

एखाद्या माणसाचे व्यक्तिमत्त्व समजून घेण्याचा जाणीवपूर्वक प्रयत्न जेव्हा काही कारणाने आपण करू लागतो तेव्हा, एक विलक्षण ताण आपल्याला जाणवतो. अनेक वर्षे गेलेली असतात. अनेक कपटे आपल्या आठवणींत नि:संदर्भ वाटावेत इतके उलटसुलट आणि इतस्तत: विखुरलेले असतात. एखाद्या पत्राचे फाडलेले बारीक बारीक कपटे जमवून, त्यातून अर्थपूर्ण वाक्य जुळवणे जितके कठीण, तितकेच, आठवणींच्या या कपट्यांची सुसंगत रचना करणे, कठीण असते! असा प्रयत्न आपण करू लागतो तेव्हा, त्या माणसाचे व्यक्तिमत्त्व आपण समजून घेतो आहोत की, आपल्या स्वत:च्याच वृत्तिप्रवृत्तींची, रागालोभांची वाक्ये आपण जुळवतो आहोत, असा संभ्रम आपल्या मनात निर्माण होतो. त्या माणसाच्या व्यक्तिमत्त्वाचे दर्शन घेण्याऐवजी आपण त्याच्यावर

कधी धीटपणे तर कधी चतुरपणे बिनबुडाचे आरोप करीत आहोत किंवा काय अशी भीतीही वाटू लागते!

गंगाधर गाडगीळांना मी प्रथम केव्हा भेटलो? नक्की आठवत नाही. 'मौज-सत्यकथे'च्या कार्यालयात श्री. पु. भागवतांनी त्यांची आणि माझी ओळख करून दिली, ते १९५२ किंवा १९५३ साल असावे, असे वाटते. म्हणजे, नाही म्हटले तरी या गोष्टीला तीन तपे होऊन गेली! तपशिलाच्या बाबातीत माझी स्मरणशक्ती दुबळी आहे. पण त्या त्या काळात माझ्या मनावर झालेले संस्कार मात्र पुसले गेलेले नाहीत. मी गंगाधर गाडगीळांना भेटलो तो काळ गाडगीळांचा होता – मर्ढेकरांनंतर त्यांचेच नाव साहित्याच्या क्षेत्रात गाजत होते. गाडगीळ हे फार मोठे लेखक आहेत असे मी आजही मानतो, याचे कारण, त्यांच्या अनेक कथा आजही माझ्या मनाला भिडतात – त्यांचे नाव गाजवणाऱ्या वेगळेपणाशी किंवा आधुनिकतेशी मला काहीच देणेघेणे नसते. केवळ चांगले लेखन केले म्हणजे, साहित्याच्या क्षेत्रात नाव गाजायला लागते, असे नव्हे, त्या काळात मर्ढेकर आणि गाडगीळ यांच्याप्रमाणेच चांगले लेखन करणारे आणखीही लेखक-कवी होते. पण नाव गाजण्यासाठी तुम्हाला जोरदार विरोधाचे लक्ष्य व्हावे लागते. मर्ढेकर आणि गाडगीळ यांच्या विशिष्ट वेगळेपणाला आणि आधुनिकतेला समीक्षेच्या बोलक्या वर्तुळातील उलट सुलट चर्चेमुळे, वादांमुळे महत्त्व आले तरी, असे साहित्य, पंचवीस-तीस वर्षांनंतर किंवा त्याहूनही अधिक काळानंतर, चांगले साहित्य म्हणून वाचले जाईलच, अशी खात्री देता येणार नाही. ऐतिहासिक महत्त्वाचे वेगळेपण म्हणजे स्वयंभू कलात्मक मूल्य नव्हे. त्या काळात वेगळेपणामुळे किंवा धीट आधुनिकतेमुळे गाजलेल्या, आणि त्या काळात मलाही प्रभावित करणाऱ्या गाडगीळांच्या अनेक कथा आज मला आवडीने वाचवत नाहीत! आणि त्यांच्या ज्या कथांची कोणी चर्चा केली नाही अशा अनेक कथा इतक्या वर्षांनीही पुन्हा वाचताना माझ्या मनाला भिडतात. पण ते असो. गाडगीळांचे नाव तेव्हा गाजत होते. ते जोमाने लिहीत होते. त्यांच्या कथांनी त्या काळात मी विलक्षण प्रभावित झालो होतो. खरे सांगायचे म्हणजे, त्या काळात गंगाधर गाडगीळ हे नव्या पिढीचे हीरो बनण्याच्या वाटेवर होते.

गंगाधर गाडगीळांचे नाव तेव्हा गाजण्याचे आणखी एक महत्त्वाचे कारण म्हणजे, नवकाव्य आणि नवकथा यांचे समर्थन करण्यासाठी त्यांनी घेतलेली लढाऊ भूमिका. या समर्थनात एक प्रकारची हिरिरी होती, आवेश होता —

काही वेळा प्रचारकी वाटावा असा आवेश होता. नवकाव्यावर टीका करणाऱ्यांची भूमिकाही अनेकदा अतिशय आक्रमक आणि उथळ असे. या लेखनाचे किंवा या निमित्ताने केलेल्या भाषणांचे स्वरूप पुष्कळदा सनसनाटी वृत्तपत्रीय लेखनासारखेच होत असे. नवकाव्याचे आणि नवकथेचे समर्थन करणे आणि विरोधकांवर कडाडून हल्ला चढवणे हे त्या काळात गाडगीळांनी आपले मिशन म्हणूनच स्वीकारले होते. नवकथेवर हल्ला करणाऱ्या भाषणाचा रिपोर्ट जरी कुठे छापून आला तरी, गाडगीळ त्या भाषणाची उत्तर देऊन कडक दखल घेत असत. गाडगीळांच्या कथा तेव्हा मला अतिशय आवडत असत; ते करीत असलेल्या नवसाहित्याच्या समर्थनातील काही भाग मला पटतही असे. पण त्याच वेळी, खांडेकरांसारख्या ज्येष्ठ लेखकावर, ते लेखकच नव्हेत असे सुचवण्यापर्यंत, गाडगीळ करीत असलेला हल्ला मला फार खटकत असे. खांडेकरांचे सगळेच लेखन मला त्या काळात आवडत होते, असे नव्हे. पण शाळकरी वयात आणि पुढे कॉलेजच्या काळातही खांडेकरांना मराठी साहित्यातले एक दैवत मानून वाढलेल्या मुलांपैकी मी एक होतो. ज्यांच्या कवितांचे संस्कार घेऊन माझी कविता वाढली, ते बोरकर-कुसुमाग्रजही खांडेकरांना दैवत मानत असत. खांडेकरांच्या वैयक्तिक भेटीतही, साहित्यावर जिवापाड प्रेम करणाऱ्या त्यांच्या ध्येयवादी व्यक्तिमत्त्वाचा आणि त्यांच्या तीक्ष्ण बुद्धिमत्तेचा अतिशय अनुकूल असा परिणाम माझ्या मनावर झाला होता. गमतीची गोष्ट अशी की, खांडेकरांपेक्षा गाडगीळांच्या कथा मला तेव्हा किती तरी पटींनी श्रेष्ठ आहेत असे वाटत होते. पण गाडगीळ खांडेकरांवर करीत असलेल्या टीकेचा सूर मुळीच रुचत नसे. आणि त्यामुळे स्वत:चे मोठेपण ठासत राहणे ही गाडगीळांच्या अहंतेची गरज आहे, असाही विचार माझ्या मनात येत असे. कदाचित् या गोष्टीचा परिणामही असेल, तसे असण्याची खूपच शक्यता आहे, पुढे गाडगीळांचे समीक्षात्मक लेखन आवडूनही, या लेखनामागे एक महत्त्वाकांक्षी माणूस अध्याहृतपणे मला जाणवत राहिला. १९४६ साली गाडगीळांचे पहिले पुस्तक प्रसिद्ध झाले तेव्हापासून आजपर्यंत गेली चाळीस-पंचेचाळीस वर्षे सतत आणि उत्तमोत्तम लेखन करणाऱ्या गाडगीळांना आपले लेखन लोकांना आवडते, ही गोष्ट निश्चितच ठाऊक आहे. त्यांच्या लेखनावर प्रेम करणारा एक फार मोठा वाचकवर्ग त्यांनी निश्चितच निर्माण केला आहे. तसेच, गाडगीळांचे मोठेपण यातही आहे की, ते प्रचारकी वादाच्या आखाड्यात अडकून पडले नाहीत. प्रतिभावान लेखकाच्या संवेदनशील कुतूहलाने आणि

आत्मविश्वासाने ते वाङ्मयीन प्रश्नांकडे आणि साहित्यकृतींकडे पाहू लागले. या कुतूहलापोटी शोध घेताना आणि समीक्षात्मक लेखन करताना त्यांनी आवश्यक तेथे तत्त्वचर्चेचा मार्ग चोखाळला. अशा तऱ्हेचे गाडगीळांचे लेखन कधीही बोजड नसते. त्यांची रसिकता, कुशाग्र बुद्धिमत्ता, सर्जनशील लेखनाच्या अनेक वर्षांच्या अनुभवामुळे अनेक ठिकाणी जाणवणारी त्यांची तरल अंतर्दृष्टी, विचारांची स्पष्टता, विचार कितीही कठीण असला तरी तो बाळबोध न करता सुबोध करून सांगण्याची त्यांची क्षमता या सर्व गोष्टी त्यांच्या समीक्षालेखनात मला अर्थातच जाणवतात.

गाडगीळांच्या समीक्षालेखनामागे एक महत्त्वाकांक्षी माणूस मला जाणवतो म्हणजे नेमके काय? आपले सर्जनशील लेखन हे खरे महत्त्वाचे असून, समीक्षालेखन दुय्यम महत्त्वाचे आहे, ही गोष्ट गाडगीळ पूर्णपणे ओळखून आहेत. ही दुय्यम गोष्ट, त्यांच्या स्वभावानुसार, जितकी उत्तम करता येईल तितकी त्यांनी केली आहे. पण त्याबरोबर, त्यांना हेही कुठेतरी आत कळलेले आहे की, आपल्या साहित्यावर प्रेम करणारा आपला वाचक हा बोलता नाही, लिहिता नाही! तो पुस्तक वाचील, खूश होईल आणि गप्प बसेल. असा हा वाचक अखेर मूलभूत महत्त्वाचा असला तरी, तो आपली प्रतिमा निर्माण करण्याचे काम करू शकत नाही. ही प्रतिमा विद्यापीठीय आणि वृत्तपत्रीय वर्तुळांतील बोलती-लिहिती माणसेच निर्माण करीत असतात. साहित्याच्या क्षेत्रातील सत्तेचा या प्रतिमेशी निकटचा संबंध असतो. अशा या प्रतिमेला मूलभूत महत्त्व काहीही नसले तरी, ही प्रतिमा उपयुक्त असते. या बोलत्या-लिहित्या वर्गावर दबदबा निर्माण करायचा असेल तर समीक्षालेखनाला, ते दुय्यम असले तरी, काही प्रमाणात वेळ दिला पाहिजे, ही गोष्ट गाडगीळांच्या व्यक्तित्वाच्या एका अंगाला जाणवली असावी असे, का कुणाला ठाऊक, मला अध्याहृतपणे जाणवते. साहित्यातील मानदंड कोण आहेत, सध्या आसपास लिहीत असलेल्या लेखकांत महत्त्वाचे लेखक कोणते, ज्यांच्याकडे समीक्षकांनी फारसे लक्ष दिलेले नाही – पण आता मी त्यांच्यावर लिहिल्यामुळे ज्यांची दखल महत्त्वाची म्हणून या लोकांना घ्यावी लागणार अशी पुस्तके कोणती हे सर्व ठरवणारा अधिकारी पुरुष मी आहे, हा गाडगीळांच्या समीक्षालेखनाच्या मागचा हुंकार मला ऐकू येतो. मला ऐकू येणारा हा हुंकार माझ्या कल्पनेचा खेळ असण्याची शक्यता अर्थातच मला नाकारता येणार नाही!

सार्वजनिक जीवनातील गाडगीळांची वादाची खुमखुमी हा त्यांच्या स्वभावाचा भाग नसून, तो त्यांच्या धोरणाचा भाग असावा, अशी माझी स्वत:ची भावना आहे. एक व्यक्ती म्हणून जे कोणी गाडगीळांच्या सहवासात आले असतील त्यांना एक गोष्ट निश्चित जाणवली असेल, आणि ती म्हणजे गाडगीळ कधीच वाद घालीत बसत नाहीत. दुसऱ्यांचे ऐकून घेण्याचा आश्चर्यकारक शांतपणा त्यांच्याकडे आहे. खाजगी गप्पांत किंवा चर्चेत गाडगीळांनी कोणाला दुखवले, कटुता निर्माण केली किंवा आक्रमकपणे आपली भूमिका मांडली, असे जर मला कोणी सांगितले तर, माझा त्यावर कधीही विश्वास बसणार नाही! खाजगी गप्पांत किंवा चर्चेत दुसऱ्याचे स्वागतशील वृत्तीने ऐकून घेण्याचा गाडगीळांइतका सुसंस्कृतपणा फारच थोड्या बुद्धिवंतांकडे आढळेल. पण हेच गाडगीळ सार्वजनिक व्यक्तिमत्त्व म्हणून प्रकट होऊ लागले की, अगदी वेगळे असतात. त्यांना त्यांच्या मनाविरुद्ध कोणी काही लिहिले किंवा बोलले तर, सहन होत नाही असे वाटावे, इतके वेगळे असतात. तिथे त्यांचा अहंकार जाणवतो. त्यांच्याविषयी कोणी विनोदाने - थट्टेच्या सुरात लिहिले तरी ते गंभीरपणे चिडतील — इतकेच नव्हे तर, आपली प्रतिक्रिया चिडून व्यक्त करतील, ही शक्यता नाकारता येणार नाही. असा प्रकार एखाद्या व्यक्तीने पाच-सहा वेळा केला आणि त्यामुळे गाडगीळांनी त्याच्याशी असलेले आपले संबंध तोडून टाकले, असे जर मला कळले तर, मला आश्चर्य वाटणार नाही! घरी किंवा एक व्यक्ती म्हणून भेटणाऱ्या गाडगीळांनी हे सार्वजनिक जीवनातले गाडगीळ आपल्या आत फारच जोर लावून दडपून ठेवलेले असावेत, असे वाटते! त्यामुळे, जोरात दाबून ठेवलेली स्प्रिंग हात बाजूला करताच दुप्पट जोराने उसळून यावी, तसे इथे होत असावे! परिणामी, या सार्वजनिक गाडगीळांच्या भोवती अहंकाराचा काहीसा उग्र दर्प अनेकांना जाणवतो. अशा अनेक लोकांना, व्यक्ती म्हणून गाडगीळ भेटण्याची संधी कधीच मिळत नसल्यामुळे, त्यांचे हे मत कायम राहत असण्याचीही शक्यता आहे!

गाडगीळ अनेक दृष्टींनी मोठे आहेत, हे सांगण्याची गरज नाही. समाजानेही गाडगीळांचे हे मोठेपण मान्य केलेले आहे. पण एवढ्याने गाडगीळांची तलफ भागात नसावी. साहित्यिक, सामाजिक, संस्थात्मक, आर्थिक, सांस्कृतिक अशा सर्व क्षेत्रांत आपले नेतृत्व स्वीकारायला आपले कर्तृत्व भाग पाडील; तसे न करून हे लोक जातात कुठे? या आपल्या कर्तृत्वभावनेचे इंधन आपल्या व्यक्तिमत्त्वात सतत भरीत राहणे ही गाडगीळांची गरज होऊन बसलेली असावी,

असे मला वाटते. असे हे कर्तृत्वशाली गाडगीळ या विविध कार्यक्षेत्रांत कसे उतरतील? कसल्याही नावलौकिकाची, अधिकारपदाची अपेक्षा न बाळगता, सेवाभावनेने काम करणाऱ्या एका अनाम कार्यकर्त्यासारखे? ते मला शक्य वाटत नाही. कारण ही गोष्ट गाडगीळांच्या विशिष्ट मानसिक गरजेत बसणारी नाही. अध्यक्षपद, उपाध्यक्षपद, एखाद्या संस्थेचे वा संघटनेचे प्रमुखपद जिथे हातात हार घेऊन गाडगीळांच्या गळ्यात घालण्यासाठी उभे असेल, तिथेच गाडगीळ कार्यकर्त्याच्या भूमिकेत उतरतील! समजा, ही गोष्ट आपण गाडगीळांना खाजगी बैठकीत सांगितली तर, ते शांतपणे, जराही न चिडता ती ऐकून घेतील. मग ते त्यांच्या खास शैलीत मोठ्याने हसतील. त्या हसण्याच्या ओघाने आपल्या समर्थनाला गती देत म्हणतील, ''हे काही खरं नाही! मी कुठलंही पद मागायला कधी कुणाकडे गेलो नाही! ज्या अर्थी लोक आग्रह करून, मला अनेकदा नको असतानासुद्धा, ही पदं माझ्या गळ्यात बांधतात, त्या अर्थी, माझ्या कर्तबगारीची, माझ्या ठिकाणी असलेल्या नेतृत्वाच्या गुणांची त्यांना गरज भासत असली पाहिजे, हे अगदी उघड आहे.''

अधिकारपदांचे हे हार गळ्यात पडल्यानंतर त्या त्या कार्यक्षेत्रात गाडगीळ कसे वागतील? हे हार गळ्यात मिरवीत कामचुकारपणा करतील? आपला काही स्वार्थ साधतील, त्यातून चार पैसे गाठीला लावता येतील का हे पाहतील? बरीचशी कर्तबगार आणि महत्त्वाकांक्षी माणसे याच वाटांनी जात असलेली आपण पाहतो. कसलेही विधायक काम न करता हिकमतींच्या शिड्या बांधून वर वर चढत राहण्याचा उद्योग ही माणसे करीत असतात. स्पर्धांतील जीवनव्यवहारात ही गोष्ट अटळ आहे, असेही कोणी म्हणू शकेल! पण गाडगीळ यांपैकी कुठलीही गोष्ट कधीही करणार नाहीत, याबद्दल मला स्वत:ला जराही शंका नाही. या बाबतीत, किंबहुना कुठल्याही बाबतीत, गाडगीळ हा माणूस प्रखर चारित्र्यवान आहे. गाडगीळांनी पदसिद्ध होऊन एखादे काम हाती घेतले की, अतिशय शिस्तीने, कामाचे सर्व बारकावे समजून घेऊन, आपण करीत असलेल्या कामाला विचाराची पक्की बैठक देऊन, कामाचा आश्चर्यकारक उरक दाखवून (बरोबरच्या मंडळींना त्रासदायक वाटेल इतका उरक दाखवून), कसलाही वैयक्तिक फायदा न घेता ते हे काम करीत राहतील. अशा या गाडगीळांच्या हाताखाली काम करणे अतिशय कठीण असावे, असे मला वाटते! माणसे एकूणच फार आळशी आणि बेशिस्त असतात, आणि त्यामुळे, त्यांना बरोबर घेऊन काम करणे ही एक प्रचंड डोकेदुखी आहे, असे गाडगीळांना

वाटत असावे! ही भावना, काम करताना, गाडगीळांना लपवून ठेवता येत असेल, असे वाटत नाही! गाडगीळांच्या हाताखाली काम केलेली अनेक माणसे मला भेटली आहेत. असाच एक मनुष्य मला एकदा भेटला. बोलताबोलता सहज गाडगीळांचा विषय मीच काढला. मी गाडगीळांच्या कर्तृत्वाची मन:पूर्वक स्तुती केली. ही स्तुती ऐकत असताना, त्या माणसाच्या चेहऱ्यावर मला किंचित नाराजी जाणवली! माझे म्हणणे पटले नाही का? असे मी त्याला विचारले, तेव्हा तो प्रथम, ‘‘नाही, मुळीच नाही, न पटायला काय झालं?’’ असे म्हणून बोलायला तयार होईना! मी माझ्या सुरात थोडा आग्रह आणून त्याला विचारले, ‘‘गाडगीळांच्या कर्तबगारीबद्दल तुम्हांला काही शंका आहे का?’’ तो म्हणाला, ‘‘त्यांच्या बुद्धिमत्तेबद्दल आणि कर्तबगारीबद्दल मला मुळीच शंका नाही.’’ मी त्याला म्हणालो, ‘‘मग तुमच्या चेहऱ्यावर नाराजीची छटा मला का जाणवली?’’

माझा आग्रह आणि सरळ रोख जाणवून, तो थोडासा मोकळा झाला. त्याचे नाव उघड करून मी चुगली करणार नाही, असा माझ्याविषयी त्याला विश्वास वाटला आणि तो म्हणाला, ‘‘ते हाताखाली काम करणाऱ्या लोकांकडून कामाच्या मोठ्या अपेक्षा ठेवतात, पण त्यांना आदरपूर्वक वागवत नाहीत.’’ मी त्याला म्हणालो, ‘‘गाडगीळ अत्यंत शिस्तप्रिय आहेत. त्यांच्या वैयक्तिक जीवनातही ते आखलेली शिस्त सहसा मोडीत नाहीत. त्यामुळे, हाताखाली काम करणाऱ्या लोकांनी ढिसाळपणा दाखवला की, ते जरा कडकपणे वागत असतील –– त्याला अनादरपूर्वक वागणं असं म्हणता येणार नाही! आणि असंही असेल की, माणसं ढिसाळपणे वागणार हे गाडगीळ आधीच गृहीत धरून चालत असतील आणि कडक पवित्रा घेऊनच सुरुवात करीत असतील! त्यामुळे, तुमचा गैरसमज झाला असण्याची शक्यता आहे, असं मला वाटतं.’’ माझे हे समर्थन ऐकून, तो मनुष्य काहीशा दबल्या आवाजात मला म्हणाला,

‘‘तुम्ही काहीही म्हणा, पण सर्वसामान्य माणसाशी काम करताना गाडगीळ वागतात त्यात सूक्ष्मपणे एक प्रकारची तुच्छतेची भावना असते. हा माणूस मोठा असल्यामुळे, आम्ही केलेल्या कामाचं श्रेय तर त्यांना मिळतंच, पण या श्रेयाचा लहानसा वाटाही ते कनिष्ठांना देत नाहीत. उलट एक प्रकारची तुच्छताच त्यांच्याविषयी व्यक्त करतात.’’

मी हे संभाषण इथेच थांबवले. त्या माणसाची प्रतिक्रिया बरोबर होती, असे मला तेव्हाही वाटले नाही, आणि आजही वाटत नाही. पण एकूणच,

गाडगीळांचे वागणे कडक असले पाहिजे, असा मी अंदाज केला. हाताखालची माणसे बोलली नाहीत तरी, त्यांना हा कडकपणा सोसत नसावा, असेही मला वाटले. सर्वच शिस्तप्रिय आणि कडक माणसांचे असेच होत असेल का? तसे होण्याची आवश्यकता आहेच, असे नाही. कडक आणि शिस्तप्रिय माणसेही भावनेचा, आपुलकीचा स्पर्श देऊ शकतात. असा स्पर्श देण्याची कुवत गाडगीळांतही आहे. पण व्यवहारात भावनेचा स्पर्श वगैरे गोष्टींची लुडबूड चालू देणे गैर आहे, या गोष्टीची काही गरज नाही, असे त्यांना ठामपणे वाटत असावे! आपण भावना दिली की माणसे आपला गैरफायदा घेणार, ही गोष्ट गाडगीळ कुठे तरी गृहीत धरून चालत असतील का? त्यामुळे, भावना द्यायची म्हणजे नुकसान सोसायला तयार व्हायचे, परावलंबी व्हायचे, स्वत:चे मोठ्या कष्टाने, मोठी किंमत देऊन मिळवलेले स्वातंत्र्य घालवून बसायचे असे वाटून गाडगीळांना असुरक्षित वाटत असावे का? त्यामुळेच, आपण अगदी तोलूनमापून, पद्धतशीर वागायचे (करेक्ट बिहेवियर) आणि इतरांनीही तसेच वागले पाहिजे अशी अपेक्षा करायची हे गाडगीळांनी ठामपणे ठरवून ठेवले असावे. माणसे कामाच्या बाबतीत अंगचोर, आळशी असतात, ती बेशिस्त आणि अकार्यक्षम असतात, त्यांना व्यवहाराच्या पातळीवर वागवावे लागते ही गोष्ट केवळ कार्यक्षमतेशीच नव्हे, तर गाडगीळांच्या अंतर्मनातील असुरक्षिततेच्या भावनेशी जोडली गेली असावी, असे वाटते! हाताखाली काम करणाऱ्या माणसांचे वर्तुळ म्हणा, क्षेत्र म्हणा, अगदीच लहान. गाडगीळांनी ठामपणे घेतलेला हा निर्णय सुरक्षितता देणारा आहे याची प्रचिती त्यांना आली असावी, आणि म्हणून, त्यांनी कळत नकळत या धोरणाला जणू आपला दुसरा स्वभावच बनू दिले असावे. आपल्याला जे ठामपणे वाटते ते बरोबर असलेच पाहिजे असे गाडगीळांना नेहमीच अगदी नम्रपणे आणि प्रामाणिकपणे वाटते. पण गाडगीळांच्या या ठामपणाला इतर माणसे बिचकत असण्याची दाट शक्यता आहे. अगदी गाडगीळांसारखेच त्यांचेही होत असावे; त्यांना खोल आतून कुठे तरी गाडगीळांच्या बाबतीत असुरक्षित वाटत असावे! मग अशी माणसे कळत नकळत काय करतात? ती गाडगीळांच्या प्रतिभेविषयी, बुद्धिमत्तेविषयी आदर व्यक्त करतात. पण हे करताना ही माणसे आतून दूर राहतात, आपले प्रेम ती देत नाहीत. आपण छपन्न घोटाळे केले तरी ज्यांचे प्रेम दुरावणार नाही असे ज्यांच्याविषयी वाटते त्यांच्याच आपण जवळ जातो, तिथे आपल्याला मोकळे-निर्धास्त वाटते. आपण त्यांनाच प्रेम देतो.

गाडगीळांविषयीच्या अंदाजाचे असे लहान-मोठे कपटे कळत नकळत माझ्या मनात गोळा होत होते. या विषयावर त्यांच्याशी बोलावे असे माझ्या मनातही आले. पण असा योग येणे शक्य नाही हे मी जाणून होतो. आश्चर्याची गोष्ट अशी की, असा योग एकदा अचानक आला : मी सकाळच्या गाडीने नाशिकला जात होतो. गाडी सुरू होऊन एक तास तरी होऊन गेला होता. मी सहज कॉरिडॉरकडे पाहिले तर, गाडगीळ दिसले. मी पुढे जाऊन त्यांना हाक मारली. उकाड्याचे दिवस होते. आम्ही दोघे जरा पुढे होऊन डब्याच्या दरवाजाजवळच उभे राहिलो. हीच जागा छान होती. वारा झकास येत होता. आजूबाजूला आमच्या व्यतिरिक्त कोणीच प्रवासी नव्हते. तिथे दरवाजात उभे राहून जवळ जवळ अर्धा-पाऊण तास आम्ही गप्पा करीत होतो. इतका वेळ अशा निवांत गप्पा करण्याचा प्रसंग गेल्या कित्येक वर्षांत आला नव्हता. कारण एकमेकांच्या घरी जाणे आमचे कधीच होत नाही. गाडगीळ भेटलेच कधी तर सभा-समारंभाच्या ठिकाणी. तिथे असे अनौपचारिक आणि मोकळे बोलणे शक्यच नसते!

बोलता बोलता मी गाडगीळांना म्हणालो, ''गाडगीळ, तुमचं मन कोणातच कधी गुंतत नाही का? जमलेला स्नेह वाढवणं, त्यात गुंतणं ही गोष्ट तुम्ही आवर्जून टाळता असं मला वाटतं! यासाठी आवश्यक असलेली भावनात्मकता तुमच्याकडे निश्चित आहे. पण कुठे तरी मला वाटतं की, तुम्ही असं करायला भिता. यामुळे, तुम्हांला कधी कधी एकाकीपण नाही जाणवत?''

आमच्या गप्पा अगदी मोकळेपणाने चालल्या होत्या, हे खरे. पण हा प्रश्न विचारण्याइतका मोकळेपणा मी दाखवीन याची गाडगीळांना कल्पनाही नव्हती! ते क्षणभर गप्प झाले. त्यांचा चेहराही किंचित ताणल्यागत जाणवला. पण हे अगदी क्षणभरच. त्यानंतर गाडगीळ एकदम त्यांच्या खास शैलीत मोठ्याने हसले, आणि मी जितक्या मोकळेपणाने प्रश्न विचारला होता तितक्याच मोकळेपणाने म्हणाले, ''मला वाटतं, तुमचा काही तरी घोटाळा होतो आहे बुवा! उत्तम दर्जाच्या स्नेहाचं मोल मी अवश्य जाणतो आणि हा अनुभव मी देऊघेऊ शकतोही. पण तुम्ही ज्याला मैत्री, प्रेम समजता ती गुंतणं वगैरे भानगड मला पोरकट आणि अनावश्यक वाटते. तिच्यामुळे इतर काही नाही, फक्त घोळच निर्माण होतो. आणि माझा स्वभावच असा आहे की, स्नेहसंबंध असो किंवा कसला निर्णय घेणं असो, मला घोळ घालणं मुळीच सहन होत नाही! तसंच, आणखी एक : स्नेहसंबंध ही काही तरी स्वप्नाळू गोष्ट आहे किंवा हळवं

हळवं वाटावं यासाठी केलेली सोय आहे, असं मला मुळीच वाटत नाही! मैत्री ही दोन माणसांतली सुंदर जबाबदारी आहे, असं मी मानतो. ही जबाबदारी दोन्ही बाजूंनी पाळली जायला हवी. पण बहुधा, लोक तसं करीत नाही. ते ही जबाबदारी आहे ही गोष्ट मानतात — पण ही जबाबदारी फक्त गाडगीळांनी पाळली पाहिजे, असंही मानतात! मी स्वत: ही जबाबदारी मानतो इतकंच नव्हे तर, ती पाळण्याच्या बाबतीत अतिशय जागरूक आणि दक्ष असतो. त्यामुळे होतं काय की, इतरांनीही आपली जबाबदारी माझ्याइतकी मन:पूर्वक पाळली पाहिजे, अशी माझी अपेक्षा असते. लोक ती पाळीत नाहीत तेव्हा, प्रथम प्रथम मी दुर्लक्ष करतो, पण एका विशिष्ट मर्यादेनंतर माझी सहनशीलता मला अधिक ताणता येत नाही! आता इथे गुंतण्याबिंतण्याचा काय संबंध आहे बुवा?''

इतके बोलून गाडगीळ मोठ्याने हसले. मला वाटले, विषय बदलावा, यासाठी हे हसणे असावे. पण तसे नव्हते. गाडगीळ पुढे म्हणाले, ''हे गुंतणंबिंतणं ही तुम्ही कविलोकांनी उगीचच निर्माण केलेली रोमँटिक भानगड आहे! रोमँटिक अनुभवाला भ्यायचं कारण नाही. योग्य क्षणी तो अनुभव घेण्याची हिंमतही असली पाहिजे. पण हे दर पाच पावलांवर रोमँटिक वगैरे होणं खरं नाही! माणसांचे परस्परांशी येणारे संबंध हे त्यांच्या वेगवेगळ्या गरजांवर आधारलेले असतात. गरजांचं संघटन, ऑर्गनायझेशन ऑफ नीड्स, असंच त्या संबंधांचं स्वरूप असतं. हे संघटन तुम्ही किती कौशल्यानं आणि शहाणपणानं करू शकता, यावर तुमचं सुख आणि यश बरंचसं अवलंबून असतं. माणसाच्या जगण्याची ही वस्तुस्थिती आहे; ती तुम्ही नाकारण्याचा प्रयत्न केला तर, ती तुमच्या अंगाशी येते आणि मग झेपत नाही! हे ओळखून, मी वेगवेगळ्या क्षेत्रांतल्या माणसाशी संबंध ठेवतो. काही काळानं, स्वाभाविकच, हे संबंध बदलतात; आणि त्यांच्या जागी नवी माणसं येतात. मला हे एक प्रकारचं चॅलेंज वाटतं, आणि हे चॅलेंजं स्वीकारण्यात मला नेहमीच कुतूहल वाटतं. या वेगवेगळ्या माणसांशी स्नेहाचे संबंध आल्यामुळे, एक लेखक म्हणूनही, माझा फायदाच होतो. भावनेनं वगैरे गुंतलो आहे, असं स्वत:ला आणि इतरांना दाखवण्याचा प्रसंग इथं कुणावरही येत नाही. त्यामुळे कसलंच दडपण नसतं!''

गाडगीळांनी आपले म्हणणे कसलाही घोळ न घालता अगदी स्पष्टपणे आणि मन:पूर्वक मांडले होते. ते मी तितक्याच मन:पूर्वक ऐकून घेतले. या गोष्टीला नाही म्हटले तरी दहा वर्षे तरी होऊन गेली असावीत. पण का कुणाला ठाऊक, गाडगीळांचे हे बोलणे माझ्या स्मरणात अगदी कोरल्यासारखे राहिले.

त्यामुळेच, ते इथे अवतरणचिन्हांचा उपयोग करून लिहिताना, गाडगीळ जे बोललेच नाहीत ते मी त्यांच्या तोंडी घालतो आहे किंवा काय असा ओझरता संशयही मला आला नाही. फार तर एखाददुसरे वाक्य मी माझ्या पद्धतीने लिहिले असेल, इतकेच!

मी त्या वेळी आणि नंतरही गाडगीळांशी या विषयावर पुन्हा बोललो नाही. पण माझ्या मनात एक विचार अनेकदा आला; गाडगीळांची ही भूमिका हे त्यांच्या व्यक्तित्वाने तयार केलेले एक प्रकारचे संरक्षणकवच, डिफेन्स मेकॅनिझम तर नसेल ना? अत्यंत संवेदनाशील मनाचे गाडगीळ मध्यमवर्गात जन्मले आणि वाढले. आजवर त्यांनी जे यश मिळवले ते स्वतःच्या पराक्रमाने, कष्ट करून, जिद्द बाळगून. जीवनाची अपुरी, तोकडी सामग्री घेऊन जगणारी मध्यमवर्गातली माणसे त्यांच्या अवतीभवती होती. गिरगावातल्या कांदेवाडीत, जिथे ते एके काळी विद्यार्थिदशेत राहत होते, ती इमारत जरी चाळ नव्हती, तरी त्यांच्या अवतीभवतीचा परिसर हा मुख्यतः चाळींनी वेढलेलाच होता. या सर्व माणसांची धावपळ, तुटपुंज्या जागेतले त्यांचे संसार, त्यांच्या कोत्या उड्या, मोठ्या कुटुंबामुळे धाकट्या भावंडांना उभे करताना मोडणारी मोठ्या भावंडांची कंबरडी, तंगड्यांत तंगड्या अडकून त्यांचे केविलवाणे पडणे -- धडपडणे... गाडगीळांच्या कथांतही ही माणसे दिसतात.

या चौकटीबाहेर उडी घेतलीच पाहिजे, अशा या चौकटीत आपली तंगडी अडकता कामा नये, हे असे आयुष्य आपल्या आसपासही फिरकू शकणार नाही इतके मोठे आपण झाले पाहिजे अशी भीतीचा स्पर्श असलेली उत्कट प्रेरणा त्या कोवळ्या वयात गाडगीळांच्या मनात निर्माण झाली असण्याची शक्यता नाकारता येणार नाही! गाडगीळांच्या जबरदस्त महत्त्वाकांक्षेला आणि त्यांच्या चौफेर कर्तृत्वाला ही प्रेरणा त्यांच्या नकळत चिकटून राहिली असेल का? या चौकटीत अडकण्याची शक्यता दूरान्वयानेही नको, यासाठी गाडगीळांनी हे संरक्षणकवच उभे करून हा प्रश्न त्यांच्यापुरता कायमचा सोडवला असेल काय? या संरक्षणकवचाचे सूत्र असे की, माणसांत आपण भावनेने गुंतणे हे धोक्याचे, आपल्या प्रगतीला मारक आहे. एखाद्या माणसात जर आपण भावनेने गुंतलो तर, तो माणूस हटकून आपल्याला 'एक्स्प्लॉइट' करणार, गैरफायदा घेणार, आणि केव्हा तरी आपल्या तंगडीत तंगडी अडकवणार! म्हणजे आपण पडलोच की! त्यापेक्षा स्पष्ट हिशोबाने पाळायची जबाबदारी असेच स्नेहसंबंधांचे स्वरूप ठेवणे आपल्या हिताचे आहे. प्रतिभावान आणि यशस्वी गाडगीळांवर तो अत्यंत

संवेदनाशील आणि काहीसा भ्यालेला मध्यमवर्गीय मुलगा सतत जागता पहारा करीत असेल काय?

गाडगीळांच्या भोवती हे जे संरक्षणकवच आहे, त्याची जाणीव जे कोणी त्यांच्या संपर्कात येतात त्यांना होत असणारच. गाडगीळ त्याची जाणीव प्रयत्नूपर्वक करून देत असतील, असे मुळीच नाही. दरवानाने बाहेरच्या बाहेर कोणाला घालवून दिले तर, बंगल्यात बसलेल्या मालकाला ते ठाऊकही नसते! तसेच, इतरांना ही गोष्ट जाणवते आहे, हे गाडगीळांना आता कळतही नसेल! गाडगीळांच्या दृष्टीने हे बरेच झाले! प्रत्येकाला त्याची जागा दाखवून देण्यासाठी आता वेगळा प्रयत्न करायला नको! माणसे आपण होऊन योग्य अंतर ठेवून राहतात! हे अंतर गाडगीळांना अभिप्रेत आणि निश्चितपणे अपेक्षित असते! मी हे लिहीत असताना, मला एका गोष्टीची आठवण झाली. हे संरक्षणकवच गाडगीळांना वाटते तेवढे भक्कम नाही या वस्तुस्थितीची नोंद करण्यासाठी, या गोष्टीचा उल्लेख करणे मला महत्त्वाचे वाटते! जो प्रसंग मी इथे सांगणार आहे तो गाडगीळांविषयी अर्थातच आहे, पण पर्यायाने माझ्याविषयीही आहे.

माझी आर्थिक परिस्थिती तेव्हा चांगलीच अडचणीची होती. नोकरी नव्हती. दोन मुले पदरात होती; आणि डिग्री न घेता जगून दाखवीन (म्हणजे, कविता लिहून!) असे म्हणून हट्टाने अर्ध्यावरच सोडून दिलेले शिक्षण जवळ जवळ सात वर्षांनंतर पुन्हा घेणे मला भाग पडले होते! गाडगीळांचे माझ्या परिस्थितीकडे बारीक लक्ष असणार. आजूबाजूच्या मित्रमंडळींकडूनही काही गोष्टी कळतातच. प्रत्यक्षात अनेकदा होणाऱ्या भेटींत गाडगीळांनी माझ्या या परिस्थितीचा चुकूनही कधी उल्लेख केला नाही. जणू काही त्यांना काहीच ठाऊक नव्हते! माझाही स्वभाव अत्यंत अहंकारी असल्यामुळे, कोणी मला मदत वगैरे करावी अशी माझी मुळीच अपेक्षा नव्हती! पण आर्थिक चणचण फार तीव्रतेने जाणवत होती, ही गोष्टही खरीच होती!

एक दिवस सकाळीच दरवाजाची बेल वाजली. मी दार उघडले. समोर पाहतो तर, गंगाधर गाडगीळ उभे!

मी आश्चर्य वाटून म्हणालो, ''आज इतक्या सकाळचे तुम्ही माझ्या घरी कसे?'' मोठ्याने हसत गाडगीळ म्हणाले, ''नाय बॉ — आलो!''

गाडगीळ आत येऊन बसले. गप्पागोष्टी सुरू झाल्या. थोडा वेळ यशोदा त्यांच्याशी बोलत बसली. चहा झाला. थोड्या वेळाने, 'आता निघतो मी' असे म्हणून गाडगीळ उठले. त्यांना निरोप देण्यासाठी म्हणून मी आणि यशोदा

दरवाजापर्यंत गेलो. जिना उतरण्यापूर्वी माझा हात धरून म्हणाले, ''खालपर्यंत या की माझ्याबरोबर जिने उतरून!'' मी घरात आलो आणि पायांत चपला घालून गाडगीळांबरोबर जिने उतरून खाली आलो. खाली उतरल्यावर गाडगीळ क्षणभर थांबले. खिशात हात घालून त्यांनी एक बंद लखोटा काढला आणि तो माझ्या हातात दिला. त्या लखोट्यावर त्यांनी आपल्या हाताने लिहिलेले माझे नाव होते. मी कोड्यात पडल्यागत गाडगीळांना विचारले, ''हे काय?'' ''वर जाऊन पाहा,'' इतकेच बोलून गाडगीळ तरातरा निघूनही गेले. मी घरात आलो आणि अतिशय उत्सुकतेने तो लखोटा उघडला. लखोट्यात दोनशे रुपये होते आणि सोबत चार ओळींची चिठ्ठी : ''हे प्रेमाने देतो आहे. गैरसमज करून घेऊ नये. परत मिळावेत अशी अपेक्षा नाही. या गोष्टीचा कधी चुकूनही उल्लेख करू नये.'' इतकेच. गाडगीळांनी खाली सहीदेखील केली नव्हती!

माझे डोळे भरून आले. गाडगीळांना माझ्याविषयी वाटणाऱ्या या प्रेमामुळे मी अपार सुखावलो! मी तो लखोटा आणि ती चिठ्ठी यशोदाकडे दिली. या अनपेक्षित भेटीमुळे तिचेही मन भरून आले!

गाडगीळांनी चिठ्ठीत व्यक्त केलेल्या अपेक्षेप्रमाणे मी वागलो. गाडगीळांचे आभार मानण्यासाठी मी त्यांना फोन केला नाही. नंतर जेव्हा ते अनेकदा भेटले तेव्हाही या गोष्टीचा चुकूनही उल्लेख मी केला नाही. उल्लेख न करण्याचा असा निर्णय मी घेतला असला तरी, ही गोष्ट मी आयुष्यात विसरणे शक्य नव्हते, आणि कधी विसरलोही नाही. गाडगीळांनी निर्मळ प्रेमाने दिलेली ही लक्ष्मी मला शुभ ठरली. दिवस पुढे वेगाने बदलत गेले. तीनचार वर्षांनंतरची गोष्ट : गिरगावात तेव्हाच्या मॅजेस्टिक सिनेमासमोर मला गाडगीळ भेटले. जवळच सारस्वत बँकेत माझे खाते होते आणि मी बँकेत जात होतो. गाडगीळही मंगलवाडीत त्यांच्या काही कामासाठी चालले होते. मी त्यांना म्हणालो, ''तुम्ही माझ्याबरोबर माझ्या बँकेपर्यंत चला. माझं काम झालं की, आपण कुठंतरी चहा घेऊ या.'' गाडगीळ कबूल झाले. माझी परिस्थिती आता बरीच सुधारली होती. मला हवे होते तेवढे पैसे मी खात्यातून काढलेच, पण त्याबरोबर दोनशे रुपये आणखी काढले. आम्ही बँकेबाहेर आलो. रस्त्यात चालताना मी गाडगीळांच्या हातात ते दोनशे रुपये दिले आणि म्हणालो, ''गाडगीळ, तुम्ही परतीच्या अपेक्षेनं मुळीच दिले नव्हते... पण हे तुम्ही मला दिलेले पैसे!'' माझे डोळे भरून आले होते. मी रहदारीच्या रस्त्यावर असल्यामुळे, प्रयत्नपूर्वक माझ्या भावना आवरल्या. ''अहो पण...'' हे दोनच शब्द गाडगीळांनी उच्चारले,

आणि पुढे ते काहीही बोलले नाहीत! नंतर आम्ही हॉटेलात जाऊन चहा घेतला. तिथे अनेक गप्पागोष्टी झाल्या. पण याविषयी एक चकार शब्दही गाडगीळ बोलले नाहीत. या गोष्टीला आज होऊन गेली असतील पस्तीसाहून अधिक वर्षे! पण गाडगीळांनी चुकूनही हा विषय कधी काढला नाही!

आणखी एक लहानशी, पण माझ्या दृष्टीने महत्त्वाची गोष्ट : गाडगीळांची आणि माझी ओळख झाल्यापासून आम्ही दोघेही एकमेकांना अहो-जाहो असेच म्हणत आलो. मी अजूनही त्यांच्याशी बोलताना त्यांना 'अहो गाडगीळ' असेच म्हणतो. दोनएक वर्षांपूर्वी माझ्या ध्यानात एक गोष्ट आली. आणि त्यामुळे मी मनात अतिशय सुखावलो. फोनवर बोलताना गाडगीळ मला 'अरे' असे संबोधून माझ्याशी बोलत होते! मी त्यांना 'अहो' म्हणत होतो आणि ते मला 'अरे' म्हणत होते! मला प्रथम वाटले की, चुकून झाले असेल. पण तसे नव्हते. नंतर अनेकदा फोनवर किंवा अधूनमधून झालेल्या प्रत्यक्ष भेटीत गाडगीळ मला 'अरे' म्हणूनच संबोधत होते आणि त्यांना त्याची मुळीच जाणीव नव्हती! आमच्या भेटीगाठी अलीकडे क्वचित होतात, हे खरे. पण गाडगीळांच्या मनात माझ्याविषयी आपुलकी आहे, व्यक्तिगत जिव्हाळा आहे असे मला तरी नेहमीच वाटत आले आहे. एखाद्याच्या अंगचटी जाऊन अरेतुरे, अगंतुगं करणारी माणसे अनेकदा आपण पाहतो. पण गाडगीळांचा स्वभाव याच्या अगदी उलटच्या टोकाचा! अंतर राखून राहणे, इतकेच नव्हे तर, अंतर राखायला भाग पाडणे ही या स्वभावाच्या अगदी मुळाशी असलेली गोष्ट! याचा अर्थच असा की, माझ्याविषयी वाटणारा जिव्हाळा या रूपाने गाडगीळांच्या अगदी नकळत व्यक्त होत होता! या दोन्ही गोष्टींचे तात्पर्य हेच की, गाडगीळांचे हे संरक्षणकवच त्यांना अधूनमधून असा दगा देते! पण असे काही अपवादात्मक प्रसंग सोडल्यास, मोटारसायकल चालवणारा माणूस जसे डोक्यावर हेल्मेट घालून रुबाबात आणि निर्धास्तपणे जात असतो, त्याप्रमाणे आपले हे संरक्षणकवच धारण करून गाडगीळही समाजात अगदी रुबाबात आणि निर्धास्तपणे फिरत असतात! घरी आल्यानंतर आपले हे हेल्मेट काढून गाडगीळ कुठे आणि कसे ठेवतात हे पाहण्याची इच्छा मला अनेकदा होते!

गेल्या वीस वर्षांत गाडगीळ एकदाही माझ्या घरी आलेले नाहीत आणि (एक अपवाद सोडल्यास) मीही त्यांच्या घरी गेलेलो नाही! बोलणे कधी होते ते फोनवर — तेही कामानिमित्त. कार्यक्रमात भाग घेण्याच्या निमित्ताने युसिसमधे — माझ्या ऑफिसमध्ये गाडगीळ अनेकदा येत — ते येऊन गेल्याचे नंतर मला

समजत असे. पण वीस वर्षांच्या युसिसमधील माझ्या नोकरीच्या काळात गाडगीळ एकदाही माझ्या केबिनमधे येऊन मला भेटून गेल्याचे मला आठवत नाही! 'अहो, तुम्ही आमच्या ऑफिसमधे येता आणि मला भेटूनसुद्धा जात नाही,' असे मी एकदासुद्धा कधी गाडगीळांना म्हणालो नाही! 'साहित्य सहवास'मधे गेल्या वीस वर्षांत मी अनेकदा गेलो आहे. पण दहा पावले पुढे जाऊन गाडगीळांच्या घरी मी गेलो, असे एकदाही झाले नाही! हे सुरक्षित अंतर गाडगीळांनीच राखले आहे, असे नव्हे! मीही ते अगदी तितक्याच सहजपणे त्यांना राखू दिले आहे! खरे म्हणजे, मी ही वस्तुस्थिती कसलीही खळबळ (अगदी स्वत:शीसुद्धा) न करता स्वीकारली आहे! कदाचित असे असण्याची शक्यता आहे की, गाडगीळांनी आपल्या भोवती निर्माण केलेल्या संरक्षणकवचाचे माझ्यापुरते पूर्ण ज्ञान मला झाले असल्यामुळे, जवळ जाऊन कटकटी निर्माण करण्यापेक्षा, दूर राहूनच प्रेम राखलेले बरे, असा शहाणपणाचा विचार मी केला असेल! गाडगीळांविषयी आतून मला प्रेम वाटते, हे मला ठाऊक असल्यामुळे, त्यांच्या संरक्षणकवचाला थोडी विश्रांती द्यावी असाही उदात्त हेतू माझ्या मनात असणार!

एक गोष्ट मात्र मी न चुकता करीत आलो. माझ्या मनात गाडगीळांविषयी असलेली भावना बोलकी करण्याची संधी मी न चुकता घेत आलो : गाडगीळांच्या वाढदिवशी मी त्यांना फोन करतोच! मी फोन केला की, प्रथम त्यांचे अभिनंदन. मग थोडा वेळ इथल्या तिथल्या औपचरिक गोष्टी, पण अनौपचारिक सुरात. त्यानंतर निरोप घेऊन फोन खाली ठेवण्यापूर्वी, 'अरे! आपण एकदा भेटलं पाहिजे बुवा!' हे गाडगीळांचे वाक्य. त्यांच्या या वाक्यानंतर, 'हो ना, जरा मोकळा झालो की, मीच फोन करतो आणि येतो एकदा,' हे माझे वाक्य. यावर गाडगीळांचे त्यांच्या खास शैलीत मोठ्याने हसणे. त्यानंतर 'बराय, थँक यू' असे गाडगीळ म्हणाले की फोन खाली ठेवणे!

गेल्या वीस वर्षांत हे कधी चुकले नाही, आणि आम्ही दोघेही एकामेकांच्या घरी कधी गेलो नाही! पण तरीही, मी त्यांना वाढदिवसाच्या तारखेला फोन केला की, ''अरे! आपण एकदा भेटलं पाहिजे बुवा!'' हे गाडगीळांचे वाक्य आणि ''होय ना, जरा मोकळा झालो की मीच फोन करतो आणि येतो एकदा,'' हे माझे वाक्य यांची तितक्याच उत्साहाने हजेरी ही लागतेच! आता हे आम्हां दोघांनाही ठाऊक झाले आहे. पण आम्ही दोघांनीही ही परंपरा कसलाही व्यत्यय आणू न देता, अगदी इमाने इतबारे चालू ठेवली आहे!

अशा या अखंड परंपरेत एकदाच खंड पडला: आणि तोही माझ्यामुळे! मी ठरवून योजनापूर्वक हा अपवाद केला, असे मुळीच नाही! तसे माझ्या हातून घडले, हेच खरे! गाडगीळांना साठ वर्षे पूर्ण झाली त्या दिवसाची ही गोष्ट : सकाळी ऑफिसला जायला निघण्यापूर्वी, मी दर वर्षी करतो तसा, गाडगीळांना फोन केला. साठ वर्षे पूर्ण केल्याबद्दल मी त्यांचे अभिनंदन केले. त्यावर, ''काय काळ जातो रे! बघता बघता साठ वर्षं झाली बघ!'' असे म्हणून गाडगीळ मोठ्याने हसले! ''आज कार्यक्रम काय?'' असे मी गाडगीळांना विचारले. ''साडेबारा–एकच्या सुमाराला जरा बाहेर जाणार आहे, तोपर्यंत घरातच आहे.'' असे गाडगीळ म्हणाले! नंतर परंपरेला स्मरून आम्ही आमच्या त्या प्रिय वाक्यांची हजेरी लावली! त्यानंतर मी फोन खाली ठेवला. साठ वर्षे पुरी झाली, हा विशेष प्रसंग होता. पण म्हणून, ''तुम्ही माझ्या घरी आज या,'' असे गाडगीळ म्हणाले नाहीत आणि मीही माझ्या बाजूने तशी उत्सुकता जराही दाखवली नाही!

मी घरून ऑफिसला जायला निघालो. नेहमीची ठरलेली गाडी मी पकडली. का कुणाला ठाऊक, कसेही करून गाडगीळांना आज भेटले पाहिजे अशी तीव्र भावना माझ्या मनात निर्माण झाली आणि ती माझा पिच्छा सोडी ना! सकाळी ८–३० वाजता माझे ऑफिस सुरू होत असे. ९–३० वाजेपर्यंत काही आवश्यक कामे होती, ती मी उरकली. गाडगीळांना भेटलेच पाहिजे, असे सारखे वाटत होते. मी मनाशी काही ठरवले आणि ऑफिसातून बाहेर पडलो. फ्लोरा फाऊंटनच्या परिसरातील कपड्यांच्या एका मोठ्या दुकानात गेलो. त्या दुकानातून उत्तम दर्जाचे पॅण्ट आणि बुश–शर्टाचे कापड मी खरेदी केले, आणि टॅक्सी करून तडक गाडगीळांच्या घरी गेलो. वासंतीबाईंनी दार उघडले. इतक्यात गाडगीळही आले. सकाळी मी फोन केला होता तेव्हा, मी येणार असल्याचे सुचवलेही नव्हते! त्यामुळे, मला प्रत्यक्ष पाहून त्या दोघांनाही अर्थातच आश्चर्यही वाटले! सुंदर कागदात पॅक केलेले माझ्या हातातले ते प्रेझेंट मी गाडगीळांच्या हातात दिले, आणि थोडा नाटकी–गंभीर आवाज काढून गमतीने म्हणालो, ''षष्ट्यब्दीपूर्तीनिमित्त आपलं मन:पूर्वक अभिनंदन.'' मी हातात प्रेझेंट दिलेले पाहून गाडगीळ क्षणभर गोंधळले. एक क्षणभरच. मग ते मोठ्याने हसले आणि म्हणाले, ''अरे, पण हा काय प्रकार?...'' मी त्यांना पुढे एक शब्दही बोलू न देता चटकन म्हणालो, ''गाडगीळ, मला ऑफिसात परत जायचं आहे. पण तरीही एक कप बिनसाखरेचा चहा इतकं तुमचं नुकसान

केल्याशिवाय मी इथून हलत नाही!'' मी दिलेले प्रेझेंट गाडगीळांनी बाजूला ठेवून घेतले ते पाहून मला हायसे वाटले! 'तुमची भावना मी स्वीकारतो, पण प्रेझेंट मात्र मी स्वीकारणार नाही. तसा माझा नियम आहे बुवा!' आपले संरक्षणकवच धारण करून गाडगीळ असे म्हणाले असते तर, मी काय करणार होतो? मला अतिशय आनंद झाला. पण मी तो जराही व्यक्त होऊ दिला नाही! मी चहा घेत असताना त्या प्रेझेंटविषयी गाडगीळ एक शब्दही बोलले नाहीत किंवा पॅकिंग उघडून आत काय आहे, हेही त्यांनी पाहिले नाही. गाडगीळांचा निरोप घेऊन मी परत ऑफिसात आलो. गाडगीळांनी आजतागायत हा विषय कधी काढला नाही, आणि मीही तेच केले! कापड तुम्हांला आवडले का? असेसुद्धा मी त्यांना कधी विचारले नाही! माझ्याविषयी मनात जिव्हाळा नसता तर, गाडगीळांनी ही भेटवस्तू स्वीकारली नसती, हे माझ्यापुरते मला कळले होते — मला तेवढे पुरे होते!

गंगाधर गाडगीळ नागपाड्याला राहत तेव्हा, त्यांच्या घरी आम्ही दोन महिन्यांतून एकदा साहित्य चर्चेसाठी जमत असू. आता या गोष्टीला नाही म्हटले तरी सदतीस-अडतीस वर्षे तरी होऊन गेली. नुसतीच साहित्यचर्चा नसे. नंतर वासंतीबाईंच्या कृपेने चहाचा आणि खाण्याचा चांगला बेत असे. साहित्यचर्चेसाठी असे अनौपचारिकपणे एकत्र जमावे ही मूळ कल्पना गाडगीळांचीच. अशा तऱ्हेचा उत्साह तेव्हा गाडगीळांना फार होता. वा. ल. कुळकर्णी, गं. ब. ग्रामोपाध्ये, रा. भि. जोशी, पु. शि. रेगे, श्री. पु. भागवत, वसंत बापट, विंदा करंदीकर, सदानंद रेगे आणि मी स्वत: या बैठकीला हजर राहत असू. माधव आचवल बडोद्याहून मुंबईला आलेले असले आणि त्याच वेळी ही चर्चेची बैठक असली तर तेही हजर राहत असत. पाहुणे म्हणून एकदा या बैठकीला नानासाहेब गोरे आल्याचेही मला आठवते. या बैठकीत गाडगीळांनी एकदा आपली एक नुकतीच लिहिलेली कथा वाचून दाखविली होती आणि नंतर या कथेवर चर्चा झाली होती. या कथेचा काही भाग आपण विशिष्ट पद्धतीनेच का लिहिला याचे स्पष्टीकरण गाडगीळांनी चर्चेच्या ओघात केले होते. गाडगीळांच्या मनाची तरलता आणि त्यांची कल्पकता त्यांच्या या बोलण्यातूनही जाणवली होती. श्री. पु. भागवत आणि 'मौज', 'सत्यकथा' यांना गाडगीळांचे अतोनात कौतुक! त्यात पुन्हा, भागवतांच्या स्वभावाचे एक अंग तलावातल्या चांदण्यासारखे वगैरे असल्याचे गाडगीळांना थोडे थोडे जाणवूही लागलेले असावे. गाडगीळांनी वाचलेली ही कथा 'सत्यकथे'त प्रसिद्ध

करण्यासाठी आपल्याला मिळावी यासाठी, श्री. पु. भागवतांनी तेव्हा दाखवलेली चपळ तत्परताही मला आठवते!

एकदा या चर्चेच्या बैठकीला नरहर कुरुंदकर आले. त्या वेळी ते मुंबईला आले होते आणि माझ्या घरी उतरले होते. विंदा करंदीकरांप्रमाणेच, आपल्या विद्वत्तेचा आणि महानतेचा साक्षात्कार नरहर कुरुंदकर यांनाही झालेला होता. साहित्यचर्चेच्या ओघात या दोन्ही साक्षात्कारी पुरुषांचे जरा वाजले — म्हणजे वैचारिक वाजले! हे इथपर्यंत ठीक होते. पण आक्रमक ठामपणा हे या दोघाही साक्षात्कारी पुरुषांचे स्वभाववैशिष्ट्य असल्यामुळे, वैचारिक सीमा केव्हा ओलांडल्या गेल्या, हे कोणालाच कळले नाही! करंदीकर एकदम उठून उभे राहिले आणि कुरुंदकरांना म्हणाले, ''मी तुम्हाला उचलून खाली फेकून देईन!'' करंदीकर कवी असूनही बांध्याने बळकट आणि उंचनिंच! त्यांच्याकडे पाहिल्यावर, ते सातारा पोलिस स्टेशनवर हेडकॉन्स्टेबल असावेत, असेच वाटे! त्यात पुन्हा गाडगीळ दुसऱ्या मजल्यावर राहत. त्यामुळे, 'माझ्या मना बन दगड' ही कविता लिहिलेल्या करंदीकरांनी आपली धमकी खरी केली तर पंचाईत होईल म्हणून मी घाबरलो! त्यात पुन्हा कुरुंदकर माझ्या घरी उतरलेले! हे सर्व घडत असताना गाडगीळ उठले आणि चहा सांगण्यासाठी आतल्या खोलीत गेले. मीही लगबगीने उठून त्यांच्या मागोमाग गेलो! मी घाबरल्या स्वरात म्हणालो, ''अहो गाडगीळ...'' मला पुढे एक शब्दही बोलू न देता गाडगीळ नुसतेच महामिस्कीलपणे हसले आणि 'तुम्ही शांत रहा' असे मला हाताच्या खुणेनेच म्हणाले! थोड्या वेळाने चहा आला आणि चहाच्या पेल्यातील हे वादळ अर्थातच संपले! गाडगीळांचा तेव्हाचा मिस्कील शांतपणा मी कधीही विसरणार नाही! कुरुंदकर आणि करंदीकर हे पुढे मूलभूत विचार वगैरे सांगणारे जबरदस्त समीक्षालेखन करतील आणि समीक्षा लिहिणाऱ्या बोलणाऱ्या मराठीच्या प्राध्यापकांना, तसेच, रक्तदाबाचा विकार असलेल्या लेखक-कवींना चांगलेच घाबरवून टाकतील ही अटकळ मी हा प्रसंग घडला तेव्हाच बांधली होती.

या चर्चाबैठकीचे केंद्र अर्थातच गाडगीळ हेच असत. या चर्चेविषयीचा त्यांचा उत्साह अगदी सच्चा होता. ज्या विषयावर चर्चेत ते बोलत, त्यातून त्यांची बुद्धिमत्ता आणि आत्मविश्वास प्रकट होत असे. तिथे जमणाऱ्या प्रत्येकाचे साहित्यिक क्षेत्रातील सत्ताकेंद्र किती क्षेत्रफळाचे आहे याचाही सूक्ष्म अंदाज आपल्या परीने गाडगीळांनी घेतलेला असावा असेही मला मनातून वाटे. या गोष्टीचा तिथे प्रत्यक्षात काहीही संबंध नसताना, असे मला जाणवण्याचे कारण

काय? गाडगीळांच्या स्वभावातच असलेल्या, त्यांच्या महत्त्वाकांक्षेच्या मला झालेल्या जाणिवेमुळे, माझी अशी भावना झाली असण्याची शक्यता आहे! स्वत: सत्ताकेंद्र होणाऱ्या महत्त्वाकांक्षी माणसाला, त्याची इच्छा असो वा नसो, हे सर्व अंदाज आपोआप येऊ लागतात; त्यांना तो वासच येतो! हे चर्चाबैठकीचे प्रकरण केव्हा थांबवावे, याचाही गाडगीळांना वासच आला असणार! एक दिवस शांतपणे गाडगीळांनी या चर्चाबैठकीच्या प्रकरणातून आपले अंग काढून घेतले. त्यानंतर ही जबाबदारी आपल्या खांद्यावर घेण्यासाठी कोणीच पुढे न आल्यामुळे, हे प्रकरण समाप्त झाले! पुढे बोलता बोलता एकदा सहज विषय निघाला तेव्हा, मी गाडगीळांना म्हणालो, ‘‘अहो, साहित्यचर्चेसाठी आम्ही तुमच्या घरी जमत असू, ते तुम्ही का थांबवलंत?’’ गाडगीळ आपल्या चष्म्याची काच रुमालाने पुसत म्हणाले, ‘‘त्याचं काऽय आहे की, मीच पुढाकार आणि जबाबदारी घेऊन सगळं करायचं! बाकी कोणीच ही जबाबदारी घ्यायला तयार नाही! तेव्हा म्हटलं, ‘आता थांबवावं हे बरं! मी एकटा किती म्हणून गोष्टी करणार?’’’ गाडगीळ म्हणाले ते वस्तुस्थितीला धरून नव्हते, असे मुळीच नाही! पण केवळ याच कारणामुळे गाडगीळांनी या बैठकी थांबवल्या, असे मला वाटले नाही! ज्या चर्चा या बैठकींत होत, जी माणसे तिथे जमत त्यांची गरज आपल्या विकासाच्या किंवा प्रगतीच्या दृष्टीने आता फारशी उरली नाही, हे गाडगीळांना मनातून कुठे तरी जाणवले असणार! कशालाही चिकटून राहून त्याचे ओझे उचलीत चालणे आणि आपली शक्ती व्यर्थ खर्च करणे ही गोष्ट गाडगीळांच्या जगण्याच्या तत्त्वज्ञानात बसणारी नव्हे! आपल्या प्रगतीच्या संदर्भात या चर्चांची गरज जर गाडगीळांना जाणवली असती तर, त्यांनी पडेल ती जबाबदारी घेऊन आणि होईल तो त्रास सोसून या बैठकी चालू ठेवल्या असत्या! गाडगीळांनी हळूहळू आपली ही शक्ती महाराष्ट्रात आणि विशेष करून महाराष्ट्राबाहेर दिल्ली वगैरे ठिकाणी होणाऱ्या चर्चा-सेमिनार्सकडे पूर्ण विचारान्ती वळवली!

या चर्चाबैठकी बंद पडल्यानंतर काही काळ गेला. आपण महिन्यातून एकदा हॉटेलात एकत्र जेवावे, गप्पागोष्टी कराव्या असे वसंत बापटांच्या मनात आले. अन्नब्रह्मावर प्रेम करणाऱ्या विंदा करंदीकरांना ही कल्पना आवडली. मला आणि सदानंद रेग्यांनाही ती पसंत पडली. विशेष आनंदाची गोष्ट म्हणजे, गाडगीळांनीही याला अगदी प्रसन्न होकार दिला. विंदा करंदीकरांनी स्वत:च्या कवितासंग्रहाला नाव द्यावे तितक्याच उत्साहाने या योजनेचे ‘मुर्गी क्लब’ असे नामकरणही करून

टाकले! शाकाहारी श्री. पुं. ना. सन्माननीय अपवाद म्हणून मुर्गी क्लबचे सदस्य करून घेण्यात आले. असा हा सहा सदस्यांचा मुर्गी क्लब स्थापन झाला. प्रत्येक जेवणाचा जो खर्च येईल तो सर्वांनी मिळून करायचा असल्यामुळे, कोणाही एकावर भार नव्हता किंवा कोणाही एकावर अशी कसलीही जबाबदारी नव्हती! बैठकीचा तपशील वगैरे ठरवण्याचे काम वसंत बापट मोठ्या उत्साहाने करीत! मुर्गी क्लबच्या या भेटी मोठ्या आनंदाच्या असत. हसणे, खिदळणे आणि खाणे यांखेरीज अन्य कुठल्याही गोष्टीला मुर्गी क्लबमध्ये स्थान नव्हते! कसलीही तात्त्विक, साहित्यिक वगैरे चर्चा मुर्गी क्लबच्या बैठकीत होत नसल्यामुळे, वैचारिक प्रक्षोभ होऊन, कोणी कोणाला फेकून वगैरे देण्याचा क्रांतिकारक प्रसंग निर्माण होणे अशक्यच होते.

या बैठकीत गाडगीळ अतिशय मजेत असत. मजेचे किस्से सांगत. मोठ्याने हसत इतरांना दाद देत. साहित्याविषयी किंवा स्वत:विषयी चुकूनही बोलत नसत. स्वत:विषयी बोलणे गाडगीळ इथेच टाळीत असत, असे नव्हे. स्वत:विषयी बोलणे, कुठेही असो, गाडगीळ कटाक्षाने टाळीत असतात. ही गोष्ट शिस्तीने मनावर ताबा ठेवून त्यांनी कमावली असेल, असे मला वाटत नाही. 'मी मी' करीत राहणे ही गोष्ट गाडगीळांना स्वभावत:च रुचत नसावी.

पुढे गाडगीळ आणि भागवत यांच्या संबंधात ताण निर्माण झाले. ताणतणाव निर्माण झालेल्या संबंधाचे ओझे मैत्री, निष्ठा वगैरे शब्दांचा जप करीत डोक्यावर वाहणे हे गाडगीळांना परवडणारे नाही. तेव्हा अर्थातच, इतक्या वर्षांचे हे संबंध गाडगीळांनी तोडले. हे संबंध तुटायला आधीच काही पार्श्वभूमी निर्माण झाली असण्याची शक्यता आहे. पण गाडगीळांनी ही स्नेहाची दोरी कापायला खिशातून कातर काढली ती 'रंगायन' या नाट्यसंस्थेमुळे. ही कातर गाडगीळ नेहमीच आपल्या खिशात बाळगीत असल्यामुळे, त्यांना ती शोधण्यासाठीही वेळ घालवावा लागला नाही! श्रीपु आणि गाडगीळ हे दोघेही अत्यंत सुसंस्कृत, संवेदनाशील, साहित्यप्रेमी वगैरे असल्यामुळे, त्यांच्यातला स्नेहाचा धागा हा अतिशय कोमल असाच असणार — तो एखाद्या दोरखंडाप्रमाणे राठ असणे शक्यच नाही! त्यामुळे, खिशातली कातर काढून हा धागा कापताना गाडगीळांच्या हाताला त्रासही झाला नसणार!

गाडगीळांनी 'रंगायन'च्या (विशेषत: विजया मेहता यांच्या) विनंतीवरून त्यांच्यासाठी 'ज्योत्स्ना आणि ज्योती' हे नाटक लिहिले. ते 'रंगायन'ने केले नाही. आणि गाडगीळांच्या मते ही नाट्यसंस्था एक लेखक म्हणून त्यांच्याशी

अयोग्य वागली! श्री. पु. भागवत या 'रंगायन'चे अध्यक्ष होते. मित्र आणि अध्यक्ष या दोन्ही नात्यांनी भागवत अयोग्य वागले, असे गाडगीळांना वाटले! सगळे संपले! श्री. पु. भागवतांच्या स्वभावाचे एक अंग तलावातल्या चांदण्यासारखे आहे, असे गाडगीळांनी आपल्या कथासंग्रहाच्या अर्पणपत्रिकेत म्हटले होते! आता तो तलाव बघताबघता आटला. आटलेल्या तलावापाशी चांदणे कशासाठी बरे येणार? या चांदण्याने गाडगीळांची रीतसर परवानगी घेऊन (कारण ते त्यांच्या अर्पणपत्रिकेतले होते!) या तलावाला सोडचिठ्ठी दिली! भागवतांची या बाबतीत काही बाजू असणारच, आणि आपली ही बाजू त्यांच्या स्वभावानुसार (मनातल्या मनात) अगदी मुद्देसूद मृदुपणे त्यांनी मांडलीही असणार! आपल्या मनातले बाहेर कुणालाच ऐकू येत नाही आणि गाडगीळांना तर नाहीच नाही, हे कालांतराने कळल्यानंतर, ते 'मौज' दिवाळी अंकाची (अर्थात गाडगीळांची कथा नसलेल्या) प्रुफे तपासत गुपचूप बसले असणार! कुरुंदकर - करंदीकर यांच्या आध्यात्मिक संघर्षाच्या त्या तेजस्वी क्षणी गाडगीळांचा मिस्कील शांतपणा मी अनुभवला होता. तोच श्रेष्ठ आदर्श मी आता भागवत – गाडगीळ यांच्या या मूलभूत तात्त्विक अधिष्ठान लाभलेल्या संघर्षाच्या बाबतीत ठेवला! तात्पर्य इतकेच की, या ऐतिहासिक महत्त्वाच्या वितुष्टानंतर आता गाडगीळ मुर्गी क्लबमधे येणे शक्य नव्हते, तसेच झाले. गेली वीस वर्षे तरी या दोघा नामवंतांचे संबंध नाममात्रच राहिले! पुढे 'मौज', 'सत्यकथा' ही दोन्ही प्रकाशने बंद पडली. तरीही, आपली सूक्ष्मतरल वाङ्मयीन संवेदना घट्ट धरून भागवत मौज प्रकाशनाची हस्तलिखिते वाचीत आणि प्रुफे तपाशीत राहिले. तितक्याच गंभीरपणे आपले संरक्षणकवच धारण करून गाडगीळही प्रगतीच्या अनेक वाटा तरातरा चालत राहिले.

१९९१ च्या मे महिन्यात भागवतांच्या हृदयावर बायपास शस्त्रक्रिया व्हायची होती. आम्ही सगळे काळजीत होतो. भागवतांसाठी केलेल्या लेखनाचे मानधन आपण मागितले आणि ते घेतलेही, त्यामुळे तर त्यांना हा आजार झाला नसेल ना? अशी शंका येऊन माझ्यासारख्या भावनाशील कवीला मनातून थोडे अपराधीही वाटत होते! शस्त्रक्रिया होण्यापूर्वीची गोष्ट. भागवतांचा मला फोन आला : गंगाधर गाडगीळ घरी येऊन त्यांना भेटून गेले, त्यांनी धीर दिला हे सांगण्याकरता. गाडगीळ कसे उत्स्फूर्त भावनाशील वागले हे सांगताना श्रीपु जरा गहिवरलेच होते. ऑपरेशन झाल्यानंतरही गाडगीळ त्यांना भेटण्यासाठी

हॉस्पिटलात जाऊन आल्याचे मला कळले. मला या गोष्टीचे मुळीच आश्चर्य वाटले नाही. आता वय झाले. त्यामुळे गाडगीळांची पकड ढिली पडू लागली, असाही विचार माझ्या मनात आला नाही! याचे कारण, गाडगीळांचे संरक्षणकवच काही वेळा त्यांना दगा देते हे मला अनुभवाने ठाऊक होते!

शस्त्रक्रिया यशस्वी होऊन भागवत घरी आले. मौज प्रकाशनाची हस्तलिखिते पूर्वीप्रमाणेच हृदयाशी घेऊन चिंतन करीत बसू लागले. पण म्हणून गाडगीळांनी पूर्वीसारखे संबंध पुन्हा सुरू ठेवले काय? तसे काही घडले नाही! गाडगीळ पुन्हा आपले संरक्षणकवच घट्ट धारण करून मनात निश्चित केलेल्या यशाच्या विविध वाटांनी तरातरा चालत निघाले! मला हे सर्व ठाऊक होते. पण गाडगीळांशी बोलताना, मी हा विषय कधीच काढला नाही किंवा मध्यस्थी करून समेट वगैरे घडवून आणण्याचाही प्रयत्न केला नाही.

याचे कारण असे की, आपल्या दृष्टीने पूर्ण आणि अगदी स्पष्ट विचार केल्याखेरीज गाडगीळ कुठलाही निर्णय कधी घेणार नाहीत, याची मला पक्की खात्री होती. अशा रीतीनेच आपण निर्णय घेतो ही गोष्ट गाडगीळांना इतकी ठाऊक झाली असावी की, आता ते निर्धास्तपणे आधी निर्णय घेत असावेत आणि मग आपण या गोष्टीचा अगदी पूर्ण आणि स्पष्ट विचार केल्याचे गृहीत धरून चालत असावेत! दुसरे असे की, लेखक म्हणून गाडगीळ आणि संपादक-प्रकाशक म्हणून भागवत ही दोघेही युगप्रवर्तनाचा छापील शिक्का शर्टावर असलेली समर्थ माणसे! दोघांचेही आता एकामेकांवाचून अडत नाही, ही वस्तुस्थितीही मला दिसत होती! भागवत, मौज-सत्यकथा आणि गाडगीळ हे जेव्हा घडत होते तेव्हा, त्यांची एकमेकांना खरेच गरज होती - ऐतिहासिक गरज होती. या दोघांनीही नवकथा, नवकाव्य, नवसमीक्षा वगैरे घडवण्याचे थोर कार्य केल्यानंतर ही ऐतिहासिक गरज इतिहासजमा झाली! या थोर कार्यामुळेच पुढे 'मौज', 'सत्यकथा' ही प्रकाशने बंद पडली अशीही एक मतप्रणाली आहे, पण हे विषयांतर झाले! तात्पर्य : मी या प्रकरणापासून दूर राहिलो!

प्रतिभा आणि बुद्धिमत्ता यांचे नैसर्गिक देणे गाडगीळांना लाभलेले आहे. आपल्या या शक्तीचे पूर्ण भान गाडगीळांना आहे आणि आपण आज आहोत त्याहून अधिक मोठे शक्तिकेंद्र योजनाबद्ध प्रयत्नांनी होऊ शकतो याची अगदी सुस्पष्ट जाणीवही गाडगीळांना आहे. अशा समर्थ आणि महत्त्वाकांक्षी व्यक्तीचा

स्वत:ला घडवण्याचा, आकार देण्याचा प्रयत्न अटळपणे या शक्तिकेंद्राशी जखडलेला असतो. जखडलेला या अर्थाने की, ते इतरांना तर सोडाच, पण स्वत:लाही सतत धारेवर धरत असतात. आपला मोठेपण सतत वाढवत राहण्याच्या प्रयत्नात जरा सैलपणा आला तर, अशी माणसे अस्वस्थ होतात! त्यांची शिस्त, त्यांचे कष्ट, आपली कार्यपद्धती अधिकाधिक कार्यक्षम करण्यासाठी ते दाखवीत असलेली तत्परता, माणसांशी किंवा संस्थांशी संबंध ठेवताना (किंवा आवश्यक वाटल्यास वाढवताना) आपल्या प्रगतीला या गोष्टी पोषक ठरतील किंवा नाही हे तल्लखपणे जोखण्याची त्यांची कुवत, भावनेचे गुंते न निर्माण करण्याच्या बाबतीतला त्यांचा शहाणपणा हे सर्व स्वभावविशेष हा या शक्तींच्या उपासनेचाच अपरिहार्य असा भाग असतो. त्यांना यशस्वी होणे भागच असते — त्याला त्यांचा इलाजच नसतो!

लेखक म्हणून आपल्या आंतरिक विकासाविषयी गाडगीळ सतत जागरूक असतात. पण त्या निर्मितीच्या आनंदात जगाला विसरून वगैरे जाण्याचा रोमँटिकपणा त्यांना परवडणारा नाही! यश ही गोष्ट कलानिर्मितीच्या तुलनेने दुय्यम आहे, ही गोष्ट गाडगीळ निश्चितच जाणतात. पण एखादी गोष्ट दुय्यम असली तरी, ती त्याज्य असतेच असे नाही; दुय्यम गोष्टी मिळवू नयेत असे थोडेच आहे? असे स्वत:शीच म्हणून, गाडगीळ यश देणाऱ्या बाह्य जगाविषयी डोळे मिटून उदासीन राहणारे नाहीत! आपल्यावर प्रकाशझोत टाकू शकणारी वृत्तपत्रे, समीक्षेच्या आणि विद्यापीठीय वर्तुळातील सत्ताकेंद्रे, स्वत:ची आर्थिक प्रगती, सांस्कृतिक जीवनातील महत्त्वाच्या संस्थांतील पदाधिकार, आपले नाव समाजात सतत गाजायला हवे असेल तर त्यासाठी कमवावे लागणारे वक्तृत्व आणि वादाची खुमखुमी, पुस्तकांचे प्रकाशक आणि त्यांचे लहान-मोठे गट, आपला झेंडा उचलून मिरवणूक काढू शकणारी माणसे हे यश देणारे लेखकाभोवतीचे जग गाडगीळ पुरे जाणून असावेत, असे वाटते! या बाबतीत त्यांची तल्लख दृष्टी अगदी सावध असावी! अशा या भोवतीच्या जगात जगणे भाग आहे, तेव्हा इथे हुशारीने जगता आले पाहिजे, ही गोष्ट गाडगीळ पूर्णपणे ओळखून आहेत! सामान्य वकूब असलेली माणसे इथे हुशारीच्या बळावर यशस्वी होतात! मग आपल्यासारख्या बुद्धिमान माणसाला काय कठीण आहे? आपल्या शक्तीच्या मानाने ही अगदीच क्षुल्लक गोष्ट आहे अशी खूणगाठ

गाडगीळांनी स्वत:शी बांधून ठेवलेली असावी! पण गाडगीळांना अभिमान आहे तो आपल्या प्रतिभेचा — या दुय्यम अशा यशाचा नव्हे! आपल्या प्रतिभेचा अभिमान असल्यामुळेच, पुष्कळशा माणसांना यश मिळवण्यासाठी करावी लागणारी चलाख लाचारी गाडगीळांनी कधीही केलेली नाही — ते ती करूच शकणार नाहीत. पण हेही खरे की, दुय्यम पातळीवरचे हे यश गाडगीळांनी चांगलेच घट्ट धरून ठेवले आहे. पावसाळ्यात बसमधून किंवा आगगाडीतून जाताना, विसरून जाऊ या भीतीने, आपण आपली छत्री हातात घट्ट धरून ठेवतो, तसे!

यावरून, म्हणजे या छत्रीवरून, एक गमतीची गोष्ट मला आठवली! बऱ्याच वर्षांपूर्वी, एकदा माझ्याशी गप्पा मारताना, ही गोष्ट स्वत: गाडगीळांनीच मला सांगितली होती. ही गोष्ट घडली तेव्हा, गाडगीळ शाळेत (किंवा कॉलेजात असतील) विद्यार्थी होते. गाडगीळांचे वडील गिरगावातल्या ब्रॅडले नाइट हायस्कूलचे संस्थापक, या शाळेत गाडगीळांच्या वडिलांनी एकदा वा. ल. कुळकर्णी यांचे व्याख्यान ठेवले. हे कळताच नुकतेच लेखन करू लागलेले चि. गंगाधर गाडगीळ अगदी खूश झाले! व्याख्यान संपल्यावर वालंशी काही वाङ्मयीन प्रश्नांची चर्चा करण्याची उत्कट इच्छा असलेले गाडगीळ मोठ्या उत्साहाने आपल्या वडिलांबरोबर या व्याख्यानाला गेले. दिवस पावसाळ्याचे होते. वालंचे व्याख्यान संपले तेव्हा जोराचा पाऊस सुरू झाला होता. गाडगीळ वालंशी वाङ्मयीन चर्चा करण्यासाठी पुढे सरसावले. चर्चेसाठी आवश्यक ते प्रश्न गाडगीळांनी तयार ठेवलेच होते! जमलेली माणसे आपापल्या छत्र्या घेऊन बाहेर पडत होती. हा किस्सा सांगताना गाडगीळ म्हणाले, ‘‘अहो, मी आपला वाङ्मयीन चर्चा करण्यासाठी म्हणून पुढं होतो तर, वालंचं मुळी माझ्याकडे लक्षच नाही! वालंना त्यांची छत्री कुठे दिसत नव्हती! छत्री दिसत नाही म्हणून, ते फारच अस्वस्थ झाले होते! जरा गर्दी कमी झाली की, नक्की मिळेल, असे माझे वडील म्हणाले. पण छत्री दिसेना आणि वालंचा अस्वस्थपणा जराही कमी होईना! तरीही त्यातल्या त्यात धीर करून मी त्यांना एक प्रश्न विचारलाच. पण माझ्या त्या वाङ्मयीन प्रश्नाकडे जराही लक्ष न देता वा. ल. ‘अहो पण माझी छत्री...’ इतकेच म्हणाले! शेवटी एकदाची छत्री मिळाली बुवा! छत्री मिळताच वालंनी ती हातात घेतली आणि सर्वांना नमस्कार करून ते चक्क बाहेर पडले!

माझे इतके महत्त्वाचे वाङ्मयीन प्रश्न बोंबललेच की हो!'' असा या गोष्टीचा शेवट करून गाडगीळ मोठ्याने हसले!

पावसाळ्याच्या दिवसांत, बाहेर पाऊस पडत असताना, जेव्हा मला ही गोष्ट आठवते तेव्हा, मला हसू आवरत नाही! मनातल्या मनात मी हा किस्सा अगदी गाडगीळांच्या आवाजात त्यांच्या हसण्यासकट ऐकू शकतो! तेव्हा विद्यार्थी असलेले गाडगीळ आता स्वत: मोठे लेखक आणि समीक्षक म्हणून सर्वत्र ओळखले जातात. अनेक ठिकाणी त्यांची व्याख्याने होत असतात. हे लक्षात येते तेव्हा, एक मोठे गमतीचे दृश्य माझ्या कल्पनेच्या डोळ्यांसमोर उभे राहते : गंगाधर गाडगीळ यांचे व्याख्यान. हॉल श्रोत्यांनी गच्च भरला आहे. बाहेर जोराचा पाऊस पडतो आहे. इतक्यात गाडगीळ मिटलेली ओली छत्री घेऊन हॉलमधे प्रवेश करतात. जमलेले श्रोते टाळ्या वाजवून त्यांचे स्वागत करतात. ओली, मिटलेली छत्री हातात धरून गाडगीळ या स्वागताचा स्वीकार करतात, आणि व्यासपीठाच्या दिशेने चालू लागतात. त्यांच्या सोबत असलेला व्याख्यानमालेचा चिटणीस गाडगीळांची ओली छत्री सौजन्यपूर्वक आपल्याकडे घेऊ पाहतो. गाडगीळ निर्धारपूर्वक छत्री देत नाहीत. ती हातात घट्ट धरून ते व्यासपीठावर येतात आणि आपल्या खुर्चीच्या मागच्या बाजूला, दिसेल अशी, छत्री अडकवून ठेवतात. हे करीत असताना, व्याख्यान हेच महत्त्वाचे आणि छत्री ही दुय्यम हे गाडगीळांचे भान जराही ढळलेले नसते. व्याख्यान सुरू होते. ते सुंदर, विचारप्रवर्तक बोलतात. प्रत्येक वेळी एखादा महत्त्वाचा मुद्दा आला की, डाव्या हाताच्या दिशेने किंचित मान वळवून ते छत्री जाग्यावर आहे की नाही हे पाहतात; पण मुद्दा सोडीत नाहीत! व्याख्यान संपते. टाळ्यांचा गजर होतो. गाडगीळ आपल्या खुर्चीवर बसतात. चिटणीस आभार मानून त्यांना फुलांचा गुच्छ देतो. गाडगीळ तो टेबलावर ठेवतात आणि ती ओली मिटलेली छत्री आपल्या हातात घेतात! इतक्यात एक तरुण विद्यार्थी (गाडगीळ वालंकडे वाङ्मयीन प्रश्न विचारण्यासाठी पुढे सरसावले होते तसा) पुढे येतो आणि गाडगीळांना प्रश्न विचारतो : ''विश्ववास्तवाचे प्रतीयमान भान आणि तुमची नवकथा या बाबतीत तुमची निश्चित भूमिका कोणती?''

बाहेरच्या जोरात पडणाऱ्या पावसाच्या आवाजामुळे गाडगीळांना नीटसे ऐकू येत नाही! हातातली छत्री अधिकच घट्ट धरून गाडगीळ त्याला विचारतात, ''विस्तवाचे...?''

तो तरुण उत्तर देतो. ‘‘विस्तवाचे नव्हे, विश्ववास्तवाचे.’’

‘‘हां हां, आलं ध्यानात. त्याचं असं आहे की आधी आपण वास्तव म्हणजे...’’ गाडगीळ त्यांच्या समीक्षेत असते तशी आवश्यक तत्त्वचर्चा करीत, शांतपणे त्याच्या प्रश्नाचे उत्तर देतात! त्यांच्या उत्तरातील प्रत्येक मुद्दा अगदी घट्ट असतो; आणि त्याच वेळी, हातातल्या छत्रीवरची त्यांची पकडही तितकीच घट्ट असते!

मला हसू आवरत नाही.

बाहेर जोराचा पाऊस पडत असतो!

□

‘गंगाधर गाडगीळ : व्यक्ती आणि सृष्टी’
संपादक : प्रभा गणोरकर
पॉप्युलर प्रकाशन प्रा. लि., मुंबई

श्री. पु. भागवत

१९४८ सालच्या मार्च महिन्याचे ते सुरुवातीचे दिवस होते. कवी बा. भ. बोरकर यांनी गोव्याच्या स्वातंत्र्याच्या चळवळीत भाग घेतल्यामुळे तिथल्या पोलिसांचा ससेमिरा त्यांच्या मागे लागला होता. ते आपल्याला पकडून तुरुंगात बंद करून ठेवतील आणि सगळेच कार्य थांबेल, तेव्हा मुंबईला राहून चळवळीचा प्रचार करावा यासाठी ते मुंबईला येऊन राहिले होते. त्याचे चुलत बंधू वसंतराव बोरकर मुंबई चौपाटीजवळच्या गावदेवी विभागात राहत असत. कवी बोरकरांचा मुक्काम त्यांच्या घरी होता. मुंबईला राहून कवी बोरकर एक कोकणी साप्ताहिक चालवीत असत. प्रचारासाठी त्याच्या प्रती छुप्या मार्गाने गोव्याला पाठवल्या जात. मी तेव्हा विल्सन कॉलेजात फर्स्ट इयरच्या वर्गात होतो. कॉलेजच्या ओल्ड हॉस्टेलमध्ये मी राहत होतो. बोरकरांच्या घरापासून चालत दहा मिनिटांच्या अंतरावर आमचे हॉस्टेल होते. जवळ जवळ रोज संध्याकाळी बोरकरांची आणि माझी भेट होत असे.

एकदा असाच मी बोरकरांना भेटायला गेलो असताना एक तरतरीत गोरापान तरुण तिथे आला होता. बोरकर त्याला आपल्या नव्या कविता म्हणून दाखवीत होते. बोरकरांनी त्याची आणि माझी ओळख करून दिली : ‘‘हे श्री. पु. भागवत. सत्यकथा–मौजचे संपादक.’’ माझीही ओळख बोरकरांनी श्री. पु. भागवतांशी करून दिली –– मी कवी आहे याचा उल्लेख अर्थातच बोरकरांनी केला. भागवतांनी मला सौजन्यपूर्वक नमस्कार केला, पण माझ्या कवित्वाविषयी कसलेही कुतूहल दाखवले नाही. भागवत परत जायला निघाले तेव्हा बोरकरांनी आपल्या नव्या कवितांची वही त्यांच्या हातात दिली आणि त्यांना म्हणाले, ‘‘ही वही तुम्ही घेऊन जा. तुम्हांला आवडतील त्या कविता ‘सत्यकथे’त प्रसिद्ध

करण्यासाठी उतरून घ्या आणि वही परत करा.'' हे पाहून मी अगदी थक्क झालो! बोरकरांसारख्या मोठ्या कवीने आपल्या नव्या कवितांची वही या पंचविशीतल्या तरुण मुलाच्या हातात सोपवावी? 'सत्यकथा' आणि श्री. पु. भागवत यांना बोरकर इतके मानतात? श्री. पु. भागवत परत जायला निघाले तेव्हा मीही त्यांच्याबरोबर निघालो. चालत चालत त्यांच्यासोबत मौज प्रेसजवळच्या सेंट्रल सिनेमा थिएटरपर्यंत गेलो आणि बोरकरांनी करून दिलेली ओळख पक्की करून घेतली. या ओळखीच्या आधारावर दोनच दिवसांनी मी माझी कविता घेऊन श्री. पु. भागवतांसमोर मौज-सत्यकथेच्या कार्यालयात हजर झालो. श्री. पु. भागवतांच्या टेबलासमोर एक बिनहाताची खुर्ची होती. तिच्यावर अवघडून बसलो. दोन दिवसांपूर्वी झालेली माझी ओळख ते विसरलेले नाहीत असे गृहीत धरून मी माझी कविता त्यांच्या हातात दिली. छाती धडधडत होती. आता हे काय करणार? पुढल्या आठवड्यात येऊन भेटा किंवा निर्णय पत्राने कळवतो असे सांगणार काय? पण भागवतांनी तसे काही केले नाही. माझी कविता त्यांनी वाचून पाहिली. गंभीर चेहऱ्याने मला म्हणाले, ''सत्यकथेसाठी घेतो.'' माझ्या या कवितेचे 'वायूस' असे शीर्षक होते. पुढल्याच महिन्यात, म्हणजे १९४८ च्या 'सत्यकथे'च्या एप्रिल महिन्याच्या अंकात भागवतांनी माझी ही कविता प्रसिद्ध केली. 'सत्यकथे'त प्रसिद्ध झालेली माझी ही पहिली कविता. तेव्हापासून 'सत्यकथा' आणि 'मौज' दिवाळी अंकांत माझ्या कविता प्रसिद्ध होऊ लागल्या. आणि आता म्हणजे २००७ साली माझे संपूर्ण कवितालेखन श्री. पु. भागवत यांनी मौज प्रकाशनतर्फे प्रसिद्ध केले आहे. मी केलेले बायबलच्या नव्या कराराचे भाषांतर आणि 'गिरकी' हा माझा नवा कवितासंग्रह त्यांनी प्रसिद्ध करण्यासाठी मौज प्रेसमध्ये पाठवला होता. ही दोन्ही पुस्तके आता प्रसिद्ध होतील — पण माझ्याबरोबर बसून त्यांची प्रुफे तपासायला आणि ही पुस्तके पाहायला भागवत नसतील. ही दोन्ही पुस्तके हातात घेऊन मी पोरका होऊन उभा असेन!

कुठलाही लेखक किंवा कवी अधिकाधिक चांगले लिहीत राहावा, त्याचा सतत विकास व्हावा ही श्री. पु. भागवत यांची उत्कट तळमळ होती. त्यांची संपादक-प्रकाशकाची भूमिका पुस्तकाची छपाई, प्रकाशन आणि विक्री यांच्यापुरतीच मर्यादित नव्हती. मूल सांभाळणाऱ्या आणि वाढवणाऱ्या आईची मातृत्वशक्ती त्यांच्या संपादनाच्या कार्यामागे उभी होती. ही केवळ सख्याची भावना नव्हती. या भावनेमागे श्री. पु. भागवतांचे वाङ्मयाच्या सर्व प्रकारांचे चौफेर वाचन आणि चिंतन उभे होते. साहित्याचे संपादन-प्रकाशन ही त्यांची

साधना होती. त्यांच्या या मातृत्वशक्तीला असामान्य ज्ञानशक्तीचा आणि तरल संवेदनाशील कल्पकतेचा आधार होता. जो लिहितो, साहित्य निर्माण करतो अशा लेखक-कवीलाच आपण प्रतिभाशाली म्हणून संबोधतो. श्री. पु. भागवतांच्या अमृतमहोत्सवी सत्कारात त्यांच्याविषयी बोलताना मी भागवतांचा उल्लेख प्रतिभाशाली संपादक असा केला होता. मी प्रतिभाशाली या शब्दाचा उपयोग भागवतांच्या बाबतीत पूर्ण विचार करूनच केला होता — वक्तृत्वाची आकर्षक कळा म्हणून नव्हे! मी लिहिलेली नवी कविता वाचल्यावर भागवत आपली प्रतिक्रिया मला सांगत तेव्हा प्रत्यक्ष निर्मिती करणाऱ्या लेखकाची किंवा कवीची निर्मितीची आंतरिक प्रक्रिया या माणसाला कळली आहे, त्याला ती स्पष्ट दिसते आहे याचा प्रत्यय येई आणि आश्चर्य वाटे. मी लेखन करणार नाही असे भागवतांकडून आधी वचन घेऊन परमेश्वराने त्यांना लेखक-कवीची प्रतिभा दिली असावी असेच मला वाटे. अनेक वेळा प्रत्यक्ष लिहिणाऱ्या लेखकाला किंवा कवीला न जाणवलेल्या पण महत्त्वाच्या असलेल्या अशा लेखनातल्या काही जागांवर ते अचूक बोट ठेवीत. कविता न लिहिणारा प्रतिभाशाली कवी असेच भागवतांचे वर्णन माझ्या १९४८ सालापासूनच्या साठ वर्षांच्या अनुभवाने मी करीन आणि असे वर्णन करताना त्यात कसलीही भावनाप्रधान अतिशयोक्ती आहे असे मला वाटणार नाही.

निर्मितिशील कवीची-लेखकाची वाङ्मयाची आवडनिवड, मूल्यमापन अनेकदा त्याच्या स्वत:च्या लेखनाच्या प्रकृतिधर्माशी बांधील असते असे मी अनेक प्रतिभाशाली लेखक-कवींच्या बाबतीत पाहिले आहे. श्री. पु. भागवत यांचे असे नव्हते. त्यांची अभिरुची, आवडनिवड व्यापक होती. कुठल्याही साच्यात ती बंदिस्त होणारी नव्हती. 'पिपात मेले ओल्या उंदिर' या मर्ढेकरांच्या कवितेचे कलात्मक सौंदर्य त्यांना जसे जाणवायचे तसेच, तितक्याच उत्कटपणे 'काळ्या गढीच्या जुन्या ओसाड भिंतीकडे, आलीस तू एकटी' या ना. घ. देशपांडे यांच्या कवितेचेही सौंदर्य जाणवायचे. त्यामुळे वेगवेगळे प्रकृतिधर्म आणि आविष्काराची शैली असलेल्या लेखक-कवींना त्यांच्या रसिकतेविषयी विश्वास वाटायचा. मर्ढेकरांच्या कवितेचे महत्त्व मान्य झाल्यानंतर रविकिरण मंडळाच्या कवींविषयी तुच्छतेने टिंगलटवाळी करून लिहिणे-बोलणे ही अनेकांच्या बाबतीत वाङ्मयीन फॅशन आणि नवसाहित्याचा झेंडा मिरवण्याची खूण झाली होती. श्री. पु. भागवतांच्या बोलण्यात रविकिरण मंडळाविषयी तुच्छतेचा सूर कधीही नसे. त्या कालखंडातील त्या कवितेच्या मर्यादा ते पूर्ण जाणून होते, पण त्याबरोबरच

मराठी कवितेच्या परंपरेतील त्या कवितेच्या कार्याचे महत्त्वही ते विसरत नसत. मी पुण्याला एकदा कवी यशवंत यांच्या घरी गेलो असताना गप्पांच्या ओघात 'सत्यकथा' आणि श्री. पु. भागवत यांचा विषय निघाला. कवी यशवंत, श्री. पु. आणि 'सत्यकथा' यांच्याविषयी अतिशय आदराने बोलले. मर्ढेकर आणि त्यांची कविता यांच्यावर विलक्षण प्रेम करणारे श्री. पु. यशवंतांनी नवे काय लिहिले आहे, सत्यकथेसाठी त्यांच्या काही कविता मिळतील काय याचा अंदाज घेण्यासाठी यशवंतांच्या घरी गेले होते हे मी खुद्द यशवंतांच्या तोंडून ऐकले. संपादक म्हणून आपली वाङ्मयीन अभिरुची कोणत्याही साच्यात, कोंडाळ्यात सापडू नये यासाठी श्री. पु. सतत जागरूक असत. तरीही त्यांच्यावर गटबाजीचे आरोप हे झालेच! संपादक आणि रसिक म्हणून जो विश्वास भागवतांविषयी मर्ढेकरांना वाटायचा तोच विश्वास मर्ढेकरांहून प्रकृतिधर्माने भिन्न असलेल्या कवी बोरकरांना भागवतांविषयी वाटायचा.

याचा अर्थ असा नव्हे की, श्री. पु. भागवतांना एक व्यक्ती म्हणून काही आवडीनिवडी नव्हत्याच! तशा त्या होत्या, अगदी उत्कट होत्या पण एक संपादक म्हणून त्यांना तीव्र जाणीव होती की, ललित वाङ्मयाच्या सर्जनशील आविष्काराच्या अनेक शक्यता असतात. यांतले सर्वच आविष्कार व्यक्तिश: आपल्याला आवडणारे असतीलच असे नाही. पण असे असले तरी ललित वाङ्मयाच्या मासिकाचा संपादक म्हणून आपण आपल्या वैयक्तिक आवडीनिवडीच्या मर्यादा पडू न देता लेखनातल्या या सर्व शक्यतांचा आणि त्यांत उत्तम काय लिहिले जात आहे याचा शोध घेतला पाहिजे. तसा शोध संपादक श्री. पु. भागवत सतत घेत राहिले. असा शोध घेणे ही त्यांची साधनाच बनून गेली. आणि या साधनेमुळे हळूहळू त्यांची वैयक्तिक अभिरुचीही सर्वव्यापक बनली. इथे माझा वैयक्तिक अनुभव सांगणे उचित ठरेल. कधीकधी असे व्हायचे की मी एखादी नवीन कविता लिहिल्यानंतर मलाच वाटायचे की, ही कविता माझ्या कवितेसारखी वाटत नाही, ती वेगळी वाटते, तिला कविता तरी म्हणता येईल का? भागवत ती कविता तीन तीन वेळा एकाग्र चित्ताने बारकाईने वाचत, आणि त्या कवितेविषयीची मी माझी भीती व्यक्त केली की, मला म्हणत, ''कविता वेगळी आहे, मला ती आवडली आहे. जरासुद्धा भिऊ नका. या वाटेनं आणखी पुढं जावंसं वाटलं, तर जरूर पुढली पावलं टाका.'' भागवतांनी असा धीर दिला की डळमळलेला माझा आत्मविश्वास पुन्हा निर्भयपणे उभा राहत असे.

२१ ऑगस्ट २००७ रोजी भागवतांचे निधन झाले. त्या आधी काही दिवसांपूर्वीच मी त्यांच्या घरी गेलो होतो आणि मी लिहिलेल्या नव्या कविता त्यांना वाचायला दिल्या होत्या. या नव्या कवितांविषयी मला खात्री वाटत नव्हती — मी तसे भागवतांना म्हणालो होतो. भागवतांनी प्रत्येक कविता तीन वेळा एकाग्र होऊन वाचली. मग त्या सगळ्या कविता माझ्याकडून वाचून घेतल्या आणि ऐकल्या, आणि म्हणाले, ''पाडगावकर, कविता उत्तम आहेत, योग्य मार्गानंच तुम्ही जाता आहात.'' माझ्या नव्या कवितांची वही भागवतांच्या हातात होती. या संग्रहाचे — म्हणजे या कवितांच्या वहीचे — नाव मी 'अखेरची वही' असे लिहिलेले होते. भागवत म्हणाले, ''पाडगांवकर, या तुमच्या नव्या कवितांच्या वहीत फक्त एकतीसच कविता आहेत. हा कवितासंग्रह तुम्ही लवकर लिहून पूर्ण करा. मी असेपर्यंत तो पूर्ण व्हायला हवा. 'अखेरची वही' हे नाव तुम्हीच ठेवलं आहे — माझ्याही आयुष्यातली तुमच्या कवितांची ही अखेरची वही ठरणार आहे!'' भागवतांनी आपले शब्द खरे केले. ते हे जग साडून निघून गेले. माझ्या एकतीस कवितांची नवी वही त्यांनी आपल्या आयुष्यातली अखेरची वही केली. या अखेरच्या वहीतल्या कवितांच्या आधी मी केलेल्या बायबलच्या नव्या कराराचे — इंग्रजी 'न्यू टेस्टमेंट'चे संपूर्ण भाषांतर त्यांनी माझ्या शेजारी बसून मी वाचून दाखवलेले ऐकले होते. मूळ इंग्रजी पुस्तक उघडून त्यांनी समोर ठेवलेले असे. प्रथम ते इंग्रजी मूळ संहिता मनात वाचत. त्यानंतर मी त्याचे भाषांतर वाचून दाखवत असे, ते ऐकत — आवश्यक तेथे सुधारणा सुचवून चर्चा करीत. त्यांनी सुचवलेल्या सुधारणा मला पटल्या नाहीत तर ते कधीच हटून बसत नसत — लेखकाचा निर्णय हाच अंतिम निर्णय असे ते मानीत. लेखक, त्याची प्रतिभा, त्याची निर्मिती यांच्यावर असे जिवापाड प्रेम करणारा दुसरा माणूस मी पाहिला नाही! बायबलचे हे भाषांतर आणि त्याची मी लिहिलेली प्रस्तावना माझ्या तोंडून ऐकल्यानंतर भागवतांनी ते संपूर्ण भाषांतर एकट्याने बसून मुळाशी ताडून तपासले! त्र्याऐंशीव्या वर्षी प्रकृती चांगली नसतानासुद्धा त्यांनी हे सगळे अगदी सहजपणे केले.

कुठलाही ओळखीचा माणूस भेटला की, आपण त्याला, ''कसे आहात? तब्येत कशी काय?''असे त्याचे कुशल विचारतो. आपले अगत्य दाखवण्याची ही आपली पद्धत असते. गुजराती कवी उमाशंकर जोशी, कवी बा. भ. बोरकर आणि श्री. पु. भागवत ही तीन माणसे मी अशी पाहिली की, जी भेटल्यावर आधी माझ्या कवितेच्या कुशल असण्याची विचारपूस करीत! कवी उमाशंकर जोशी कधी

भेटले किंवा त्यांचा फोन आला की, त्यांचा पहिला प्रश्न असे : 'मंगेशभाई, कविता कुशल छे ना?' कवी बोरकरांचे अगदी असेच होते. ते माझ्या घरी आले किंवा मी त्यांच्याकडे गेलो की, त्यांचा पहिला प्रश्न असे, ''मंगेश, नवीन काय लिहिलंस?'' मग मी माझ्या नव्या कविता त्यांना वाचून दाखवायचो आणि ते आपल्या नव्या कविता मला गाऊन दाखवायचे! श्री. पु. भागवत अगदी असेच होते. कधीही भेटलो किंवा त्यांचा फोन आला की त्यांचा पहिला प्रश्न असे, ''पाडगांवकर, नवीन काय लिहिलंत?'' लिहिलेल्या नव्या कविता त्यांना दाखवल्या की ते एकाग्र चित्ताने त्या दोन दोन, तीन तीन वेळा वाचत आणि आपल्या प्रतिक्रिया सांगत. एखादी ओळ आवडली नाही किंवा एखादा शब्द खटकला तर त्याची चर्चा करीत, आणि हे सगळे झाल्यावरच मग वैयक्तिक स्वरूपाच्या गप्पा!

'गिरकी' या माझ्या नव्या कवितासंग्रहाचे हस्तलिखित भागवतांनी माझ्या शेजारी बसून वाचले, माझ्याशी चर्चा करून विरामचिन्हे निश्चित केली आणि म्हणाले, ''आता हे प्रेसमध्ये पाठवतो.'' मी भागवतांना म्हणालो, ''भागवत, १९४८ सालापासून तुम्ही माझ्या कविता वाचता आहात, त्यांचं प्रकाशन करता आहात, पण तुम्ही कधीही माझ्या कवितांविषयी काहीही लिहिलेलं नाही. 'विदूषक' या माझ्या कवितासंग्रहाच्या मलपृष्ठावर छापलेला या कविता-संग्रहाविषयीचा मजकूर-ब्लर्ब तुम्ही लिहिला होता, पण ते कुणालाच ठाऊक नाही, कारण त्याखाली कुणाचंच नाव नाही. माझी इछा आहे आणि तुम्हांला विनंती आहे की, 'गिरकी' या माझ्या कवितासंग्रहाला तुम्ही प्रस्तावना लिहावी.'' भागवत मला म्हणाले, ''पाडगांवकर, प्रस्तावना लिहिण्याचं त्राण आता उरलेलं नाही. इच्छा असली तरी ते आता शक्य नाही! पण तुमच्या कवितेविषयी मी लिहिलेलं नाही असं जे तुम्ही म्हणता आहात ते बरोबर नाही. तुमच्या वाचनात ते आलेलं नाही असं वाटतं.मी कवी शंकर रामाणी यांना लिहिलेली काही पत्रं वासंती मुझुमदार यांनी संपादित केलेल्या 'श्री. पु. भागवत : व्यक्ती आणि संपादक' या पुस्तकात प्रसिद्ध झाली आहेत. त्यात माझी दोन पत्रं तुमच्याविषयी आहेत. ती तुम्ही वाचा. तुमच्याविषयी आणि तुमच्या कवितेविषयी मला जे काही वाटतं ते मी या पत्रांत लिहिलं आहे — त्याहून अधिक किंवा वेगळं मला काहीही सांगायचं नाही!'' हे पुस्तक कपाटातून काढून देण्यासाठी भागवतांनी शुभाताईंना हाक मारली. मी भागवतांना म्हणालो, ''पुस्तक माझ्याकडे आहे. याच पुस्तकात मी 'माणूस' दिवाळी अंकासाठी घेतलेली तुमची प्रदीर्घ मुलाखत पुन्हा छापलेली आहे.''

भागवतांनी कवी शंकर रामाणी यांना लिहिलेल्या पत्रांत माझ्याविषयी लिहिलेले वाचल्याचे मला आठवत नव्हते. आठवत नव्हते याचा अर्थ मी ते वाचलेले नसावे. कारण भागवतांनी माझ्याविषयी लिहिलेले मी वाचले आणि विसरून गेलो असे होणेच शक्य नव्हते!

मी घरी आलो, कपाटातून पुस्तक काढले आणि भागवतांनी शंकर रामाणी यांना लिहिलेल्या पत्रांचा विभाग उत्सुकतेने चाळून पाहू लागलो. पहिले पत्र भागवतांनी २४-४-१९८६ या दिवशी शंकर रामाणींना लिहिलेले आहे. ते पत्र असे आहे : ''तुम्ही पाडगांवकरांच्या कवितेबद्दल लिहिले ते खरे आहे. ती अस्सल गुणाची आहे. विकासशील आहे. पाडगांवकरांना प्रतिभाशक्तीचे देणे तर अव्वल दर्जाचे आहेच, पण त्यांची बुद्धिमत्ता तीक्ष्ण आहे. त्यांची तर्कशक्ती धारदार व कठोर आहे. त्यांची भावना तीव्र व गाढ आहे. त्यांची कल्पकता तरल व उत्तुंग आहे. त्यांची समीक्षावृत्ती सजग व कुशल आहे. त्यांची सहानुभूती व्यापक व खोल आहे. त्यांची मूल्यसंवेदना सूक्ष्म आहे. त्यांचा स्नेह व त्यांची करुणा उदंड आहे. त्यांचे भाषेवर व छंदावर असलेले प्रभुत्व सहज व अप्रतिम आहे. त्यांची काव्यावरील निष्ठा अविचल आहे. त्यामुळे ते कवी म्हणून सतत विकास पावतील याबद्दल मला विश्वास वाटतो. ज्याच्याकडून केवळ चांगल्या नव्हे, तर थोर किंवा श्रेष्ठ काव्याची आशा करावी, असा पाडगांवकर हा एक कवी आहे, असे मला मनोमन वाटत असते हे मात्र खरे.'' भागवतांनी माझ्याविषयी शंकर रामाणींना लिहिलेले दुसरे पत्र ६-६-१९९० या तारखेचे आहे. ते पत्र असे आहे : 'पाडगांवकरांची कविता उत्स्फूर्त आहे. त्यांचे कवितेच्या तांत्रिक अंगावर विलक्षण प्रभुत्व आहे; तरी ते तंत्रशरण कधीच नाहीत. तुम्ही म्हणता त्याप्रमाणे त्यांच्या मनात चोवीस तास फक्त कविताच रुंजी घालत असावी, अगदी बोरकरांप्रमाणे, पण फरक असा की, त्यांचा काव्याच्या स्वरूपाचा, त्याच्या अंगोपांगांचा, त्याच्या विविध स्वरूपांचा विचार सजगपणे, चिकित्सक वृत्तीने अखंड चालू असतो. स्वतःच्या कवितेचाही. पाहून नवल वाटते, ते मराठीतील नव्याजुन्या, लहानमोठ्या सर्व कवींच्या कविता सावध चित्ताने वाचत असतात. इंग्रजी, गुजराती, हिंदी कविता मिळेल तेवढी (व मिळवूनदेखील) वाचीत अतात. ते बोलगाणी लिहीत आहेत, हे खरे. त्यांच्या बाबतीत प्रयोग हा शब्द फसवा आहे हे तुमचे म्हणणे पटले; पण तो गैरलागू मात्र नाही.''

वासंती मुझुमदार यांनी संपादित केलेलया पुस्तकातली ही दोन्ही पत्रे मी वाचली. माझे डोळे भरून आले. मी भागवतांना फोन केला आणि म्हणालो,

''तुम्ही माझ्याविषयी लिहिलेली दोन्ही पत्रं मी वाचली. तुम्ही माझ्याविषयी जे लिहिलं आहे ते वास्तवाला धरून आहे की नाही हे देवच जाणे; पण तुमच्या पत्रांतून माझ्याविषयीचं जे प्रेम, जो जिव्हाळा, जो विश्वास व्यक्त झाला आहे त्यानं मी भरून पावलो.'' हे ऐकून भागवत मला म्हणाले, ''मला जे मनापासून वाटलं ते मी लिहिलं आहे. तुमच्यासारखं काव्यात्म वगैरे लिहायला मी कवी थोडाच आहे?'' नेहमीचा गंभीरपणा बाजूला सारून भागवतांनी 'काव्यात्म वगैरे' हे शब्द मिस्कील उपरोधाने उच्चारले होते!

लेखकाला किंवा कवीला एकदा यश आणि लोकमान्यता मिळाली की, त्याचे लेखन मासिकात किंवा पुस्तकरूपाने कोण छापील हा प्रश्नच निर्माण होत नाही. प्रसिद्धीचा, यशाचा प्रश्न सुटला तरी विकासाचा प्रश्न सुटलेला नसतो. त्या प्रश्नाला सतत भिडावे लागते. यशाचा, प्रसिद्धीचा, लोकप्रियतेचा सर्व झगमगाट बाजूला सारून लेखक-कवीच्या विकासाच्या शक्यतांकडे आपली संवेदनशील, जाणती नजर खिळवून असलेला भागवतांसारखा प्रतिभाशाली संपादक पुन्हा होणार नाही. लेखकाचा सतत विकास होत राहिला पाहिजे ही संपादक श्री. पु. भागवत यांची केवळ व्यावसायिक भूमिका नव्हती : ते त्यांचे जगणे होते, त्यांची आध्यात्मिक तळमळ होती. लेखकाला त्याच्या स्वत:च्या लेखनाची वाटते त्यापेक्षा त्याच्या लेखनाची काळजी भागवतांना अधिक वाटायची! भागवत रूढ अर्थाने देव मानीत होते असे मला वाटत नाही. कलावंताची सर्जनशील प्रतिभा हाच भागवतांनी मानलेला परमेश्वर होता, आणि या प्रतिभेसाठी अधिकाधिक पोषक वाङ्मयीन वातावरण निर्माण करणे ही त्यांनी केलेली या परमेश्वराची उपासना होती. आणि म्हणूनच मी म्हणतो की, संपादन-प्रकाशन हा भागवतांचा व्यवसाय नव्हता, ती त्यांची साधना होती!

एक प्रकारच्या आंतरिक प्रतिभेने भागवत वाङ्मयाचा आस्वाद घेत राहिले, संपादक होऊन त्याचा शोध घेत राहिले. ही शक्ती भागवतांकडे कुठून आली? त्यांचे वडील निष्ठावंत टिळकप्रेमी होते. सामाजिक-राजकीय विचारांत रस घेणारे होते. पण साहित्यविषयीची ही उत्कट संवेदनशीलता त्यांच्याकडे नव्हती. लहान असताना त्यांच्या आजीची व्यापक मानवी करुणा आणि तिचे निर्मळ प्रेम यांच्याशी भागवतांचा सहज संवाद साधला, आणि भावनात्मक समृद्धीचा अनुभव त्यांनी घेतला. त्यांच्या व्यक्तित्वाला विशिष्ट दिशा देण्याच्या दृष्टीने हा संस्कार खोल महत्त्वाचा होता, हा संस्कार त्यांच्या नकळत त्यांच्या वाङ्मयीन संवेदनशीलतेतही रुजला : पण तरीही, भागवतांची वाङ्मयीन संवेदनशीलता ही

तिची देन नव्हे. देवरुख येथील भागवतांच्या शाळेतले नगरकर हेडमास्तर हे विज्ञानाचे पदवीधर होते. भाषेची आणि वाङ्मयाची गोडी त्यांनी जागी केली असे भागवतांनी म्हटले असले तरी, ते शाळकरी मर्यादेतच खरे होते. पुढे कॉलेजमध्ये विद्यार्थी असताना प्रा. न. र. फाटक आणि प्रा. गोवर्धन पारीख यांचा प्रभाव भागवतांवर पडला. पण भागवतांच्या वाङ्मयीन संवेदनशीलतेशी या दोघांच्याही व्यक्तिमत्त्वाचा फारसा संबंध नाही – तो या दोघा गुरूंचा प्रकृतिधर्मही नव्हता. या दोघांच्या तुलनेत प्रा. द. के. केळकर यांच्या शिकवण्याचा वाङ्मयीन संस्कार भागवतांवर अधिक झाला, पण हे सर्व संस्कार मर्यादितच होते. श्री. पु. भागवत यांची वाङ्मयीन संवेदनशीलता, आकलनशक्ती ही, पारंपरिक भाषेत सांगायचे झाल्यास, त्यांना लाभलेली परमेश्वरी देणगीच होती. वाचन, व्यासंग, संपादनाचा व्यवसाय यांनी तिच्या विकासाला जरूर मदत केली, पण भागवतांच्या ठिकाणी ही जी आंतरिक प्रतिभा होती ती व्यासंगाने कमावता येत नाही, ती ईश्वरी म्हणा किंवा निसर्गदत्त म्हणा, देणगीच असते.

लेखकाविषयी आणि त्यांच्या लेखनाविषयी जो आंतरिक उमाळा भागवतांना होता त्याचे वर्णन भागवतांच्या शब्दांतच करणे उचित होईल. भागवत म्हणतात, ‘‘कलावंतांच्या आणि लेखकांच्या निर्मितिशक्तीचं मला फार आकर्षण आहे. त्यावर माझा जीव सहज लोभावतो, त्यात गुंतून पडतो आणि त्या शक्तीच्या उत्तम व परिपूर्ण आविष्कारासाठी तो आसुसतो! त्यामुळे, लेखकाच्या लेखनात मी त्याच्या इतकाच, किंवा काही वेळा अधिकच गुरफटून जातो; त्याच्या विकासाबद्दल उतावीळ होतो; त्याबद्दल त्याचे प्रश्न काय असतील, त्याच्या कलात्मक आकांक्षा, संकल्प, मोह कोणते असतील, त्याच्या निर्मितिक्षमतेत त्याचे कोणते लौकिक विकार व अहंकार व्यत्यय आणत असतील त्याबद्दल नाना कल्पना करीत मी चिंता करीत राहतो. मनुष्य म्हणून त्यांच्या व्यक्तित्वाच्या अंगांना मी समजून घेतो, काही वेळा ती सहन करतो. कित्येकदा त्याच्याबद्दल मनात करुणा वाटते, पण त्याच्या निर्मितिशीलतेपुढं त्याची ही लौकिक अंगं माझ्या लेखी गैरलागूच असतात. कुठं तरी मला आतून असाही विश्वास वाटतो की, मी त्या लेखकाची निर्मितिशक्ती जोपासू शकेन, त्याच्या निर्मितिप्रक्रियेला संवेदनाशील समजदारीनं साहाय्य देऊ शकेन आणि तिचा अनर्घ्य, अम्लान आविष्कार होण्याला माझ्या स्नेहाचं निमित्त होईल. यासाठी मी प्रत्यक्ष भेटून, चर्चा करून किंवा पत्र लिहून सतत लेखकांशी स्नेहसंवाद करीत असतो.’’

मौज-सत्यकथेच्या संपादनाबरोबरच भागवतांनी मराठी वाङ्मयाचा प्राध्यापक म्हणूनही काम केले. ही दोन्ही कामे परस्परपूरकच ठरली. प्रत्येकाच्या बाबतीत ती तशीच ठरतील असा सोपा निष्कर्ष काढता येणार नाही. ललित वाङ्मयाच्या विविध रूपांचा शोध आणि चिंतन ही भागवतांची मूळ भूक होती. त्यासाठी सर्जनशील लेखन हा श्रेष्ठ मार्ग आहे हे भागवत जाणून होते. त्या मार्गाने जाण्याचा सुरुवातीला त्यांनी प्रयत्न केला; पण उपजत शहाणपणाने त्यांनी आपल्या मर्यादा ओळखल्या आणि तो मार्ग सोडून दिला. सर्जनशील साहित्यासाठी भुकेली आणि उत्सुक असलेली आपल्या अंतरीची चेतना त्यांनी संपादन आणि अध्यापन यांच्याकडे वळवली. ही दोन्ही कामे त्यांच्या आंतरिक साधनेच्या आविष्काराचीच माध्यमे होती. अर्थोपार्जनासाठी माणसाला कसला तरी व्यवसाय स्वीकारावाच लागतो या अर्थाने भागवतांनी स्वीकारलेली ती व्यावसायिक कामे नव्हती! ही कामे उत्तम करण्यासाठी भागवतांनी अपार कष्ट केले. या दोन्ही कामांसाठी लागणारे उत्तम गुण त्यांच्या नैसर्गिक प्रतिभेतून आणि साहित्याच्या गाढ प्रेमातून रुजून आले होते. त्यामुळे मोठे व्यावसायिक यश मिळवणाऱ्या माणसांत आढळणारी तडजोडीची धोरणी वृत्ती भागवतांना कधी स्पर्शही करू शकली नाही. कसलीही तडजोड न करता भागवत आपल्या आंतरिक निष्ठेचा सूर आपल्या आनंदासाठी, जगण्याच्या सार्थकतेसाठी आळवीत राहिले. हा सूर त्यांनी कधीही कणसूर होऊ दिला नाही. हे करत असताना आपण फार मोठा त्याग करतो आहोत, किंवा फार मोठा ध्येयवाद आचरतो आहोत असा आवही त्यांनी कधी मिरवला नाही. खुषीत येऊन आपण गाणे गुणगुणतो किंवा हलकेच शीळ वाजवतो तशाच सहज आनंदाने भागवत आपले वाङ्मयविषयक कार्य करीत राहिले.

हस्तलिखिताचे संपादन करीत असताना भागवत एक व्यक्ती म्हणून, स्नेही म्हणून व्यक्त होत नसत. त्यांची ही वाङ्मयीन निष्ठा आणि त्या सोबत असलेली त्यांची शिस्त मी गेली कित्येक वर्षे पाहत आलो होतो. भागवतांच्या निधनाआधी याहून अगदी वेगळा अनुभव मला आला. संपादक-प्रकाशक भागवतांबरोबरच माझ्यावर प्रेम करणारा त्यांच्यातला स्नेहीही हातात हात घालून प्रकट झाला होता. 'गिरकी' या कवितासंग्रहाचे माझे हस्तलिखित माझ्या शेजारी बसून वाचून-तपासून प्रेसमध्ये पाठवण्यासाठी भागवतांनी सिद्ध केले. ''आता मी हे प्रेसमध्ये पाठवतो,'' असे ते मला म्हणाले.

त्यांनतर मी घरी आलो आणि भागवतांचा मला फोन आला. ते मला म्हणाले, ''पाडगांवकर, आपण 'गिरकी' या कवितासंग्रहाचं हस्तलिखित आता

प्रेसमध्ये पाठवणार आहोत. तुम्ही इथून गेल्यावर एक गोष्ट माझ्या ध्यानात आली ती अशी की, या संग्रहात एकूण चौऱ्याहत्तर कविता आहेत.'' मी म्हणालो, ''होय, चौऱ्याहत्तर कविता आहेत, पण त्यासाठी तुम्ही फोन का केलात?'' भागवत भावनाप्रधान होऊन म्हणाले, ''पाडगांवकर, तेच सांगतो. आणखी सहा कविता हव्या आहेत. अखेरची वही या तुमच्या नव्या कवितासंग्रहाच्या वहीतून या सहा कविता तुम्ही द्या, म्हणजे 'गिरकी' या संग्रहातल्या कवितांची संख्या ऐंशी होईल.'' मी भागवतांना विचारले, ''ऐंशी हा आकडा तुम्ही कशासाठी धरून बसला आहात?'' भागवत जिव्हाळ्याने म्हणाले, ''पाडगांवकर, हा संग्रह पुढल्या वर्षी आम्ही प्रसिद्ध करू तेव्हा तुम्ही ऐंशीव्या वर्षात पदार्पण करणार आहात. याचं स्वागत करण्यासाठी संग्रहातल्या कवितांची संख्या मला ऐंशी ही हवी आहे.'' माझ्या कवितांच्या नव्या वहीत तेव्हा फक्त पाच कविता होत्या. मी भागवतांना म्हणालो, ''वहीत फक्त पाचच कविता आहेत. पण पावसावर एक नवं गाणं लिहिलं आहे. मी कवितांच्या संग्रहात अजून गाणं घेतलेलं नाही. गाण्यांचे आपण वेगळे संग्रह काढले आहेत. हे गाणं चालेल का?'' भागवत म्हणाले, ''गाणं वाचून दाखवा.'' मी ते गाणे भागवतांना वाचून दाखवले. ते त्यांना आवडले. ते मला म्हणाले, ''पाडगांवकर, चांगलं गाणं ही मुळात चांगली कविता असलीच पाहिजे. तेव्हा हे गाणं या कवितासंग्रहात घ्यायला कसलीही अडचण मला दिसत नाही. ऐंशी हा आकडा आता माझ्या मनासारखा पूर्ण झाला.''

भागवतांच्या मनासारखा हा आकडा मी पूर्ण करू शकलो हे खरे, पण ही पूर्णता अपूर्णतेचा शाप घेऊन आली होती! हा संग्रह प्रसिद्ध झालेला पाहायला भागवतच या जगात राहिले नाहीत.

माझ्या आईने माझा सांभाळ करून मला वाढवले. अगदी तसेच श्री. पु. भागवतांनी माझ्या कवितेचा सांभाळ करून तिला वाढवली.

माझ्या आईच्या निधनाने झाले तसेच पोरके करून सोडणारे दु:ख माझ्या कवितेची आई असलेल्या भागवतांच्या निधनाने मला झाले.

भागवतांचे अखेरचे दिवस एकाकी, आणि आत्यंतिक मानसिक ताणात गेले. तीन वर्षे घरात पत्नी पक्षघाताच्या विकाराने अपंग होऊन बिछान्याला खिळून होत्या. पुढे पुढे तर त्यांना नीट बोलताही येत नसे. काही वेळा हे दु:ख सहन न होऊन लहान मुलासारखे रडताना मी भागवतांना पाहिले आहे. वाचन करीत असले, पत्रे लिहीत असले, कुणाशी बोलत असले तरी त्यांचा एक डोळा अपंग होऊन पडलेल्या पत्नीवर खिळलेला असे.

या काळात भागवत आणखी एका दृष्टीने फारच एकाकी झाली होते. त्यांनी संपादक म्हणून, प्रकाशक म्हणून आपली सेवानिवृत्ती जाहीर केली होती. हे काम ते करीत असत तेव्हा नव्या जुन्या लेखकांचा राबता त्यांच्या घरी सतत असायचा. त्यांच्याशी चर्चा चालायच्या. पण हे काम करायचे त्यांनी थांबवले तेव्हा नव्या जुन्या लेखकांचा ओघ गिरगावात मौज प्रकाशनगृहाच्या कार्यालयाकडे वळला. अनेक वर्षांच्या या कामापासून भागवत तुटले गेले आणि एकाकी झाले. वाचन हा त्यांचा आवडता छंद — पण डोळ्यांची शक्ती कमी झाल्यामुळे त्यातही अडथळा आला. माझा बाहेरगावी कुठे कार्यक्रम नसला आणि मी मुंबईत असलो की संध्याकाळी सहा ते आठ भागवतांच्या घरी जाऊन त्यांच्याशी गप्पा करीत बसणे, त्यांना कविता वाचून दाखवणे हा माझा दररोजचा कार्यक्रम असे. अनेकदा भागवत मर्ढेकर, ना. घ. देशपांडे यांच्या पुस्तकातून त्यांच्या कविता मला वाचून दाखवीत. भागवतांचे कविताचे प्रकट वाचन अत्यंत संवेदनाशील असते — कवितेची त्यांची परिपक्व समज त्यांच्या वाचनातून तरलपणे व्यक्त होत असे. मी परत जायला निघालो की 'उद्या येणार ना ?' असा प्रश्न विचारून भागवत खात्री करून घेत. एखाद्या वेळी त्यांच्या घरी जाण्यासाठी निघायला जर मला उशीर झाला तर त्यांचा फोन यायचा. ''अहो, पाडगांवकर येत आहात ना ? मी वाट पाहतो आहे !'' त्यांच्या अखेरच्या या काळात, माझा मुलगा आणि सून डॉक्टर असल्यामुळे त्यांनी भागवतांची आणि त्यांच्या पत्नींची सर्व प्रकारची काळजी घेतली याचे मला अतोनात समाधान आहे. आम्ही अजून जगलो आहोत ते अजित–कमलमुळे असे भागवत आणि त्यांच्या पत्नी अनेकदा मला बोलून दाखवत असत.

भागवतांचे निधन होण्याआधी काही दिवसांपूर्वीची ही आठवण आहे. मी माझ्या कवितांची वही घेऊन त्यांच्या घरी गेलो होतो. दोन नव्या कविता त्यांना वाचून दाखवायच्या होत्या. मी गेलो तेव्हा अतिशय थकून ते बिछान्यावर पडले होते. मला पाहिल्यावर 'या' असे माझे स्वागत करून ते उठून बसण्याचा प्रयत्न करू लागले. मी म्हणालो, ''भागवत, तुम्ही उठू नका, मी खुर्ची घेऊन तुमच्या बाजूला बसतो.'' हे ऐकताक्षणी आवाजात धार आणून भागवत मला म्हणाले, ''पाडगांवकर, तुम्ही नव्या कविता घेऊन आला आहात आणि मी बिछान्यावर झोपून राहू ? मग मी जगलो आहे कशासाठी ?'' भागवत उठले, पण बिछान्यावर बसले नाहीत. मी नको नको म्हणत असतानासुद्धा एक खुर्ची जवळ ओढून

माझ्या शेजारी बसले. आपले तान्हे बाळ घेऊन भेटायला आलेल्या बाईच्या हातून तिचे बाळ कौतुकाने जवळ घ्यावे त्याप्रमाणे भागवतांनी माझी कवितांची वही आपल्या हातात घेतली आणि तल्लीन होऊन ते कविता वाचू लागले.

आज भागवत नाहीत.

नवी कविता मी लिहिली की माझे डोळे भरून येतात.

□

'चतुरंग', स्मरणिका २००२

सदानंद रेगे : बहुरंगी व्यक्तित्व

सदानंद रेगे. मुंबईच्या अफाट वस्तीतील माटुंगा नामक एक विभाग... या विभागातील कोपऱ्यावरचे एक घर... या घरात कोपऱ्यातली एक खोली. इथे गेली अनेक वर्षे वास्तव्य. इथे कित्येक कथा सुचल्या. कित्येक कविता स्फुरल्या. प्रतिभेच्या पक्ष्याने इथूनच उड्डाण घेतले; आणि आकाशही त्याला थिटे वाटले.

रेग्यांचा व्यवसाय त्यांच्याच शब्दात सांगणे अधिक उचित. सेवादलाच्या माथेरानच्या सहलीला मी एकदा त्यांना बोलवायला गेलो. ऐन धूमधार पावसात माथेरानचा डोंगर चढण्याची कल्पना त्यांना विलक्षण आवडली. सहलीचा 'फॉर्म' त्यांनी भरायला घेतला आणि लिहिले —

नाव - सदानंद रेगे. राहणार - मुंबई. व्यवसाय - कानाला बोरू! गेली सतरा वर्षे ते कानाला बोरू लावून आहेत. दुःखांचे, आपत्तींचे अनेक आघात त्यांनी सोसले आहेत. अपमानांनी ते पिचले आहेत. परंतु फिनिक्स पक्ष्यासारखे त्यांचे मन राखेतूनही नव्या झळाळीने जन्म घेत राहिले आहे. त्यांच्या प्रतिभेने व्यक्तित्वाच्या लौकिक पातळीवरच्या बऱ्यावाईट साऱ्या अनुभवांतले सत्त्व शोषून घेऊन एक दिव्य कलाविश्व निर्माण केले आहे. या विश्वातच रेगे यांचे खरे वास्तव्य आहे. प्रतिभेचे हे जीवन रेगे जगत असतात, हे जीवन हाच त्यांचा खरा व्यवसाय आहे.

सदानंद रेगे यांचा जन्म १९२४ साली राजापूर येथे झाला. रेगे कुटुंबाचे मूळ गाव देवगड तालुक्यात असले तरी त्या गावाशी त्यांचा संबंध जवळ जवळ कधीच आला नाही. रेगे यांच्या कथासाहित्यातून अधूनमधून डोकावणारा कोकण हा राजापूरच्याच पंचक्रोशीतील आहे. रेगे यांचे आजवरचे आयुष्य मुंबईतच व्यतीत झाले. १९४० साली ते दादर येथील छबिलदास हायस्कूलमधून मॅट्रिकची परीक्षा उत्तीर्ण झाले. तत्पूर्वी म्हणजे १९३५ साली, त्यांच्या वडिलांचे अकाली निधन

झाल्यामुळे मॅट्रिकची परीक्षा आटोपते न आटोपते तोच त्यांना आपल्या आशाआकांक्षा खुंटाळ्याला टांगून ठेवून नोकरीच्या शोधात वणवणावे लागले. वयाच्या अवघ्या सोळाव्या वर्षी आपली चार लहान भावंडे आणि आई यांच्या पालनपोषणाची जबाबदारी त्यांच्यावर पडली. या परिस्थितीचा ताण ज्यांनी अनुभवला असेल त्यांनाच रेगे यांनी या बिकट परिस्थितीत कसे दिवस काढले असतील याची कल्पना येऊ शकेल. रेगे यांच्या कथासाहित्यात आढळून येणाऱ्या उपरोधी विमनस्कतेचा (सिनिसिझमचा) बराचसा अर्थ, त्यांना ज्या भीषण परिस्थितीशी झगडत तेव्हाचे ते दिवस काढावे लागले, त्या परिस्थितीच्या अंतरंगात सापडेल.

मॅट्रिक झाल्यानंतर एक दोन वर्षे जे. जे. स्कूल ऑफ आर्टमध्ये त्यांनी कमर्शियल आर्ट या विभागात शिक्षण घेतले. हे शिक्षण चालू असतानाच इंपिरियल केमिकल इंडस्ट्री या प्रसिद्ध कंपनीत त्यांनी रंगशास्त्राचेही शिक्षण घेतले. त्यानंतर एका गिरणीत 'टेक्स्टाईल डिझायनर' म्हणून थोडे दिवस काम केल्यानंतर त्यांनी रेल्वेत नोकरी करण्यासाठी म्हणून 'कानाला बोरू' लावला तो अद्यापही तेथेच आहे!

या ऐन धकाधकीच्या जीवनातच त्यांनी नऊदहा वर्षांपूर्वी आपल्या कथालेखनास आरंभ केला. मराठी चौथीमध्ये असतानाच त्यांनी ध्रुवचरित्रावर एक नाटिका लिहिली होती; आणि या नाटिकेचा शाळेत प्रयोगही झाला होता. रेगे यांच्या वडिलांना लेखन वाचनाचा मनस्वी नाद होता. त्यांच्या मार्गदर्शनाखाली रेगे एक हस्तलिखित मासिकही अनेक वर्षे काढीत असत.

१९४५ च्या मार्चमध्ये त्यांची 'भडकत्या ज्वाला' ही लघुकथा प्रसिद्ध झाली, तेव्हापासून अव्याहतपणे त्यांचे कथालेखन चालू आहे. गेल्या नऊदहा वर्षांत त्यांनी सुमारे १५० स्वतंत्र कथा लिहिल्या आहेत आणि जवळ जवळ तितक्याच अनुवादित केल्या आहेत.

कै. दीनानाथ म्हात्रे यांच्या सहकार्याने स्टाइनबेकच्या 'द मून इज डाऊन'चा 'चंद्र ढळला' हा त्यांनी केलेला अनुवाद हे रेगे यांचे प्रसिद्ध झालेले पहिले पुस्तक. त्यानंतर स्टाइनबेकच्या 'द पर्ल' (मोती) या कादंबरीचा त्यांनी केलेला अनुवाद प्रसिद्ध झाला. १९५१ साली 'जीवनाची वस्त्रे' हा रेगे यांच्या स्वतंत्र कथांचा संग्रह प्रसिद्ध झाला. हा संग्रह 'प्रकाशित' झाला खरा. पण त्या संग्रहाचे प्रकाशक आणि मुद्रक यांच्यातील काही व्यवहारामुळे लौकिक दृष्ट्या असा तो कधीच 'प्रकाशात' आला नाही.

'काळोखाची पिसे' हा रेग्यांचा नवा कथासंग्रह. पावसाळ्यातल्या आकाशाने पाणी झाकळले, काजळले जावे तसे रेग्यांचे कथाविश्व कसल्या तरी अनामिक दु:खाने झाकळलेले आहे. या दु:खाने त्यांच्या मनाचा पिच्छा पुरवला आहे. त्यांच्या संवेदनशील मनावर या दु:खाच्या आघातांचे असंख्य वळ उठले आहेत आणि तरीही हे मन विलक्षण संवेदनशील उरलेले आहे. न कुरकुरता, भावनाविवश न होता, पोलादी संयमाने रेग्यांनी या दु:खाचा स्वीकार केला आहे. कॅलिडिओस्कोपमधून काचेच्या तुकड्यांच्या असंख्य चित्रविचित्र आकृती दिसाव्यात त्याप्रमाणे मनाला निर्दयपणे बोचणाऱ्या दु:खांच्या या फुटक्या, टोकेरी काचांच्या असंख्य आकृती त्यांनी कलात्मक अलिप्ततेने पाहिल्या आहेत. त्यांच्या कथा वाचीत असताना त्यांत वारंवार येणारी ख्रिस्ताची प्रतिमा सूचकपणे वाचकांच्या डोळ्यांपुढे तरळत राहते. या ख्रिस्ताच्या आत्म्याने दु:खावर विजय मिळविला आहे. परंतु खांद्यावर आपलाच क्रूस वाहून नेणारे त्याचे शरीर मात्र असाहाय्यपणे पुढे लोटले जात आहे.

आपल्या आजूबाजूचे जीवन रेग्यांनी भेदक नजरेने पाहिले आहे. निमूटपणे अन्याय सोसणारी, मनाला पोक आलेली माणसे. त्यांच्या संकुचित जीवनातील क्षुद्र आशा आकांक्षा आणि त्यांच्या भोवती धापा टाकीत फिरणारी त्यांची फिकट, अशक्त व्यक्तित्वे रेग्यांच्या कित्येक कथांचे विषय बनली आहेत. या त्यांच्या कथांत उपहासाची धार पदोपदी जाणवते, परंतु हा उपहास एका सखोल अशा कारुण्यापोटी जन्माला आलेला आहे. ही माणसे चिडत नाहीत, पेटत नाहीत म्हणून रेगे विलक्षण अस्वस्थ होतात, चिडतात. या संतापाच्या ज्वाळेने या दुबळ्या माणसांची 'कचकड्याची' जीवने भुरूभुरू पेटू लागतात. रेग्यांच्या 'कचकडं' या कथेतील पलंगपोस या कारकुनाचे चित्र या दृष्टीने पाहण्यासारखे आहे. रेग्यांनी कथेच्या सुरुवातीलाच केलेले श्री. पलंगपोस यांचे हे वर्णन पाहा: 'उजवीकडच्या दाढेत अडकलेलं लठ्ठ भाताचं शीत जिभेनं काढण्याची आटापीट करीत ते ऑफिसच्या पोर्चमध्ये शिरले.... नव्यानंच बोहल्यावर चढणाऱ्या नवऱ्यामुलीसारखे लाजत ते तडक आपली खुर्ची गाठून कामाला लागत. घाण्याच्या बैलासारखं गेली पंचवीस वर्षं हे असं चाललं होतं. पंचवीस वर्षांपूर्वी जसं चाललं तसं आजही चाललं होतं. पुढंही पलंगपोसाचा मुडदा जमीनदोस्त होईपर्यंत चालणार होतं.' परिणाम घडवून, आणण्यासाठी कसलाही भावविवश, भडक पाल्हाळ न करता साध्याच तपशिलाच्या सूचक मांडणीतून रेगे हा उत्कट परिणाम सहजपणे घडवून आणतात. 'पलंगपोस ऑफिसातून घरी येतात. त्या

दिवशी त्यांचा वाढदिवस असतो. आपली ही आनंदाची भावना कशी व्यक्त करावी हेच त्यांना कळत नाही. (आणि कळले असते तरी व्यक्त करणे त्या बापड्या जिवाला जमलेच नसते!) घरात ते आपली भावना कुणाशीही बोलू शकत नाहीत. पाळण्यातून सहा महिन्यांच्या आपल्या मुलाला बाहेर काढून ते त्याला उंच झोकावत नाचू लागतात. खिशातला पिपाणीचा फुगा काढून त्याला वाजवून दाखवतात. शेवटी पलंगपोसांना आनंद अनावर होतो. सहा महिने वयाच्या त्या मांसाच्या गोळ्याला ते हळूच म्हणतात, ''लाज्या.... माज्या आज वाढदिवस आहे. अजूनपर्यंत मला हे ठाऊकच नव्हतं. आज मी माझी जन्मतारीख पाहिली... आज .... नि आजच मला पंचेचाळिसावं वर्ष लागलं.''' पलंगपोसांची ही आत्माभिव्यक्ती त्यांच्या दुबळ्या, लाचार मनाची चौकट फोडून अशा विचित्र तऱ्हेने प्रकट होते. आपले दु:ख कुणालाच सांगता येत नाही, कुणीच ते ऐकून घ्यायला तयार नाही, म्हणून ते शेवटी आपल्या टांग्याच्या थकलेल्या घोड्याला रडत रडत सांगणाऱ्या चेकॉव्हच्या गोष्टीतल्या टांगेवाल्याप्रमाणे पलंगपोस, असहायपणे आपला आनंद व्यक्त करतात. 'बीइंग गिव्हन टु अंडरस्टँड' या वाक्याने सुरुवात करून 'आय बेग टु अप्लाय' या वाक्याने आपले जीवन संपविणाऱ्या कारकुनांची रेग्यांनी रंगवलेली चित्रे आपल्याला अस्वस्थ करतात याचे कारण हे कारुण्य! उपहासाच्या, उपरोधाच्या गर्दीत कुठेतरी अंग चोरून हे कारुण्य अबोलपणे उभे असते. पण या कारुण्यामुळे या कथांना एक वेगळेच परिमाण प्राप्त होते. उपहास, उपरोध किंवा कीव या ठराविक विशेषणांनी रेग्यांच्या कथांचे जुजबी वर्णन करणे अशक्य व्हावे, असा एक वेगळाच सखोल अर्थ त्यांना प्राप्त होतो.

रेग्यांच्या कथांतली लहान मुलेसुद्धा पोरकेपणाच्या जबर दु:खाने कोमेजली आहेत. एका विशिष्ट मर्यादेपर्यंत जीवनाची घडण माणसाच्या हाती असते आणि त्यानंतर दोरी तुटलेल्या पतंगासारखे जीवन हातातले सुटते. बाभळीत्त्य काटेरी झाडावर त्या पतंगासारखेच ते अडकून फाटते, टवाळ वाऱ्याच्या झुळकीबरोबर असाहाय्यपणे फडफडू लागते, ही गोष्ट रेग्यांप्रमाणेच दु:ख सोसल्यामुळे त्यांच्या कथांतल्या पोरक्या मुलांना कळली आहे. किरमिजी रंगाची गोजिरवाणी संध्याकाळ त्यांना जणू कायमची फसवून गेली आहे; आणि त्यांच्या नाजूक, संवेदनशील मनांत रात्रीची चेटकीण विकटपणे हसत पिंगा घालू लागली आहे. दु:खाच्या या न संपणाऱ्या 'चाकोऱ्या' त्यांच्या मनावर जणू कायमच्या उमटल्या आहेत. रेग्यांच्या मानगुटीवर ही चेटकीण फिदीफिदी हसत किती वेळ बसून राहणार आहे कुणाला ठाऊक!

रेग्यांच्या कविता हा त्यांच्या व्यक्तित्वाचा एक वैशिष्ट्यपूर्ण आविष्कार आहे. इथल्या जगाला, त्यांच्या कथाविश्वाला आहे तसे दुःखाचे काटेरी कुंपण नाही. आनंदाचे, नाजुक सौंदर्यानुभवाचे, मनात खोल कुठेतरी लपलेले क्षण त्यांच्या काव्याच्या जगात फुलपाखरांचे पंख लावून अवखळपणे भिरभिरू लागतात. सौंदर्याच्या इंद्रधनुष्याने त्यांच्या काव्यात खुशीत येऊन डौलदार कमान घातली आहे. हातांत रंगांचे गुच्छ आणि ऊनपावसाचे पक्षी घेऊन इथे श्रावण येतो. कवडशांची डाळिंबे जादूचा फेर धरू लागतात. यौवनाच्या मंजिऱ्यांनी दाही दिशा मोहरतात. आणि....

.... आता मेल्या मरणाला
जिती पालवी फुटेल
गोठलेल्या आसवांना
पंख नवीन येतील....

अशी जाणीव आकार घेऊ लागते. काव्याच्या या जगात जरीची झूल झुलवीत त्यांच्या मनाचे फूल फुलते आणि —

खूळ पांघरुनि सूर-पाखरू
गूढ तयातिल उकलित आहे...

हे गूढ उकलण्यात रेगे गुंग होऊन जातात. ओबडधोबड खडकसुद्धा मग दूरच्या चांदणीसाठी झुरू लागतो. बांधावरच्या जास्वंदीवर, पानांच्या पाळण्यात झोके घेणारे लाल कोवळे फूल पाहून रेग्यांना नवनिर्मितीचा साक्षात्कार होतो.

वादळ चोचीने डौलाने
मृद्‌गंधाला घेऊन वक्षी...

उडणाऱ्या त्यांच्या कवितेतील पाऊसपक्ष्याप्रमाणे प्रसन्नतेने ओथंबलेले त्यांचे काव्य भरारू लागते. काव्यातले हे जग म्हणजे रेगे यांच्या व्यक्तित्वाची दुसरी बाजू आहे. त्यांच्याच शब्दांत सांगायचे तर त्यांच्या कविता 'तृप्त मनाच्या गर्भरेशमी श्रावणधारा...' आहेत. रेगे यांच्या कथांप्रमाणेच त्यांच्या काव्यामुळे आधुनिक मराठी साहित्यात त्यांना मानाचे स्थान प्राप्त झाले आहे.

रेगे यांचे व्यक्तित्व बहुरंगी आहे. उपजत सौंदर्यदृष्टी आणि प्रयोगशीलता यांमुळे त्यांच्या प्रतिभेला एक वेगळीच झेप प्राप्त झाली आहे. जीवनाचे विविध अनुभव त्यांनी निरनिराळ्या लकबींनी घेतले आहेत. कधी तिरकस तर कधी विक्षिप्त, कधी गूढ तर कधी नाजुक! आणि हे अनुभव व्यक्त करण्यासाठी

लागणारे असाधारण शब्दसामर्थ्य त्यांच्याजवळ आहे. रेग्यांचे व्यक्तित्व आणि प्रतिभा सारखी विकसत आहे. लेबल लावून तिचे भविष्य सांगता येणार नाही. विकास हा त्यांच्या प्रतिभेचा सहज आणि अपरिहार्य धर्म आहे एवढे म्हटले म्हणजे पुरे.

□

मनोहर, मे १९५५

माझा विक्षिप्त मित्र

'बरेच दिवस झाले तरी / तुमची-आमची भेट नाही, तुमचा मासा गावेल असे / आमच्याजवळ नेट नाही /' वसंत बापट आणि मी — आम्ही दोघांनी मिळून करंदीकरला चार ओळीची ही कविता लिहून पत्र टाकलं, तेव्हा करंदीकर रुईया कॉलेजला इंग्रजीचा प्राध्यापक होता. बापट नॅशनल कॉलेजात होता आणि मी 'साधना'त सहसंपादक म्हणून काम करीत होतो. 'साधना'ची कचेरी तेव्हा ऑर्थर रोड हॉस्पिटलसमोर होती.

नुकतीच आमची दोघांची करंदीकरशी ओझरती ओळख झाली होती. नागपूरच्या एका कविसंमेलनात झालेली ही धावती भेट. त्यानंतर काही दिवसांनी आम्ही दोघांनी मिळून करंदीकरला हे कवितारूपी पत्र लिहिलं. त्या काळात करंदीकरची 'सकाळपासून रात्रीपर्यंत तेच ते आणि तेच ते' ही कविता फारच गाजत होती. या कवितेच्याच ठेक्यात आम्ही आमच्या या ओळी रचल्या होत्या.

पत्र वाचताच करंदीकरने मला 'साधना'त फोन केला आणि आम्ही दोघे (बापट व मी) एकदा दुपारी रुईयात करंदीकरला भेटायला गेलो. स्टाफरूममध्ये बसून चहा घेत तास-दोन तास गप्पा मारल्या. आमच्या पत्राला त्याने हसून दाद दिली. करंदीकरची आणि माझी विशेष लक्षात राहण्याजोगी हीच पहिली भेट.

हा १९५३ चा काळ. त्यापूर्वी १९४९ मध्ये पुण्याला झालेल्या साहित्यसंमेलनात त्याला पाहिलं होतं. याच संमेलनात मी प्रथम जाहीर कवितावाचन केलं होतं. मात्र, मी कविता वाचल्या त्या रात्रीच्या मुख्य कविसंमेलनात नव्हे. वि. द. घाटे यांच्या अध्यक्षतेखाली त्याच ठिकाणी एक छोटं कविसंमेलन झालं, त्यात मी कविता वाचल्या होत्या. बापटही त्यात होता.

करंदीकरचं 'स्वेदगंगा' तेव्हा प्रकाशित झालं होतं. त्यानं रात्रीच्या संमेलनात कविता वाचल्या होत्या. मात्र या ठिकाणी करंदीकरशी परिचय झाला नव्हता.

मुंबईतल्या भेटीनंतर आम्ही योगायोगाने एकत्र येत गेलो आणि त्यातून आमची मैत्री वाढली. त्या काळी गणेशोत्सवात आणि एरवीही कविसंमेलनं होत होती. एका कविसंमेलनात यशवंत, मायदेव, सोपानदेव चौधरी अशा कवींबरोबर आम्ही तिघेही होतो. इतरांनी आपल्या कविता गाऊन सादर केल्या. तेव्हा तशीच पद्धत होती. आमचं त्रिकूट लोकांनीच तयार केलं असं म्हणायला हरकत नाही. लोकांना आमचं वाचन आणि आमची कविता, दोन्ही आवडल्यामुळे प्रतिसाद चांगला मिळत गेला आणि आमच्या एकत्रित कार्यक्रमाला आरंभ झाला.

आम्ही तेव्हा एक मात्र ठरवलं होतं, ते म्हणजे, मानधन घेतल्याशिवाय कार्यक्रम करायचा नाही. त्यात काही गैरही नव्हतं. सुरुवातीच्या काळात आम्हांला तिघांना मिळून ५१ रुपये मानधन मिळत असे. जातायेतानाचा खर्च त्यातच समाविष्ट. काव्यवाचनाच्या कार्यक्रमातून आम्ही खूप जवळ आलो; स्नेह जडला. तेव्हा कविसंमेलनं होतही भरपूर. गावोगावी जावं लागे. महाराष्ट्रात एक गाव किंवा एक वाङ्मय-मंडळ असं नसेल, की जिथं आमचा कार्यक्रम झालेला नाही. आज ४३ वर्षं आम्ही एकत्र आहोत. आता पूर्वीइतके कार्यक्रम होत नाहीत, पण आमचा स्नेह कायमच आहे. इतकी वर्षं वैयक्तिक मैत्री टिकणं, ही आमच्या तिघांमधली गोष्ट मला फार मोलाची वाटते. आम्ही प्रथम एकमेकांना 'अहो-जाहो' म्हणत होतो; त्याचं 'अरे-तुरे'त कधी रूपांतर झालं ते आम्हांलाही कळलं नाही.

आश्चर्याची गोष्ट ही की, आम्हा तिघांची कविता वाचण्याची पद्धत वेगळी होती. कवितांची शैलीही वेगळी होती आणि रचनाही निराळी होती; एकमेकांचं अनुकरण आम्ही कोणत्याच बाबतीत केलं नाही. हा स्वभावाचा भाग असेल किंवा तिघांनाही लोकमान्यता मिळाली, हेही कारण असेल; लौकिक यश तिघांनाही मिळालं. त्यामुळे मत्सर वगैरे वाटण्याचा प्रश्नच आला नाही. तिघांचीही प्रगती होत गेल्यानं स्पर्धेची भावना मनाला शिवलीच नाही. वर्षानुवर्षं एकत्र प्रवास, खाणंपिणं यामुळे आमच्यातली मैत्री घनदाट झाली.

दुसरी आश्चर्याची गोष्ट म्हणजे, आम्ही कधी एकत्र भेटलो, तर नवीन काय लिहिलं, असं एकमेकांना विचारलं; एकमेकांच्या कविता वाचल्या, वाचून दाखवल्या, असं कधी झालंच नाही. अगदी आजवर किंवा कवितेसंबंधी काही तात्त्विक चर्चा वगैरेही आम्ही कधी केली नाही. आम्ही भेटलो की नुसता गोंधळ

घालतो; एकमेकांची टिंगल, थट्टा करायची, हमरीतुमरीवर येईपर्यंत भांडायचं, असं चालतं, सारा आनंदाचा भाग! समोर असलेल्याला आमची ओळख नसेल, तर आम्ही तिघंही कवी आहोत, हे त्याला समजणारही नाही; कोणीतरी टगे आहेत, असंच वाटेल.

करंदीकरला पहिल्यापासून जरा आपण गावचे, खडबडीत आहोत याचा एक अभिमान असल्यासारखा. त्याला हा 'रस्टिक' स्वभाव व आविर्भाव मिरवायलाही आवडायचं. आम्ही कधी माटुंग्याच्या उडुपी हॉटेलात गेलो की, हा सरळ 'मसाला डोसा खाऊ या' असं म्हणणार नाही, तर खास त्याच्या आवाजात 'ते काय रे आंबोळीत बटाट्याची भाजी घालतात, ते मागवू या.' असं म्हणणार! आम्ही दोघं त्याची यावरून टिंगलही करायचो. तोही तंगड्या ओढायचा.

एरवी, आमच्या गप्पांना विषय असे नसायचे. वाटेल तो विषय! त्या वयातही आम्हांला चित्रपटांचं वेड असं नव्हतं. खाण्याचं वेड मात्र चांगलंच होतं, आणि सामिष भोजनाबाबत माझे हे दोघे ब्राह्मण मित्र सारस्वतालाही लाजवणारे. बापट तर नेहमी म्हणतो, 'मी दोन पायाच्या प्राण्यांमध्ये माणूस, चार पाय असणाऱ्यांपैकी खुर्ची आणि उडणाऱ्यांपैकी विमान सोडून काहीही खातो.' आम्ही तेव्हा कॉरोनेशन, शेरे पंजाब वगैरे हॉटेलांमध्ये जायचो. नंतरच्या काळात सदानंद रेगे, गंगाधर गाडगीळ, श्री. पु. भागवत वगैरे मंडळी मिळूनही एकत्र जेवणाचा कार्यक्रम असायचा. आम्ही त्याला 'मुर्गी क्लब' म्हणून नावच ठेवलं होतं.

करंदीकरच्या कवितेवर, मी 'संहिता' संपादित केलं, तेव्हा प्रथम लिहिलं. सहा महिने मी या पुस्तकावर काम करीत होतो. कधी अडलं, वाटलं तर करंदीकरशी फोनवर बोलत होतो, त्याला वाचून दाखवत होतो. त्याला वाटलं तर तो बदल सुचवायचा आणि मला पटलं तिथं मी ते बदल केले; एरवी सोडून दिलं. हा एक अपवाद वगळता, आमच्यात कधी काव्यचर्चा वगैरे झाली नाही.

करंदीकरच्या व्यक्तित्वाचं विशेष लक्षण म्हणजे, त्याच्यात विलक्षण जीवनशक्ती आहे. एक चेतना आहे. त्याच्या कवितेतही ती आहे. तो कोणत्याही पक्षाचा नसला तरी साम्यवादी विचारसरणीकडे त्याचा कल पहिल्यापासून होता. चळवळीतले अनेक जण त्याचे मित्र होते. अमरशेख, गवाणकर वगैरे. बापटही समाजवादी मंडळींशी जवळीक असणारा. मीच खरा मध्यमवर्गीय होतो. करंदीकरने भागानगर सत्याग्रहात सहभाग घेतला होता. रा. स्व. संघ ते साम्यवाद असाही त्याचा प्रवास झाला होता. पण प्रत्यक्षात तो एखाद्या संघटनेशी अथवा चळवळीशी संबंधित नव्हता. त्याचा तो स्वभावही

नाही. प्रत्यक्ष कार्यात त्याचा सहभाग कधीच राहिला नाही. या बाबतीत त्याच्यात व माझ्यात साम्य आहे.

'रस्टिक'पणाचा 'ट्रेंड' मात्र त्याच्यात पहिल्यापासून आहे. प्रचंड आत्मविश्वास आणि आक्रमक वृत्ती. साध्या बोलण्यातूनही ते जाणवतं. आग्रही आणि आक्रमक तो पूर्वीपासूनच आहे. शिवाय, आपली 'रस्टिक पोझ' त्याला मिरवायलाही आवडायचं. चालताना मुद्दाम डोक्यावरचे केस विस्कटून चालायचा. पुढं येण्यासाठी युक्त्या करणं, गटबाजी असले प्रकार त्याच्या बाबतीत अशक्यच. पैशाचा मोहही त्याला कधीच नव्हता. म्हणूनच कबीर सन्मानाचे पैसे त्यानं काही संस्थांना दिल्याचं कळलं तेव्हा मला आश्चर्य वाटलं नाही.

हा स्वत:ला वाटेल तेच लिहील; मनात नसेल तर एक लाख रुपये दिले तरी लिहिणार नाही. मी अतिशयोक्ती अजिबात करत नाही. आणि एक, आपण महान आहोत हे तो धरूनच चाललेला असतो. आपण बोलतो ते ब्रह्मवाक्य; त्यापलीकडे काही असूच शकत नाही, अशीही त्याची धारणा असते.

कवी म्हणून तो फारच मोठा आहे; पण त्याच्या प्रयोगशील म्हणून ज्या कविता आहेत, त्या टिकतील असं मला वाटत नाही. मुक्त सुनीतं वगैरे कवितांबाबत मी साशंक आहे. करंदीकरचं वाचन दांडगं. ज्ञानी माणूस. इंग्रजीचा प्राध्यापक म्हणूनही तो उत्तमच असणार; मला खात्री आहे. ललित लेखन करतानाही विशिष्ट फॉर्म, त्याचं वेगळेपण हे त्यानं राखलं. तो वेगळ्याच बौद्धिक पातळीवरचा, पाश्चात्य अभ्यासकांप्रमाणे, आहे. आधुनिकता, प्रयोगशीलता, नावीन्य यांची त्याला जाण आहे. ललित गद्यही त्यानं सहजपणे लिहिलं आहे. तसंच बालकवितेचं. एक 'ॲब्सर्डिटी', विक्षिप्तपणा त्याच्या बालकवितांमध्ये आहे. त्याची प्रत्येक बालकविता वक्तृत्वपूर्ण आहे. एक निराळाच आवेश या कवितेत आहे. बालकविता हा काव्यप्रकार म्हणून जाणीवपूर्वक हाताळणारा हा पहिलाच मोठा कवी. बालकवितेचा पाया घालण्याचंच काम त्यानं केलं आहे. पण बालकवितेच्याही अनेक शक्यता असतात; वेगळी गंमत त्यात येऊ शकते, हे त्याला मान्य नाही. आपण बालकवितेतला शेवटचा शब्द असं त्याला वाटत असतं.

त्यानं कविता लिहिण्याचं का थांबवलं, हे मला समजूच शकत नाही. पण निर्णय त्याचा आहे. त्यावर मी टीका कशी करणार? मला मात्र ते पटत नाही. कविता लिहिण्यातच एक वेगळा आनंद असतो. ती बरी की वाईट, हा पुढचा भाग. 'सांगायचं ते सांगून झालं, म्हणून लिहिणार नाही' हेही मला योग्य वाटत नाही. केवळ काही सांगण्यासाठी कवी कविता लिहितो, असं मला तरी वाटत

नाही. करंदीकरने कविता लिहिण्याचं थांबवलं हे कळलं तेव्हा मी चेष्टेनं म्हणालो होतो की, त्याची कविता वाचून जितकी खुशीपत्रं त्याला आली त्याच्या शंभरपट पत्रं 'कविता लिहिणार नाही' ठरवल्यावर आली. आभारपत्रांचा नुसता वर्षाव झाला!

तर, आमच्या मैत्रीची चाळिशी उलटून गेली. काव्यवाचनाच्या कार्यक्रमांनी आम्हा तिघांनाही खूप काही दिलं. लोक अनेकदा रस्त्यावर उभं राहून कविता ऐकायचे. लोकांशी आमचा थेट संबंध आला. आमच्या कार्यक्रमाचं निवेदन मात्र पहिल्यापासून बापट करतो. तो नेहमी म्हणतो, 'मी कायमचा अध्यक्ष आहे.' कार्यक्रमाची पद्धत, शिस्त, सर्व तोच ठरवतो. आम्हांला काय, बरंच असतं. सगळा त्रास काय तो त्याला! तोही स्वत:वर खूष असतो. आमच्या कविता-वाचनाबरोबरच आम्ही काही कार्यक्रम 'ज्ञानेश्वर ते मर्ढेकर' असेही केले. एकत्र बसून कविता निवडल्या. पूर्वार्धात या कविता आणि उत्तरार्धात आम्हा तिघांच्या कविता, असा हा कार्यक्रम होता. आमच्या कवितावाचनावर टीकाही झाली. 'मंचीय' कवी, अशी संभावनाही झाली पण लोकांनी आपली कविता प्रत्यक्ष ऐकण्यात एक थरारी असते, याचा अनुभव आम्ही घेतला आहे.

तो कोल्हापूरला म्हामूलाल म्हणून कोणाकडे तरी तबलाही शिकलाय. आडा चौताल म्हणून दाखव म्हटलं तर अजून म्हणून दाखवतो, वाजवतोही. मी गमतीने म्हणतो. ''हा वाजवायला लागल्यावर याचा तबला ऐकून याच्या गुरूनं प्राण सोडला रे!''

असा माझा विक्षिप्त मित्र! वेगळ्याच योग्यतेचा आणि बुद्धिमान. अहंकारीही तितकाच. पूर्वी तापट होता. आता मात्र हळवा झालाय. कुटुंबात रमलेला माणूस आहे. अलीकडे, दोन-चार वर्षं त्याच्या वाढदिवसाला मी त्याच्या घरी जातो. मोठा केक घेऊन जातो. नातीच्या हातानं मग हा केक कापला जातो. फोटो काढला जातो. हा मात्र मनाला बरं वाटत असलं तरी तक्रार करतो. खास आवाजात म्हणतो, ''खुळ्यासारखं काही तरी काय? यापेक्षा कॅशच दिली असती तर बरं झालं असतं!'' याही वर्षी वाढदिवसाला जाईनच.

तो शंभर वर्षं जगो. शतायू होवो. त्यानं कविता लिहिण्याचं थांबवलं असल्यानं आता त्याच्यापासून धोका नाही.

□

विंदा, संपादक :
ग्रंथाली वाचक चळवळ, मुंबई

कवितेचा वसंतोत्सव सरला!

वसंत बापट हा चैतन्याने सळसळणारा माणूस. एखाद्या लहान मुलाच्या उत्साहाने जीवनावर प्रेम करणारा आणि या लहान मुलासारखाच आतल्या चैतन्यामुळे एका जागी ठरू न शकणारा. अस्वस्थ... थकलेला, कंटाळेला वसंत बापट मी कधी पाहिलाच नाही... बापट अमेरिकेला गेले होते तेव्हा त्यांनी अमेरिकाभर कविता वाचनाचे कार्यक्रम केले, तिथल्या रसिक मराठी माणसांना भरभरून कवितेचा आनंद दिला. तिथल्या मराठी कलाकारांना 'सुंदरा मनामधि भरली' हे तमाशाच्या माध्यमातले दृष्ट लागावी असे लेखन करून दिले; ते भटक भटक भटकले. पण अमेरिकेतल्या त्या भटकंतीत 'नागीण' या आजाराने त्यांना गाठले. फड जिंकणाऱ्या, धुंद लावण्या लिहिणाऱ्या बापटांना आज ना उद्या एखादी नागीण विळखा घालणार याची अटकळ विंदा करंदीकरांना आणि मला अर्थातच होती. त्यामुळे बापट तिथे नागिणीने आजारी झाल्याचे कळले तेव्हा, करंदीकरांना आणि मला काळजी वाटली; पण आश्चर्य वाटले नाही. बापट बरे होऊन भारतात परतले तेव्हा अतिशय थकलेले, संत्रस्त असलेले जाणवले. त्या नागिणीचे विष उजव्या हातात उतरल्यामुळे लिहिणे शक्य होत नव्हते. हा उजवा हात वर्षभर जायबंदी होऊन बसला होता. या प्रेमळ नागिणीने वर्षभर बापटांचा हात अगदी घट्ट धरून ठेवला. या काळाचा अपवाद वगळला, तर वसंत बापट सदैव चैतन्याने सळसळत राहिले, चैतन्य उधळत राहिले.

वसंत बापटांना मी प्रथम पाहिले आणि ऐकले १९४९ साली, पुणे येथे. पुण्याला आचार्य जावडेकरांच्या अध्यक्षतेखाली साहित्य संमेलन भरणार होते. या संमेलनात होणाऱ्या कविसंमेलनात मला बोलावलेले नव्हते. माझे नाव तेव्हा फारसे कुणाला ठाऊक नव्हते. साहित्य संमेलनाच्या आदल्या दिवशी एस. पी. कॉलेजच्या

हॉलमध्ये एक छोटेसे कविसंमेलन भरले होते. या कविसंमेलनाचे अध्यक्ष होते विठ्ठलराव घाटे. आचार्य जावडेकर, आचार्य भागवत, गुजरातचे श्रेष्ठ कवी उमाशंकर जोशी, कवी बोरकर अशी बडीबडी मंडळी तिथे हजर होती. त्या आधी दोन दिवस मी बोरकरांबरोबर विठ्ठलराव घाटे यांच्या घरी गेलो होतो. तिथे काव्यगायनाची मैफल रंगली होती. बोरकरांनी अतिशय आग्रह केल्यामुळे मी तिथे घाबरत घाबरत दोन कविता म्हटल्या. विठ्ठलरावांना माझ्या या कविता अतिशय आवडल्या. एस. पी. कॉलेजच्या हॉलमध्ये भरलेल्या या कविसंमेलनात या दोन कविता म्हणण्याचे निमंत्रण विठ्ठलरावांनी तिथल्या तिथे मला दिले. अशा रीतीने केवळ योगायोगाने मी या कविसंमेलनात भाग घेतला. कविसंमेलनात ज्यांनी भाग घेतला ते सर्व कवी नामवंत होते. माझ्याप्रमाणेच नावाला प्रसिद्धी नसलेला, एकही पुस्तक नावावर जमा नसलेला आणखी एक कवी त्या कविसंमेलनात होता. तो माझ्यासारखा घाबरत घाबरत व्यासपीठावर आला नाही. व्यासपीठावर श्रोत्यांसमोर उभे राहण्याचा माझा हा पहिलाच प्रसंग असल्यामुळे मी काहीसा नर्व्हस होणे स्वाभाविक होते. पण माझ्याप्रमाणेच प्रसिद्धीचे पाठबळ जराही नसलेला हा कवी विलक्षण आत्मविश्वासाने व्यासपीठावर आला. सभा जिंकणे हे आपले कामच आहे ही गोष्ट त्याने जणू गृहीतच धरली होती. त्याने 'बिजली नाचेल गगनात' ही आपली कविता गाऊन दाखवली. त्याचे हे काव्यगायन इतर कवींच्या काव्यागायनाहून वेगळे होते. हा तरुण कवी केवळ चालीवर कविता गाऊन दाखवत नव्हता. लयीचा ढंग, शब्दांचे उच्चार, कवितेत असलेले नाट्य सहजपणे, केवळ उच्चारातून उभे करण्याची अद्‌भुत वाटावी अशी ताकद यांमुळे त्याचे काव्यगायन हा एक आगळाच अनुभव असल्याचा प्रत्यय श्रोत्यांनी घेतला आणि दाद देणाऱ्या टाळ्यांचा कडकडाट केला. एखादा चमत्कार पाहावा त्याप्रमाणे मी हे पाहिले आणि अगदी थक्क होऊन गेलो. या कवीचे नाव होते वसंत बापट!

त्यानंतर, सहा-सात महिन्यांनंतर बापट मला पुन्हा भेटले. गिरगावातल्या बॉम्बे बुक डेपो या पुस्तकांच्या दुकानात मी कुठले तरी पुस्तक विकत घेण्यासाठी गेलो होतो. वसंत बापटही तिथेच आले होते. त्यांच्या रुबाबदार व्यक्तिमत्त्वात आणि माझ्या बावळट व्यक्तिमत्त्वात कसलाही फरक झालेला नव्हता. बापटांच्या मला जाणवलेल्या शिष्टपणातही फरक पडलेला नव्हता. आम्ही रीतीप्रमाणे एकमेकांना नमस्कार केला. कॉलेजच्या लायब्ररीसाठी पुस्तके पाहायला आलो, असे बापट म्हणाले. मला हवे होते ते पुस्तक मी घेतले, बापटांना नमस्कार करून परत जायला निघालो. बापटांनी काही तरी जवळीक दाखवावी असे मला मनातून

वाटले होते. पण तसे घडले नाही. पुस्तके निवडण्याच्या कामात बापट गर्क झाले. सोनेरी काड्यांचा चष्मा लावणारा हा माणूस आपला नव्हे, ही खूणगाठ मनाशी पक्की बांधून मी दुकानाच्या पायऱ्या उतरून निघून गेलो. मी मनाशी कितीही पक्की खूणगाठ बांधली, तरी ती टिकू नये, सोनेरी काड्यांचा चष्मा लावणाऱ्या या माणसाला माझ्या आयुष्यात जिवाभावाचे स्थान मिळावे, साहित्याच्या क्षेत्रात याचे नाव माझ्या नावाशी कलम केल्यासारखे जोडले जावे, अशीच नियतीची इच्छा होती! नियतीने अर्थातच आपली इच्छा पूर्ण केली.

१९५३ साली मी 'साधना' साप्ताहिकात काम करू लागलो. आचार्य जावडेकर आणि रावसाहेब पटवर्धन तेव्हा 'साधने'चे संपादक होते. आचार्य जावडेकर इस्लामपूरला राहत आणि तिथूनच लेखन पाठवीत. संपादक म्हणून प्रत्यक्ष हजर असत रावसाहेब पटवर्धन. संपादकीय खात्यात नोकरीला असा मीच होतो. साने गुरुजी आणि 'साधना' यांच्याशी वसंत बापटांचे जिवाभावाचे संबंध. बापट 'साधने'च्या कार्यालयात दररोज, अगदी न चुकता येत आणि संपादकीय कामकाज पाहत, 'साधने'साठी लेखन करीत. कॉलेज, राष्ट्र सेवा दल आणि 'साधना' ही तेव्हा बापटांनी स्वीकारलेली प्रमुख कामे होती. मला या कामाचा कसलाच अनुभव नव्हता, प्रुफे तपासणे म्हणजे काय हेही मला ठाऊक नव्हते! रावसाहेब, श्रीरंग वरेरकर, वसंत बापट, यदुनाथ थत्ते या सर्वांनी या प्रारंभीच्या काळात, माझ्या उणेपणाचे कसलेही दडपण माझ्या मनावर न आणता, मला अक्षरश: सांभाळून घेतले! वसंत बापटांचे आणि माझे जिवाभावाचे स्नेहसंबंध जुळून यावे, यासाठी नियतीने 'साधना' कार्यालयाचा दरवाजा मला उघडून दिला होता, असेच मला आज वाटते. कारण जेमतेम दोन वर्षे मी मुंबईला 'साधने'त काम केले असेन. 'साधने'चे कार्यालय पुण्याला हलवण्याचे झाले. मला मुंबई सोडून पुण्याला जाणे शक्य नव्हते. 'साधने'शी असलेले माझे कार्यालयीन संबंध सुटले. पण 'साधने'च्या निमित्ताने जवळ आलेला, सोनेरी काड्यांचा चष्मा लावणारा हा शिष्ट माणूस माझ्या आयुष्यात स्नेहाची मुळे घट्ट रोवून उभा राहिला तो कायमचा. स्नेहाचा हा आकृतिबंध दोन परिमाणांचा नसून तीन परिमाणांचा असावा, अशीही नियतीची इच्छा होती. अनेक शाळा-कॉलेजांची भटकंती पुरी करून विंदा करंदीकर हे मुंबईच्या रुईया कॉलेजात प्राध्यापक म्हणून रुजू झाले आणि नियतीच्या इच्छेनुसार स्नेहाच्या या आकृतिबंधाला अटळ असे तिसरे परिमाण लाभले. फटकळपणा, धसमुसळा रांगडेपणा, झपाटलेगिरी असे विविध वेश धारण करणाऱ्या करंदीकरांचाही अक्षरश: नाइलाज झाला! तेही आतून आतून आमच्याशी जोडले

गेले. यासाठी कसलाही प्रयत्न आम्ही कधी केला नाही. कसलेच मंडळबिंडळ स्थापले नाही. एकमेकांच्या घरी जाणे-येणेही फारसे कधी केले नाही.

आमचे तिघांचे काव्यवाचनाचे सर्वत्र एकत्र कार्यक्रम होऊ लागले, तेही आम्ही ठरवल्यामुळे नव्हे! आम्ही तसे कधीही ठरवलेले नव्हते. अगदी आजही नाही. तिघेही कविता वाचून दाखवत होतो. कविता (कशाही आवाजात) चालीवर म्हणून दाखवण्याचा तो काळ होता. लोकांनाही काही तरी वेगळेपणा हवा असतो. लोक तोचतोपणा आला, की नाही म्हटले तरी, थोडे कंटाळतात. आम्ही तिघेही कविता वाचून दाखवीत होतो, हा वेगळेपणा लोकांना भावला आणि त्यातही पुन्हा असे की, कविता वाचण्याची आणि कविता लिहिण्याची तिघांचीही शैली वेगळी. त्यामुळे, कार्यक्रम ठरवणाऱ्या संस्था कविता-वाचनाचा कार्यक्रम ठरवताना तिघांनाही एकत्र बोलावू लागल्या. यात कसलीही योजना नव्हती, केवळ योगायोग होता. हा योगायोग पुढे पुढे इतका रुळला, की जवळजवळ चाळिसांहून अधिक वर्षे तो रूढ होऊन बसला. एखाद्या ठिकाणी जर एकाचा किंवा दोघांचा कार्यक्रम ठरला असला तर, तिघेजण एकत्र नसल्यामुळे, श्रोत्यांनाच चुकल्या चुकल्यासारखे वाटू लागले. या कार्यक्रमांच्या निमित्ताने तिघांचे एकत्र येणे, एकत्र खाणे-जेवणे, एकत्र प्रवास करणे सतत होऊ लागले. मैत्री अधिकाधिक दृढ होण्यास या कार्यक्रमांचे निमित्त पोषक ठरले. तिघांनाही लोकांनी भरभरून प्रेम दिले. यश दिले. त्यामुळे असेल किंवा आंतरिक स्नेहभावनेमुळे असेल, मत्सराची भावना तिघांनाही कधी चुकूनही शिवली नाही. तिघेही एकत्र असलो, की एकमेकांच्या किंवा कुणा इतरांच्या साहित्याबद्दल चुकूनही बोलणे नाही, चर्चा नाही. तीन खट्याळ पोरे एकत्र जमली की जसा उनाडपणा करतील, एकमेकांची थट्टा, टिंगलटवाळी करतील तसा सर्व प्रकार. एखाद्या आम्हांला न ओळखणाऱ्या माणसाने हा प्रकार पाहिला तर त्याला वाटेल, हे आता भांडून एकमेकांच्या उरावर बसतील! मला असे वाटते की, नकळत जर काही मनात साचले असेल तर या व्रात्यपणामुळे त्याचा अगदी सहजपणे निचरा होऊन मन अगदी निर्मळ-प्रवाही होत असणार. पण या व्रात्य वागण्यामागे खोल स्नेहभावना होती. तिचा चुकूनही उल्लेख आम्ही कधी केला नाही. एखाद्या नाटकात एखादे पात्र असे असावे, की जे रंगमंचावर कधीच येत नाही, पण तरीही सगळ्या नाटकावर त्याचा प्रभाव असतो, तशीच ही स्नेहभावना होती. व्रात्यपणाच्या मागे दडलेल्या या खोल स्नेहभावनेचे एक उदाहरण देण्याचा मला इथे मोह होतो आहे — आणि मी तो आवरणार नाही.

१९९१ साली मी अमेरिकेत होतो. तिथे विंदा करंदीकरांचे एक पत्र मला आले. हे पत्र असे —

प्रिय मंगू,

तू तिकडे गेल्यापासून काव्यवाचनाच्या कार्यक्रमांनी अक्षरश: हैदोस मांडला आहेस, असे अजित, श्रीपु व वसंत या तिघांनीही सांगितले. एकूण डॉलर किती मिळाले असतील याचे तिघांनीही वेगवेगळे अंदाज केले आहेत. वस्तुस्थिती त्या अंदाजांच्या बेरजेएवढी असणार माझा अंदाज! असह्य पोटदुखीवर एखादे चांगले औषध असले तर माझ्यासाठी घेऊन ये!

जागतिक वाङ्मयाच्या दृष्टीने महत्त्वपूर्ण ठरलेल्या दोन गोष्टी तुझ्या कानावर घालून ठेवतो. दोन्ही गोष्टी 'साधना' दिवाळी अंकात समाविष्ट झालेल्या आहेत— १) वसंताने त्याच्या संकल्पित महाकाव्यातली दोन काण्डे 'साधना' दिवाळी अंकात प्रसिद्ध केली आहेत; ती जागतिक वाङ्मयाच्या दृष्टीने कशी महत्त्वपूर्ण ठरतात हे कळण्यासाठी तुला मुळातूनच (शेजारी संस्कृतचा कोश घेऊन) वाचावी लागतील. आत्ता फक्त एवढेच सांगतो : ती वाचण्यासाठी बुशसाहेबांनी नानासाहेबांचा वशिला लावून 'साधने'चा हा दिवाळी अंक मागवून घेतला आहे. वसंताचा मोठेपणा हा की, बुशसाहेबांच्या या मराठी वाङ्मयासंबंधीच्या कुतूहलाचे श्रेय तो मुक्तपणे तू अमेरिकेत करीत असलेल्या काव्यवाचनांना देतो. २) याच अंकात वसंताने माझ्यावर एक अत्यंत साक्षात्कारी लेख लिहिला आहे. तो इतका गाजतो आहे की, त्याचा आवाज अमेरिकेतही तुझ्या कानावर पडला असणार. दिवाळीचा फराळ करीत असताना मी तो लेख प्रथम वाचला. वाचता-वाचता नकळत माझे डोळे भरून आले. घरातली इतर मंडळी माझ्याकडे आश्चर्याने पाहू लागली; नव्हे, मलाही या अशक्यप्राय गोष्टीचे आश्चर्यच वाटले! पण शांतपणे विचार केल्यावर उमगले की, तो मी खात असलेल्या फरसाणातील कच्च्या कांद्याचा परिणाम होता! असो. मराठी वाङ्मयातील या दोन्ही घटना तुझ्या कानावर पडलेल्या असणे इष्ट, म्हणून हा प्रपंच.

तू जानेवारीत परत येत आहेस हे वाचून आनंद वाटला. वस्तुत: तू मुंबईत असलास तरीही दोन-दोन महिन्यांत प्रत्यक्ष भेटत नाहीस. पण आता या वयात जवळची माणसे दूर गेली की, विनाकारणच एकाकी व रिते रिते वाटू लागते. तू परत आलास की, न भेटताही घर भरल्यासारखे होईल.

तुझा
विंदा

हा लेख लिहीत असताना मी कोणत्या पदार्थात कच्चा कांदा घालून खात आहे हे मात्र मी सांगणार नाही. मी आणि करंदीकर यांच्या स्वभावातलाच हा फरक आहे, असे म्हटले तरी चालेल!

गेली चाळीस-पन्नास वर्षे मी जीवनाच्या विविध क्षेत्रांत नामवंत असलेली अनेक माणसे कमी-अधिक अंतरावरून पाहत आलो, पण वसंत बापटांसारखी तीव्र, तल्लख, कोणत्याही विषयाचा विनासायास ठाव घेऊ शकणारी बुद्धी क्वचितच दिसते, असा माझा अनुभव आहे. बापटांनी वाचलेली कविता ऐकणे हा एक अलौकिक अनुभव. ते श्रोत्यांसमोर कविता वाचतात तेव्हा जणू आपल्या जन्मजात प्रतिभाशक्तीने त्या कवितेच्या अस्तित्वाचा शोध घेत असतात. एकच कविता वेगवेगळ्या कार्यक्रमात जरी दहा वेळा बापटांच्या तोंडून ऐकली, तरी ती प्रत्येक वेळी नव्याने आपण ऐकतो आहोत, असा प्रत्यय येतो. बापट कविता वाचू लागले की, आपण पुस्तकात किंवा मासिकात वाचलेली ही कविता छापील फासातून मुक्त होऊन चैतन्यमय उच्चार होते आहे, याची सुखद जाणीव आपल्याला होऊ लागते.

बापट उत्तम गद्य लिहितात, अगदी सहजपणे लिहितात. नर्म विनोदापासून तीक्ष्ण उपहास-उपरोधापर्यंत, तर्कशुद्ध विश्लेषणापासून भावनेच्या उत्कट आवाहनापर्यंत, प्रवासवर्णनापासून व्यक्तिचित्रणापर्यंत, राजकीय विषयापासून एखाद्या कवितेच्या आस्वादापर्यंत वसंत बापटांची गद्य शैली नवी नवी रूपे लीलया धारण करते. पुष्कळ वेळा कवी गद्य लिहू लागले की, हे गद्य 'काव्यमय' वगैरे 'करण्याचा' नकळत प्रत्यत्न करण्याचा धोका निर्माण होतो. बापटांचे गद्य हे सहज, स्वच्छ, प्रवाही असते. काव्यात्मतेचे नटवे आविर्भाव चुकूनही या गद्याला स्पर्श करीत नाहीत. वक्तृत्वाची सुंदर कळा या गद्याला लाभली आहे. त्यामुळे बापटांनी लिहिलेले गद्य छापील राहत नाही, ते ऐकू येते, आपल्याशी मनमोकळ्या जिव्हाळ्याने बोलू लागते.

नट, दिग्दर्शक, तमासगीर, वक्ता, गद्य लेखक, संपादक, खासगी बैठकीत नकलांचा एकपात्री कार्यक्रम करून मैफल रंगवणारा, कलात्मक कार्यक्रमांचा कसबी आणि सुसंस्कृत निवेदक, संस्कृतचा पंडित, यशस्वी प्राध्यापक अशा विविध गुणांनी आणि रूपांनी बापटांनी समाजावर प्रभाव टाकला आहे, मान्यता मिळवली आहे हे अगदी खरे. पण मराठी माणसाने बापटांवर जिवापाड प्रेम केले ते कवी म्हणून. जीवनातले नानाविध अनुभव बापटांच्या कवितेने झेलले. हे अनुभव साकार करीत असताना त्यांच्या शब्दकळेने नवनवी रूपे, नवनवे उन्मेष

धारण केले. बापटांची कविता कुठल्याही साच्यात कधी अडकली नाही, अभिव्यक्तीच्या कुठल्याही फॅशनच्या दबावापुढे वाकली नाही. तिने आपल्या अंत:प्रेरणेशी असलेले इमान कधी ढळू दिले नाही. कवितेची सामाजिक, राजकीय जाणीव प्रखर होती. पण ही जाणीव कुठल्याही पक्षाचा, वादाचा, संघटित विचारप्रणालीचा बांधील पुरस्कार करण्यासाठी कधीही उभी राहिली नाही.

□

लोकसत्ता, १८ सप्टेंबर २००२

सुहृद परिवार

पाडगांवकरांचा मित्रपरिवार खूप मोठा आहे. या परिवारामध्ये समकालीन आणि नवोदित साहित्यकार होते तसेच कर्तृत्वाने, वयाने श्रेष्ठ असे ज्येष्ठ साहित्यिकही होते. पाडगांवकरांनी परिवारातील काही सदस्यांवर प्रसंगोपात्त लिहिलेले लेख या विभागात पाहावयास मिळतील. वा. गो. मायदेव, मामा वरेरकर, नाथ पै यांच्यापासून रवींद्रनाथ टागोरांपर्यंत अशा अनेक दिग्गजांचा यामध्ये समावेश आहे.

आधिव्याधी मरणावरती, पाय अशा पुरुषाचा रे !

नाथच्या मृत्यूची बातमी वृत्तपत्रात आली तेव्हा मी पुण्याला होतो. पहाटे सहा-साडेसहाची वेळ असावी. स्टेशनवरून आलेला टॅक्सीचा ड्रायव्हर बरोबर पेपर घेऊन आला होता. विमानतळावर जाण्यासाठी आम्ही निघणार होतो. ड्रायव्हर मला म्हणाला, ''साहेब, वाईट बातमी आहे. मोठा माणून गेला!'' ड्रायव्हरने माझ्या हातात पेपर दिला. बाहेर अंधार होता. त्याने टॅक्सीतला दिवा लावला. त्या क्षीण उजेडात मी बातमीच्या मथळ्याकडे नजर टाकली. नाथच्या मृत्यूची बातमी! माझे हात थरथरले. एखाद्या लहान मुलाने प्रश्न विचारावा तसे ड्रायव्हरने विचारले, ''साहेब, देशाला ज्यांचा उपयोग आहे अशा चांगल्या माणसांना देव असा लवकर का घेऊन जातो?'' त्याच्या या प्रश्नाला माझ्यापाशी उत्तर नव्हते! मी गप्पच बसून राहिलो. ऑफिसच्या कामासाठी मी आलो होतो. मन घट्ट करून राहणे भाग होते. मन घट्ट करून मृत्यूची तमा न बाळगता हातातले काम तडीला नेताना मी नाथला पाहिले होते. त्याच्या त्या अलौकिक निर्भयतेने मी थरारून गेलो होतो. अस्तित्व भारून टाकणारे, जगण्याची कृतार्थता प्रत्ययाला आणून देणारे एखादे गाणे आठवणीत जसेच्या तसे उभे राहावे तसा नाथच्या त्या निर्भयतेचा साक्षात्कार माझ्या मनात उभा राहिला. नाथच्या निर्भयतेचे, मृत्यूच्या मस्तकावर पाय ठेवून उभे राहण्याच्या त्याच्या आत्मशक्तीचे मला दिल्लीला असताना झालेले दर्शन — हा माझ्या आयुष्यातला एक विलक्षण अनुभव होता. त्या आठवणीने मला धीर वाटला. नाथचा मृत्यू ही मन हळवे, दुबळे करून सोडणारी घटना असू शकत नाही, अशी जाणीव मनात निर्माण झाली. जीवनाच्या संपूर्णतेपासून वेगळा करून पाहिला की मृत्यूची भीती वाटते, रोगट भीती वाटते. तुटलेले पान नुसतेच डोळ्यांसमोर आणले तर आयुष्याच्या अर्थशून्य भंगुरतेची

जाणीव तीव्र होते, परंतु वृक्षाच्या, सृष्टीतील फुलणे — या एकूण प्रक्रियेच्या पार्श्वभूमीवर ही घटना पाहिली की तसे वाटत नाही. फुलण्याच्या संदर्भावाचून तुटण्याचा, गळून पडण्याचा खरा अर्थ कळू शकत नाही. नाथचा मृत्यू त्याच्या जीवनापासून वेगळा काढून मी पाहू शकणार नाही, असे मला वाटले. टॅक्सी चालू झाली. विमानतळाच्या दिशेने निघाली. मथळा वाचून बाजूला ठेवून दिलेला पेपर मी पुन्हा हातात घेतला. ती पाऊण कॉलम बातमी मी संपूर्ण वाचून काढली.

नाथला मी प्रथम कधी भेटलो? नीटसे आठवेना. मला वाटते, मी 'साधने'त काम करत असताना रावसाहेबांना भेटण्यासाठी नाथ आला होता. मुंबईला ऑर्थर रोडवर तेव्हा 'साधने'चे ऑफिस होते. (नाथ नुकताच तेव्हा परदेशातून आला होता). त्याच्या व्यक्तित्वाची लोकमानसातली प्रतिमा तेव्हा आज आहे तशी निर्माण झालेली नव्हती. तेव्हाची माझी आठवण अगदी अस्पष्ट आहे — खात्री वाटू नये इतकी अस्पष्ट! एका गोष्टीचा ठसा मात्र मनावर उटलेला निश्चित आठवतो — इंग्रजी उच्चारांची दाट छाया असलेले नाथचे मराठी बोलणे! ही इंग्रजीची सावली पुढे पुढे खूप कमी झाली – पण संपूर्णपणे कधीच नाहीशी झाली नाही. इंग्रजी वळणाच्या या मराठी उच्चारामुळे नाथच्या स्वभावाविषयी अनेक जण गैरसमज करून घेत. एक प्रकारच्या उच्चभ्रू शिष्टपणाचा वास त्याच्या व्यक्तित्वाला या बोलण्याच्या तऱ्हेमुळे येतो आहे असे वाटते. त्याचे सहजस्वाभाविक उद्‌गारदेखील नाटकी आहेत असा समज त्याला न ओळखणाऱ्या माणसाचा होई. नाथ प्रथम भेटला तेव्हा त्याच्याविषयी काहीही माहिती नसताना माझाही तसाच समज झाला होता – केवळ त्या बोलण्याच्या धाटणीमुळे. पुढे नाथची ओळख झाली. त्याच्याशी अनेकदा गप्पा झाल्या, चर्चा झाल्या, तेव्हा पूर्वीचा हा समज किती चुकीचा, किती अनुदार होता याची मला जाणीव झाली. उच्चभ्रूपणा, नाटकीपणा नाथच्या स्वभावात मुळीच नव्हता असे मला मन:पूर्वक वाटते. नाथचे आपल्या आवाजावर, आपल्या बोलण्यावर प्रेम होते. त्या आवाजाचा, बोलण्याचा प्रभाव किती आणि कसा पडतो, याची त्याला पूर्ण जाणीव होती; परंतु परिणाम साधण्याकडे, आणि बोलत असताना एक डोळा (मनातल्या मनात) बारीक करून परिणाम कसा 'जमला' हे निर्ढावलेल्या कौतुकाने पाहण्याकडे त्याच्या मनाचा कल नव्हता. याचे एक साधे कारण असे की, नाथचे बोलणे–वागणे हे अंत:करणाच्या गाभ्यातून उचंबळून येत असे. नाथच्या व्यक्तित्वात एक कवी होता, एक लहान मूल होते, आणि एक झुंझार राजकारणी पुरुष होता! त्याचा आत्मविश्वास इतका जबर होता. उदात्ततेविषयी त्याला वाटणारे आकर्षण इतके दुर्दम्य होते की, नाटकी

मुखवटे चढवून, चेहऱ्यावर भावनेची रंगोटी ओढून वावरणे त्याला शक्य नव्हते – त्याची त्याला गरजही नव्हती. नाटकी वागणे हे खोल न्यूनगंडातून निर्माण होते. असे वागणे नसलेल्या गोष्टींचा आभास उभा करून त्याने आपला न्यूनगंड कुरवाळीत बसते. असा माणूस दुसऱ्याच्या भावना अनुभवत नाही — तो त्या 'वापरत' असतो! नाथची संवेदनशीलता इतकी नितळ होती, स्वच्छ होती की, भावना अशा रीतीने वापरणे त्याला सहन झाले नसते. एकदा मी हा विषय नाथशी बोलताना काढला होता. मुंबईला अल्टामाउंट रोडवरील आडारकरांच्या घरी नाथ आला की, पुष्कळ वेळा मी त्याला भेटायला जात असे. मोकळेपणाने बोलत असे. कवी, कलावंत यांच्याविषयी नाथला उपजत आकर्षण होते. आणि कुठल्याही कलावंताला आकर्षक वाटावे असे त्याच्या व्यक्तिमत्त्वात काही तरी असाधारण होते. नाथकडे गेलो की सारखे त्याला फोन येत असत. तो फोनवर इतके सुंदर बोलायचा की एखाद्या गाण्यासारखे ते बोलणे ऐकत राहावे असे वाटे. पलीकडच्या बाजूला कोण बोलते आहे हे आपल्याला ठाऊक नसे — पण नाथच्या बोलण्यातून ते चित्र डोळ्यांपुढे उभे राही. नाना प्रकारच्या माणसांशी तो बोलत असे. ते त्याचे बोलणे ऐकून पलीकडून कोणत्या तऱ्हेची व्यक्ती बोलत असावी याची कल्पना करणे मोठे गमतीचे असे. तीन उदाहरणे सहज आठवली.

एक : नाथ बोलतो आहे : 'नुकताच विमानातून आलो. प्रकृती बरी नाही. दमलो आहे. पण तुझा फोन आला तेव्हा अगदी बरं वाटू लागलं. तुझ्या आवाजात अशी चार्म आहे. आता हेच बघ ना! तुझ्याशी बोलताना हा रिसीव्हर — मी हातात फुलांचा गुच्छ घ्यावा तसा मला वाटतो आहे. जेवायला? खरं म्हणजे वेळ नाही — पण तुला नाही म्हणण्याची कुणाची प्राज्ञा आहे! ...' (माझी कल्पना : पलीकडच्या बाजूला कुणी तरी सुंदर, श्रीमंत आणि तरुण स्त्री असावी.)

फोन खाली ठेवून नाथ माझ्याकडे हसून पाहतो. मला म्हणतो, ''मंगेश, She is such a fine girl, you see ! तुम्हा कविलोकांना असे अनेक फोन्स येत असतील!'' (ती मुलगी कोण असे मी विचारत नाही. कवींना कोण करतो असे फोन, — असेही म्हणत नाही. गुड मॅनर्स दाखवतो. तो टेलिफोनचा रिसीव्हर मात्र मला फुलांच्या गुच्छासारखा दिसतो. नाथचे ते निर्मळ, निर्हेतुक माधुर्य माझ्या मनात भरून राहते.)

दोन : नाथ बोलतो आहे : 'बोल. होय, तुझी आई भेटली होती. तिनं सांगितलं मला. तुझी नोकरी कशामुळं गेली? टेंपररीच होती? कुठल्या फॅक्टरीत? आज मला वेळ होणार नाही. उद्या सकाळी तू दहा वाजता इथं मला भेटायला

ये. आपण काही तरी प्रयत्न करू. इथे कसं यायचं तो पत्ता माहीत आहे ना? आणि बससाठी पैसे आहेत ना? डोण्ट वरी. आपण प्रयत्न करू. आणि तुझ्या आईला पत्र लिहून कळव की, काळजी करू नको असं मी सांगितलं आहे.' नाथ पै फोन खाली ठेवतो आणि मला म्हणतो, ''मंगेश, कोकणच्या दौऱ्यावर गेलो होतो तेव्हा याची म्हातारी आई मला भेटली. डोळ्यांत पाणी आणून म्हणाली, 'माझ्या पोराक खंय तरी कामाक लाया.' हा पोरगा मॅट्रिक झाला आहे. टेंपररी कामगार म्हणून कामावर होता. त्याची नोकरी सुटली. कोकणातली किती तरी पोरं अशी माझ्याकडे येतात. मी तरी किती जणांची सोय करणार? आता ही पोरं उद्या विध्वंसक बनली तर दोष कुणाचा?''

नाथ तळमळून मला सारे सांगतो. त्याचे डोळे पाणावलेले असतात आवाजाला विलक्षण धार आलेली असते. मी स्तब्ध राहतो. आता उद्या तो मुलगा येणार. नाथ कुणाला तरी फोन करून शब्द टाकणार. फोनवर बोलत असताना येण्यासाठी बसला पैसे आहेत की नाही, हे नाथ विचारतो ही गोष्ट माझ्या नजरेतून सुटलेली नाही. करुणेने व्याकुळ झालेले नाथचे डोळे मी पाहिले आहेत. नाथ मला म्हणतो, ''मंगेश, डू यू नो? या पोरांसाठी मला राजकारण हवं आहे. त्यांच्यासाठी लढावंसं वाटतं, मरावंसं वाटतं!''

तीन : नाथ बोलतो आहे : 'होय, मी नाथ आहे. समजलं... पण दौऱ्यातल्या सगळ्या भाषणांचा कार्यक्रम ठरलेला आहे. तुमच्या गावात कसं येणार? पण तुमचा इतका आग्रहच आहे तर रात्री एक वाजता तिथं पोचून भाषण करीन. चालेल?'

नाथने फोन खाली ठेवल्यावर मी त्याला म्हणतो, ''नाथ, रात्री एक वाजता भाषण? तुमच्या प्रकृतीचा काही विचार?'' हे ऐकून नाथ हसतो आणि मला म्हणतो, ''मंगेश, हे लोक माझ्यावर किती प्रेम करतात याची तुला कल्पना नाही. माझी प्रकृती बरी नाही हे खरं आहे... पण... मला गेलंच पाहिजे... इतक्या प्रेमानं बोलावणाऱ्या माणसाला नाही म्हणणं मला शक्य नाही. शेवटी माणूस जगतो कशासाठी आणि कशामुळे? या माणसांचं प्रेम हे माझं टॉनिक आहे.''

माणूस सुखी, आनंदी असलेला पाहणे हे नाथचे समाधान होते. माणसाचे दु:ख समजून घेणे आणि ते कमी करण्यासाठी धडपडणे हा नाथचा आनंद होता. माणूस लहान असो मोठा असो, गरीब असो श्रीमंत असो, नाथची ही आस्था — माणसाविषयीची ही मूलभूत आस्था — कधीच कमी झाली नाही. माणसाला सुखी करण्याची ही आस्था फोनवर बोलण्यापासून तो अन्यायाविरुद्ध लढून तुरुंगात

जाण्यापर्यंत नाना रूपे धारण करत असे. ही रूपे म्हणजे नाटकी भूमिका नसून माणसांविषयीच्या आस्थेचे हे गतिमान आविष्कार होते.

एकदा मी घरी नव्हतो. नाथचा फोन आला. संध्याकाळी मी घरी आलो तेव्हा माझी बायको म्हणाली, ''नाथ पैंचा फोन आला होता. त्यांनी तुला फोन करायला सांगितलं आहे. मी फोन घेतला होता. मी त्यांना म्हटलं, संध्याकाळी पाडगांवकर घरी आले की मी त्यांना तुमचा निरोप सांगेन. तेव्हा ते काय म्हणाले माहीत आहे? ते म्हणाले, "May I know who is the fortunate owner of this beautiful voice ?" ऐकलंस? गेल्या वीस वर्षांत तुझ्या तोंडून एकदाही हे वाक्य ऐकलं नाही!''

दुसऱ्या दिवशी मी नाथला भेटायला गेलो. माझ्या मनात हा विषय काढायचाच होता. बोलता बोलता मी नाथला म्हणालो, ''फोनवर बोलणं असो, जाहीर सभेत असो, गप्पागोष्टी असोत किंवा पार्लमेंटमधलं भाषण असो, तुझ्या बोलण्याची मोहिनी सर्वांवर पडते! मला एक प्रश्न विचारायचा आहे तो असा की, या तुझ्या बोलण्यात नाटकाचा, युक्तीचा भाग किती असतो आणि खरा किती असतो?''

नाथ म्हणाला, ''का? Why are you asking this ?"

मी म्हणालो, ''राजकारण हा तुझा व्यवसाय आहे. राजकारण म्हटलं की संघटना आली, लोकसंग्रह आला. माणसं राखून ठेवावी लागतात. तेव्हा कधी कधी विचार येतो की तुझं हे वक्तृत्व, हे मधुर बोलणं, हा युक्तीचा, कारागिरीचा भाग तर नव्हे? तेव्हा तू मनापासून माझ्या प्रश्नाचं उत्तर दे, यातला खरा भाग किती आणि कमावलेलं नाट्य किती?''

नाथ म्हणाला, "I am happy you have asked this frankly. अगदी खरं सांगतो, मी नाटक करतो आहे असं मला वाटत नाही. आता वक्तृत्व म्हटलं की त्यातून कारागिरीचा भाग कुणालाही सुटत नाही. विचारांची पटेल अशी मांडणी करणं, आवाजाचे चढ-उतार सांभाळणं हे सगळं चांगल्या वक्तृत्वात येतंच. तू कविता लिहितोस त्यातही शब्दांची जडणघडण, त्यांचं रूप तुला सांभाळावं लागतंच — पण म्हणून कविता ही निर्मिती नसून कारागिरी आहे असं म्हटलं तर तुला कितपत पटेल? मला माणसं आवडतात. I love them. मी त्यांच्याशी खोटं, नाटकी वागत नाही. ज्यांच्यावर आपलं प्रेम आहे त्यांच्याशी खोटं, नाटकी वागणं हे मला व्हल्गर वाटतं. माझ्या बोलण्याचा, वक्तृत्वाचा प्रभाव पडतो म्हणून ते नाटकी, मायावी आहे असं म्हणणं हा माझ्यावर अन्याय होईल.''

नाथच्या या आस्थेचा माझ्याही जीवनात मला अनुभव यावा असा योग होता. मी तेव्हा आकाशवाणीवर नोकरी करत होतो. नवीन स्केल्स आली तेव्हा पगाराचे फिक्सेशन करताना माझ्यावर अन्याय झाला. मी खूप रिप्रेझेंटेशन्स करून पाहिली, पण निर्ढावलेली नोकरशाही दाद देईना. जनूभाऊ पटवर्धनांना ही गोष्ट ठाऊक होती. हा अन्याय दूर करण्यासाठी ते स्वत: प्रयत्न करत होते. एकदा वाटले, नाथला या प्रकरणात लक्ष घालायला सांगावे. पण संकोच वाटला. बोललो नाही. पण जनूभाऊंकडून आणि वसंत बापटांकडून ही गोष्ट नाथला समजली. त्याने स्वत:च फोन करून मला बोलावलं. मी आडारकरांच्या घरी त्याला भेटलो. त्याने माझ्याकडून सगळे प्रकरण समजून घेतले. मला म्हणाला, ''आपल्या देशातल्या ब्यूरॉक्रसीला शरम नावाची गोष्ट नाही! आपले कवी, कलावंत, विचारवंत यांचा आदर कसा करावा हे ज्या समाजाला कळत नाही, त्या समाजाचा नाश झाल्याखेरीज राहत नाही. कला-संस्कृतीच्या क्षेत्रांत ज्यांची एका कणाचीही काँट्रिब्युशन नाही अशी ही मठ्ठ नोकरशाही आकाशवाणीवरची सगळी सत्तास्थानं अडवून बसली आहे. तुझ्यासारखा कवी आकाशवाणीवर आहे याचा अभिमान बाळगण्याऐवजी यांनी असं वागावं, याची मला शरम वाटते. काही काळजी करू नकोस. हा अन्याय दूर होईपर्यंत मी लढत राहीन. खात्री बाळग. मी उद्या दिल्लीला जातो आहे. तू आठवणीसाठी मला एक पत्र लिही आणि या केसचा सर्व तपशील त्या पत्रासोबत पाठव.''

इतक्या तीव्र तळमळीने नाथ हे बोलला की मी अगदी भारावून गेलो. तुझ्यावर उपकार करतो आहे अशी जराही जाणीव त्याने मला दिली नाही. उलट, एका कवीसाठी मी अन्यायाविरुद्ध लढणार आहे, याचा अभिमान त्याने व्यक्त केला.

मी घरी आलो. दिल्लीच्या पत्त्यावर नाथला पत्र लिहिले. माझा self respect जराही न दुखावता त्याने हे प्रकरण हाती घेतल्याबद्दल मन:पूर्वक कृतज्ञता मी माझ्या या पत्रात व्यक्त केली. तुझ्यासारखी माणसे या देशात आहेत याचा मला अभिमान वाटतो, असे मी लिहिले. ''माझी तुझ्याविषयीची ही जाणीव इतकी उत्कट आहे की ती गद्यात पूर्ण व्यक्त होईल असं मला वाटत नाही. तू काय, आमचे रावसाहेब काय, यांच्याविषयी मला जे वाटतं ते मी एका कवितेत व्यक्त केलं आहे; ती कविताच मी तुला पाठवतो.'' असं म्हणून मी नाथला ही कविता उतरून पाठवली :

ज्यांची हृदये झाडांची त्यांनाच फक्त फुले येतात,
तेच वाढतात, प्रकाश पितात, तेच ऋतू झेलून घेतात.
त्यांना मुळीच गरज नसते व्याख्यानबाज कंठांची,
कानठळ्या बसवणाऱ्या आध्यात्मिक घंटांची.
त्यांना माणूस शिडी नसतो पाय ठेवून चढण्याची,
त्यांच्या कुशीत जागा असते हरलेल्याला दडण्याची.
सत्तेवरती थुंकण्याचीही त्यांना मुळीच सवड नसते,
निष्कपट ऊन त्यांच्याच खांद्यावर खेळत असते.
ज्यांची हृदये झाडांची त्यांनाच फक्त फुले येतात,
तेच फक्त गुच्छासारखा पावसाळा हुंगून घेतात.

नाथला मी हे पत्र पाठवले! पण त्याचे उत्तरच येईना! निदान पत्र मिळाल्याची पोच तरी? महिनाभर थांबलो, पण काहीच नाही! मला वाटले, मी पत्ता बहुतेक चुकीचा लिहिला असणार. इतक्यात फेब्रुवारीच्या पाच तारखेला नाथचे पत्र माझ्या हाती पडले. पत्राचा अर्धा भाग इंग्रजीत टंकमुद्रित होता आणि त्यावर २१ डिसेंबर ही तारीख होती. त्याच्या खाली नाथने स्वतःच्या हाताने मराठी लिहिले होते — त्यावर दोन फेब्रुवारी अशी तारीख होती. २१ डिसेंबर ते २ फेब्रुवारी इतका वेळ पत्र कसे राहिले, याचा मराठी पत्रात खुलासा होता. सुरुवातीचे टंकमुद्रित इंग्रजी पत्र असे होते :

21 December 1967

My dear Mangesh Rao,

I came home from Parliament tired and worn out and then there was your letter. I read it; and it acted like a tonic. To be claimed as a friend by you is an honour enough but that you should quote that poem was really moving.

I did talk to that gentleman again. I will not allow him rest till justice is done in your case. With regards.

Your sincerely,

Nath Pai.

या इंग्रजी पत्राच्या खालीच नाथने आपल्या हाताने मराठी पत्र लिहिले होते:

ता. २-२-६८

प्रिय कविराज,

तुम्ही कदाचित रागावला असाल तर ते योग्यच ठरेल. पत्र लिहून सेक्रेटरीकडे देऊन खूप दिवस झाले. तुम्हाला मिळाले असेल असे धरून चाललो होतो. आज सहज कागदपत्र चाळत असता ते सापडले. क्षमा करा. तुमची कविता हेम बरुआ व क्रिस्टल (माझी पत्नी) ह्यांना वाचून दाखवली. माझ्या चिटणिसाला तुमचे नावही नीट समजले नव्हते. त्याने लिफाफ्यावर चक्क Mangesh Rao असे लिहून ठेवले होते. तुमचे आडनाव मी माझ्या (सुंदर) हस्ताक्षरात जोडले आहे.

मी ८-९ ला मुंबईला आल्यावर तुम्हांला फोन करीन.

आ.

नाथ.

म्हटल्याप्रमाणे नाथने माझ्या कामाचा पिच्छा सोडला नाही. तो संबंधित सत्ताधाऱ्यांच्या मागे हात धुऊन लागला. १९६९ साली मी सेवाग्रामवर नॅशनल प्रोग्रॅम आकाशवाणीसाठी लिहिणार होतो. आकाशवाणीवरील माझी नोकरी सुरूच होती. अन्याय अजून दूर झाला नव्हता. नुसतीच तोंडी आणि तोंड भरून आश्वासने मिळत होती. सेवाग्रामवरील माझ्या स्क्रिप्टची चर्चा करण्यासाठी मी दिल्लीला गेलो. 'चर्चा करण्यासाठी या,' असे पत्र दिल्लीच्या आकाशवाणी अधिकाऱ्यांकडून अकस्मात आल्यामुळे, मी येणार आहे, असे मी नाथला कळवले नव्हते. गेल्यावर फोन करू, असे मनात ठरवून मी दिल्लीला पोचलो. दिल्लीला गेल्यावर कळले की नाथला हृदयविकाराचा अ‍ॅटॅक असल्यामुळे त्याला हॉस्पिटलमध्ये ठेवले आहे. मी हॉस्पिटलला फोन केला तेव्हा कळले की नाथ घरी गेला आहे. मी नाथच्या घरी गेलो. दुडलेली उशी मानेखाली घेऊन नाथ पडला होता. त्याचा चेहरा अगदी थकलेला, काळवंडलेला दिसत होता. मी मनात चरकलो. बाजूला नाथची पत्नी आणि डॉक्टर उभे होते. नाथ म्हणत होता, "मी संध्याकाळच्या विमानाने मुंबईला जाणार."

डॉक्टर म्हणत होते, "तुम्हाला जाता येणार नाही. आम्ही तुम्हाला तशी परवानगी देणं अशक्य आहे."

मी धीर करून म्हणालो, "नाथ, हा काय वेडा हट्ट? अशा अवस्थेत तू मुंबईला जाणार? कशासाठी?"

नाथ म्हणाला, "मंगेश, तू कवी आहेस. तुला माझं मन समजू शकेल. मुंबईला कोकण परिषद आहे. दूरवरून लोक येणार. माझ्या शब्दासाठी येणार. मृत्यूला भिऊन मी त्यांना निराश करू? ते शक्य नाही. असलं शेळपट जीवन

जगण्याची माझी इच्छा नाही. ही माझी कमिटमेंट आहे — मला ती पुरी केलीच पाहिजे!'' असे म्हणून नाथ त्या तिरिमिरीत उठून बसला. फोनचे नंबर त्याने फिरवले. करणसिंगना त्याने फोन केला आणि संध्याकाळच्या विमानात जागा मिळवून देण्याची विनंती केली. नाथ कुणाचेच ऐकणार नव्हता!

शेवटी डॉक्टर काहीसे चिडून म्हणाले, ''तुम्ही आमचं न ऐकता जाता आहात. आमची परवानगी नसताना तुम्ही जाता आहात असं आम्हाला लिहून द्या.''

नाथने बाजूचे पॅड घेतले आणि तसे लिहून दिले. खाली सही केली. डॉक्टर अवाक् होऊन निघून गेले!

नाथ माझ्याकडे वळून म्हणाला, ''कविराज, इथं बसा.''

मी अगदी घाबरून गेलो होतो. मी गुपचूप नाथच्या बिछान्यावर कडेला बसलो. नाथने मी कशासाठी आलो याची चौकशी केली. मी अक्षरश: भेदरून त्याच्या प्रश्नाची उत्तरे देत होतो. मी नाथकडे पाहिले. मृत्यूची छाया त्याच्या चेहऱ्यावर दिसत होती. मला घाम फुटला होता!

इतक्यात नाथ म्हणाला, ''मंगेश, तुझ्या त्या केसचं काय झालं? अजून त्यांनी केलं नाही? या माणसांची कमाल आहे —'' असे म्हणून नाथने फोनचा रिसीव्हर हातात घेतला. मी अक्षरश: नाथला हात जोडले आणि म्हणालो, ''नाथ, प्लीज! ही वेळ नव्हे! मला तू लाजवू नकोस. मी या कामासाठी तुला भेटायला आलो नाही. तुझ्या या अशा अवस्थेत —'' नाथने मला बोलूच दिले नाही. श्री. गुजराल यांचा नंबर त्याने फिरवला. गुजराल फोनवर आले. मी भ्रमिष्टाप्रमाणे हा सगळा प्रकार पाहत होतो. नाथ श्री. गुजराल यांच्याशी बोलू लागला. म्हणाला, ''लुक इंदर, कवी मंगेश पाडगांवकर इथे माझ्या घरी आले आहेत. त्यांच्यावरचा अन्याय दूर होईल असं वचन तुम्ही मला दिलं. पण अजून काहीच झालेलं नाही. हा काय प्रकार चालला आहे? मी त्यांना आता तुमच्याकडे पाठवतो आहे. एका मोठ्या कवीला तुम्ही भेटणार आहात हे तुमचं भाग्य समजा. इंदर, राजकीय सत्तेचा गर्व बाळगणं व्यर्थ आहे. वाळूवरची ही पावलं काळ बघता बघता पुसून टाकील. नाथ पै कोण होता आणि गुजराल कोण होता, हे पन्नास-पाऊणशे वर्षांनंतर कुणालाही आठवणार नाही. काळावर मात करून उरणार आहेत ते हे कवी आणि त्यांच्या कविता! ही जाणीव ठेवून पाडगांवकरांना नम्र होऊन भेटा. आणखी अर्ध्या तासात ते तुमच्या ऑफिसात तुम्हांला भेटतील.''

नाथला आलेला तो ॲटॅक, ते विलक्षण अस्वस्थ, काळजी उत्पन्न करणारे वातावरण — आणि त्यात हा प्रकार! माझी बोबडी वळली. ''नाथ —!'' हा एकच शब्द कसाबसा तोंडून फुटला. नाथने पुन्हा फोन करून टॅक्सी मागवली. मला कसे जायचे ते समजून सांगितले. गुजराल यांना भेटून झाल्यावर पुन्हा इकडे या असे नाथ म्हणाला.

श्री. गुजराल यांना भेटून मी परत आलो. नाथला झोप लागली होती. संध्याकाळच्या विमानाने तो मुंबईला जाणार होता. मी त्याला डिस्टर्ब केले नाही. मुंबईला भेटेन असा निरोप ठेवून मी परत गेलो.

नाथची अवस्था अशी होती की तो मुंबईला पुन्हा भेटेल की नाही अशी भयद शंका माझ्या मनाला चाटून गेली. मुंबईला आल्यावर ताबडतोब आडारकरांकडे नाथला भेटायला गेलो. पावसात उंच व्यासपीठावर चढून नाथने भाषण केले होते. गंमत अशी की नाथची प्रकृती मला सुधारलेली दिसली, त्याचा चेहरा तजेलदार दिसला! मला म्हणाला, ''कविराज, तुम्ही आला नाही तरी तुमची कोकणावरची कविता तिथे गायली गेली. फार सुंदर कविता आहे. मंगेश, तू स्वत: येऊन ती कविता म्हणून दाखवली असतीस तर मला अधिक आनंद वाटला असता!''

मी अगदी संकोचून गेलो. मृत्यू, सुरक्षितता यांचा स्पर्शही नाथला कुठे झालेला नव्हता. मी नाथला म्हणालो, ''तुझी प्रकृती तर चांगली दिसते आहे. दिल्लीला तुझी अवस्था बघून मी अगदी घाबरून गेलो होतो.'' नाथ आपला डावा हात छातीवर धरून म्हणाला, ''मंगेश, माणूस ज्या हृदयानं खऱ्या अर्थानं जगतो ते हृदय वेगळं असतं. ते हृदय बंद पडणारं नसतं. ते हृदय डॉक्टरांच्या इंजेक्शनांनी जगत नाही. उदात्त गोष्टींसाठी आयुष्य झोकून देण्यानंच ते हृदय जगत असतं, स्पंदन पावतं. मी त्या हृदयाचा उपासक आहे!''

त्यानंतर नाथ अनेकदा भेटला, किती तरी विषयांवर आमच्या गप्पा झाल्या. चर्चा झाल्या. देशाच्या राजकारणात दहशतवाद येतो आहे, हिटलरचा आदर्श जोपासला जातो आहे, तुम्ही कलावंतांनी या प्रवृत्तीविरुद्ध आवाज उठवला पाहिजे, असे तो मला अनेकदा म्हणाला. एकदा झोपडपट्टीतल्या माणसांच्या हलाखीच्या जीवनाचे त्याने कळवळून माझ्याकडे वर्णन केले. माझ्या मनाला त्याच्या या तळमळीचा स्पर्श झाला. त्यातूनच मी माझी 'प्रश्नोपनिषद्' ही कविता लिहिली. नाथला मी ती वाचून दाखवली. तुझ्याशी या विषयावर बोलत असताना ही कविता मला सुचली, असे मी त्याला सांगितले. नाथ म्हणाला, ''तुझ्या हस्ताक्षरात मला ही कविता उतरून दे.''

मी त्याला ती कविता लिहून दिली.

मी त्याला म्हणालो, ‘‘नाथ, मृत्यूविषयीची तुझी निर्भयता मी दिल्लीला असताना पाहिली. माझ्या आयुष्यातला तो नवा जन्म देणारा अनुभव होता. मी कधी तरी त्या अनुभवावर कविता लिहिणार आहे!’’

मग मृत्यू या विषयावर आम्ही खूप बोललो. नाथ म्हणाला, ‘‘हा हृदय – विकार – माझा फाउल एनिमी – गेली काही वर्षं दबा धरून बसला आहे. पण तो माझा पराभव कदापि करू शकणार नाही. कारण जे मरणाने विझू शकत नाही असं एक जीवन असतं, हे मला ठाऊक आहे!’’

हेच नाथचे शेवटचे वाक्य होते — त्याच्याजवळ बसून ऐकलेले शेवटचे वाक्य! त्यानंतर नाथ भेटला तो गोवा हिंदू असोसिएशनच्या समारंभात. भोवती गर्दी होती. फारसे बोलणे शक्य नव्हते. नाथचे भाषण ऐकले. जाताना माझा आणि बोरकरांचा हात हातांत घेऊन नाथने निरोप घेतला. हसून म्हणाला, ‘‘कविराज, केव्हा भेटणार आता?’’

तो त्याचा अखेरचा स्पर्श असेल, ते त्याचे अखेरचे हसून बोलणे असेल अशी त्या वेळी कल्पनाही आली नाही.

पहाटेच्या अंधारात टॅक्सीत पेपर पाहिला तेव्हा कळले की सारे संपले! टॅक्सी विमानतळावर पोचली तेव्हा पूर्ण उजाडले होते. एक शुभ्र प्रकाशाची पहाट असणे आणि नसणे यांच्यातला दुवा झाली होती. मरणाच्या मस्तकावर पाय ठेवून जगणाऱ्या नाथच्या तेजस्वी आणि तरीही कोमल जीवनाची ती शुभ्र पहाट होती. ती पहाट मी माझ्या हृदयात, प्राणात भरून घेतली.

आता मृत्यूच्या काळोखावर मी कसा विश्वास ठेवू?

□

साधना, नाथ पै विशेषांक

श्रीनिवास खळे

संगीताचे रसिक आणि व्यासंगी अभ्यासक-समीक्षक दत्ता मारुलकर यांनी 'अंतर्यामी सूर गवसला' हे श्रीनिवास खळे यांचे चरित्र प्रकाशनासाठी सिद्ध केले आहे. खळे हे माझ्या लेखी केवळ एक प्रथितयश व्यक्तिमत्त्व नव्हते तर माझे आवडते संगीत दिग्दर्शक, माझ्या शब्दांना सूर देणारे संगीतकार आणि विशेष म्हणजे माझे जिवाभावाचे असे त्यांच्याशी माझे नाते होते त्यामुळे या पुस्तकाला मी प्रस्तावना लिहावी अशी विनंती दत्ता मारुलकर यांनी मला केली तेव्हा मी नुसत्या आनंदानेच नव्हे तर आंतरिक जिव्हाळ्याने होकार दिला. १९५६ सालापासूनच्या खळे यांच्या आठवणी माझ्या मनात उलगडू लागल्या. श्रीनिवास खळे यांच्यासाठी मी पहिले गाणे लिहिले तेव्हा माझी आणि त्यांची प्रत्यक्ष ओळख नव्हती. त्या काळात मी कविता लिहीत होतो, पण मी एकही गाणे लिहिलेले नव्हते. १९५६ साली मी पहिले गाणे लिहिले. श्रीनिवास खळे यांच्यासाठी मी लिहिलेले ते पहिलेच गाणे असल्यामुळे त्याची आठवण या क्षणीही माझ्या मनात अगदी ताजी आहे.

मुंबईच्या आकाशवाणी केंद्रावर मुलांसाठी होणारा कार्यक्रम, त्याच्या प्रोड्यूसर माया चिटणीस होत्या. माया चिटणीस म्हणजे पूर्वाश्रमीच्या माई वरेरकर. प्रख्यात लेखक आणि नाटककार भार्गवराम विठ्ठल ऊर्फ मामा वरेरकर यांच्या त्या कन्या. मी बाळपणी हाजी कासमवाडीत मामा वरेरकर यांच्या समोरच्या घरात राहत असे. शेजारी राहत असल्यामुळे माई आमच्या घरी अनेकदा येत असत. मी लहान बाळ असताना त्यांनी मला कौतुकाने उचलून घेऊन खेळवलेले होते. माई आकाशवाणीवर गंमत जंमत कार्यक्रमाच्या प्रोड्यूसर म्हणून काम करू लागल्या तेव्हा एके दिवशी माईंचा मला फोन आला. त्या मला म्हणाला, तू

माझ्यासाठी एक गाणे लिहून दे. श्रीनिवास खळे या गाण्याला चाल देणार आहेत. मी गाणे कधीच लिहिलेले नसल्यामुळे माईंना नकार दिला. पण त्या वडीलकीच्या आवाजात आग्रहाने म्हणाल्या, ''तुझ्याकडूनच मला गाणे हवे.'' तेव्हा मी माझे पहिले गाणे लिहिले मुलांसाठी, संगीत दिग्दर्शक श्रीनिवास खळे यांच्यासाठी, माया चिटणीस यांच्या आग्रहामुळे, आकाशवाणीच्या मुंबई केंद्रासाठी. त्या माझ्या पहिल्यावहिल्या गाण्याचा मुखडा होता. 'टप् टप् पडती अंगावरती प्राजक्ताची फुले / रिमझिम रिमझिम त्या तालावर गाणे अमुचे जुळे' श्रीनिवास खळे यांनी त्या गाण्याला अप्रतिम चाल दिली होती. ते गाणे विलक्षण लोकप्रिय झाले. या लोकप्रियतेमुळे त्या गाण्याचा समावेश शाळेतल्या क्रमिक पुस्तकात केला गेला. मी कुठल्याही शाळेच्या समारंभाला प्रमुख अतिथी म्हणून गेलो की नृत्यावर बसवलेले हे गाणे त्या शाळेतल्या विद्यार्थिनी मला म्हणून दाखवत. माझी मुलगी तेव्हा शाळेत होती. तिच्या शाळेत मी प्रमुख अतिथी म्हणून गेलो तेव्हा तिने हे गाणे म्हटलेले मी ऐकले. पुढे तिची मुलगी म्हणजे माझी नात शाळेत गेली तेव्हाही प्रमुख अतिथी म्हणून तिच्या शाळेत मी गेलो असताना खळे यांची चाल असलेले हे गाणे तिने गायिलेले मी ऐकले ! श्रीनिवास खळे यांचे सूर माझ्या गाण्याला महाराष्ट्रात असे घरोघर घेऊन गेले. माझे हे पहिलेच गाणे असल्यामुळे हे यश मला अनपेक्षित होते. या अनपेक्षित यशामुळे मी गाणे लिहू शकतो असा आत्मविश्वास माझ्यात निर्माण झाला. गीतलेखनाच्या क्षेत्रात मी पुढे जे काही काम करू शकलो त्याचे श्रेय श्रीनिवास खळे यांच्या संगीताला आणि माया चिटणीस यांनी दाखवलेल्या माझ्यावरच्या विश्वासाला दिले पाहिजे.

१९५६ साली श्रीनिवास खळे यांनी माझ्या पहिल्या गाण्याला चाल दिली. त्यानंतर त्यांनी माझ्या दुसऱ्या गाण्याला चाल दिली, ते गाणे होते 'शुक्रतारा, मंद वारा'. खळे यांनी माझे गाण स्वरबद्ध केले किंवा माझ्या गाण्याला संगीत दिले असे लिहिण्याऐवजी मी 'चाल दिली' असे लिहिले. 'स्वरबद्ध' किंवा 'संगीत दिले' या प्रतिष्ठित संस्कृत शब्दांऐवजी 'चाल दिली' हे शब्दाचे अस्सल मराठी वळणच मला अधिक आवडते. 'चाल' या शब्दाने स्वररचना हा अर्थ तर येतोच, पण 'चालणे' हा अर्थही येतो. कागदावर लिहिलेले, स्तब्ध पडून असलेले गाणे त्याला चाल मिळाली की बाहेर येऊन स्वराच्या वाटेने चालू लागते. सूर शब्दांना अशी सद्गती देतात.

१९५६ ते १९६४ या आठ वर्षांच्या काळात खळे यांनी माझ्या फक्त एकाच गाण्याला चाल दिली होती. १९६४ साली त्यांनी चाल दिलेले 'शुक्रतारा मंद

वारा' हे माझे गाणे कोणत्यातरी शुभ मुहूर्तावर मी लिहिलेले असले पाहिजे. कारण त्यानंतर माझ्या गाण्यांनी खळे यांच्या प्रतिभेचा हात अगदी घट्ट धरून ठेवला. खळे यांनी आतापर्यंत मी लिहिलेल्या पन्नासाहून अधिक गाण्यांना चाली दिल्या आहेत. त्यांतली सगळीच गाणी ध्वनिफितीच्या रूपाने प्रकाशित झालेली नाहीत. ती प्रकाशित व्हायची तेव्हा होवोत, तो लौकिक भाग झाला. त्याची खंत करीत खळे कधीच बसले नाहीत. त्यांची वाटचाल चालू आहे ती निर्मितीच्या अलौकिकाची : लौकिकाच्या हिशोबाने ती मोजता येणे शक्य नाही.

'अंतर्यामी सूर गवसला' हे श्रीनिवास खळे यांच्या चरित्राचे नाव मला अतिशय आवडले. 'श्रावणात घन निळा बरसला' या श्रीनिवास खळे यांचे अमर संगीत लाभलेल्या गाण्यातली ही ओळ आहे. खळे यांच्या सांगीतिक चरित्राचे यथार्थ दर्शन ही ओळ घडवते. खळे यांना त्यांचा सूर सापडतो तो त्यांच्या अंतर्यामी. बाहेरच्या नावाविध लोकप्रिय फॅशन्सवर धूर्त नजर रोखून खळे कधीही आपली संगीतरचना करीत नाहीत. ते सूर शोधतात आपल्या अंतर्यामी, आपल्या हृदयात. कुठल्याही गाण्याला चाल देत असताना ती चांगली आहे असा हृदयातून होकार आला की खळे ती चाल पक्की करतात — स्वीकारतात. जोपर्यंत हा होकार आतून हृदयातून येत नाही तोपर्यंत आपणच रचलेल्या दहा दहा चालींना नकार देऊन ते या अंतरीच्या होकाराच्या दिशेने पुन्हा रचनेचा प्रवास सुरू करतात. आपण निर्माण केलेली चाल रसिकांना आवडली की खळे यांना स्वाभाविकच अतिशय आनंद होतो. पण असे असले तरी रसिकांच्या आवडीची मापे हुशारीने ध्यानात घेऊन लोकप्रिय होण्यासाठी आपल्या संगीत रचना ते कधीही बेतत नाहीत. केलेली चाल एकदा पसंत पडली की ती पक्की होते — कोणाच्याही दडपणाने खळे ती बदलत नाहीत.

दत्ता मारुलकर यांनी श्रीनिवास खळे यांच्या अनेक भेटी घेऊन त्यांची चरित्रविषयक माहिती गोळा केली आहे. ही माहिती आपल्या चरित्रलेखनासाठी संकलित करताना आपण एका सतत नवी नवी स्वरनिर्मिती करणाऱ्या संगीतकाराचे चरित्र लिहितो आहोत हे भान त्यांनी जागे ठेवले आहे. त्यामुळे ही माहिती सर्वसामान्य अर्थाने केवळ वैयक्तिक, प्रसिद्ध माणसांविषयी सर्वसामान्य माणसाच्या कुतूहलाला चवदार खाद्य पुरवणारी, या मर्यादेत अडकून पडता कामा नये याची जाणीव चरित्रकार दत्ता मारुलकर यांना आहे. संगीत रसिकांचे खळे यांच्या संगीतरचनांवर प्रेम का आहे हे कमीत कमी आणि नेमक्या शब्दांत दत्ता मारुलकर सांगतात आणि त्याचवेळी त्यांच्या निर्मितीचे वैशिष्ट्य कशात आहे

याचेही दर्शन घडवतात. दत्ता मारुलकर लिहितात, ''संगीत रसिकांची खळ्यांवरील प्रेमाची कारणमीमांसा बघू गेल्यास लक्षात येते की ते प्रेम खळे यांनी बांधलेल्या आगळ्यावेगळ्या स्वररचनांमुळे, त्यांतील गोडव्यामुळे व लयतालाच्या बंधामुळे उमलते आहे... त्यातील सूक्ष्मता प्रत्येक वेळी अधिक अधिक नवे उन्मेष स्पष्ट होऊन अर्थपूर्णतेत भर टाकते. त्यांच्या स्वररचनांतील स्वरांची गुंफण अशी असते की शब्दांपलीकडचे, स्वरांपलीकडचेही अव्यक्त असे काहीतरी ऐकताना जाणवते.''

खळे यांच्या प्रतिभेचे वैशिष्ट्य सांगताना, 'शब्दांपलीकडचे, स्वरांपलीकडचे अव्यक्त' असा जो निर्देश दत्ता मारुलकरांनी केला आहे तो अतिशय खोलवरची जाण व्यक्त करणारा आहे. खळे यांच्या संगीतरचना ऐकताना हाच अनुभव मी अनेकदा घेतला आहे. संगीत ऐकण्याच्या शारीर-मानसिक अनुभवाला ओलांडून आत्म्याचा स्पर्श घडवणारा हा 'अव्यक्ता'चा अलौकिक अनुभव असतो.

'श्रीनिवास खळे यांचे वय वाढत होते व बरोबरीला गरिबीही वाढत होती.' असे एक वाक्य दत्ता मारुलकरांनी लिहिले आहे. गरिबी आणि अनेक प्रकारच्या अडचणी, अडथळे यांची सोबत त्यांनी केवळ बाळपणीच नव्हे, तर आयुष्यभर स्वीकारली आहे. पण ही सत्तर संकटे सोसण्याचा परिणाम त्यांच्या कलानिर्मितीवर कधीही झाला नाही. हे लिहीत असताना मला आठवण झाली कुमार गंधर्वांची. कुमारांचे गाणे पुण्याला ठरले होते. त्याच दिवशी मी आणि वसंत बापट कुमारांसोबत मोटारने मुंबईहून पुण्याला जायला सकाळी निघालो. वाटेत खंडाळ्याला एका भज्यांच्या दुकानापुढे वसंत बापटांनी मोटार थांबवली. कुमारांनी आमच्यासोबत यथास्थित भजी खायला सुरुवात केली. मी ते पाहून बिचकलो आणि कुमारांना म्हणालो, ''कुमार, रात्री तुमचं पुण्याला गाणं आहे आणि तुम्ही ही रस्त्यावरच्या दुकानातली तेलकट भजी खाता आहात?'' हे ऐकताच कुमारांनी एक भजे तोंडात टाकले आणि ते मला म्हणाले, ''पाडगांवकर, माझा खाण्याचा गळा वेगळा आणि गाण्याचा गळा वेगळा!'' खळे यांनी गरिबी आणि अशीच इतर अनेक संकटे सोसली असली तरी त्याचा कसलाही परिणाम त्यांच्या कलानिर्मितीवर झाला नाही याचे कारण सोसणारे खळे वेगळे आणि स्वर निर्माण करणारे खळे वेगळे! 'हे खरे की खूप माझे हाल झाले / ना परी गाणे कधी बेताल झाले' हेच तर खळे यांच्या जीवनाचे सूत्र आहे.

खळे यांच्या वडिलांना गाण्याची आवड होती. पण मुलाने नोकरी करावी हेच त्याच्या आणि कुटुंबाच्या हिताचे असे त्यांचे पक्के मत होते. ''गाणी बजवणी

करण्याची धडपड करणारे पोर माझ्या घरात नको. भिकेला लागायची ही लक्षणं, स्वत: रस्त्यावर येईल आणि घरच्यांनाही तिथे नेईल,'' असे वडील संतापून म्हणाले. खळे यांनी अशा स्थितीत सर्वांना बरे वाटावे म्हणून बँकेमधे एक दिवसाची हजेरी लावली. आपण घरातून निघून जावे, हा विचार खळे यांच्या मनात दिवसेंदिवस पक्का होत गेला. हा विचार पक्का व्हायला खळे यांचे मित्र शांताराम रांगणेकर यांनी दिलेले निमंत्रणही कारणीभूत होते. 'बडोद्याला राहून तू काही करू शकणार नाहीस. तू इकडे ये,' हे शांताराम रांगणेकर यांचे आग्रहाचे आमंत्रण खळे यांच्या आयुष्याची दिशा बदलणारे ठरले. हे निमंत्रण आणि अंतर्मनाचा कौल ध्यानी घेऊन खळे यांनी मुंबईला जाणारी ट्रेन पकडली. खरे म्हणजे खळे यांनी कलानिर्मितीच्या जगात नेणारी ट्रेनच या ट्रेनच्या रूपाने पकडली होती. संगीतावर भक्ती असलेल्या बडोद्यातल्या श्रीनिवास खळे या तरुण मुलाला ही ट्रेन खरे म्हणजे श्रेष्ठ प्रतिभावान संगीत दिग्दर्शक श्रीनिवास खळे या भावी मुक्कामालाच घेऊन आली होती.

मुंबईला संगीत दिग्दर्शक डी. पी. कोरगावकर यांच्याबरोबर खळे यांनी काही दिवस काम केले आणि चित्रपट व चित्रपटाचे संगीत यांचे बारकावे समजून घेतले. त्यानंतर मुंबईच्या आकाशवाणी केंद्रावर कॉन्ट्रॅक्ट पद्धतीने खळे काम करू लागले. धडपड... धडपड... सारखी धडपड. या धडपडीच्या काळात ते प्रेमविवाह करून बसलेले. शेवटी ही गरिबी सोसेना, तेव्हा नको ते संगीत म्हणून ते आपली हार्मोनियम विकायला निघाले होते. तेव्हा त्यांची पत्नी वसुमती त्यांना निकराने म्हणाली, ''हे बघा तुम्ही असं करा, हार्मोनियम विका आणि मिळालेल्या पैशातून विष विकत घेऊन या आणि ते घेऊन आपण हे आयुष्य संपवून टाकू.'' खळे हार्मोनियम घेऊन पुन्हा नव्या निश्चयाने, नव्या श्रद्धेने घरात आले. वसुमतीने योग्य मती दिल्यामुळे महाराष्ट्राला एक प्रतिभाशाली संगीतकार मिळाला! खळे यांनी नंतर आकाशवाणी आणि एच. एम. व्ही. या दोन संस्थांत संगीत दिग्दर्शक म्हणून काम केले. इथला अनुभव त्यांना समृद्ध करणारा ठरला.

खळे गाण्याला चाल देतात तेव्हा ती केवळ शब्दांच्या रचनेला दिलेली चाल नसते. चांगले गीत ही चांगली कविता असलीच पाहिजे याची खळे यांना जाण आहे आणि म्हणूनच खळे चाल देतात तेव्हा त्यांनी कविता खोल आतून कळलेली असते. कविता ही केवळ भाषेच्या प्रभुत्वाने कळणारी गोष्ट नव्हे. कवितेतला विचार कळला म्हणजे कविता कळली असेही नसते. कवितेला शब्दांचे, प्रतिमांचे, विचारांचे शरीर असते त्याप्रमाणेच तिला सर्जनशीलेच्या अनुभूतीचा

आत्मा असतो. खळे अनुभूतीच्या या आत्म्याला आपल्या सुरांनी स्पर्श करू शकतात. खळे चाल देत नाहीत; त्यांच्या चालीचे रूप घेऊन कवितेचा आत्मा प्रकट होतो आणि म्हणून खळे यांनी निर्माण केलेल्या चाली ऐकताना केवळ सांगीतिकच नव्हे तर आध्यात्मिक अनुभव आपल्या जाणिवेला स्पर्श करतो.

दत्ता मारुलकर यांनी या चरित्रात श्रीनिवास खळे यांचा सांगीतिक प्रवास रसिकतेने आणि जाणकारीने उभा केला आहे.

या चरित्राचा दुसरा भाग श्रीनिवास खळे यांच्या पत्नी, तिघी कन्या आणि जावई यांनी लिहिला आहे. एक घरगुती व्यक्ती — एक माणूस म्हणून कुटुंबीयांच्या या लेखांतून श्रीनिवास खळे वाचकांना भेटतात.

खळे यांच्या पत्नी वसुमती यांची १९४६ सालपासूनची ओळख. वसुमती यांना लहानपणापासून संगीताची आवड होती. 'हळूहळू आमच्या स्नेहाचे प्रेमात रूपांतर होऊन आमच्या घराण्यांचा बराच विरोध असताना १९५२ साली आमचे लग्न झाले,' असे वसुमती यांनी म्हटले आहे. लग्न झाल्यानंतर आठदहा वर्षे दोघांनीही फारच गरिबीत संसार चालवला. 'परंतु याही परिस्थितीत आम्ही फार सुखी होतो. खळ्यांच्या प्रेमळ स्वभावामुळे कुठल्याही प्रकारच्या परिस्थितीची मला जाणीव झाली नाही,' असे त्या म्हणतात.

खळे यांची मोठी मुलगी शमा लिहिते, 'लहानपणी मला जसे बाबा दिसले होते तेच रूप मी आजही बघत आहे. प्रेमळ, नि:स्वार्थी, लहान मोठ्या माणसांना मदतीचा हात पुढे करणारे.'

खळे यांची दुसरी कन्या संजीवनी लिहिते, 'बाबांना स्वयंपाकाची अतिशय आवड. ते उत्तम स्वयंपाक करू शकतात. आईच्या ऑपरेशनच्या वेळी बाबांनीच आम्हांला चांगलं खाऊपिऊ घातलं व उत्तम प्रकारे सांभाळलं!'

धाकटी मुलगी सोनाली लिहिते, 'त्यांच्यातला एक गुण मला फार घ्यावासा वाटतो, तो म्हणजे त्यांची समाधानी वृत्ती. त्यांनी कधीही कसलीही अपेक्षा केली नाही. जे मिळाले त्यात सुख मानले.'

कलावंत म्हणून जगाला आनंद देणारे श्रीनिवास खळे एक माणूस म्हणून तसाच आनंद आणि समाधान घरात निर्माण करतात.

श्रीनिवास खळे यांच्यासारख्या प्रतिभाशाली कलावंताचे दर्शन घडवणारे हे चरित्र सिद्ध करणारे दत्ता मारुलकर याचे मी मन:पूर्वक अभिनंदन करतो. या चरित्राची सुरुवात करताना त्यांनी कवी वसंत निनावे यांच्या एका गीतातल्या दोन ओळींचा उल्लेख खळे यांच्या सांगीतिक जीवनाची सार्थकता व्यक्त करण्यासाठी

केला आहे. 'जमेल तितुके केले तरीही करणे उरले काही / नकोस येऊ मरणा अजुनी जगणे सरले नाही' अशी मरणाची प्रार्थना करणाऱ्या या ओळी आहेत. यातल्या दुसऱ्या ओळीत थोडासा बदल करून मला म्हणावेसे वाटते की —

जमेल तितुके केले तरिही करणे उरले काही
मरण थांबले भान विसरुनि गाणे ऐकत राही

अनेक आजारांतून गेलेल्या आणि आजही आजारी असलेल्या खळे यांच्या जवळ अनेकदा मरण आले — पण मरणाने खळे यांना स्पर्श केला नाही. आपण कशासाठी आलो आहोत हे विसरून खळे चाल लावीत असलेले गाणे ऐकत मरण उभे राहिले. श्रीनिवास खळे यांना शंभर वर्षे पूर्ण होईपर्यंत मरण असेच गाणे ऐकत उभे राहो.

□

तो नाद अनाहत

श्रीनिवास खळे यांची पहिली भेट मला आजही आठवते. गंमत म्हणजे त्यांनी माझ्या गाण्यांना चाल दिल्यानंतर बऱ्याच दिवसांनी आमची प्रत्यक्ष भेट झाली. १९५५-५६ मधली गोष्ट असावी. आकाशवाणीच्या मुंबई केंद्रावर लहान मुलांसाठी सादर होणाऱ्या कार्यक्रमाच्या निर्मात्या होत्या माया चिटणीस. या माया चिटणीस म्हणजे पूर्वाश्रमीच्या माई वरेरकर. सुप्रसिद्ध नाटककार आणि लेखक मामा वरेरकर यांच्या त्या कन्या. मी पूर्वी मामा वरेरकर राहत त्या हाजी कासमवाडीत मामांच्या समोरच राहायचो. माई वरेरकर या माझ्याहून वीसेक वर्षांनी मोठ्या असाव्यात. तर एके दिवशी माईंचा मला फोन आला, ''अरे मंगेश, माझ्या लहान मुलांच्या कार्यक्रमासाठी तू एक गाणं लिहून दे. आमच्या रेडिओवर सध्या श्रीनिवास खळे नावाचा तरुण मुलगा स्टाफ आर्टिस्ट म्हणून कामाला आहे. तो गाण्याला चाल लावणार आहे.''

माईंना मला हक्काने सांगण्याचा अधिकार होता. कारण मी अगदी लहान असताना त्यांनी मला हातावर खेळवलं होतं. मी माईंना लहान मुलांसाठी गाणं लिहून दिलं. त्या गाण्याचा मुखडा होता -

टप टप पडती अंगावरती प्राजक्ताची फुले
रिमझिम रिमझिम त्या तालावर गाणे अमुचे जुळे

मी माईंसाठी लिहिलेल्या या गाण्याला श्रीनिवास खळे यांनी अतिशय सुंदर चाल दिली. हे गाणं तेव्हा लोकप्रिय झालं. इतकं की नंतर ते शाळेतल्या क्रमिक पुस्तकात घेतलं गेलं. त्यामुळे ते घरोघर पोहोचलं. माझ्या या गाण्याला खळे यांनी चाल दिली तेव्हा मी त्यांना आणि त्यांनी मला पाहिलेलंसुद्धा नव्हतं. त्यांची मला पहिली ओळख झाली ती त्यांच्या स्वरांनी आणि माझी त्यांना पहिली ओळख झाली ती माझ्या शब्दांनी.

त्यानंतर काही दिवसांनी मला माईंचा पुन्हा फोन आला. त्या म्हणाल्या, ''मंगेश, तू माझ्यासाठी जे गाणं लिहिलं होतंस ते मुलांच्या कार्यक्रमाकरिता असल्यामुळे त्याचा श्रोतृवर्ग मर्यादित होता. आता तू खळे यांच्यासाठी मोठी माणसं ऐकतील असं एखादं गाणं लिहून दे.'' मी माईंच्या आग्रहाखातर खळे यांच्यासाठी दुसरं गाणं लिहिलं. त्या गाण्याचे शब्द होते -

शुक्रतारा मंद वारा चांदणे पाण्यातुनी...

पहिल्यांदा हे गाणं मी एका गायकानं गायचं म्हणून लिहिलं होतं. एके दिवशी श्रीनिवास खळे यांचा मला फोन आला, ''पाडगांवकर, माझी एक विनंती आहे. हे गाणं मला द्वंद्वगीत (डुएट) करायचं आहे. त्या दृष्टीने त्यात आवश्यक तो बदल करून द्याल काय?''

मी खळे यांना होकार दिला आणि त्या गाण्यात थोडा बदल करून, काही ओळी नव्याने लिहून त्याची डुएट फॉर्ममध्ये रचना केली. खळे यांनी या गाण्याला अप्रतिम चाल लावली होती. मराठी भावगीतांच्या इतिहासात खळे यांच्या या गाण्याचं संगीत ज्याला अजरामर म्हणता येईल, असंच होतं. हे गाणं रेडिओसाठी जेव्हा ध्वनिमुद्रित झालं, तेव्हा मी स्वत: तिथे हजर होतो. खळे यांची आणि माझी ती पहिली भेट. 'शुक्रताऱ्या'सारखीच ती भेट आयुष्यभर उजळत राहिली. त्या दिवसापासून खळे हे माझ्या गाण्यांचे केवळ संगीतकार राहिले नाहीत, तर माझे अत्यंत जिवलग मित्र झाले.

या दोन गाण्यांनंतर खळे यांच्यासाठी मी आणखीही गाणी लिहिली. माई वरेरकर यांनी मला ही गाणी लिहा, अशी विनंती करण्यामागे एक कारण होतं. श्रीनिवास खळे या प्रतिभाशाली संगीतकाराला रेडिओवर काम कसलं होतं? ते रेडिओच्या टेप्स लायब्ररीचे साधे कारकून होते. ध्वनिमुद्रित करायच्या टेप्स द्यायच्या आणि घ्यायच्या, त्यांची नोंद करायची, हे कारकुनी काम या प्रतिभाशाली माणसाला दिलेलं होतं. माईंना याचं दु:ख डाचत होतं. म्हणूनच त्यांनी मला खळे यांच्यासाठी गाणी लिहिण्याची विनंती केली होती.

पुढे काही दिवसांनी मी आकाशवाणीच्या मुंबई केंद्रावर नाटक सोडून अन्य कार्यक्रमांचा निर्माता म्हणून काम करू लागलो. आता खळे हे माझे आकाशवाणीवरचे एक सहकारी झाले. एवढा गुणी संगीत दिग्दर्शक टेप्स लायब्ररीमध्ये कारकुनी करतो, हे मलाही पाहवत नव्हतं. सुदैवानं त्याच काळात खळे यांना एच.एम.व्ही. (सध्याची 'सारेगामा') कंपनीत रेकॉर्डिंग ऑफिसर म्हणून नोकरीची संधी चालून आली. या पदावर काम करताना त्यांना गाणी निवडण्याचा

व ती ध्वनिमुद्रित करण्याचा अधिकार मिळणार होता. खळे यांच्या गुणांचं चीज होईल अशी ती जागा होती. शिवाय इथे पगारही रेडिओपेक्षा तिप्पट होता. रेडिओवरच्या लोकांना ही गोष्ट कळताच एका मोठ्या अधिकारपदावरच्या व्यक्तीच्या पोटात शूळ उठला. हे अधिकारी म्हणाले, ''हा खळे एच.एम.व्ही.त कसा जातो ते बघतो मी.''

या प्रकारामुळे निराश झालेल्या खळे यांनी माझ्याजवळ ही बाब उघड केली. मी त्यांना मदत करायचं ठरवलं. त्या वेळी आमचे स्टेशन डायरेक्टर दीक्षित नावाचे गृहस्थ होते. त्यांची मातृभाषा गुजराती होती आणि इंग्रजी भाषेवरही असामान्य प्रभुत्व होते. मी त्यांच्या हाताखाली काम करणारा प्रोड्युसर होतो. मी त्यांच्या खोलीत गेलो आणि त्यांना सर्व गोष्ट सांगितली. या प्रतिभावान संगीतकाराला आपल्याकडे कारकून म्हणून डांबण्याचा मुळीच अधिकार नाही, त्यामुळे आपण त्यांचं अभिनंदन करावं आणि एच.एम.व्ही.तील नोकरी स्वीकारण्याची संधी त्यांना द्यावी, अशी विनंती मी दीक्षित यांना केली. त्यावर दीक्षित म्हणाले, ''पाडगांवकर, तुम्ही कसलीही काळजी करू नका. मी बघतो ते.'' पाठोपाठ मी खळे यांना दीक्षितसाहेबांच्या खोलीत घेऊन गेलो. दीक्षित यांनी त्यांचं अभिनंदन केलं. खळे हे बडोद्यात वाढलेले असल्यामुळे त्यांना उत्तम गुजराती बोलता येत होतं. खळे यांनी गुजरातीमधून बोलत त्यांचे आभार मानायला सुरुवात केली. दीक्षितसाहेब आणखी प्रसन्न झाले. श्रीनिवास खळे यांच्या आयुष्यातला तो नवा दिवस होता. टेप्स लायब्ररीच्या कारकुनीतून त्यांची सुटका झाली होती. ते आता एच.एम.व्ही.सारख्या देशपातळीवरील कंपनीत रुजू होणार होते. ध्वनिमुद्रित करण्यासाठी कुठलं गाणं निवडायचं, त्याची संगीतरचना कुणाकडे सोपवायची, त्या गाण्यासाठी गायक-गायिका निवडायचे आणि जर हवं असेल तर कुणाचीही परवानगी न घेता त्या गाण्याला संगीत द्यायचं हे सर्व अधिकार आता खळे यांच्याकडे असणार होते. एका अर्थानं हा खळे यांचा पुनर्जन्म होता.

खळे यांनी आकाशवाणीवर माझं 'शुक्रतारा' हे गाणं ध्वनिमुद्रित केलं त्या वेळी मी हजर होतो. रेडिओवर काम करणाऱ्या सर्व सहकाऱ्यांना या गाण्याची चाल अतिशय आवडली होती. आवर्जून सांगावी अशी गोष्ट म्हणजे 'भावसंगीताचे श्रेष्ठ ऋषी' असं ज्यांचं वर्णन करावं, असे थोर संगीतकार केशवराव भोळे हे आकाशवाणीवर आमचे ज्येष्ठ सहकारी होते. ते स्वत: त्या रेकॉर्डिंगला हजर होते. खळे यांना शाबासकीची थाप देत केशवराव म्हणाले, ''खळे, तुम्ही या क्षेत्रात असामान्य प्रतिभेचे संगीतकार म्हणून प्रसिद्ध व्हाल, असा मला विश्वास आहे.''

केशवरावांसारख्या ऋषितुल्य संगीतकाराकडून मिळालेली शाबासकी हे खळे यांना मिळालेलं श्रेष्ठ पारितोषिक होतं. त्यानंतरच्या काळात खळे यांना लौकिकार्थानं अनेक पुरस्कार मिळाले. परंतु केशवराव भोळे यांची शाबासकी आणि पुढे सर्वश्रेष्ठ गायिका लता मंगेशकर यांनी त्यांच्या संगीतरचनांचं केलेलं अपार कौतुक ही माझ्या मते खळे यांना मिळालेली सर्वोच्च पारितोषिकं आहेत.

खळे त्या काळात चेंबूरला राहत असत आणि मी सायनला. ज्या गाडीतून ते चेंबूरहून येत त्याच गाडीत मी कोळीवाडा (सायन) स्टेशनवर चढत असे. मी गेलो की खळे यांच्या शेजारी बसलेला कुणीही मराठी माणूस उठून मला बसायला जागा करून देत असे. मला आठवतंय, तो मे महिना होता. हातात बॅग धरून मी घाईघाईत गाडी पकडायला जात होतो. प्रचंड उकाड्यामुळे एवढा घाम आला होता की मी चिंब भिजलो होतो. आश्चर्य म्हणजे तसा चिडचिडा होऊन चालत असताना मला अचानक दोन ओळी सुचल्या, त्या होत्या :

श्रावणात घन निळा बरसला रिमझिम रेशीमधारा
उलगडला झाडातुन–अवचित हिरवा मोरपिसारा...

मी गाडीत खळे यांच्या शेजारी बसलो. बॅग उघडली. लिहायचं पॅड काढलं आणि या दोन ओळी लिहून खळेंना दिल्या. खळेंनी त्या वाचल्या आणि एकदम गप्प झाले. आवडल्या, नावडल्या असं काहीही बोलले नाहीत. मला त्यांच्या त्या वागण्याचं आश्चर्य वाटलं. व्ही.टी.ला आम्ही उतरलो तेव्हा तेव्हा आनंदानं चमकणारे डोळे माझ्यावर रोखून खळे म्हणाले, ''पाडगांवकर, मुखड्याची चाल झालेली आहे. आता पुढच्या ओळी द्यायचा विचार करा.''

त्यानंतर जशा सुचतील तशा या गाण्याच्या ओळी मी खळे यांना गाडीतच दिल्या. स्टेशनवर उतरलो की खळे यांचं एवढंच बोलणं असे, ''पाडगांवकर, या ओळींची चाल झालीये, आता पुढच्या ओळी द्या.'' या गाण्याची स्वररचना खळे आपल्या मनात करीत असताना गाडीचा खडखडाटही कोमलसुंदर झाला असणार! पुढे हे गाणं लताबाईंच्या आवाजात ध्वनिमुद्रित झालं तेव्हा अर्थातच त्याचं सोनं झालं. खळे या गाण्याची चाल बांधत होते तेव्हा गायिका म्हणून त्यांच्या डोळ्यासमोर लताबाईच होत्या. पेटीवर मला ही चाल ऐकवली तेव्हा ते म्हणाले, ''पाडगांवकर, ही चाल मी लतादीदींना डोळ्यांसमोर ठेवून बांधलीय. त्या ही चाल ऐकून आपल्या आवाजात ध्वनिमुद्रित करायला तयार झाल्या तर मला सगळं पावलं.'' देवावर असावी तशी खळे यांची लता मंगेशकरांवर श्रद्धा होती. 'श्रावणात घन निळा' हे गाणं लताबाईंच्या आवाजात ध्वनिमुद्रित झालं तो दिवस खळे यांच्या आयुष्यातला एक भाग्यशाली दिवस होता...

श्रीनिवास खळे उत्तम संगीतकार होते, उत्तम माणूस होते आणि उत्तम मित्र होते. त्यांचं प्रेम व जिव्हाळा मला लाभला, हे माझं भाग्य. त्यांना कुठलीही अडचण वा विवंचना असली की मी त्यांचा हात माझ्या हातात प्रेमाने घट्ट दाबून त्यांना साथ देत असे, एवढं आमचं घट्ट नातं होतं.

खळे यांचं संगीत खऱ्याखुऱ्या अर्थानं स्वतंत्र किंवा 'ओरिजिनल' होतं. त्यांनी कधी कुणाचं अनुकरण केलं नाही. बाजारात कुठल्या प्रकारचं संगीत खपतं, याचा हिशेब करून त्यांनी कधीही आपली संगीतरचना केली नाही. कळीचं उमलून फूल व्हावं तशाच नैसर्गिक सहजतेने त्यांच्या मनात शब्द हे स्वरांनी उमलत असत. ज्या गाण्याला खळे संगीत देत त्या गाण्याचा आशय खळे यांना विलक्षण अंत:प्रेरणेनं समजत असे. त्यांची गाण्याची समज पुस्तकी नव्हती. त्यांची समज हा त्यांच्या प्रतिभेचाच आविष्कार होता. त्यामुळे त्यांनी संगीत दिलेलं माझं गाणं जेव्हा मी ऐकतो, तेव्हा माझ्या गाण्याने नवा जन्म घेतलाय असं मला वाटतं. खळ्यांचं समग्र व्यक्तित्वच मुळी खोल अशा अंत:प्रेरणेवर आधारलेलं होतं. या अलौकिक अंत:प्रेरणेनेच त्यांना कविता समजत असे आणि सूर सुचत असत. पुढेपुढे पार्किन्सनच्या त्रासामुळे पेटीवरून बोटं फिरताना त्यांचे हात थरथरत. एकदा ते म्हणाले, ''पाडगांवकर, पेटीवर बोटं फिरवू लागलो की हात थरथरतात, पण असं असलं तरी मला अजूनही नव्या नव्या चाली सुचतात. माझ्यावरची ही देवावरची कृपा अशीच राहू दे, अशी प्रार्थना तुम्ही मला गाणं लिहून देताना करा.''

खळे यांना आपल्या संगीतरचनांचा विलक्षण अभिमान होता, पण कधीही आपल्या रचनाविषयी ते गर्विष्ठपणे बोलले नाहीत. कुठल्याही दुसऱ्या संगीतकाराला कमी लेखून खासगी बोलण्यात त्याचा उपहास त्यांनी केला नाही. खळे यांचं गाणं हे त्यांचं सुदर आंतरिक जगणं होतं. ज्यांचं जगणं हे गाणं असतं, ते महत्त्वाकांक्षेमागे लाळ घोटीत कधीच धावत नाहीत. ते आतून स्वरांनी फुलत असतात. त्यांचं जगणं हे फुलणं असतं आणि फुलणं हेच जगणं असतं. खळे यांनी संगीत दिलेल्या 'श्रावणात घन निळा बरसला' या माझ्या गाण्यात 'अंतर्यामी सूर गवसला... नाही आज किनारा...' अशी एक ओळ आहे. श्रीनिवास खळे यांना हा सर्जनशीलतेचा सूर त्यांच्या अंतर्यामी गवसला होता!

□

लोकसत्ता, रविवार, ११ सप्टें. २०११

आधार देणारा साहित्यिक

गेल्या दोन दिवसांत मोहन वाघांच्या चंद्रलेखाने सादर केलेल्या 'वाऱ्यावरची वरात' आणि 'बटाट्याची चाळ' या प्रयोगांना तुडुंब भरलेल्या रसिकांनी हशा आणि टाळ्या यांनी दिलेली प्रचंड दाद मी स्वत: इथे बसून ऐकलेली आहे. थिएटरमध्ये बसून ती तुमची दाद ऐकताना — मला एक विलक्षण अनुभव येत होता. हे कार्यक्रम होत होते पु. लं.च्या पुण्यतिथीनिमित्ताने. पुण्यतिथी हा शब्द काय आहे हे मी आपल्याला सांगायला नको. पुण्यतिथी म्हणजे मरणाची तारीख, माणसाच्या मृत्यूची तारीख. आमच्याकडे कोकणामध्ये तर, एकदा दिवेलागण होऊन गेल्यानंतर मृत्यूचा सूचक शब्द उच्चारणं हेसुद्धा वाईट मानलं जायचं. कुणीतरी जर पटकन म्हणालं, "अरे तो मेला" तर आजी-आजोबा एकदम ओरडायचे. इतकं मरणाचं भय आपल्याकडे असतं. मृत्यूच्या तिथीला आपण पुण्यतिथी असा शब्द वापरला. सगळ्यांच्याच बाबतीत ती पुण्यतिथी असते. ती भाषेची एक वहिवाट झालेली असते. भाषेची एक चाकोरी झालेली असते. कुठल्याही पत्राच्या मायन्यावर आपण श्रीयुत अमुकअमुक असं लिहितो. तो श्रीयुत लक्षाधीशही असतो आणि ज्याला संध्याकाळच्या जेवणाची वानवा आहे असा तोही श्रीयुतच असतो. दोन प्रयोग बघत असताना आणि आपली दाद अनुभवत असताना मला जाणवलं की, पु. ल. देशपांड्यांसारखी माणसं क्वचितच जन्माला येतात, की ज्यांच्या बाबतीत पुण्यतिथी हा शब्द खऱ्या अर्थाने अर्थपूर्ण असतो. आमच्या लहानपणी सांगत असत की, दान दिलं की पुण्य लागतं. कुणी जलदान करी, कुणी अन्नदान करी, कुणी धनदान करी. पु. लं.नीसुद्धा फार मोठ्या रकमांच्या देणग्या दिल्या आहेत. पण मला नेहमी असं वाटतं की, दान करून पुण्य लागतं ही गोष्ट खरी असली, तरी शेवटी अन्न खाऊन संपतं, पाणी पिऊन संपतं, आणि

धन खर्च करून संपतं; पण पु.लं.नी आपल्याला आनंदाचं जे दान दिलं, ते कितीही खर्च केलं तरी आपण पुन्हापुन्हा अनुभवू शकतो. एक प्राचीन ऋषी एक दिवशी पहाटे उठला. त्यानं सृष्टीचं सौंदर्य पाहिलं आणि विलक्षण आनंदानं भारावून जाऊन तो चटकन म्हणाला, 'पश्य देवस्य काव्यं न ममार न जीर्यती' — हे देवाचं काव्य पाहा - याला न मृत्यू, न वार्धक्य किंवा न जरा. पु. लं.नी जे आनंदाचं दान दिलं आहे त्याला ना मृत्यू, ना वार्धक्य किंवा ना जरा. आणि ज्याला मरण नाही आणि जरा नाही, अशा पु. लं.च्या मृत्यूची तिथी मी म्हणालो त्याप्रमाणे ही खऱ्या अर्थाने पुण्यतिथी आहे, हे आपल्याला जाणवलंच असेल.

पु. लं.बरोबर मी तीन वर्षं ऑल इंडिया रेडिओमध्ये एका खोलीत टेबलाला टेबल लावून काम केलेलं आहे. ५३ सालापासून गेली अनेक वर्षं मी त्यांना ओळखतो आहे. त्यांची कामं विविध तऱ्हांची असत आणि प्रत्येक कामामध्ये ते जीव ओतून काम करीत असत. पु. लं.चं. हे कर्तृत्व आणि बहुरंगी-बहुढंगी व्यक्तित्त्व मी जेव्हा बघतो, तेव्हा एका झाडाचं रूपक माझ्या डोळ्यांसमोर उभं राहतं. आपण एखादं झाड बघतो. अनेक झाडं बघतो. प्रत्येक झाडाच्या फांद्या म्हणजे एका डान्सरने घेतलेली नृत्याची पोज आहे असं वाटतं. एका झाडासारखं दुसरं झाड नाही. ही नृत्याची पोच वेगवेगळी असते. झाडाला फुलं येतात, फळं येतात, हिरवीगार पानं येतात, पक्षी येऊन त्यावर बसतात; हे सगळं झाडाचं सौंदर्य आपल्याला दिसतं. त्याचं वैभव दिसतं. तसं पु. लं.चं पेटीवादन असो, नाटक असो, गाणं असो, एकपात्री प्रयोग असो, की कलांचे तऱ्हातऱ्हांचे आविष्कार असोत; झाडांची पानं, फुलं, फळं यांच्यासारखे ते आपल्याला दिसतात आणि आनंद देतात. पण झाडाचं जे चैतन्यकेंद्र आहे ते आपल्याला दिसत नाही. ते असतं झाडाचं मूळ, जे जमिनीच्या खाली असतं. मी जेव्हा पु. लं.च्या या व्यक्तित्वाचे अनेक सुंदर आनंददायी आविष्कार बघतो, तेव्हा माझ्या मनात नेहमी विचार येतो की, नवनवे आविष्कार घडवणाऱ्या या पु. ल. देशपांडे नावाच्या माणसाचं हे मूळ जे दिसत नाही किंवा त्याचं जे चैतन्यकेंद्र आहे ते नेमकं काय आहे? मी त्यांना पाहिलेलं आहे म्हणून सांगतो की, त्यांच्यामधे एक असं काहीतरी होतं की, ज्याला सतत आनंद निर्माण करण्यासाठी प्रकट होण्याची इच्छा, सर्जनशील होऊन प्रकट होण्याची इच्छा होती. झाडाच्या मुळामधे जशी आतून प्रकट होण्याची इच्छा होते, तशी पु. लं.च्या बाबतीत ती होती.

रेडिओवर असताना आमचं रेकॉर्डिंग झालं की मैफील व्हायची. इतर माणसंदेखील आमच्या खोलीत येऊन बसायची. पी. एल.च्या भोवती मैफिली

नेहमी असायच्या — गप्पा असोत, आम्ही कोणाच्या घरी गेलेलो असो किंवा त्यांच्या घरी असो — मैफिली — मैफिलींचा राजाच होता तो. सगळेच म्हणतात, पु. ल. हा मैफिलींचा राजाच होता. मैफिली नेहमी आनंद निर्माण करीत असत. ईश्वराला आपण जे अनेक शब्द वापरतो, त्यांत एक शब्द 'नटेश्वर' असा आहे. हा शब्द मला फार आवडतो. नट जसा नाना तऱ्हांची रूपं घेतो आणि तुम्हांला आनंद देतो, तसा हा जो नटेश्वर आहे, हा नाना तऱ्हांची रूपं घेतो. रंगभूमीवर - कलांच्या आविष्कारांची - म्हणून तो नटेश्वर आहे. हा नटेश्वर पु. लं.च्या आत कुठेतरी होता. पु. ल. मैफिलीत असो, घरातल्या खोलीत दार बंद करून लेखन करत असो, रंगमंचावर असो, खासगी मैफिलीत असो; किंवा पु. ल. कुठेही असो, त्याच्यातला नटेश्वर सतत प्रकट होत असे. रंगमंच हा तर रंगमंच — पण पु. लं.ची खासगी बैठक हासुद्धा त्यांच्या दृष्टीने रंगमंचच असे. मी. पु. लं.ना मैफिली माणूस म्हणालो — पु. लं.च्या मैफिली याचा अर्थ सगळ्या, विशेषत: तरुण लेखक-कवींनी विशेष समजून घेण्यासारखा आहे. मी खूप मैफिली माणसं पाहिलेली आहेत. मैफिली माणसं ही दोन तऱ्हांची असतात. एक मैफिली माणूस असा असतो की, ज्याला कामाची बैठक नसते. कुठलीही जबाबदारी; मग ती पुस्तक लेखनाची असो किंवा कादंबरी लेखनाची असो. पुस्तक लिहिण्यासाठी पाच-सहा तास बैठक मारून महिनोन्‌महिने बसावं लागतं. ही कामाची बैठक ज्यांच्याकडे नसते, अशी माणसं मैफिलीत किस्से आणि गोष्टी सांगून मैफिली रंगवतात. पण त्या गोष्टींमध्ये बराचसा भाग गॉसिपचा असतो; जो पु. लं.च्या खासगी मैफिलींमध्ये नसे. बाबासाहेब पुरंदरे गड चढणारे आहेत — मैफिलींमध्ये किस्से रंगवणारी माणसं जरी कुठलाही गड चढत नसली, तरी त्यांच्या मैफिलीत एक गड असतो आणि तो म्हणजे भानगड! त्यामुळे त्याच्यामध्ये गॉसिप असतं, सगळं असतं आणि ही माणसं एका अर्थाने जरी आनंद देतात, तरी एका अर्थाने ती, आयुष्यातले जे काही चांगले गुण आहेत त्यांच्यापासून पळून जात असतात. पु. लं.ची मैफील ही वेगळ्या तऱ्हेची होती.

पु. ल. कष्टाला कधीही भ्यायले नाहीत. पु. लं.सारखा कष्टाळू माणूस मी पाहिलेला नाही. त्यांचं इतकं सगळं साहित्य — तुम्ही त्यांची पुस्तकं बघा — नुसती उतरवून काढायलाच एक आयुष्य पुरायचं नाही, इतकं विविध त्यांनी लिहिलं आहे. शिवाय स्टेजवरचं काम तर तुम्ही सोडूनच द्या. विलक्षण कष्ट करण्याची ताकद असल्याशिवाय किंवा बैठक असल्याशिवाय हे शक्यच नाही.

मला कुमार गंधर्व आणि पी. एल. ह्यांच्यामध्ये ह्या बाबतीत साम्य जाणवतं. कुमारलासुद्धा गाणंबिणं संपलं की गप्पा मारण्याची, मैफिलींची अतिशय आवड होती. तसा तोही मैफली मनुष्य होता. आम्ही इंदौरला गेलो असताना एके दिवशी आम्ही बसलो होतो आणि गप्पा चालल्या होत्या. ते बोलत होते, मीही बोलत होतो, राहुल बारपुते बोलत होते. बोलताबोलता एकदम कुमार म्हणाले, "वा! क्या बात है!" मी चमकलो. म्हटलं, "अहो, काय — कशाला दाद दिलीत कुमार?" "नाही! आत एक जागा सापडली." मी तुम्हांला सांगतो, बाहेर जागा शोधणारे आणि जागा घेणारे पुष्कळ लोकं असतात, पण जो आत उभा आहे किंवा ज्याला आत जागा सापडली आहे असा पु. लं. देशपांडे किंवा कुमार गंधर्व यांच्यासारखा माणूस क्वचितच असतो. ज्याला आत जागा सापडली आहे त्याची जागा कधी जात नाही.

आमच्या कोकणामध्ये सोयरोबा तांबे नावाचे संतकवी होऊन गेले. त्यांच्या फार सुंदर दोन ओळी आहेत — "आम्ही न हो पाचातले, न हो पंचविसातले, सर्वी असूनी आम्ही असर्वातले हो, आम्ही आतले हो आतले!" आयुष्यातल्या अशा नाना रांगांत पु. ल. रंगले. ते सगळे रंग आणि ढंग त्यांनी साहित्यातून व्यक्त केले, पण सर्वी असूनही असर्वातले राहिले. त्या मैफिलीत असूनही तो मैफिलीच्या बाहेर होता — कारण आम्ही 'आतले हो आतले.' कुमारांनी म्हटल्याप्रमाणे त्याला आत कुठेतरी जागा सापडली होती. मी पी. एल.च्या शेकडो खासगी मैफिली बघितलेल्या आहेत. प्रत्येक ठिकाणी मला सारखं असं वाटायचं की, एखादं नाटक करण्याच्या अगोदर नटमंडळी एकत्र येऊन रिहर्सल करतात ना, रंगीत तालीम करतात ना, तशी पु. लं.ची खासगी मैफील ही त्यांची कुठेतरी रिहर्सल होती. त्या मैफिलीत तो कुठल्यातरी एका मोठ्या नाटकाची रंगीत तालीम सतत करत होता, हे सतत जाणवलं.

आता पु. लं.च्या विनोदाच्या बाबतीत मला एक गोष्ट सांगायला पाहिजे की, पु. लं.चा विनोद हा अत्यंत निर्विष आणि निर्मळ होता. कुठल्याही अर्थाने त्यांचा विनोद कधी खालच्या पातळीवर उतरलेला नाही. विनोद अनेक तऱ्हांनी व्यक्त होतो. त्याची वाङ्मयीन मीमांसा करण्याचं हे स्थळ नाही; पण मला नेहमी एक वाटतं की, काही जातींचा विनोद मोठा असतो, पण त्याच्यामध्ये माणसाकडे तुच्छतेने पाहिलेलं असतं, माणसाची कीव केलेली असते. त्या विनोदाच्या मागचं जे मन आहे त्याच्यामध्ये कुठेतरी माणसाविषयीची तुच्छता असते. लहानपणी कोकणामध्ये आम्ही पोरं हातामध्ये काडी घेऊन किड्याला खेळवायचो. तो असा

करायचा; तो तसा करायचा मग आजूबाजूची पोरं मोठ्यामोठ्याने हसायची. माणसाला किड्यासारखं समजून काही माणसं विनोदाच्या काडीने त्याला खेळवतात आणि तुम्ही-आम्ही त्याला हसून दाद देतो. पु. लं.च्या कुठल्याही लेखामधला किंवा प्रयोगामधला विनोद पाहा, त्याच्यामध्ये माणसाची थट्टा केलेली आहे; माणसाच्या बावळटपणाची गंमत केलेली आहे; माणसाचा दंभ, माणसाचे दोष ह्या साऱ्यांचं प्रदर्शन केलं आहे. पण हे सगळं करत असताना पु. लं.नी माणसाला कधी किड्यासारखं वापरलेलं नाही. माणसाकडे कधी तुच्छतेनं पाहिलेलं नाही. पु. लं.नी माणसांवर प्रेम केलंय, माया केली. आई जसा प्रेमाने पाठीवर धपका देते तसे उपहासाचे आणि उपरोधाचे धपके पु. लं.नी दिले, पण त्यांच्या हातात कुठेतरी आईची माया आहे. जीवनाचं जे विदारक चित्र मर्ढेकरांनी 'पिपात मेले ओल्या उंदीर' या कवितेत रंगवलेलं आहे त्याची जाणीव पी. एल.ला नव्हती असं नाही. उत्तम जाणीव होती. धडपडून-धडपडून तो वर आला होता. अत्यंत संवेदनाशील अशी नजर त्याला होती. मर्ढेकरांनी म्हटलंय, ''माणसाची — तुमची-आमची अवस्था कशी आहे की 'जगायचीपण सक्ती आहे, मरायचीपण सक्ती आहे.' '' पु. लं.नी त्याच्यापुढे आणखी एक ओळ लिहिली नाही, पण त्यांनी अप्रत्यक्षपणे ती लिहिली आहे असं त्यांचं साहित्य वाचताना मला वाटलं. मर्ढेकर म्हणतातच, 'जगायचीपण सक्ती आहे, मरायचीपण सक्ती आहे.' त्यापुढे पु. लं.ची ओळ आहे — 'हसायचीपण सक्ती आहे.' होय, जगायची सक्ती आहे, मरायची सक्ती आहे, हे तुम्हाआम्हा सगळ्यांना माहिती आहे, पण पु. लं.च्या विनोदाला तुम्ही दाद देता, गाण्याला, सुरांना तुम्ही दाद देता, पेटीला दाद देता आणि इथे त्यांच्या मृत्यूच्या दिवशी म्हणजे पुण्यतिथीच्या दिवशी प्रचंड हशा-टाळ्यांनी एक आनंदोत्सव साजरा करता याचं कारण 'हसायचीपण सक्ती आहे.' तुमच्याआमच्या सगळ्यांच्या आयुष्यात कटकटी आहेत, त्या कोणालाही चुकलेल्या नाहीत. त्यामुळे 'जगायचीपण सक्ती आहे मरायचीपण सक्ती आहे' पण पु. लं.बरोबर आनंदघोष करत आपण म्हणतो आहोत -- ''हसायचीपण 'सक्ती' आहे'' -- जगायची आणि मरायची सक्ती असतानासुद्धा हसायची सक्ती ज्याने आपल्या मनात जागी केली त्या पु. लं. विषयी कृतज्ञता व्यक्त करायला शब्द अपुरे पडतात.

फ्रेंच कलावंत मार्सेल मार्सो हा पी. एल.चा अत्यंत लाडका कलावंत होता. तो 'माइमिंग' म्हणजे मुकाभिनय करे. तो मुंबईला आलेला असताना मी स्वत: त्याचा प्रयोग मुंबईला पाहिलेला आहे. मुकाभिनयात त्याचा शेवटचा आयटम

मुखवट्याचा असायचा. हास्य, दुःख, एकाकीपणा, असहायता, मूकपणा असे तऱ्हेतऱ्हेचे मुखवटे एकावर एक घालून तो स्टेजवर येतो. मुकाभिनयाने एकेका मुखवट्याचं दर्शन देऊन झाल्यावर तो तो मुखवटा काढून टाकतो. असं करत शेवटी सगळे मुखवटे काढून टाकल्यानंतर आणखी एक मुखवटा तो काढून टाकायचा प्रयत्न करतो. तो त्याचाच चेहरा असतो. मुकाभिनयाने तो काढून टाकायचा प्रयत्न मार्सो करतो, पण स्वतःचा चेहरा कसा निघणार? त्या प्रयत्नात तो थकतो, खाली पडतो आणि मरण पावतो असा तो खेळ आहे. पु. लं.नी मार्सेल मार्सो पाहिलेला होता. पु. लं.चाही हाच धंदा होता. 'हसवण्याचा माझा धंदा' असं ते म्हणत असत. तऱ्हेतऱ्हेचे मुखवटे त्यांनी लेखनातून, एकपात्री प्रयोगांतून तुमच्यासमोर काढले, पण मार्सेल मार्सोसारखा स्वतःचा चेहरा उपटण्याचा प्रयत्न त्यांनी कधी केला नाही. याचं कारण असं की, मुखवट्याला चेहेरे असतात, पण त्याला डोळे नसतात. पी. एल.ला हे ठाऊक होतं की, आपला हा जो चेहरा आहे त्याला डोळे आहेत. तो बघू शकतो. हे जे बघणं आहे, ही पी. एल.ची शक्ती होती. तुमच्याआमच्याकडे साध्यासुध्या नाना तऱ्हांच्या अनुभवांकडे पी. एल. मोठ्या गमतीने बघत असे.

त्याचे गुडघे फार थकलेले असत. पुष्कळ वेळा मी त्याला मुंबईहून फोन करत असे. आपलं काय असतं, आपली दुःख रॅरॅ करत आपण सारखी सांगत असतो. काही लोक आपला आजार इतकी वर्णनं करून सांगतात की, ते ऐकताना आपण आजारी पडणार असं आपल्याला वाटतं. पण पी. एल.ला फोन केला आणि विचारलं की, "पी. एल., कसं काय चाललंय! गुडघे काय म्हणताहेत?" तर तो म्हणायचा "पाडगांवकर, काय सांगू तुला — यांच्यासमोर मी अक्षरशः गुडघे टेकलेयेत."

कधीकधी त्याच्या ट्रस्टच्या कामासाठी त्याला अनेक फॉर्म भरावे लागत. पी. एल. तसा कष्टाळू होता, पण कारकुनी कामाचा कंटाळा. स्वाभाविक आहे. अनेक सरकारी कायदेकानू असतात, त्यानुसार त्याला अनेक फॉर्म भरावे लागत. तो कंटाळला होता. मी त्याला फोन केला, म्हटलं "काय चाललंय पी. एल.?" तो म्हणाला "अरे, काय सांगू तुला? हा फॉर्म भर, तो फॉर्म भर. कंटाळलोय. लोकं सारखे फोन करतात आणि विचारतात, 'काय पी. एल. साहेब काय चाललंय?' मी त्यांना सांगतो, "पी. एल.साहेब सध्या फॉर्मात आहेत." म्हणजे आपल्या गुडघ्याची सूज असो किंवा कंटाळवाणं कारकुनी काम, यांच्याकडे त्याचं जे बघणं होतं, ते विलक्षण होतं. आणि म्हणून हा चेहऱ्याचा मुखवटा फाडण्याचा

मार्सेल मार्सोसारखा प्रयत्न पु. लं.नी कधी केला नाही, कारण त्या मुखवट्याला नुसता चेहरा नव्हता, तर त्याला पु. लं.च्या कंटाळवाणेपणाकडे, दु:खाकडे, सुजलेल्या गुढघ्याकडे बघणारे डोळे होते, आणि त्या बघणाऱ्या डोळ्यांकडे दृष्टीची अलिप्तता होती — त्यातून पु. लं.चा विनोद निर्माण झाला होता.

शेवटची एक गोष्ट सांगतो. ज्या विलेपार्ले या ठिकाणी पु. लं.नी आपलं सगळं बालपण आणि तरुणपण घालवलं त्या ठिकाणी एकदा पु. लं.चा सत्कार होता — मला वाटतं त्याला पंच्याहत्तर वर्षं पूर्ण झाली म्हणून. पण त्याला पार्किनसन्स झालेला होता. हात कापत होता. पी. एल. बोलतील की नाही याचीसुद्धा शंका होती. पण विलेपार्ल्याच्या लोकांनी तुडुंब गर्दी केली होती. पी. एल.ला लहानपणापासून पाहिलेले म्हातारेसुद्धा तिथे आलेले होते. कोणीतरी हाताला धरून पी. एल.ला स्टेजवर आणून बसवलं. मला ते इतकं असह्य झालं की, माझे डोळे अक्षरश: भरून आले. ते माझ्या शेजारी बसले. मी बोलताना एक आठवण सांगितली. खरी-खोटी गोष्ट माहीत नाही, पण मी कुठेतरी वाचलं होतं की पहिल्या पार्लमेंटमधील गोविंद वल्लभ पंत कोण याची इतकी माहिती सगळ्यांना नव्हती. गोविंद वल्लभ पंतांचं असं होतं की, स्वातंत्र्याच्या चळवळीत पोलिसांच्या लाठीमारामध्ये त्यांच्या पाठीच्या मणक्यावर लाठी बसल्यामुळे त्यांच्या मज्जासंस्थेवर परिणाम झाला होता आणि त्यामुळे त्यांचे हात थरथर कापत. फार थोड्या लोकांना हे माहिती होतं. पार्लमेंटमध्ये होममिनिस्टर म्हणून ते जेव्हा पहिल्यांदा भाषण करायला उभे राहिले, तेव्हा हातातला कागद थरथर कापायला लागला. तेव्हा तुमच्या-आमच्यासारखे जे मेंबर्स होते, ज्यांना माहिती नव्हतं, त्यांना वाटलं की, गोविंद वल्लभ पंत पहिलं भाषण करायला घाबरलेत. त्यामुळेच पाच-सहा माणसं हसली. ते गोविंद वल्लभ पंतांच्या कानी आलं. त्यांनी थरथरणारा कागद हातात धरला आणि म्हणाले, “My harids-tremble but my decisions don't” ‘माझे हात थरथर कापतात, पण होम मिनिस्टर म्हणून मला देशाच्या संदर्भातले निर्णय घ्यायचेत ते ठाम असतील.’

अतिशय चपळपणे सगळी काम करताना मी पी.एल.ला पाहिलेलं आहे, आणि आज त्यांना थरथर कापत असताना असं स्टेजवर आणून बसवावं लागलं. पण मी गोविंद वल्लभ पंतांची गोष्ट सांगितली आणि म्हटलं की आज पी. एल.चं शरीर, hands tremble, पण त्याने लिहिलेलं साहित्य हे tremble होणार नाही. ते ध्रुवाच्या अढळ ताऱ्यासारखं आहे आणि जातीयतेमुळे, आर्थिक समस्यांमुळे थरथर कापणाऱ्या आमच्या पुढच्या अनेक पिढ्यांना (कायमचाच पार्किनसन्स

झालेल्या आपल्यासारख्या सामान्य माणसांना) ते आधार देत राहील. म्हणून अशा पु. ल. देशपांडे यांच्या पहिल्या स्मृतिदिनानिमित्त, त्यांच्या पुण्यतिथीनिमित्त, आपण गेले दोन दिवस हा जो आनंदोत्सव साजरा केलात आणि त्यात त्यांच्या आठवणी सांगण्याची आणि त्यांच्या प्रतिभेच्या स्वरूपावर काही वेळ चिंतन करण्याची संधी मला या निमित्तानं दिलीत त्याबद्दल या सगळ्या संयोजकांचा मी ऋणी आहे.

□

पु. ल. देशपांडे यांच्या प्रथम स्मृतिदिनी बालगंधर्व रंगमंदिर,
पुणे येथे केलेले भाषण

मुलांचे कवी मायदेव

मराठी भाषेतील बालकवितांच्या विकासात कै. वा.गो. मायदेव यांचा फार मोठा वाटा आहे. मायदेवांच्या पूर्वी बालकवी, दत्त, ना. वा. टिळक, भा. रा. तांबे यांनी लहान मुलांच्यासाठी कविता लिहिल्या होत्या. या कवितांपैकी काही वैशिष्ट्यपूर्ण आहेत. त्यांपैकी काही कवितांचा क्रमिक पुस्तकांतून अंतर्भाव झाल्यामुळे त्या मुलांच्या परिचयाच्याही झाल्या. परंतु या कवीच्या एकूण काव्यलेखनाचा विचार करता बालकविता या विशिष्ट काव्यप्रकाराला मिळालेले स्थान फारच गौण आहे. हा काव्यप्रकार हाती घेऊन त्याच्या विकासाच्या अनेक शक्यता शोधीत जाण्याचा प्रयत्न या कवींनी केल्याचे दिसत नाही. अशा तऱ्हेचा प्रयत्न करणारा पहिला मराठी कवी म्हणून कै. वा. गो. मायदेव यांचाच उल्लेख करावा लागेल.

मी स्वत: लहान असताना मायदेवांच्या कित्येक कविता मोठ्या आवडीने पाठ म्हणत असे. शाळेतील वार्षिक उत्सवाच्या कार्यक्रमात, वाडीतल्या मुलांच्या गणेशोत्सवात त्यांची काही गीते आम्ही कित्येक मुले अभिनयासहित म्हणत असू, त्या वेळी या कविता मायदेवांच्या आहेत हेदेखील मला ठाऊक नव्हते. या कविता आमच्या क्रमिक पुस्तकात अभ्यासार्थ नव्हत्या. त्या आम्ही पाठ केल्या होत्या हा आमच्या बालसुलभ हौसेचा, आनंदाचा भाग होता. हेच मायदेवांच्या कवितेचे खरे यश होते. मुलांच्या कल्पनाविश्वाची दारे उघडण्याची किल्ली त्यांना सापडल्याची ही खूण होती.

मुलांसाठी कविता लिहिणाऱ्या कवीला कविता या माध्यमाचे एक निराळ्या प्रकारचे आव्हान स्वीकारावे लागते. हे आव्हान तो समर्थपणे स्वीकारू शकला तरच त्याची ही कविता मुलांच्या वृत्तीशी जिवंत संवाद साधू शकते. मुलांचे हे

वृत्तिविशेष मायदेवांना सहजपणे जाणवले होते. मुलांच्या मनाला आकर्षून घेणारे सोपे, बहिर्मुख नाट्य, कल्पनेला वास्तवाचे आकार देणारा 'छांदिष्ट' खेळ, शब्दांशी निरपेक्ष खेळण्याची मुलांची लकब, मोठ्यांच्या जगातील व्यक्तींना, घटनांना सहजपणे बालसुलभ आकार देऊन त्यांचे खेळणे करण्याची त्यांची मानसिक गरज, मुलांच्या मनांतली आकारविचित्र भीती... या गोष्टींची कवी म्हणून जाण मायदेवांना होती याची जाणीव त्यांच्या या कविता वाचीत असताना आजही मला होते.

कविता हा प्रकार मुलांच्या पुष्कळसा जवळ येतो तो शाळेत अभ्यासासाठी लावलेल्या क्रमिक पुस्तकांतून. या कवितांवर परीक्षेत प्रश्न विचारले जातात. यामुळे कविता ही मुलांना आनंद देण्यासाठी असते ही गोष्टच आपण मोठी माणसे विसरून जातो. कविता हे मुलांना प्रश्न विचारता येतील असा नैतिक उपदेश करण्याचे किंवा व्याकरण शिकवण्याचे किंवा कठीण शब्दांचे अर्थ त्यांच्या डोक्यात कोंबण्याचे साधन असेच आपण मानतो. मी लहान असताना गणिताचा तास आणि कवितेचा तास यांतला फरक मला कित्येक वर्षे समजलाच नव्हता. मुलांच्या भावजीवनात मायदेवांना खराखुरा रस होता. मुलांना आनंद देण्यात त्यांना एक कलावंत म्हणून स्वाभाविकच आनंद वाटत होता. यामुळेच मायदेवांची बालकविता उपदेशाचे मठ्ठ ओझे घेऊन उभी राहिली नाही. मुलांचे कल्पनाविश्व त्यांना सहजपणे सुचत गेले. स्वाभाविकच मुलांना ही कविता आपली वाटली. 'सत्य सदा बोलावे सांगे गुरू आपला बाप' ही छडीसारखी लांबलचक, शिक्षावजा ओळ संपून मायदेवांच्या कवितेमुळे, 'चला सुट्टी झाली आता खूपखूप खेळायचं' ही हसू-बागडू लावणारी ओळ मुलांच्या जगात आली. मुलांच्या कवितेकडे पाहण्याची जुनाट, व्यवहारी दृष्टी आता मागे पडल्याची निश्चित अशी खूण आपल्याला मायदेवांच्या बालकवितेत आढळते. त्या काळातला एक लहान मुलगा म्हणून आणि आज मुलांसाठी कविता लिहिणारा एक कवी म्हणून मायदेवांच्या या ऋणाचा मी कृतज्ञतापूर्वक उल्लेख करतो.

मुलांच्या कल्पनाविश्वातले वास्तव अद्भुताचे, विक्षिप्तपणाचे परिमाण घेऊन अवतरते. सभोवतालच्या वास्तवाचे व्यावहारिक साधन म्हणून उपयोग करण्याची त्यांची गरज मर्यादित असल्यामुळे हे जग या वेगळ्या रूपात त्यांच्यापुरते 'खरे' असते. पशुपक्ष्यांचे जग, माणसांचे जग, स्वप्नसदृश आकार त्यामुळेच एकमेकांत एक विलक्षण संवाद साधीत मिसळून जातात. वास्तव कुठे

संपते आणि कल्पनेचे जग कुठे सुरू होते हे चटकन कळतही नाही. मायदेवांच्या कवितेतून ही जाणीव काही वेळा अतिशय सुंदर रीतीने प्रकट होते.

शाळा शाळा खेळू ताई
तू आणिक मी होऊ बाई
माणिक मांजर, काळे अस्वल
सारी कक्का कुक्कू शिकतिल

फोनोग्राफचा कर्णा गुलछबूच्या फुलासारखा दिसतो, हे दृश्य वास्तव कल्पनेच्या एका वेगळ्याच जगात मुलाला घेऊन जाते. फोनोसमोर गाणे ऐकत माणसे बसतात. गुलछबूच्या फुलासमोर दिसते फुलपाखरू. मायदेव चार ओळींची नाजूक कविता लिहून जातात.

गुलछबू हा
फोनो वाजवी
फूलपाखरा
गाणे ऐकवी

इथेच ते ही कविता संपवतात. कल्पनांचे चऱ्हाट वळीत कविता लांबवीत नाहीत. कलावंत म्हणून त्यांचा संयम इथे दिसून येतो. ज्या काळात त्यांनी या कविता लिहिल्या त्या काळात कल्पनांची पिंजण करीत कविता पेंढा भरल्यागत फुगवण्याकडे बऱ्याच कवींचा कल असे. खुद्द मायदेवांच्या प्रौढांसाठी लिहिलेल्या कवितांत अशीच पिंजण अनेकदा दिसते. परंतु या छोटच्या बालकवितांत हा कलात्मक संयम मायदेवांना साधला आहे :

मिठू मिठू पोपट
हिरवे कसे अंग ?
गवतात लोळलास ?
लागला का रंग ?

अशी या नेमकेपणाची अनेक उदाहरणे देता येतील.

मायदेवांनी मुलांसाठी लिहिलेली बरीचशी कविता पारंपरिक जातिवृत्तांमध्ये लिहिलेली आहे. ही कविता मुलांनी गाऊन म्हटली पाहिजे ही तिची एक गरज लक्षात घेता मायदेवांची ही रचना सोपी, मुलांच्या तोंडात सहज बसेल अशी प्रासादिक आहे. कवितेच्या आशयाला या चाली अनुरूपही आहेत. परंतु वृत्तछंदात्मक रचना हे भाषेला एका विशिष्ट संस्कारांनी प्राप्त झालेले असे रूप असते. संस्कृतीच्या विकासाबरोबर वा संस्कारितेमुळे हे रूप आपल्याला

नैसर्गिकही वाटू लागते. परंतु बोलभाषेची लय ज्या अर्थाने सहज असते त्या अर्थाने भाषेचे हे वृत्तबद्ध स्वरूप सहज नसते. 'येरे येरे पावसा' किंवा 'चांदोबा चांदोबा भागलास का' यांसारख्या पिढ्यान् पिढ्या मुलांच्या तोंडी असलेल्या लोकगीतांत ही बोलभाषेची लय पकडलेली असते. शब्दांच्या उच्चारी ठेक्यांची केलेली ही बांधणी मुलांच्या दृष्टीने अधिक सहज असते. हे विधान करीत असताना पारंपरिक छंदवृत्तांना गौणत्व देण्याचा हेतू नाही हे स्पष्ट आहे. बोलभाषेच्या या लयबद्ध उपयोगाची ही शक्यता मायदेवांनी जाणली होती. मुलांसाठी कविता लिहिणाऱ्या मायदेवांच्या कविसंवेदनेचे हे उल्लेखनीय वैशिष्ट्य आहे.

मिठू मिठू पोपट
आहे मोठा चावट
डाळ खातो कच्ची
मला म्हणतो लुच्ची

ही (मायदेवांची) कविता कित्येक वर्षे 'येरे येरे पावसा' सारखे लोकगीत आहे अशीच माझी समजूत होती. बोलभाषेच्या ठेक्यात लिहिलेल्या या छोट्या छोट्या कवितांत मायदेवांनी अनेक गमती केल्या आहेत. बोलभाषेची ही लय पकडीत कधी ते हत्तीचे प्रचंड गमतीदार रूप एखाद्या कोड्यासारखे मांडतात.

सुपासासारखे कान
खांबासारखे पाय
दोनच दात तर
माझे नाव काय ?

इथे शब्दांचा ठेका आणि कल्पना मांडण्याची धाटणी या दोन्ही गोष्टींतून लोकगीताचा वारसा सुस्पष्टपणे प्रकट होतो. 'कोकणातून आला जोगी । राख माखून उगी' किंवा 'काळी घोडी । लगाम तोडी । भल्याभल्याच्या भिंती फोडी' या 'कोहळा' आणि 'घूस' ही उत्तरे असलेल्या जुन्या उखाण्यांची बांधणी अशीच आहे. या बांधणीचा चपखल वापर मायदेवांनी केला यात त्यांची बालकवितेकडे पाहण्याची विशिष्ट दृष्टी दिसून येते. ही दृष्टी मराठी बालकवितेच्या पुढल्या काळातील विकासाला निश्चित पोषक ठरली हे आज लिहिल्या जाणाऱ्या अनेक बालकविता वाचताना ध्यानात येते.

एखादे खेळणे जवळ करावे त्याप्रमाणे मुले मोठ्या माणसांचे जग आणि त्यातल्या घटना जवळ करतात. मुलांच्या या 'खेळण्यात' एक अभावित विनोद

असतो, एक मिस्कील नाट्य असते. कवी मायदेवांनी हे नाट्य विलक्षण समरसतेने व्यक्त केले आहे. या नाटकातले 'आजोबा' हे अस्सल जिव्हाळ्याचे, हमखास रंगणारे पात्र आहे.

आजोबांची शेंडी जेव्हा भुरूभुरू हलते
मनाला मौज किती वाटते !
कष्टाने मी चढतो बसतो त्यांच्या खांद्यावर
जसा की पक्षी फांदीवर
आजोबांचा चष्मा लावुन डोळे मी झाकतो
शहाणा वाटे किति दीसतो
आजोबांचा डोळा चुकवुन चंची मी लपवितो
हुडकता खो खो खो हासतो !

किंवा 'आजोबा, आजोबा । तुम्ही वाजवा टिचक्या । मी करतो नाच । मधुन घेतो गिरक्या' यांसारख्या अनेक कवितांतून मायदेवांनी हे नाट्य उभे केले आहे. हे नाट्य उभे करण्यासाठी त्यांनी मुलांच्या भावजीवनात सहजपणे रंगणाऱ्या अनेक 'भूमिका' हुडकल्या आणि अभिनय करीत गाऊन म्हणता येतील अशा गीतांतून उभ्या केल्या. बाजारात जाणारा शेतकरी, बाळाला झोपवणारी आई, अंगणात खेळणाऱ्या चिमण्या, शाळामास्तर, बागुलबुवा, भाऊबीजेचा प्रसंग आणि त्यातला भाऊ... हे त्यांतल्या काही भूमिकांचे उल्लेख झाले. मायदेवांनी हे फार मोठे काम केले आहे. मराठी बालकवितेतील त्यांची ही कामगिरी अभिमानाचे स्थान आहे.

अशा तऱ्हेच्या या गीतांतून मायदेवांनी अनेक गोष्टी एकाच वेळी साधल्या. या गीतांमुळे मुलांत स्वाभाविक असलेल्या अनुकरण प्रवृत्तीला कलात्मक वाव मिळाला. अभिनयाच्या आणि धीटपणे लोकांपुढे हा अभिनय करीत गीत म्हणून दाखवण्याच्या गुणाला उत्तेजन मिळाले. असे गाणे म्हणजे हा एक प्रकारचा खेळच असल्यामुळे कविता हा व्याकरणाचा अभ्यास न बनता ती एक क्रीडा बनली. कविता घोकंपट्टी करून, वर्गांतील व्याख्याने ऐकून खऱ्या अर्थाने कळत नाही. कविता कळणे म्हणजे ती प्रत्ययाला येणे. जी कविता आनंद देत नाही ती मुलांच्या कधीच प्रत्ययाला येत नाही. अनेक अंगांनी मुलांचा मनोविकास होत असतो. या मनोविकासात छंद, ताल, लय, स्वर, नाट्य, अभिनय, रंग यांची जाणीव ही एक महत्त्वाची घटना असते. शैक्षणिक सिद्धान्ताच्या कोष्टकांची सांकेतिक पोपटपंची करून ही जाणीव मुलांत निर्माण करता येत नाही.

'या चिमण्यांनो या ग या । अंगणि माझ्या नाचाया' ही मायदेवांची कविता म्हणत जेव्हा ती छोटी मुलगी स्वत:ला विसरून त्या चिमण्यांसाठी नाचते तेव्हा फूल जितक्या स्वाभाविकपणे फुलते तितक्याच सहज, स्वाभाविकपणे ही अनेकांगी जाणीव तिच्या ठिकाणी निर्माण होत असते. भावी जीवनात श्रेष्ठ कलाकृतीचा आस्वाद घेण्यासाठी लागणारी संवेदनशीलता तिच्या मनात तयार होत असते. उमलत्या मनांशी असा संवाद साधण्याचे भाग्य मायदेवांना लाभले होते.

□

बालसाहित्य जत्रा, मार्च १९७०

रवींद्रनाथ

बालपण

कलकत्त्यातील एका जुनाट घरात रवींद्रनाथांचा जन्म झाला. त्यांच्या पूर्वजांनी घेतलेले हे घर होते. या तीन मजली भव्य घरात रवींद्रनाथांचे बालपण गेले. अनेक खोल्या, अनेक दिवाणखाने, भले मोठे अंगण असे या घराचे रूप होते. या भल्यामोठ्या घरात राहायला माणसेही खूप होती. भावंडांत रवींद्रनाथ सर्वांत लहान. इतरांसारखे या लहान मुलाचे अभ्यासात काही लक्ष नव्हते. पुस्तकांतले धडे पाठ करण्याऐवजी याला तासन् तास झाडांकडे, पक्ष्यांकडे पाहत बसणेच अधिक पसंत होते आणि म्हणूनच की काय आईला छोट्या रवींद्राचे कसे होईल याची फारच काळजी वाटत असे. तेही अर्थात् स्वाभावीकच आहे. त्या माऊलीला जगाचा अनुभव होता. स्वतंत्र विचार करणाऱ्या माणसांपेक्षा, नवीन काही निर्माण करण्याची धडपड करणाऱ्या माणसांपेक्षा घोकंपट्टी करून परीक्षा पास होणारी माणसेच शेवटी समाजात पुढे येतात, लठ्ठ पगाराच्या नोकऱ्या पटकावून जगात यशस्वी ठरतात हे तिला माहीत होते. आणि रवींद्रांचे तर नेमके याच गोष्टीकडे लक्ष नव्हते. नेमक्या याच गोष्टींचा त्यांना वीट होता. या लहानग्याचे पुढे या व्यवहारी, धूर्त जगात कसे होईल याची काळजी रवींद्राच्या आईला वाटत असे ती यामुळेच.

कलकत्त्याचे हे भलेमोठे घर चांगलेच गजबजलेले असे. घरात खूप नोकरमाणसे होती. पाहुण्यांची ये जा तर सारखी चालूच असे. रवींद्र धरून एकंदर चौदा भावंडे! रवींद्र हा देवेंद्रनाथांचा चौदावा मुलगा. रवींद्रनाथांच्या मोठ्या भावांची, बहिणींची लग्नेही झाली होती. रवींद्राबरोबर खेळण्यासाठी त्यांची मुले होतीच. महर्षी

देवेंद्रनाथ फारच थोडे दिवस घरात असत. त्यांचा बहुतेक वेळ हिमालयातच जात असे. या सर्व मुलांकडे लक्ष देण्याचे काम नोकरांकडे असे.

बहिणीचा मुलगा सत्य आणि मोठा भाऊ सोमेंद्र यांच्याशी रवींद्रनाथांची विशेष गट्टी होती. पण हे दोघे रवींद्रनाथांपेक्षा वयाने वडील होते. समवयस्कांची जशी मैत्री जमते तशी या मुलांची मैत्री अर्थात् कशी जमणार? हे दोघे रवींद्रांना सोडून आपल्या खेळांत, उनाडक्यांत रमून जात. छोट्या रवींद्राला एकटेच राहावे लागे. रवींद्रांची एक मैत्रीण मात्र त्यांना कधीच सोडून जात नसे. तिच्याबरोबरच त्यांना सारखे खेळावे लागे. ही मैत्रीण म्हणजे रवींद्रनाथांची कल्पनाशक्ती! एकटे असले की रवींद्रनाथ कल्पनेच्या साम्राज्यातच वावरत असत. घरात एक जुनी पालखी होती. एकेकाळी ही भली मोठी पालखी फारच रुबाबदार असली पाहिजे. पण हा एकेकाळचा रुबाब आता इतिहासजमा झाला होता. ही जुनाट पालखी वापरात नव्हती. घरातल्या एका कोपऱ्यात ती बिचारी गुपचूप पडून होती. कोणी तिच्या वाटेला जात नव्हते. घराचा तो अंधारा कोपराच त्या पालखीला आपली सोबत करीत असे. रवींद्रनाथांच्या नजरेने नेमकी ही पालखी हेरली. पालखी वापरात नसल्यामुळे मोठी माणसे तिच्या वाटेला जात नसत. त्यामुळे ही पालखी सर्वस्वी रवींद्राच्या मालकीची झाली. पालखीचा पडदा बाजूला करून रवींद्रनाथ आत जाऊन बसत असत.

बाहेरच्या जगापेक्षा हे पालखीतले जग फार वेगळे होते. बाहेरच्या जगातली मोठी माणसे रवींद्रांना अभ्यासासाठी, शिस्तीसाठी सारखी दटावीत. नोकरमाणसे तर सारखा जाच करीत. वयाने मोठी असलेली मुले रवींद्राला आपल्यात खेळायला घेत नसत. बाहेरच्या जगात कसे एकटेएकटे वाटे; मन कसे खिन्न होत असे! पण या पालखीच्या जगात मात्र रवींद्रनाथ एकटे असूनसुद्धा एकाकी नव्हते. पालखीतल्या जगाचे ते राजे होते! जादूच्या सतरंजीवर बसून ते सातासमुद्रांच्या पलीकडे जात. या सातासमुद्रांच्या पलीकडे एका भल्यामोठ्या किल्ल्यात एका दुष्ट राक्षसाने एक सुंदर राजकन्या कोंडून ठेवलेली असे. बिचारी राजकन्या! तो क्रूर राक्षस काय बरे करील तिचे? पण जादूच्या सतरंजीवरून सात समुद्र ओलांडून आलेला रवींद्र त्या राक्षसाला थोडाच भिणार? रवींद्रांच्या हातातल्या तळपत्या तलवारीपुढे त्या राक्षसाचा काय पाड! आणि मग अर्थात् ते घनघोर युद्ध. त्यात राक्षसाचा पराभव आणि त्या सुंदर राजकन्येची सुटका आणि हे सगळे त्या जुनाट अंधाऱ्या पालखीत बसून!! खरेच, ही पालखी जादूची होती. या पालखीत बसले की मनाला पंख फुटत. मन खूप दूर दूर उडू लागे. दूरदूरच्या जगात ते जाऊन येई.

त्या जगात राजकन्या भेटत. रामायणाच्या गोष्टीत ऐकलेले राक्षस भेटत. घरात होती तशी बंधने या पालखीच्या जगात नव्हती. या जगात स्वातंत्र्य होते. संपूर्ण मोकळीक होती.

देवेंद्रनाथांचा भर साधेपणावर होता. साधेच कपडे या मुलांना वापरावे लागत. बाजारातून आणली जाणारी उंची खेळणी या मुलांच्या हातात कधीच सापडली नसती. झाडांची पाने, बागेतले दगड, माती, पाणी या निसर्गाने दिलेल्या खेळण्यांनीच ही मुले खेळत. बागेतले दगड आणि माती गोळा करून ही मुले किल्ला बांधीत असत. या खेळण्यामुळे मुलांच्या कल्पनाशक्तीला वाव मिळत असे. आपल्या हातांनी आपण काही तरी नवी गोष्ट निर्माण केली आहे, या भावनेने जो आनंद होतो त्यासारखा दुसरा आनंद नाही. खूप पैसे देऊन बाजारातून रंगीबेरंगी खेळणी आणली म्हणजे हा आनंद मिळतोच असे नाही. उलट अशा या खेळण्यांनी पुष्कळ वेळा मुलांची कल्पनाशक्तीच खुरटून जाते. ती ऐदी बनतात. आपण आपल्या हातांनी काहीतरी नवीन गोष्ट तयार करावी ही भावनाच त्यांच्यात निर्माण होत नाही. लहानसहान गोष्टी मुले जमवतात. पाने, दगड, माती, पाणी, या गोष्टी बाजारातून विकत आणाव्या लागत नाहीत. त्यांना पैसे पडत नाहीत. म्हणून काही लोक त्यांना क्षुद्र, क्षुल्लक म्हणतील. पण ज्याला पैसे पडतात तेच महत्त्वाचे ही कल्पनाच मुळात चुकीची आहे. आनंद देणारी कुठलीही वस्तू क्षुद्र नसते. माणसे मोठी झाली की पुष्कळ वेळा दुःखी होतात; कारण मुले ज्याप्रमाणे लहानसहान गोष्टींतून आनंद निर्माण करतात तसा आनंद मोठ्या माणसांना निर्माण करता येत नाही. बालकवींची 'आनंदी आनंद गडे' नावाची एक फार सुंदर कविता आहे. कवीच्या दृष्टीला लहानसहान गोष्टींतही आनंद भरलेला दिसतो. परंतु स्वार्थाच्या मागे धावणाऱ्या लोकांना हा आनंद मिळू शकत नाही. बालकवी आपल्या या कवितेत म्हणतात —

स्वार्थाच्या बाजारात
किती पामरे रडतात!
त्यांना मोद कसा मिळतो
स्वार्था सोडुनि तो जातो

अशा या लहानसहान गोष्टींतून आनंद निर्माण करण्याची कला रवींद्र या क्षुल्लक खेळण्यांतून शिकले. जीवनात सर्वत्र सौंदर्य पाहणाऱ्या या थोर कवीला लहानपणीच्या या दगडमातीच्या खेळण्यांतूनच जणू काय सौंदर्याची, आनंदाची दृष्टी मिळत होती. मोठेपणी रवींद्रनाथांनी लहानपणीच्या या खेळण्यांवरच एक सुंदर

कविता लिहिली. 'खेळणी' असेच या कवितेचे नाव आहे. बालकवींच्या 'आनंदी आनंद गडे' या कवितेत आहे तशीच काहीशी भावना टागोरांच्या 'खेळणी' या कवितेतून व्यक्त झाली आहे. टागोर आपल्या या सुंदर कवितेत म्हणतात,

''हे लहानग्या बाळा! हातांत एक लाकडाचा लहानसा तुकडा घेऊन तू सकाळपासून मातीत खेळत बसला आहेस. तुझ्या हातांतले हे खेळणे पाहिले की मला सारखे हसू येते!

''हे लहानग्या! दगड, माती, काटक्या यांची खेळणी करून त्यांत रंगून जाण्याची कला मी आता पूर्णपणे विसरून गेलो आहे!

''आता मला खूप पैसे पडणारी खेळणी लागतात. सोने, चांदी गोळा करण्यासाठी माझी सारखी धडपड चाललेली असते!

''हे लहानग्या बाळा! तुझ्या हाती कितीही क्षुल्लक गोष्ट असली तरी तिच्याशी खेळून तू आपला आनंद निर्माण करतोस! मी मात्र ज्या गोष्टी मला कधीही मिळणार नाहीत त्यांच्या मागे धावून माझी सर्व शक्ती खर्च करीत असतो...''

अशा या गजबजलेल्या घरात रवींद्रनाथांचे बालपण जात होते. मुलांवर देखरेख करण्याचे काम सर्वस्वी नोकरांवरच सोपवलेले होते. या नोकरांनी निर्माण केलेल्या तुरुंगात मुलांना रहावे लागे. बाहेरच्या जगात हिंडावे फिरावे असे रवींद्रनाथांना फार वाटे. पण या भक्कम तुरुंगातून त्यांची सहजासहजी सुटका होण्यासारखी नव्हती!

एका नोकराचे नाव होते श्याम. तो मूळचा खुलना जिल्ह्यातला राहणारा. काळा रंग, जाडजूड देह आणि गंभीर चेहरा यामुळे घरांतल्या मुलांवर श्यामचा चांगलाच धाक राहत असे. त्याने डोळे वटारले की मुलांचा उतू जाणारा उत्साह दबकत, भीत मागे सरायचा आणि थंड व्हायचा! घराच्या चार भिंतींच्या बाहेर जाण्याचा जरा कुणी प्रयत्न केलाच तर श्याम बकोटीला धरून त्याला घरात बसवीत असे. श्यामने आपल्या कडक शिस्तीचा पिंजरा तयार केला होता. त्या बळकट पिंजऱ्यात घरातली सर्व मुले भेदरलेल्या पाखरांप्रमाणे बसून राहत. या भक्कम पिंजऱ्यातली मुले बोलत नसत की हसत नसत; धावणे, हुंदडणे तर दूरच राहिले!

रवींद्राच्या अवखळपणाविषयी श्यामला आधीपासूनच संशय. घराच्या खिडकीत उभे राहून तासन् तास आकाशाकडे, झाडांकडे, दूरच्या रस्त्यांकडे पाहत बसणारा रवींद्र संधी मिळाली तर बाहेर पळून जायला कमी करणार नाही, याची श्यामला खात्री होती. हे संकट येऊ नये म्हणून श्यामने आधीच उपाययोजना करण्याचे ठरविले. घरातल्या एका कोपऱ्यात त्याने रवींद्राला बसवले. त्या

जागेभोवती त्याने खडूने एक रेघ आखली. डोळे वटारून दरडावणीच्या स्वरात तो रवींद्राला म्हणाला —

"ही रेघ दिसते का?"

"हो," भीत भीत रवींद्र उत्तरला.

"नुसते हो म्हणून नाही चालणार. बसला आहेस तिथेच बसून रहा. हलता कामा नये इथून. या खडूच्या रेषेच्या बाहेर जाशील तर खबरदार!" श्यामने पुन्हा डोळे वटारले, चेहरा अधिकच गंभीर केला. भेदरलेला रवींद्र कोपऱ्यात बसून राहिला. रामायणातली सीतेची गोष्ट त्याला आठवली! लक्ष्मणाने सीतेला अशीच रेषा काढून दिली होती. ती रेषा सीतेने ओलांडली म्हणूनच रावणाने — त्या राक्षसाने — सीतेला पळवून नेले. राक्षस! छे! श्यामने आखून दिलेली ही रेषा ओलांडता कामा नये! रवींद्राच्या डोळ्यांपुढे एक भला मोठा राक्षस दिसू लागला. त्या राक्षसाचे केस कुरळे होते... रंग काळा होता... श्यामसारखेच डोळे वटारून तो उभा होता! खडूच्या रेषेबाहेर उभा राहून तो राक्षस दरडावीत होता. त्याचा आवाजही थेट श्यामसारखाच होता. नाही... ही रेषा मुळीच ओलांडायची नाही... इथेच बसून राहिले पाहिजे... अगदी इथेच!

त्या जागेवर बसून खिडकीतून बाहेरचे जग दिसे. बागेच्या भिंतीजवळ एक जुना वटवृक्ष होता. तप करीत बसलेल्या एखाद्या ऋषीसारखा हा वटवृक्ष दिसत असे! त्याच्या लोंबणाऱ्या पारंब्या ऋषीच्या गुंतलेल्या जटांप्रमाणे भासत. या ऋषितुल्य वटवृक्षावर नजर खिळवून रवींद्र बसत असे. खोलीच्या खिडकीखालीच पाण्याचे एक टाके होते. आजूबाजूचे लोक इथे स्नान करण्यासाठी येत असत. त्या प्रत्येकाची आंघोळीला येण्याची वेळ, पोशाखाची तऱ्हा, आंघोळ करण्याची पद्धत रवींद्राला रोज रोज पाहून ठाऊक झाली होती. दुपार झाली की शुकशुकाट पसरे. पंखांची फडफड करीत, गोगलगायींचा पाठलाग करीत बदके इकडून तिकडे फिरू लागत. त्यांच्या आवाजाचे कपटे तेवढे काही वेळ हवेत तरंगत राहत!

एखादे रंगीबेरंगी चित्रांचे पुस्तक पाहावे तसे रवींद्र हे सारे जग पाहत बसे. शिस्तीच्या पिंजऱ्यातून बाहेर जाण्याची त्याला मुभा नव्हती. बाहेरचे जग रवींद्राला भेटायला येई... पण या पिंजऱ्याच्या गजांतूनच त्याची भेट घ्यावी लागे. घराच्या कैदेत बसून रवींद्र या बाहेरच्या स्वतंत्र जगाकडे टक लावून पाहत बसे.

संध्याकाळच्या वेळी मुलांकडे लक्ष देण्याचे काम ईश्वर नावाच्या नोकराकडे होते. पूर्वी त्याने मास्तराचे काम केलेले होते. त्यामुळे मुलांना धाकात ठेवण्याचे काम त्याला सोपे वाटावे हे स्वाभाविक होते.

ईश्वरने मुलांना गप्प बसवण्याची एक निराळीच युक्ती शोधून काढली होती. दिवस मावळला की मुलांना समईभोवती बसवून तो त्यांना रामायण आणि महाभारत यांतल्या कथा वाचून दाखवीत असे आजूबाजूला सारे शांत असे. समईची लांबलचक सावली एखाद्या विचित्र प्राण्यासारखी भिंतीवर चढून बसलेली असे. भिंतीवरून पाली किडे शोधीत सरसर फिरत असत. आणि मग गोष्टी सुरू होत. घोड्यांच्या टापांचा आवाज ऐकू येऊ लागे. राम वनवासाला जायला निघे आणि सर्वांचे डोळे भरून येत. समईच्या त्या मिणमिणत्या प्रकाशात रामायण महाभारतातले जग डोळ्यांपुढे उभे राहत असे.

ईश्वरने हे केले होते आपल्या सोयीसाठी, मुले शांत रहावीत म्हणून. पण एवढे मात्र खरे की त्याच्या या गोष्टींचा चांगलाच फायदा रवींद्राला झाला. रामायण महाभारताचे संस्कार अनायासे त्याच्या मनावर घडले.

देवेंद्रनाथ आपल्याबरोबर हिमालयाच्या प्रवासाला घेऊन जाईपर्यंत नोकरांनी निर्माण केलेल्या या तुरुंगातच रवींद्रला खितपत पडावे लागले. या नोकरांनी घराचा तुरुंग करून ठेवला होता. मुलांच्या खळाळणाऱ्या उत्साहाला कृत्रिम शिस्तीचे बांध घालून त्यांना कोंडून ठेवले होते. कडक नियमांच्या अंधारकोठडीत मुलांचे कुतूहल बंदिस्त होऊन पडले होते. मने गुदमरत होती. परंतु नोकरांना त्याची पर्वा नव्हती. घरातल्या वडील मंडळींनाही या गोष्टीची दाद नव्हती. ज्या वयात हसायचे, खेळायचे, हुंदडायचे त्या वयात आंबट चेहरा करून रवींद्रनाथांना कोपऱ्यात बसून रहावे लागले. नोकरांची जुलमी शिस्त एकाद्या बुढ्ढ्या राक्षसिणीप्रमाणे रवींद्राच्या पुढे उभी राहून त्याच्यावर सक्त नजर ठेवीत होती. असहाय पाखरू पंख फडफडवीत पिंजऱ्यात अश्रू ढाळत होते; पिंजऱ्याच्या गजांतून बाहेरच्या जगाकडे आर्त नजरेने पाहत होते. आकाश दूर होते... खूप दूर होते. पंखांना स्पर्श होत होता तो नुसत्या गजांचा... जखडून ठेवणाऱ्या पिंजऱ्याच्या लोखंडी गजांचा!

पिंजऱ्यांतल्या पांखराप्रमाणे रवींद्राचे बालपण या घराच्या तुरुंगात गेले.

शिक्षण

पावसाळ्याचे दिवस आहेत. निळ्याकाळ्या ढगांच्या भाराने आकाश वाकले आहे. कौलांवर वाजंत्री वाजते आहे. घरांच्या छपरांवरून पागोळ्यांची झालर ओघळते आहे. अंगणात गुडघाभर पाणी झाले आहे. अशा वेळी हातात्या पुस्तकांकडे कुठून लक्ष लागायला?... भिजत भिजत अंगणात उभे राहावे आणि

ओंजळीत पावसाचे थेंब झेलावे. कागदाची होडी करावी आणि वाहत्या पाण्यावर हलकेच सोडावी. कौलावरील वाजंत्रीच्या तालावर बेहोष होऊन नाचावे.

पण अभ्यास... स्पेलिंग... खरेच इतकी मुले बसली आहेत, पण कोणाचे लक्ष आहे पुस्तकाकडे?

अघोरबाबू येणारच का आज? कदाचित् खूप पाऊस पडतो म्हणून येणारसुद्धा नाहीत. आणि आलेच तर भिजून येतील अन् मग सुटी मिळेल! इंग्रजीच्या तडाख्यातून तेवढीच सुटका!

पाऊस पडतोच आहे. रागीट पंतोजीच्या हातातली छडी सपसपावी तशी वीज लखलखते आहे. झाडे भेदरून उभी आहेत.

समोरून कोणाची तरी छत्री दिसते आहे. खात्रीने कोणीतरी इकडेच येत आहे. देवा, अघोरबाबू तर नसतील? मुलांच्या घोळक्यात इंग्रजीचे प्रायमर हातात घेऊन बसलेल्या छोट्या रवींद्रनाथाची नजर त्या छत्रीवर खिळली आहे. चार भिंतींच्या तुरुंगात बसून स्पेलिंग घोकण्याची त्याची इच्छा नाही. अशा पावसाच्या वेळी घरात बसून राहणे म्हणजे त्याला छळ वाटतो. हातातल्या प्रायमरचे एखादे पान फाडून जर त्याची होडी करता आली आणि ती पाण्यावर सोडून तिच्या पाठोपाठ भिजत भिरभिरत धावता आले तर ते त्याला हवे आहे. पावसात मात्र जायचे नाही आणि आर ए आय एन रेन म्हणजे पाऊस असे घोकत नुसते बसून राहायचे म्हणजे जुलूमच नाही तर काय?

छत्री जवळ येत चालली. होय, अघोरबाबचू ते! शंकाच नाही. आलेच इंग्लिश शिकवायला! आता कुठल्या कागदाच्या होड्या, कुठले वाऱ्याच्या पाठी धावणे आणि कुठला पाऊस! अघोरबाबू आले. करा घोकंपट्टी आता—रेन म्हणजे पाऊस, रेन म्हणजे पाऊस!

अघोरबाबू शिकवीत होते. मुले शब्द घोकीत होती. छोट्या रवींद्राचे लक्ष मात्र तेथे नव्हते. एक जुनी आठवण त्याच्या मनात जागी झाली हाती. त्या वेळी घराबाहेर जाण्याची त्याला परवानगी नव्हती. बसणे, उठणे, फिरणे, चालणे सगळे काही घरातच. बहिणीचा मोठा मुलगा सत्य हा वयाने थोडा मोठा होता. त्याला मात्र शाळेत घातला. त्या दिवशीची ती संध्याकाळ. सत्य धावत धावतच घरी आला. त्याच्या डोळ्यांत आनंद चमकत होता. का नाही चमकणार? घराच्या बाहेर पडून तो शाळेत गेला होता. त्याने जग पाहिले होते. आणि मग रस्त्यावरच्या व शाळेतल्या त्याने सांगितलेल्या त्या गमती! ते वर्णन ऐकल्यावर घरी राहणे कुणाला शक्य झाले असते? शाळेत जाण्याचा हट्ट घेतला तेव्हा रवीला

मास्तर म्हणाले, ''आता शाळेत जाण्यासाठी रडतो आहेस, मग शाळेतून बाहेर पडण्यासाठी रडशील हो!'' रवींद्राच्या डोळ्यांसमोरून हा प्रसंग सरकत होता. वैतागून तो आपल्याशीच म्हणत होता. 'उगीचच हट्ट केला तेव्हा शाळेत जाण्यासाठी, नको हा तुरुंग, नको ते चार भिंतींच्या आत तासन् तास तिष्ठत बसून राहणे. आणि या शिक्षाही किती भयंकर! सर्वांसमक्ष बाकावर उभे करायचे आणि पालथ्या हातावर पाट्यांचा ढीग रचायचा! काय पण हे? लहान मुलांना का मनच नसते? कंटाळवाणे शब्द घोकत बसून राहायला तुम्हाला आवडते का, असे कुणीच का नाही त्यांना विचारीत? जणू काही त्यांना भावनाच नाहीत. वाटते की, पक्ष्यासारखे शीळ घालत, उडत उडत कुठे तरी दूर जावे. झाडांशी बोलावे, झऱ्याच्या काठाने धावत जावे व त्याच्याशी पळण्याची शर्यत लावावी. पण हे कुठे शक्य आहे? लहानपणी शाळेत जाण्याचा हट्ट धरला तेव्हा घरच्या मास्तरांनी सांगितलेले शब्द किती खरे ठरले!''

बाहेर पाऊस पडतच होता. अंधारून आले होते. अघोरबाबू शिकवीतच होते. मुलांची घोकंपट्टी चाललीच होती. आणि छोट्या रवींद्राचे मन पिंजऱ्यात कोंडलेल्या, डांबून ठेवलेल्या पाखरासारखे तडफडत होते.

लहानपणी रवींद्रनाथ टागोरांचे शिक्षण हे असे झाले! हे शिक्षण म्हणजे त्यांना तुरुंगवासच वाटे. या शिक्षणात नव्हता आनंद की नव्हता मोकळेपणा! एखाद्या पोत्यात सामान कोंबावे तसे मास्तर मुलांच्या डोक्यात ज्ञान कोंबण्याचा प्रयत्न करीत आणि शिस्तीने त्याला करकचून बांधीत. घोकंपट्टी हा या शिक्षणाचा प्राण होता. जो अधिक घोकतो तो अधिक हुशार अशी व्याख्या होती!

शिक्षण म्हणजे काय? आपण शिकतो कशासाठी? कशासाठी शाळेत जायचे? शिक्षण म्हणजे घोकंपट्टी नव्हे. शिक्षण म्हणजे स्मरणशक्तीची कसरत नव्हे. मातीत रुजलेले बीज पाणी शोषून घेऊन वर येते. प्रकाशामुळे ते वाढते आणि एके दिवशी सुंदर लहानसे फूल त्यावर उमललेले आपण पाहतो. पाणी व प्रकाश घेऊन जसे फूल उमलते, विकसते तसे शिक्षणाने मनाचे झाले पाहिजे. शिक्षणाने मन फुलासारखे विकसले पाहिजे. रंगांनी नटले पाहिजे, सुगंधाने भरले पाहिजे. विकसलेले मन क्षुद्र राहू शकत नाही. सर्वांशी समरस होणारे असे हे मन असते. 'नेमेचि येतो मग पावसाळा! हे सृष्टिचे कौतुक जाण बाळा ।।' ही कविता आपण वर्गात घोकली, अगदी पाठ केली. परंतु पाऊस पडताना पाहिल्यावर आपले मन जर आनंदाने भरून आले नाही, हजारो धारांनी बरसणारे सृष्टीचे हे कौतुक पाहून आपण जर त्याच्याशी समरस होऊ शकलो नाही, तर त्या घोकलेल्या कवितेचा

काय उपयोग? एका गाढवाची गोष्ट सांगतात ना! एका चंदनाच्या व्यापाऱ्याजवळ एक गाढव होते. गाढवाच्या पाठीवर चंदन लादून तो व्यापारी ते बाजारात येऊन जात असे. चंदनाचा सुंदर वास सुटायचा. मन कसे प्रसन्न व्हायचे. पण गाढवाला काय त्याचे? त्याला कोठला सुगंध? ते आपले नुसते चंदनाचे ओझे वाहायचे. शिक्षण म्हणजे ज्ञानाचे ओझे वाहणे नव्हे.

रवींद्रनाथ लहानपणी शिक्षणाला कंटाळले याचे कारण हेच होते. गाढवाच्या पाठीवर ओझे लादावे तसे ज्ञानाचे ओझे मुलांच्या डोक्यावर लादण्याचा खटाटोप म्हणजेच शिक्षण, अशी त्यावेळची कल्पना होती.

अशा या शिक्षणपद्धतीविरुद्ध रवींद्रनाथांचे मन बंड करून उठले. उडणाऱ्या पाखराला पिंजऱ्यात डांबणे म्हणजे शिक्षण, ही कल्पना त्यांना सहन होईना. आणि म्हणूनच मोठेपणी त्यांनी शांतिनिकेतनची स्थापना केली. शांतिनिकेतनमधल्या शाळेत शिकणाऱ्या मुलांच्याभोवती भिंतीचा पहारा नाही. जे शिक्षण रवींद्रनाथांना लहानपणी हवे होते, पण मिळू शकले नाही; ते शिक्षण शांतिनिकेतनमधल्या मुलांना मिळण्याची त्यांनी सोय केली. झाडांच्या सावलीखाली मुले बसली आहेत. वारा प्रसन्नपणे वाहतो आहे. पक्षी आकाशातून गात गात उडत आहेत. अशा मोकळ्या वातावरणात शिक्षक मुलांना शिकवीत आहेत. मुले फुलांची माहिती मिळवीत आहेत. पण पुस्तकांतली माहिती घोकून नव्हे; फूल पाहून, फुलावर प्रेम करून, फुलझाडांना पाणी घालून ती फुलाविषयीचे सगळे ज्ञान मिळवीत आहेत. शांतिनिकेतनमधले शिक्षण हे असे आहे.

रवींद्रनाथ टागोरांना लहानपणी मिळालेले शिक्षण आणि टागोरांच्या शांतिनिकेतनमध्ये मुलांना देण्यात येणारे शिक्षण यांत किती फरक आहे! ते शिक्षण म्हणजे तुरुंगवास तर हे शिक्षण म्हणजे मोकळेपणा. ते शिक्षण म्हणजे ज्ञानाचे ओझे वाहणे, तर हे शिक्षण म्हणजे फुलासारखे सहज फुलणे. त्याला म्हणत शिक्षण, पण ती होती शिक्षा. बिचाऱ्या रवींद्राला ती भोगावी लागली. पण इतरांना तशी ती भोगावी लागू नये म्हणून त्यांनी मोठेपणी आदर्श शिक्षण संस्था सुरू केली.

शांतिनिकेतन

लहानपणीच्या शाळेच्या आठवणी पुन्हा पुन्हा रवींद्रांच्या मनात गोळा होत. ते रागीट मास्तर... ती कंटाळवाणी घोकंपट्टी... कोंडून ठेवणाऱ्या त्या भिंती, सारे त्यांच्या डोळ्यांपुढे उभे राही. विचार करता करता एक भयाण यंत्र त्यांना दिसू

लागे. भयंकर आवाज करीत निर्दयणे हे यंत्र फिरू लागे. दबलेल्या मनांचे, पोखरलेल्या आत्मविश्वासाचे कारकून या यंत्रातून बाहेर पडू लागत...

या यंत्राचे नाव होते शिक्षण! या शिक्षणाविरुद्ध लहानपणीच रवींद्रांचे मन बंड करून उठले होते. या क्रूर यंत्राच्या तडाख्यातून सुटण्यासाठी त्यांनी आपल्या प्रयत्नांची पराकाष्ठा केली होती. मुलांना मन असते आणि या मनाचा विकास झाला पाहिजे, ही गोष्ट परकीय राजवटीत सुरू झालेल्या त्या शिक्षणपद्धतीत पार विसरली गेली होती.

रवींद्रनाथ विचार करू लागत. देशातल्या हजारो मुलांचे निष्पाप चेहरे त्यांच्या डोळ्यांपुढे उभे राहत. काय होणार पुढे यांचे? अशा तऱ्हेच्या शाळांतच यांना डांबले जाणार काय? यातून बाहेर पडण्याचा काहीच का मार्ग नाही? छे! हे मुळीच सहन करता कामा नये. वेगळ्या तऱ्हेने मुलांना शिकवणारी शाळा हवी, मास्तर हवेत. पण नवी शाळा कशी काढणार? जागा कुठली? आणि मुलांचे आईबाप आपल्या मुलांना पाठवतील का या शाळेत?... अनेक प्रश्न रवींद्रांच्या डोळ्यांपुढे उभे राहत.

विचार करता करता एके दिवशी रवींद्रांच्या डोळ्यांपुढे 'शांतिनिकेतन'चा आश्रम उभा राहिला. बऱ्याच वर्षांपूर्वी महर्षी देवेंद्रनाथांनी ती जागा घेऊन ठेवली होती. तिथे त्यांनी एक प्रार्थनामंदिर बांधले होते...

... बऱ्याच वर्षांपूर्वीची गोष्ट. बोलपूरपासून तीन मैलांवर असलेल्या जंगलातून देवेंद्रनाथ प्रवास करीत होते. दोन्ही बाजूंना भव्य वृक्ष. मधून जाणारी नागमोडी वाट. मधेच एखादा पक्षी उडत येई आणि हिरव्या पानांच्या गर्दीत नाहीसा होई. दुरून कुठून तरी कोकिळा आपले गाणे गाऊ लागे; आणि त्या गाढ शांततेवर ते कुहू... कुहू... कुहू चे गाणे तरंगू लागे. हे सारे सौदर्य पाहून देवेंद्रनाथांचे मन प्रसन्न झाले. सप्तपर्णाच्या एका भव्य वृक्षाखाली ते शांतपणे जाऊन बसले; ईश्वराच्या चिंतनात मग्न झाले. काही दिवसांनी या वृक्षाच्या आसपासची जागा देवेंद्रनाथांनी विकत घेतली. या सुंदर जागेत त्यांनी एक प्रार्थनामंदिर बांधले. इथे शांती मिळाली म्हणून त्यांनी या जागेचे नाव शांतिनिकेतन असे ठेवले...

रवींद्रांच्या डोळ्यांपुढे शांतिनिकेतनचा तो सुंदर आश्रम उभा राहिला. अंधारात वीज चमकून जावी तसे त्यांना क्षणभर वाटले. ठरले! इथेच नवी शाळा सुरू करायची! नव्या पद्धतीने मुलांना शिक्षण द्यायचे.

शांतिनिकेतन येथे रवींद्रांनी आपली छोटीशी शाळा सुरू केली. सुरुवातीला फक्त सहाच मुले या शाळेत होती. झुळझुळणाऱ्या झऱ्याची पुढे विशाल नदी

व्हावी तसे या शाळेचे झाले. रवींद्रांबरोबर या शाळेचीही कीर्ती वाढू लागली. तिचा लौकिक सर्वत्र पसरू लागला.

शांतिनिकेतनची शाळा म्हणजे भिंतींनी निर्माण केलेला तुरुंग नव्हे! निसर्गाच्या सहवासात इथली मुले राहतात. इथे छडीचा धाक नाही. वटारलेले डोळे नाहीत. छळणारी घोकंपट्टी नाही! इथे प्रसन्न आणि मोकळे वातावरण आहे.

पहाटेचे चार वाजले आहेत. चहूंकडे गाढ शांतता आहे. मुलांचा एक गट आधीच उठला आहे. इतर मुलांना जागे करण्यासाठी ही मुले भूपाळी गात फिरत आहेत. झाडांवरचे पक्षी आता जागे झाले आहेत. मुलेही उठली आहेत. आता साऱ्या कामांना सुरुवात होईल प्रातर्विधी उरकले जातील. प्रत्येकजण केरकचरा काढून आपापल्या खोल्या स्वच्छ करतील. नंतर व्यायाम, व्यायामानंतर स्नान.

सर्वांचे स्नान आटोपले. हातात लहान लहान चटया घेऊन ही मुले आता कोठे चालली? प्रत्येकजण शांतपणे एकेका झाडाखाली जाऊन बसला; डोळे मिटून शांतपणे बसला. ही ध्यानाची वेळ आहे. डोळे मिटून ध्यान करायचे म्हणजे काय करायचे? ध्यान करणे म्हणजे ज्यांचा अर्थही आपल्याला कळत नाही असे मंत्र यंत्रासारखे पुटपुटायचे का? नाही. ही मुले मंत्र पुटपुटत नाहीत. आपल्या भोवतीच्या सृष्टीशी ती एकरूप झाली आहेत. सर्वत्र ईश्वर भरून आहे. फूल होऊन तो उमलतो. झरा होऊन झुळझुळ वाहतो. कधी पक्षी होऊन संथ निळ्या आकाशातून तो भरारी घेतो, तर कधी लुकलुकणाऱ्या चमचमणाऱ्या चांदण्या होऊन सगळे आकाश कसे भरून टाकतो! ध्यान करणे म्हणजे निर्जीवपणे मंत्र पुटपुटणे नव्हे. सर्वत्र भरून राहिलेल्या ईश्वराचा अनुभव शांतपणे आपल्या मनात घेणे. या क्षणी द्वेषमत्सराला मनात थारा नसतो. या क्षणी वृक्षवेली आपले सोयरे बनतात. साऱ्या सृष्टीशी आपले नाते जोडले जाते. पहाटेची शांत वेळ! पूर्वेच्या क्षितिजावर निळ्याजांभळ्या अंजिरी रंगाचे जादूचे पंखे कुणीतरी हलकेच उलगडून धरले आहेत. फुले आपल्या पाकळ्यांच्या पापण्या उघडून प्रकाशाचे स्वागत करीत आहेत. वृक्षाखाली ध्यान करीत बसलेल्या मुलांचे मनही त्या फुलांसारखे उमलते आहे, फुलते आहे, आनंदाचा सुगंध उधळते आहे...

हे प्रार्थनामंदिर. आता सगळी मुले इथे प्रार्थनेसाठी जमली आहेत. सारेजण संथपणे एका आवाजात उपनिषदांतले काही श्लोक म्हणतील. नंतर गुरुदेव लहानसे भाषण करतील...

आठ वाजता शाळेला सुरुवात होईल आणि अकरा वाजता वर्ग संपतील. शाळा म्हटले की, आपल्या डोळ्यांसमोर उभ्या राहतात चार भिंती — नुसते

शरीरच नव्हे तर मनही कोंडणाऱ्या चार भिंती! आणि मग डोळ्यांसमोर दिसू लागतात मास्तर! करड्या आवाजाचे, रागीट नजरेचे, छडी वाजवणारे, आणि कान पिरगळणारे मास्तर! अशा या शाळेमुळे घरातून निघताना काहीतरी होऊन आज शाळा चुकेल तर बरे असे वाटू लागते. शांतिनिकेतन येथील शाळेतील वातावरण असे नाही.

शाळा सुरू झाली आहे. झाडांखालीच वर्ग भरले आहेत. झाडांच्या सावलीत मुले बसली आहेत. शिक्षक शिकवीत आहेत. मधेच एखादी धिटुकली खार शेपटीचा ऐटबाज गोंडा वर करून किलकिल्या नजरेने मुलांकडे बघते आहे. ती सुद्धा काही शिकते आहे की काय? मुलांना जर खारीकडे पाहावेसे वाटले; तिची ती ऐटबाज शेपटी, ती तुरुतुरु चाल जर त्यांना न्याहाळावीशी वाटली तर शिक्षक त्यांना ती खार अवश्य दाखवतील. तिच्या विषयी माहिती सांगतील. त्यामुळे अभ्यासात व्यत्यय येणार नाही. कारण हा देखील अभ्यासाचाच भाग आहे. आजूबाजूच्या निसर्गावर प्रेम करणे, त्याचे सौंदर्य अनुभवणे, त्याच्याविषयीची सारी माहिती गोळा करणे हा अभ्यासच नाही का? अभ्यास करणे म्हणजे डोळे उघडून पाहणे, कान उघडून ऐकणे, अभ्यास करणे म्हणजे आपले मन फुलासारखे फुलवणे.

शांतिनिकेतनमधले विद्यार्थी आपल्याच सुखदु:खांत गुरफटून राहत नाहीत; इतरांच्या अडीअडचणींची, दु:खासंकटांची त्यांना जाणीव असते. रवींद्रांनी एका कवितेत म्हटले आहे, ''अरे, ईश्वराला कोठे शोधतोस? जिथे शेतकरी शेत नांगरतो आहे; पाथरवट दगड फोडतो आहे, तिथे तो आहे.'' परंतु ज्याच्या श्रमात ईश्वराची वसती आहे त्याचे जीवन मात्र दारिद्र्याने पोखरलेले आहे; त्याच्या जीवनात अज्ञानाचा अंधार पसरला आहे. शांतिनिकतेनमधील विद्यार्थी रात्री खेड्यांत जातात आणि खेडुतांसाठी शाळा चालवतात. त्यांच्या जीवनांतले दु:ख आणि दारिद्र्य जाऊन त्या ठिकाणी ज्ञानाचा आणि समाधानाचा प्रकाश यावा म्हणून प्रयत्न करतात.

शांतिनिकेतनमध्ये नृत्य, संगीत, चित्रकला या सर्वांचे शिक्षण दिले जाते. मुले आपल्या मातृभाषेतूनच शिक्षण घेतात.

रवींद्रनाथ मुलांसाठी नाटके लिहीत, गाणी रचीत, प्रत्येक मुलाच्या आवडीनिवडी, त्याच्यातले विशेष गुण स्वत: पाहत; ते त्यांच्याबरोबर नाटकांत काम करीत, त्यांच्या विकासासाठी सर्व तऱ्हेचे प्रयत्न करीत.

शांतिनिकेतन ही रवींद्रनाथांनी या देशाला दिलेली अमोल देणगी आहे. शांतिनिकेतनसाठी रवींद्रांनी आपले सर्वस्व दिले. आपली नोबेल पारितोषिकाची

सर्व रक्कम दिली. घरातले सर्व दागिने या शाळेसाठी विकले आणि म्हातारपणी शाळेच्या मदतीसाठी म्हणून केलेल्या नाटकांत ते रंग लावून उभे राहिले! शांतिनिकेतनसाठी सारे मानापमान, सुखदु:ख ते विसरले होते. त्यांच्या डोळ्यांपुढे या देशांतली हजारो मुले उभी होती. त्यांचे चेहरे हसरे झाले पाहिजेत, त्यांची मने फुलली पाहिजेत हा एकच ध्यास त्यांना लागून राहिला होता.

एकदा परदेशातून हिंदुस्थान पाहण्यासाठी आलेल्या एका पाहुण्याने गांधीजींना विचारले, ''भारतीय संस्कृतीचे खरे दर्शन कुठे होईल?''

गांधीजींनी उत्तर दिले, ''रवींद्रांच्या शांतिनिकेतनमध्ये.''

विश्वभारती

पहिले महायुद्ध आता संपले आहे. तोफांचे आणि बंदुकांचे आवाज आपले बळी गिळून आता सुस्त अजगरासारखे विसावले आहेत. भूमी उद्ध्वस्त दिसते आहे. युद्धापूर्वी ती तशी नव्हती. सर्वत्र समृद्धी होती. शेतांत पेरलेली बीजे रुजून आली होती. हिरवे शिरपेच घालून राजांच्या तोऱ्यात रोपे उभी होती. माणसे हसत होती. फुले फुलत होती. फळांच्या भाराने झाडांच्या फांद्या वाकल्या होत्या. ती भूमी आता उद्ध्वस्त झाली आहे. फुलांबरोबरच माणसांच्या ओठांतले हास्यही वाळले आहे. सर्वत्र जणू मरणाचे राज्य आल्यासारखे दिसत आहे.

ही फुले कशासाठी लावली होती? शेते कुणासाठी पिकवली होती? दु:खासंकटांची तमा न बाळगता आईबापांनी खस्ता खाऊन मुलांना कशासाठी वाढवले होते? युद्धाचे क्रूर वणवे पेटवून या फुलवलेल्या, वाढवलेल्या जीवनांची हत्या व्हावी म्हणून? हा एक सैनिक आणि तो दुसरा सैनिक. एकाने दुसऱ्याला पूर्वी कधी पाहिलेलेदेखील नाही. एकाला दुसऱ्याची भाषाही येत नाही. एकाच्या देशातले निळेभुरे डोंगर, हिरवीगार झाडे, चित्रविचित्र रंगांचे पक्षी दुसऱ्याने पाहिलेले नाहीत. दोघांनाही एकमेकांचे देश, भाषा, वाङ्मय, कला, तत्त्वज्ञान, सारे अपरिचित आहे. स्वत:चीही ओळख त्यांना अजून नीटशी पटलेली नाही. आणि हे दोघे युद्धासाठी उभे आहेत. एकाने दुसऱ्यावर बंदूक रोखली आहे. गोळी सुटली. छातीतून आरपार निघून गेली. माणसांनी जगावे आणि जगवावे म्हणून ज्या भूमीने अन्न दिले त्या भूमीवर माणसाने अखेर मरणाचा, द्वेषाचा झेंडा फडकवला! हे युद्ध, माणसामाणसांतल्या क्षुद्र द्वेषाची ही खूण!

रवींद्रनाथ कवी होते. माणसांवर, फुलांपानांवर, झाडांपक्ष्यांवर त्यांचे अपार प्रेम होते. त्यांना हे युद्ध, माणसाने माणसाची केलेली ही हत्या कशी सहन

होणार? रवींद्रांनी यूरोपचा दौरा काढावयाचे ठरवले. अनेक शास्त्रांचा अभ्यास केलेल्या, नवे नवे शोध लावलेल्या यूरोपला त्यांना एक साधी गोष्ट सांगायची होती. अगदी साधी सोपी गोष्ट! ख्रिस्तानेदेखील ती पूर्वी सांगितली होती. ख्रिस्त म्हणाला होता : ''मी जसे तुमच्यावर प्रेम केले तसे तुम्ही तुमच्या शेजाऱ्यांवर प्रेम करा.'' थोर पुरुषांची शिकवणूक आपण विसरून जातो. त्यांचा उपयोग फक्त त्यांचे फोटो लावून घराच्या भिंती सुशोभित करण्यासाठीच आपण करीत असतो. 'प्रेम करा' एवढेच रवींद्राना यूरोपला पुन्हा एकदा सांगायचे होते.

इंग्लंड, फ्रान्स, इटली, अमेरिका, जर्मनी या सर्व देशांत ते जाऊन आले. आपल्या या प्रवासात भारतीय संस्कृतीचे रहस्य समजावून सांगणारी अनेक व्याख्याने त्यांनी दिली.

रवींद्रनाथ जर्मनीत असतानाची गोष्ट. ठिकठिकाणी त्यांची भाषणे होत होती. एकदा व्याख्यान संपवून रवींद्रनाथ बसले होते. इतक्यात दोन मुली त्यांच्याकडे आल्या. त्या मुलींना फारसे इंग्रजी येत नव्हते; आणि रवींद्रनाथांना जर्मन भाषा येत नव्हती. पण शब्दांशिवाय बोलली जाणारी आणि सर्वांना समजणारी अशी एक वेगळीच भाषा त्या छोट्या मुलींनी आपल्याबरोबर आणली होती. त्या मुलींजवळ एक फुलांचा गुच्छ होता. त्यांनी रवींद्रनाथांच्या हातात तो गुच्छ दिला. फुलांच्या भाषेत जर्मनी भारताशी बोलला. त्यांतली एक मुलगी रवींद्रनाथांना म्हणाली,

''तुमचा भारत देश आम्हांला फार आवडतो.''

''का आवडतो ते नाही सांगितलंस?'' रवींद्रनाथ म्हणाले.

''कारण तुम्हां लोकांचं ईश्वरावर प्रेम आहे, श्रद्धा आहे,'' ती मुलगी शांतपणे उत्तरली. रवींद्रनाथ क्षणभर गंभीर झाले. आणि म्हणाले, ''तसंच असो! आज जगाला स्वत:पेक्षाही ईश्वरावर प्रेम करणाऱ्या देशाची जरुरी आहे.''

विश्वभारतीची कल्पना याच वेळी त्याच्या मनांत रुजली. माणसाला जर सुखासमाधानाने जागायचे असेल तर माणसामाणसांत उभ्या असलेल्या द्वेषाच्या, भेदांच्या भिंती नष्ट होऊन विश्वबंधुत्वाची भावना त्याच्या मनात निर्माण झाली पाहिजे, याची जाणीव रवींद्रनाथांना झाली होती. यासाठी वंश, वर्ण, राष्ट्र, धर्म हे सारे भेद विसरून जगातल्या सर्व राष्ट्रांतले लोक जिथे येऊ शकतील, वेगवेगळ्या धर्मांचा, संस्कृतींचा अभ्यास करू शकतील, असे एक विश्वविद्यालय असणे जरूर होते. विश्वभारती या शब्दाचा अर्थ विश्वसंस्कृती, 'यत्र विश्वम् भवत्येकनीडम्' एका घरट्यात जिथे सर्व विश्व भेटते, हे विश्वभारतीचे ध्येय आहे.

युद्धामुळे विकल अणि उद्ध्वस्त झालेल्या यूरोपला रवींद्रनाथांच्या या संदेशात आशेचा किरण दिला. आपल्या भाषणांतून रवींद्रांनी जगातील विचारवंतांसमोर आंतरराष्ट्रीय विद्यापीठाची ही कल्पना मांडली.

हिंदुस्थानातल्या शिक्षणसंस्था रवींद्रांनी पाहिल्या होत्या. भारतीय विद्यार्थ्याला आपल्या परंपरेचे, संस्कृतीचे ज्ञान होईल, त्यांच्याविषयी त्याच्या मनात अभिमान जागृत होईल, असे काहीच त्यांत नव्हते. इथली विश्वविद्यालये ही परकीयांच्या विद्यालयांचे उथळ अनुकरण होते. बाह्य सुखसाधनांच्या आणि सत्तेच्या मागे पिसाटाप्रमाणे धावत सुटणाऱ्या जगाला जर काही प्रकाश द्यायचा असेल तर आधी आपल्या संस्कृतीचे सखोल अध्ययन झाले पाहिजे, असे रवींद्रांचे मत होते. हिंदुस्थानने नव्या दृष्टीने जुन्या परंपरेचा आणि संस्कृतीचा अभ्यास केला पाहिजे; नुसते पाश्चात्यांचे अनुकरण करण्यामुळे आपण अधिकाधिक नि:सत्त्व होत जाऊ, याची त्यांना तीव्र जाणीव झाली होती. म्हणूनच विश्वभारती हे भारतीय संस्कृतीच्या अध्ययनाचे केंद्र व्हावे, अशी त्यांची इच्छा होती.

भारतीय संस्कृतीचे एकात्म असे दर्शन घ्यायचे तर वेगवेगळ्या प्रांतांच्या संस्कृतींचेही ज्ञान असणे आवश्यक आहे. हिंदुस्थानातल्या प्रत्येक प्रांताची वैशिष्ट्यपूर्ण अशी संस्कृती आहे. प्रत्येकाचे वाङ्मय वेगळे आहे. नृत्याची शैली वेगवेगळ्या प्रकारची आहे. संगीताच्या पद्धतीही निरनिराळ्या आहेत. परंतु असे असूनही या सर्वांत काहीतरी एक समान सूत्र आहे. भारतीय संस्कृती ही एखाद्या विशाल सागरासारखी आहे. सगळ्या नद्या वेगवेगळ्या मार्गांने वाहत येतात. पण अखेर साऱ्या समुद्राला येऊन मिळतात. त्याचप्रमाणे सर्व प्रांतांच्या संस्कृतींची मिळून एक भारतीय संस्कृती बनलेली आहे. म्हणूनच या सर्व प्रांतांच्या संस्कृतींचे वैशिष्ट्य समजावून घेतल्याखेरीज या विशाल भारतीय संस्कृतीची खरी कल्पना येऊ शकणार नाही. आज इतर प्रांतांविषयी आपण किती अज्ञानात असतो. तमीळ, गुजराती, बंगाली वाङ्मयात आज काय चालले आहे, कोणकोणते नवे विचारप्रवाह त्यांच्यांत येत आहेत, याची आपल्याला काहीच माहिती नसते. या सर्व प्रांतांतील लोक एकत्र यावेत, एकत्र राहावेत आणि आपापल्या संस्कृतीची, कलेची, वाङ्मयाची देवाणघेवाण त्यांनी एकमेकांत करावी, हे विश्वभारतीचे एक ध्येय आहे. विश्वभारतीच्या कलाभवनात सर्व प्रांतांच्या कलाकृतींचे नमुने ठेवलेले आहेत. वाचनालयात निरनिराळ्या प्रांतांचे वाङ्मय, धार्मिक ग्रंथ या हेतूनेच ठेवण्यात आले आहेत. विद्वान पंडित या ग्रंथांचा अभ्यास करून त्यावर व्याख्याने देतात आणि सर्वांनाच अनायासे या ज्ञानाचा लाभ घडतो. साने गुरुजींनी महाराष्ट्रात

निर्माण केलेल्या आंतरभारतीचे हेच ध्येय आहे. प्रांतोप्राती या आंतरभारतीच्या शाखा निर्माण झाल्या पाहिजेत. एका प्रांताला दुसऱ्या प्रांताचे हृदय कळल्याशिवाय सर्वांची मिळून एक अशी भारतीय संस्कृती कशी निर्माण होणार?

आंतरभारती हा रवींद्रनाथांच्या विश्वभारतीचा एक टप्पा झाला. साऱ्या आशियाचीदेखील एकसंध अशी संस्कृती आहे, याचीही त्यांना जाणीव झाली होती. भारत, चीन, जपान, मलाया, तिबेट, ब्रह्मदेश, सिलोन हे सारे एका आशियाचे भाग आहेत. चीन आणि भारत यांचे संबंध तर शेकडो वर्षांपासूनचे आहेत. इथल्या बोधिवृक्षाखाली सिद्धार्थाला परम सत्याचा साक्षात्कार झाला. परंतु बुद्धाचा धर्म आशियात सर्वत्र पसरला. रवींद्रांची अशी इच्छा होती की या साऱ्या राष्ट्रांतले लोक विश्वभारतीत यावेत; सर्वांनी एकमेकांची संस्कृती समजावून घ्यावी. याच दृष्टीने त्यांनी विश्वभारतीत 'चीन-भवन' स्थापन केले. चीन व तिबेट यांच्या संस्कृतीच्या अभ्यासासाठी साऱ्या सोयी येथे करण्यात आल्या आहेत. चीनमधूनदेखील अध्ययनासाठी अनेक विद्यार्थी विश्वभारतीत येतात. आशियातील सर्व राष्ट्रांच्या संस्कृतीचे विश्वभारती हे केंद्र व्हावे म्हणून प्रयत्न चालू आहेत. या प्रयत्नांना हळूहळू यश येत आहे. भारतीय संस्कृती, आशियायी संस्कृती आणि विश्वसंस्कृती हे विश्वभारतीचे तीन टप्पे आहेत.

जिथे माणसे भेदांनी पोखरलेली आहेत, विषमतेने गांजलेली आहेत तिथे संस्कृती या शब्दाला कहीच अर्थ उरू शकत नाही. जिथे उच्चनीचतेचे भेद आहेत तिथे प्रेमस्नेह कसा राहू शकेल? जगातली आजची बरीचशी दु:खे या उच्चनीचतेच्या कृत्रिम भिंतींमुळे निर्माण झाली आहेत. विश्वभारती वंश, वर्ण, जात, धर्म असे खोटे भेद मानीत नाही. 'मानव तितुका एकचि आहे' अशी विश्वभारतीची श्रद्धा आहे. विश्वभारती ही मानवाच्या एकतेची खूण आहे. कसलेही भेद न मानता जगातली सर्व तऱ्हेची माणसे येथे एकत्र येतील, प्रेमाने नांदतील, एकमेकांच्या संस्कृतीचा आदराने अभ्यास करतील आणि जिथे माणसांना प्रेमाने, समतेने राहता येईल असे नवे जग निर्माण करण्याचा प्रयत्न करतील.

२२ डिसेंबर १९२१ रोजी विश्वभारतीचे उद्‌घाटन झाले. उद्‌घाटनाच्या समारंभाच्या वेळी रवींद्रांनी छोटेसे भाषण केले. विश्वभारतीची स्थापना आपण कोणत्या हेतूने, ध्येयाने केली ते रवींद्रांनी या भाषणात सांगितले. ते म्हणाले, "जगातल्या विविध संस्कृतींची आणि परंपरांची माणसे एकत्र यावीत या हेतूने विश्वभारतीची मी स्थापना केली आहे. एकाद्याच्या मनात अशी शंका निर्माण होईल की एवढ्या लहान जागेत हे विशाल ध्येय कसे काय साकार होणार? परंतु

ही शंका मला भेडसावीत नाही. जगातल्या सर्व महान गोष्टींचा आरंभ लहानच असतो. आपणदेखील जन्मलो तेव्हा अगदी लहानसे मूलच नव्हतो का? विश्वभारती ही एक महान कल्पना असेल तर तिचा विकास झाल्याशिवाय राहाणार नाही. मातीत रुजलेल्या लहानशा बीजातून महान वृक्ष वर यावा तसेच कुठल्याही जिवंत कल्पनेचे होत असते.''

□

साधना, रवींद्रनाथ टागोर शताब्दी विशेषांक, ७ मे १९६१

आनंदयात्री

मूर्तिकार देवाच्या अनेक मूर्ती तयार करतो. परंतु त्यांतली एखादी मूर्ती मोठी सुलक्षणी, भाग्याची निपजते. ती मूर्ती निर्माण करीत असताना त्या कलावंताने आपले हृदयच जणू तिच्यात ओतलेले असते. आकार, रंग, ओठांतले वरदानरूप असे स्मित, आयुधे धारण करणाऱ्या हातांतली सहजता, प्रमाणबद्धता या साऱ्या गोष्टी मूर्तीत परिपूर्ण अवस्थेला पोचलेल्या असतात. ती मूर्ती नंतर अत्यंत कलापूर्ण अशा देवालयात स्थापिली जाते. हे देवालयही निसर्गसुंदर असा परिसर निवडून तिथे बांधलेले असते. त्या पवित्र स्थळी येऊन अनेक भाविकांचे जीवन कृतार्थ होते. मूर्तीच्या जन्मापासून तो तिच्या या महात्म्यापर्यंत कसलेही न्यून म्हणून उरत नाही.

रवींद्रनाथांची मूर्ती निर्माण करीत असताना ईश्वराने जणू काय कसलेच न्यून उरू द्यावयाचे नाही असेच ठरवले होते. प्रतिभा, बुद्धिमत्ता, श्रेष्ठ सांस्कृतिक वारसा, कीर्ती, दीर्घायुष्य, संपत्ती, आरोग्य सारे काही रवींद्रनाथांना लाभले होते. 'शुचीनां श्रीमता गंहे हे योगभ्रष्टोऽपि जायते' असे गीता-वचन आहे. रवींद्रनाथ हाच या वचनाचा अचूक पुरावा आहे.

ईश्वराच्या प्राप्तीसाठी मानवी जीवनातले सुखसौंदर्य नाकारले पाहिजे, असे मानणारी एक विचारपरंपरा या देशात आहे. जे जे सुंदर आहे, त्यावर ही परंपरा भगवे कफन ओढू पाहते. रवींद्रनाथांच्या जीवनदर्शनात या विचाराला थारा नाही. 'पुत्रोहं पृथिव्या:' असे मानण्यात त्यांनी गौरव मानला. आनंदाच्या आणि सौंदर्याच्या प्रत्येक क्षणात त्यांनी ईश्वराचा साक्षात्कार भोगला.

> एइ जो पाताय आलो नीचे सोनार बरण
> एइ तो तोमार प्रेम ओगो हृदय-ग्रहण

असे या साक्षात्काराचे गाणे त्यांनी म्हटले.

ईश्वरशोधाच्या सांकेतिक वाटांपासून रवींद्रनाथ दूर राहिले. त्यांच्या तीव्र संवेदनाशील मनाला ही सांकेतिक चाकोरी रुचणे शक्य नव्हते. जपजाप्यादी अंध कर्मकांडाचा त्यांनी धिक्कार केला. धगधगणाऱ्या उन्हात, शेतांत खपणाऱ्या हलधरांत त्यांनी ईश्वर पाहिला. रात्रीच्या नि:शब्द शांततेत टपटपणाऱ्या थेंबांत त्यांनी त्याची चाहूल ऐकली. ईश्वराचे दर्शन घेण्यासाठीच श्रमांची गौरवगाथा गात त्यांनी डोळे भरून या सृष्टीतल्या लावण्यमहोत्सवाचे दर्शन घेतले.

सामर्थ्याच्या मागे पिसाट हव्यासाने धावणाऱ्या जगाला रवींद्रनाथांनी प्रेमाचा संदेश दिला. केवळ माणसामाणसांनाच नव्हे, तर मानव आणि निसर्ग यांना जोडणारा प्रेम हा एकमेव दुवा आहे, अशी रवींद्रनाथांची श्रद्धा होती. कच-देवयानी या छोट्याशा नाटिकेत रवींद्रनाथांनी हाच आशय व्यक्त केला आहे. मृत्यूवर विजय मिळवणाऱ्या संजीवनी विद्येची प्राप्ती होऊनही ध्येयनिष्ठेसाठी देवयानीच्या प्रेमाचा अव्हेर करणाऱ्या कचाचे सारे ज्ञान वांझोटे ठरते. देवयानीने केलेल्या उपकाराखातर कृतज्ञता व्यक्त करणाऱ्या कचाला उद्देशून देवयानी उपरोधाने म्हणते, ‘‘कृतज्ञता? कसली कृतज्ञता! उपकारांखेरीज काहीच का आठवत नाही तुला? तू अध्ययन करीत असताना मी बाजूने हलकेच गाणे गुणगुणत गेल्ये, तेव्हा खरं सांग, पुस्तकात तुझं चित्त होतं का?... नजरेत नजर मिसळून खोल खोल पाहताना तुझं हृदय तुझ्या गात्रागात्रांतून झंकारल्याचं विसरलास तू? स्मरण करायचंच तर उपकाराचं कशासाठी? हे सारे क्षण आठव...’’ आजच्या जखमी जगाची सारी वेदना रवींद्रनाथांनी देवयानीच्या व्यथेतून व्यक्त केली आहे.

मृत्यूचे चिंतन हा रवींद्रनाथांच्या तत्त्वज्ञानाचा आणि काव्याचा एक महत्त्वाचा भाग आहे. ‘मी जीवनावर प्रेम केले म्हणूनच मी मृत्यूवरही प्रेम केले आहे,’ असे ते म्हणतात. आनंदापासून आनंदाकडे जाणारा प्रवास म्हणजेच जीवन, अशी रवींद्रनाथांची जाणीव आहे. आनंदयात्रीच्या या प्रवासात मृत्यूचे दु:ख कसले ? आई बाळाला पाजताना एका स्तनापासून काढून त्याला दुसऱ्या स्तनाला लावते. या मध्यंतरीच्या अवकाशात मूल रडू लागते. मृत्यूचे दु:खही असेच आहे, असे रवींद्रनाथ सांगतात.

राष्ट्रभक्त, शिक्षणशास्त्रज्ञ, तत्त्वज्ञ अशा अनेक रूपांत रवींद्रनाथांचे दर्शन होत असले तरी त्यांच्या प्रतिभेचा श्रेष्ठ साक्षात्कार त्यांच्या काव्यातच होतो.

When I work He honours me
When I sing He loves me

असे त्यांनी स्वत:च एके ठिकाणी म्हटले आहे. रवींद्रनाथ हे संगीतज्ज्ञ होते. त्यांची संगीतसाधना त्यांच्या काव्यसाधनेहून वेगळी करून पाहता येणार नाही. त्यांचे सूर त्यांच्या शब्दांत विरघळून जात. रंग, गंध, स्वर यांचे अलौकिक विश्व त्यांच्या प्रतिमासृष्टीतून उमलताना दिसते. निसर्गाच्या नानाविध प्रतिमांतून त्यांची जाणीव निसर्गाप्रमाणेच अनंत रूपांनी व्यक्त होते. नवनव्या छंदांचे आणि आविष्कारांचे असंख्य प्रयोग रवींद्रनाथांनी आपल्या कवितेत केले. साकळलेल्या बंगाली कवितेला त्यांनी असंख्य नवनव्या वाटा खुल्या करून दिल्या. कवितेची भाषा त्यांनी खऱ्याखुऱ्या अर्थाने बोलकी केली. जयदेवाच्या दाट संस्कारांमुळे असेल कदाचित्, पण प्रारंभी त्यांची कविता आलंकारिक, ललितलुलित शब्दांशी गोड गोड खेळ करण्यात रमलेली दिसते. परंतु रवींद्रनाथांसारखा श्रेष्ठ कलाकार आत्मसंतुष्ट राहणे शक्य नसते. या अलंकारजडतेची जाणीव लवकरच रवींद्रनाथांना झाली. 'तुझ्या माझ्या मीलनात अंतराय होणारे हे अलंकार आता नकोत,' अशा आशयाची रवींद्रनाथांची एक कविता आहे. उत्तर हिंदुस्थानी संगीताच्या परंपरेतील ताल आपल्या गीतरचनेसाठी त्यांना अपुरे वाटू लागले. अनुभवाशी इमान राखणाऱ्या शब्दसंहतीत ते विरघळेनात. आपल्या वेगळ्या, स्वतंत्र अस्तित्वाने ते वाजू लागले. आणि म्हणून त्या संगीतपरंपरेला अपरिचित असलेले नवे ताल रवींद्रांनी निर्माण केले. गीतरचनेच्या आशयाशी आणि नादलयीशी सुसंवाद साधणारी ही बंदिश होती. रवींद्रनाथांच्या प्रतिभेचा नवनिर्माणशाली स्पर्श झाला नाही असे कलेचे एकही क्षेत्र आढळणार नाही.

आज या देशात सांस्कृतिक पुनरुत्थान घडवण्याची भाषा आपण अनेकदा ऐकतो. हे सांस्कृतिक पुनरुत्थान घडवून आणण्यासाठी रवींद्रनाथांच्या जीवन-दर्शनामागील मूलभूत प्रेरणांचे चिंतन, मनन होणे आवश्यक आहे. सौंदर्यानुभव आणि मानवतावाद याच त्या दोन मुख्य प्रेरणा. रवींद्रनाथ राष्ट्रभक्त होते, परंतु त्यांचा राष्ट्रवाद माणसामाणसांत तटभिंती निर्माण करणाऱ्या परंपरेहून पार वेगळा होता. रवींद्रनाथांच्या जीवनदर्शनाला मानवतावादाचे श्रेष्ठ अधिष्ठान लाभले आहे.

वेद-उपनिषदे यांचे संस्कार बालपणापासून रवींद्रनाथांवर झाले होते. भारतीय संस्कृतीच्या श्रेष्ठत्वाची जाणीव त्यांना या संस्कारांतून लाभली. पाश्चिमात्य साहित्य-संगीत-तत्त्वज्ञानाचा त्यांनी मनमुराद आस्वाद घेतला होता. परंतु पाश्चिमात्यांपुढे दीनवृत्तीने दास म्हणून ते केव्हाच उभे राहिले नाहीत. कोणत्याही प्रकारचा हीनगंड त्यांच्यामध्ये नव्हता. म्हणूनच ते मुक्त आणि नि:संकोच वृत्तीने नवीनाचा आस्वाद घेऊ शकले.

परंतु आपल्या संस्कृतीचा अभिमान बाळगणाऱ्या रवींद्रनाथांची ही राष्ट्रभक्ती संकुचित स्वरूपाची नव्हती. उपनिषदांतील तत्त्वज्ञानाने त्यांची दृष्टी व्यापक व सर्वसंग्राहक बनवली होती. सारे विश्व ही ईश्वराची लीला आहे अशा वृत्तीने ते जगाकडे पाहत.

माणसामाणसांत भिंती निर्माण करणाऱ्या, भेद माजवणाऱ्या क्षुद्र आणि संकुचित तत्त्वज्ञानाविरुद्ध आपल्या प्रतिभेची सर्व शक्ती एकवटून ते उभे होते. खरे स्वातंत्र्य म्हणजे केवळ राजकीय स्वातंत्र्य नव्हे, खरे स्वातंत्र्य माणसाच्या मनातून निर्माण होते; भौगोलिक सीमांनी ते जखडले जात नाही; वंश-वर्णाचे, जाति-धर्माचे, संकुचित राष्ट्रावादाचे कसलेच भेद ते जुमानीत नाही. टागोरांची स्वातंत्र्याची कल्पना समग्र मानवतेला कवटाळणारी होती. भारतभूमीचे वर्णन करीत असता 'चिरकल्याणमयी तुमि धन्य' असे ते लिहितात ते याच विशाल अंत:करणाने.

हे आर्या तू ये; हे अनार्या तूहि ये
हिंदूंनो, मुसलमानांनो, इंग्रजांनो, ख्रिश्चनांनो
तुम्हीहि सारे या !
हे ब्राह्मणा, आपले मन शुद्ध करून तूहि ये
आणि सर्वांच्या हातात आपला हात मिळव
हे पतिता तूहि ये
तुझ्यावर झालेल्या अन्यायांचा भार आज दूर होवो !

विश्वमानवाचे असे भव्य स्वप्न रवींद्रनाथ पाहत होते. आज आपण सांस्कृतिक पुनरुत्थानाची ऐटबाज भाषा बोलतो. परंतु जाति-धर्म-भाषा-प्रांत यांच्या भेदांनी आपली मने पोखरलेली असतात. रवींद्रनाथांच्या या विशाल आदर्शाचा स्पर्श मनाला झाल्याशिवाय सांस्कृतिक पुनरुत्थानाची भाषा व्यर्थ आहे, हे आपण ओळखले पाहिजे.

वसंत ऋतूची चाहूल लागली की, झाडे तांबूस हिरव्या पानांत बहरतात. फुले उमलून सुगंध उधळू लागतात. अणुरेणूंत निर्मितीचा उत्सव बहरतो. रवींद्रनाथांचे जीवन हा एक वसंतोत्सवच आहे. साहित्य, संगीत, नृत्य, नाट्य, नवविचार... जीनवाच्या विविध क्षेत्रांत त्यांच्या प्रतिभेचा सौंदर्य-बहार आळवला गेला आहे.

'जगत जुडे उदार सुरे आनंदगान बाजे.' हे आनंदगान आमच्या वृत्तीवृत्तींतून बहरून येवो. या आनंदगानाच्या स्पर्शाने आमच्या जीवनाला नवा अर्थ, नवे सौंदर्य प्राप्त होवो.

येमन तोमार वसंतबाय गीतलेखा याय लिखे
वर्णे वर्णे पुष्पे पर्णे वने वने दिके दिके
तेमानि आमार प्राणेर केन्द्रे नि:श्वास दाओ पूरे
शून्य ताहार पूर्ण करिया धन्य करुक सुरे

तुझा ज्यापरी वसन्तवारा जाय लिहुनिया गाणी
दिशि दिशि वनि वनि वर्णी वर्णी आणिक पुष्पी पर्णी
त्यापरी अमुचे प्राणकेन्द्र तू टाक भरुनि श्वासांनी
पूर्ण तयाची करी शून्यता धन्य करून सुरांनी

□

साधना, रवींद्रनाथ टागोर जन्मशताब्दी विशेषांक, १७ मे १९६१

मामा वरेरकर

महाराष्ट्राचे प्रथितयश लेखक मामासाहेब वरेरकर यांचा सत्तरावा वाढदिवस गेल्या शनिवारी २७ तारखेला साजरा करण्यात आला. काही कामामुळे त्यांच्या वाढदिवसाच्या समारंभाला इच्छा असूनही मला जाता आले नव्हते. काल सहज त्यांना भेटावे म्हणून मी त्यांच्या घरी गेलो.

मामा एकटेच बसलेले होते. जराशा अपराधी स्वरातच मी म्हणालो, ''मामा, तुमचे अभिनंदन करायला मी आलो आहे.'' यावर हसून स्वागत करीत ते म्हणाले, ''उशिरा का होईना, पण आलास ते बरे झाले. लहानपणीच्या वाढदिवसाचं कौतुक होतं, तसंच म्हातारपणीच्या वाढदिवसांचंही व्हायला हवं. कारण आमच्यासारख्यांना पुढचा वाढदिवस पदरी पडेल की नाही याचीच शंका असते.'' काही तरी बोलायचे म्हणून मी म्हटले, ''मामा, बरेच थकलेले दिसता तुम्ही.''

एकदम उसळून मामा म्हणाले, ''वा! थकायला काय मी तुमच्यासारखा पंचविशीतला तरुण आहे?'' मामा मनापासून हसले. आपण सत्तरीच्या घरात आहोत याची जाणीवही जणू त्यांना नव्हती.

आयुष्याची सत्तर वर्षे पाहण्याचे भाग्य हिंदुस्थानात तरी फारच थोड्यांच्या वाट्याला येते. जे कुणी जगतात त्यांतले बहुतेक मनाने म्हातारे होतात. 'पुरःसर गदांसवे' झगडताना शरीर थकणे स्वाभाविकच आहे. परंतु शरीराबरोबर मनही थकते, निःसत्त्व होते हा नेहमीचा अनुभव आहे. परंतु मामांचे व्यक्तित्व काही आगळेच आहे. ऐन पंचविशीतल्या तरुणालाही लाजवील असा जोम, अशी उमेद सत्तरीच्या घरात पाऊल पडले तरीही अजून मामांच्या अंगी कायम आहे. वार्धक्य

जणू चुकूनसुद्धा त्यांच्या मनाच्या आसपासही फिरकलेले नाही. पूर्वीसारखेच अजूनही ते नेहमीच्या उत्साहाने बोलत बसलेले आढळतात. भिन्न प्रवृत्तींच्या, नाना व्यवसायांच्या अनेक तऱ्हांच्या लोकांचा गराडा मामांच्या घरी अजूनही पूर्वीसारखाच पडलेला असतो. आजही मामा लिहीत आहेत, सारखे लिहीत आहेत. मामांचे शरीर जरी आता हळूहळू थकत चाललेले असले तरी त्यांचे मन आजही तरुण आहे, नवीन आहे.

वयाच्या ऐन तारुण्यातही मनाचे आणि प्रतिभेचे वार्धक्य आलेले साहित्यिक मी पाहिले आहेत. लेखक म्हणून आपले नाव वाचकांच्या डोळ्यांसमोर असावे, एवढाच सोस त्यांच्या ठिकाणी उरलेला असतो. रंग विटून गेलेल्या जुन्या अनुभवांचीच शब्दपूजा बांधीत ते बसलेले असतात. अशा लोकांकडे पाहिले की मामांच्या चिरतरुण प्रतिभेचे आश्चर्य वाटू लागते. नव्या अनुभवांशी, नव्या विचारांशी, पूर्वीचाच जोश कायम ठेवून समरस होण्याची शक्ती त्यांनी कशी दाखवली याचे कोडे पडते. स्वतःच्या मतांविषयी मामा आग्रही आहेत; पण असे असूनसुद्धा त्यांच्या सहानुभूतीला, त्यांच्या संवेदनेला आग्रहाचे कुंपण पडलेले नाही. त्यांच्या सभोवती असलेल्या भिन्न भिन्न प्रवृत्तीच्या व मनांच्या माणसांशी समरस होताना मामांना ज्यांनी पाहिले आहे, त्यांना याची विशेष जाणीव होते. सुखदुःखाचे, यशापयशाचे, मानापमानाचे सारे प्रसंग मामांनी पाहिले, अनुभवले. पण गेल्या सत्तर वर्षांच्या आयुष्याची पाने चाळून सुस्कारे टाकताना मामांना कधी कोणी पाहिले नाही. ते अजूनही झुंजार आहेत, प्रयोगवीर आहेत.

तीन वर्षांपूर्वी त्यांनी लिहिलेले 'जिवाशिवाची भेट' हे नाटक त्यांच्या नवनवोन्मेषशाली प्रतिभेची साक्ष देते. अगदी अलीकडे 'भूमिकन्या सीता' आणि 'द्वारकेचा राजा' ही दोन नाटके लिहून त्यांनी आपल्या परिपक्व प्रतिभेचे नवे दर्शन घडविले आहे. सध्या आणखी एक नवे नाटक त्यांनी लिहायला घेतले आहे.

'युद्ध झाले की सर्वांआधी सोनार उपाशी मरतो' अशी म्हण पूर्वी कुठे तरी मी ऐकली होती. पण युद्ध असो वा नसो, नेहमीच उपाशी मरणारा जर कोण असेल तर तो लेखक, हे सांगायला तो सुभाषितकार विसरला असे मला अलीकडे वाटू लागले आहे. काही दिवसांपूर्वी वि. स. खांडेकर यांनी हीच गोष्ट मोठ्या तळमळीने आपल्या व्याख्यानांतून श्रोत्यांपुढे मांडली, त्या वेळी ते म्हणाले, ''मामा वरेरकरांसारख्या प्रतिभासंपन्न लेखकाला आपल्या उपजीविकेसाठी रहस्यकथा लिहाव्या लागत आहेत ही अत्यंत खेदाची गोष्ट आहे.'' मामांनी आजपर्यंत ११५ पुस्तके लिहिली. नाटक, कादंबरी, कथा, निबंध-वाङ्मयाच्या

साऱ्या प्रांतांत त्यांनी यशस्वी रीतीने संचार केला. पण आज उपजीविकेसाठी मामांना रहस्यकथा लिहाव्या लागत आहेत हे ऐकून कुठल्याही स्वाभिमानी मराठी वाचकाची मान शरमेने खाली जावी. साहित्य आपल्या संस्कृतीने धन आहे अशी शेखी आपण मिरवीत असतो. पण हे धन निर्माण करणाऱ्या साहित्यिकांची कितीशी कदर आपण ठेवतो? शब्दकोड्यांच्या चौकटी भरण्यासाठी आठवड्याला पाचदहा रुपये आपण सहज खर्च करू शकतो. पण मराठीतल्या उत्कृष्ट लेखकांची चारदोन पुस्तके विकत घेण्याइतकीही आपली मजल जात नसते! नाही तर, मामांसारख्या प्रतिभावंतावर रहस्यकथा लिहिण्याची पाळी आज का यावी? शेकड्यांवर ग्रंथ निर्माण करणाऱ्या मामांसारख्या थोर लेखकाचा गौरव आमच्या युनिव्हर्सिटीने डॉक्टरेट किंवा अन्य एखादा बहुमान देऊन का करू नये? मराठी जनतेला, आमच्या विश्वविद्यालयाला किंवा आमच्या सरकारला संस्कृतीची बूज आहे असे कोणत्या आधारावर म्हणावयाचे?

सत्तराव्या वाढदिवसाच्या निमित्ताने आम्ही मामांचे मन:पूर्वक अभिनंदन करतो. मामांच्या परिपक्व प्रतिभेचा आणि अनुभवाचा महाराष्ट्राला उत्तरोत्तर लाभ मिळत जावो, आजवर झाली त्याहूनही उज्ज्वल सेवा मामांच्या हातून घडो अशी आम्ही प्रार्थना करतो.

□

साधना, ३ मे १९५२

डॉ. शरच्चंद्र गोखले

गोष्ट १९५७ सालची. आकाशवाणीच्या मुंबई केंद्रावर भाषण विभागाचा संयोजक म्हणून मी काम करू लागलो होतो. जीवनाच्या विविध क्षेत्रातल्या व्यक्तींना भाषणांसाठी बोलवावं आणि आकाशवाणीच्या श्रोत्यांचं ऐकणं सर्वार्थांनी समृद्ध करावं अशी माझी संयोजक या नात्याने धडपड सुरू होती. मला आठवतं, नामवंत उद्योगपती आबासाहेब गरवारे यांना मी आकाशवाणीवर भाषण करावं अशी विनंती करायला गेलो, तेव्हा ते थक्कच झाले! मी त्यांना म्हणालो, "औद्योगिक क्षेत्राचा तुमच्याइतका समृद्ध अनुभव असणारी किती माणसं आहेत? तुमचे अनुभव, तुमचे विचार श्रोत्यांपर्यंत पोचणं आवश्यक आहे." पाच भाषणांची मालिका मी त्यांच्याशी बोलूनच ठरवली. त्यातलं एक सुरुवातीचं भाषण ते स्वत: देणार होते. अशा रीतीने वेगवेगळ्या क्षेत्रांत कार्य करणाऱ्या कर्तृत्ववान व्यक्तींची माहिती मी मिळवीत असे आणि त्यांना भेटत असे. त्यांच्याशी चर्चा करून मला वेगवेगळ्या विषयांवर भाषणमालांचं संयोजन करण्याच्या कल्पना सुचत. एकदा मी कवितावाचनाच्या माझ्या कार्यक्रमासाठी गेलो असताना, पाचलेगांवकर महाराजांची भेट झाली. ते एक विलक्षण व्यक्तिमत्त्व होतं. गळ्याभोवती साप गुंडाळून ते बसलेले असत. त्यांनाही मी आकाशवाणीवर बोलतं केलं होतं. ते गळ्याभोवती साप गुंडाळून स्टुडिओत प्रवेश करू लागले. या गोष्टीला संमती देणं आम्हांला शक्य नव्हतं. त्यांचा माणूस साप घेऊन माझ्या खोलीत बसायला तयार झाला, तेव्हा माझी सुटका झाली. पाचलेगांवकर महाराज भाषण लिहून काढून ते वाचणार नव्हते. मी त्यांची मुलाखत घेतली. तुम्ही साप अंगावर का बाळगता असा मुलाखतीत मी थेट प्रश्न केला. पाचलेगांवकर

महाराज म्हणाले, ''समाजसेवेचं काम मला खेड्यापाड्यांत जाऊन करायचं असतं. माझ्या गळ्यात साप पाहिला की, त्यांना मी भगवान शंकरासारखा कुणीतरी दैवी पुरुष आहे असं वाटू लागतं आणि ते माझ्यावर श्रद्धा ठेवतात आणि माझा उपदेश आचरणात आणण्याचा प्रयत्न करतात.''

या आकाशवाणी पुराणाची आठवण मी अशासाठी सांगितली की शरच्चंद्र गोखले यांची माझी भेट आकाशवाणीच्या मुंबई केंद्रावर प्रथम झाली. श्री. गोखले यांचं आकाशवाणीवरचं माझ्या कारकीर्दीतलं हे पहिलं भाषण ठरवलेलं नव्हतं. शासकीय कार्याची माहिती देणारं भाषण करण्यासाठी सरकारी प्रतिनिधी म्हणून ते आले होते.

श्री. शरच्चंद्र गोखले यांचं हे भाषण मी ध्वनिमुद्रित करून घेतलं. उत्तम वक्तृत्व, देखणं-रुबाबदार व्यक्तिमत्त्व, हातात घेतलेल्या कामाविषयी मन:पूर्वकता या त्यांच्या गुणांची जाणीव या पहिल्या भेटीतच मला झाली. किनाऱ्यावर झुळझुळणाऱ्या समुद्राच्या लाटा पाहाव्या आणि त्यांवरून समुद्राची कल्पना करावी तसं हे माझं गोखल्यांकडे पाहणं होतं, याची जाणीव मला सविता भावे यांनी लिहिलेलं 'हे विश्वचि माझे घर' हे गोखले यांचं चरित्र मी वाचलं तेव्हा झाली. हे चरित्र वाचलं, तेव्हा मी थक्क झालो. समुद्राची विशालता आणि खोली यांचा प्रत्यय मला आला. आज शरच्चंद्र या महासागरविषयी बोलताना, तराफा घेऊन हा महासागर फिरून जाण्याचा प्रयत्न मी करतो आहे - ''तितिर्षुः दुस्तरं मोहात् उडुपेनास्मि सागरं-'' याची जाणीव मला झाली. 'हे विश्वचि माझे घर' हे चरित्र लिहिणारे श्री. सविता भावे यांचं मी मन:पूर्वक अभिनंदन करतो. भावे फार मोठं काम तुम्ही केलं आहे.

मोठ्या माणसांचे दोन प्रकार असतात. बौद्धिक, मानसिक शक्ती ज्यांना लाभली आहे अशी माणसं हा पहिला प्रकार. हृदयातून वाहाणाऱ्या करुणेच्या झऱ्याभोवती ज्यांच्या शक्ती नम्रपणे उभ्या असतात अशी माणसं, दुसरा प्रकार. श्री. शरच्चंद्र गोखले ही दुसऱ्या प्रकारची व्यक्ती आहे. त्यांची समाजसेवा आणि त्यांचे समाजविज्ञानाचे चिंतन यांचा जन्म महत्त्वाकांक्षेच्या पोटी झालेला नसून करुणेच्या पोटी झालेला आहे. त्यामुळे उत्तम संघटक, व्यवस्थापक असूनसुद्धा, त्यांचं हृदय हे आईचं हृदय आहे. संतांचं हृदय हे आईचं हृदय असतं. त्यामुळे 'हे विश्वचि माझे घर' या प्रत्ययात संतांची मती स्थिर झालेली असते. श्री. शरच्चंद्र गोखले यांच्या विज्ञानजाणिवेला आईचं हृदय लाभलेलं आहे. हे आईचं हृदय विज्ञानाला नसतं, हे विज्ञान हिंसेच्या मार्गाने जातं आणि महायुद्धांना आपल्या

कुशीत घेतं. शरच्चंद्र गोखले यांची आई ते तीन महिन्यांचे तान्हे बाळ असतानाच वारली. असा विचार माझ्या मनात येतो की, या जगाचा निरोप घेताना आपलं आईचं हृदय ती शरच्चंद्राला देऊन गेली. म्हणूनच मी म्हटलं, की हे शरच्चंद्र गोखले यांचं समाजविज्ञान हे करुणेतून, आईच्या हृदयातून जन्माला आलं आहे.

या आईच्या हृदयाला शोभेल अशीच परंपरा डॉ. शरच्चंद्र गोखले यांना लाभली. या परंपरेचं कृतज्ञतापूर्वक स्मरण करताना श्री. गोखले म्हणतात, ''आमचं घर ही एक सामाजिक संस्थाच होती. अडचणीत असलेल्या कोणत्याही माणसाला मदत अशी आश्वासक परंपरा या घराची होती.'' या परंपरेत करुणा आणि ज्ञान हातात हात गुंफून चालत असत. त्यांचे वडील बाबूराव गोखले यांची लोकमान्य टिळकांचे विश्वासू सेनानी अशी ख्याती होती. शरच्चंद्राच्या मनोविकासाकडे त्याचं बारीक लक्ष असे. आपल्या वडिलांचं स्मरण करताना श्री. गोखले म्हणतात, ''सकाळी दाढी करायला बसले की, त्यांच्याबरोबर राजकीय व आर्थिक विषयांची चर्चा होत असे. त्यांच्या विचारांचं क्षितिज इतकं मोठं होतं की, ज्ञानेश्वरी पाठोपाठ कार्ल मार्क्स आणि गीतेपाठोपाठ चार्वाकनीती येत असे.'' स्वत:च्या पलीकडे जाऊन इतरांचा विचार करणं ही गोखले यांच्या घराची प्रवृत्ती होती. सौ. रोहिणी शरच्चंद्र गोखले यांनी या प्रवृत्तीचं नेमकं वर्णन केलं आहे. त्या म्हणतात: ''माझ्या सासरी सर्वांना द्यावं अशी प्रवृत्ती होती. असलेली भाकरी सर्वांनी वाटून खायची. इतकंच नव्हे तर पहिला घास खाण्यापूर्वी गाईला घास दिला का? शेजारीपाजारी कोणी उपाशी तर नाही ना? याची चौकशी व्हायची. ती गोखल्यांच्या घराची शिस्त होती.''

साहित्यावरचं प्रेम हासुद्धा डॉ. गोखले यांच्या घराचा एक भाग होता. त्यांचे चुलते नानासाहेब गोखले हे नाटककार होते. ते झोपाळ्यावर बसून शरदला संतांचे अभंग, ओव्या, गीते, पोवाडे वगैरे म्हणून दाखवीत असत. त्यामुळे कविता करणं, नाटकात काम करणं या गोष्टी शरदला ओघानेच जमायला लागल्या. शाळेतल्या नाटकात शरदने एकदा शिवाजीचं काम केलं होतं. शरदचे वडील बाबूराव गोखले विद्यार्थ्यांचं हे नाटक बघायला गेले होते. घरी येऊन त्यांनी शिवाजीच्या कामाची खूप स्तुती केली. ते म्हणाले, ''स्पष्ट उच्चार, धीटपणा हे गुण तर होतेच, पण दिसतही होता राजबिंडा.'' हे ऐकून घरातली सगळी मंडळी हसायला लागली. नंतर त्यांना सांगितलं की, तो शिवाजी म्हणजे शरद होता! हे कळल्यावर मग कौतुकाला काय तोटा? ही आठवण डॉ. शरच्चंद्र गोखले यांच्या बहिणीने सांगितली आहे.

१९३२ साली शरद स्काऊट-बालवीर चळवळीत दाखल झाला आणि १९४७ साली विद्यार्थी म्हणून टाटा इन्स्टिट्यूट ऑफ सोशल सायन्स या संस्थेत. या दोन्ही संस्थांनी शरदच्या ध्येयवादी मनाला आकार दिला आणि कार्याची दिशा दाखवली. या संस्थांच्या संस्कारातूनच छोट्या शरदचा डॉ. शरच्चंद्र गोखले या असामान्य व्यक्तिमत्त्वापर्यंत प्रवास होऊ शकला. ध्यास घेणं, हातात घेतलेल्या कामात पूर्णपणे झोकून देणं हा डॉ. शरच्चंद्र गोखले यांचा मूळ स्वभाव आहे. मोठमोठ्या संस्थांत शिक्षण घेणारे अनेक बुद्धिमान विद्यार्थी संस्थेच्या दगडविटांच्या भिंतीबाहेर पडू शकत नाहीत. आणि चांगल्या पगाराची नोकरी हीच त्यांच्या ज्ञानाच्या प्रवासाची अखेर असते. डॉ. शरच्चंद्र गोखले यांचा समाजकल्याणाचा ध्यास हा असा पगारी ध्यास नव्हता. समाजाविषयी त्यांना वाटणारा कळवळा जातिवंत होता, तो त्यांच्या स्वभावातच आतून आला होता. डॉ. शरच्चंद्र गोखले यांच्या स्वभावाचं श्री. राम अत्रे यांनी नेमकं आणि अर्थपूर्ण वर्णन केलं आहे. राम अत्रे म्हणतात, ''शरद स्काऊट-बालवीर चळवळीत लहानाचा मोठा झाला. त्याच्यातले अभिजात नेतृत्वाचे गुण तो बालवीर शिक्षक असतानाच दिसू लागले होते. कोणाचंही मन दुखवायचं नाही, स्वत: समजूतदारपणा स्वीकारून दुसऱ्यांची भांडणं मिटवायची, तत्त्वाशी तडजोड करताना इतरांना प्रोत्साहन देत मोठं करायचं, चुकलं तरी रागवायचं नाही, पडलं तरी हसायचं नाही, लोकांना धीर देत त्यांना मोठ्या जबाबदाऱ्या पेलण्यासाठी सक्षम करायचं या त्याच्या स्वभावामुळे तो अगदी अजातशत्रू असा समाजनेता आहे. वैऱ्यावरसुद्धा प्रेम करायला शिकवणारं शरदचं सौजन्य अगदी अथांग आहे.''

टाटा इन्स्टिट्यूट ऑफ सोशल सायन्सचे संचालक जे. सी. कुमारप्पा यांनी शरच्चंद्र गोखले यांना खऱ्या अर्थाने समाजसेवेची दिशा दाखवली. एकदा जे. सी. कुमारप्पा शरच्चंद्र गोखले यांना म्हणाले, ''ज्याला समाजाची पुनर्रचना करायची आहे त्याला नुसता कळवळा असून पुरेसा नाही. त्याला समाजाच्या विकासाचं शास्त्र समजायला हवं. तुझ्या मनगटावर हे घड्याळ आहे - समज, ते बंद पडलं तर ते घड्याळ पुन्हा सुरू करण्यासाठी त्याच्या दुरुस्तीचं शास्त्र तुला अवगत असायला हवं.'' सामाजिक समस्यांना वैज्ञानिक नजरेने जोडण्याचं शिक्षण डॉ. गोखले यांना इथे मिळालं. शरच्चंद्र गोखले यांचे वडील बाबूराव हे लोकमान्य टिळकांच्या विश्वासातले कार्यकर्ते. केसरी संस्थेच्या 'मराठा' या इंग्रजी साप्ताहिकाचे ते संपादक होते. श्रमिक पत्रकारांची लोकशाही संघटना त्यांच्याच

अध्यक्षतेखाली उभी राहिली. राजकारणाचं वाकडं आणि हूड वळण बाबूरावांना माहीत असल्यामुळे त्यांनी त्या मोहापासून आपल्या मुलाला परावृत्त केलं. त्यांचा सल्ला शरदने शिरोधार्थ मानला. बी. ए. झाल्यानंतर शरदने समाजविज्ञानाच्या अभ्यासक्रमाकडे जावं अशी त्यांची दूरदृष्टी होती. १९४७ साली टाटा इन्स्टिट्यूट ऑफ सोशल सायन्समध्ये शरच्चंद्र गोखले विद्यार्थी म्हणून दाखल झाले. हौशी समाजसेवक नव्हे, तर सामाजिक विज्ञानाचा अभ्यास केलेला व्यावसायिक समाजसेवक म्हणून या संस्थेत गोखले शिक्षण घेणार होते. पुण्याच्या मराठी वातावरणातून टाटा इन्स्टिट्यूटमध्ये शिकायला जाणं हा एकदम राष्ट्रीय, आंतरराष्ट्रीय वातावरणात नेणारा बदल होता. या बदलाला शरच्चंद्र गोखले हिंमतीने उत्साहाने सामोरे गेले. या अभ्यासक्रमाने खूप वाचायची खूप विचार करायची आणि प्रज्ञावंतांच्या पायांशी बसून समाजविज्ञानाचा शोध घेण्याची उत्तम संधी शरच्चंद्र गोखले यांना मिळाली. समाजविज्ञानाचे हे विद्यार्थी फाळणीच्या भयानक रक्तपाती इतिहासाचे साक्षी होते. हे विद्यार्थी निर्वासितांची माहिती घेणं, त्यांना धीर देणं अशी कामं करीत असत. या निर्वासितांच्या कहाण्या ऐकून हे विद्यार्थी हादरून जात. या चार महिन्यांच्या कामात गोखले यांना जो अनुभव आला तो आयुष्याच्या चाळीस वर्षांत मिळणं असंभव होतं.

या अनुभवाने शरच्चंद्र गोखले यांच्या विचारांना, त्यांच्या साम्यवादी मनाला निश्चित असा आकार मिळाला. अंतरीच्या कळवळ्याला वैज्ञानिक बैठक लाभली. गोखले यांना प्रत्यक्ष क्षेत्रीय कामाची संधी मिळाली. रिमांड होमचे चीफ ऑफिसर म्हणून त्यांची नेमणूक झाली तेव्हा या अनुभवातून आणि चिंतनातून बालकल्याण कार्यक्रमाला शिक्षेपेक्षा पुनर्वसनाचं स्वरूप देण्याची गरज गोखले यांना तीव्रतेने जाणवू लागली. त्या अनुभवातून आणि चिंतनातून 'नावडती मुले' हे पुस्तक त्यांनी लिहिले. गोखले यांची वृत्ती प्रयोगशील आहे. मागील पानावरून पुढे चालू ही गोष्ट त्यांच्या स्वभावातच असणारी नाही. गोखले यांचा स्वभाव सतत प्रश्न विचारणारा आणि नव्या उत्तरांचा शोध घेणारा आहे. रिमांड होमचे मुख्य अधिकारी असताना या संस्थेत पोलिसांनी गुन्हेगार म्हणून पकडून आणलेल्या मुलांकडे गोखले यांनी नवे जीवन, नवी जाणीव प्राप्त करून देण्याचे क्रांतिकारी आव्हान म्हणून पाहिलं. अशा रीतीने रिमांड होमला त्यांनी पुनर्वसनाच्या, नव्या जाणिवेने जगण्याच्या चळवळीचं रूप दिलं. या मुलांबरोबर त्यांनी बालसप्ताह साजरा केला. या विषयावर नवी दृष्टी देणारे अनेक लेख त्यांनी लिहिले, महाराष्ट्रभर फिरून त्यांनी नवा दृष्टिकोन समजून देणारी भाषणं दिली, 'समाजसेवा' नावाचं

मासिकही सुरू केलं. रिमांड होमरूपी बालगुन्हेगारांच्या तुरुंगाचं गोखले यांनी आनंदरूपी सुधारणागृहात रूपांतर केलं. पारंपरिक आणि अनुभवी अधिकाऱ्यांना या मोकळेपणामुळे पकडून आणलेली मुलं पळून जातील अशी भीती वाटू लागली. तेव्हा गोखले त्यांना म्हणाले, "मुलं पळून जाणं हे माझ्या दृष्टीने चांगलं लक्षण आहे. कारण याचा अर्थ त्यांच्यात स्वतंत्रपणे जगण्याचं जिद्द आहे असा होता. संस्थेमधे ती बांडगुळासारखी जगू लागली आणि आम्ही कायम इथेच राहतो म्हणाली, तर तो आपल्या कामाचा पराभवच आहे. सरकारी नोकरीत असा विचार हा एक बॉम्बगोळाच होता! रिमांड होममध्ये गोखले यांनी केलेला असाच एक महत्त्वाचा प्रयोग म्हणजे 'प्ले थेरपी क्लिनिक' खेळता खेळता मुलांची घुसमट कमी होऊन उपचार काळात त्यांच्या मनातल्या गाठी सोडवणं शक्य होई. त्यासाठी क्रीडोपचाराच्या खोलीला खास काचेचा पडदा लावून घेण्यात आला. त्यामुळे आतल्या मुलांना बाहेरून त्यांना कोणी पाहत आहे हे जाणवत नसे; पण तज्ज्ञांना मात्र मुलांच्या सर्व हालचालीचं निरीक्षण करता येत असे. या अनुभवावर आधारलेली 'हसता खेळता क्रीडोपचार' ही पुस्तिका गोखल्यांनी मानसशास्त्रज्ञ भागवत यांच्या मदतीने लिहिली. गुन्हेगार मुलांकडे पाहण्याचा हा नवा दृष्टिकोन अधोरेखित करणारं 'नावडती मुले' हे पुस्तक त्यांनी लिहिलं. गोखले यांचा रिमांड होममधील कामाचा हा आवाका आणि त्यामागची वृत्ती पाहिली की, गोखलं रिमांड होममध्ये नोकरीच्या रूपाने साधना करीत होते असंच म्हणावंसं वाटतं. साधना हा आध्यात्मिक परंपरेतला शब्दच गोखले यांच्या कार्याचं वर्णन करायला योग्य आहे. ठोकळेबाज विचारसरणीतून बाहेर पडून नव्या वर्तनशील दृष्टीने सामाजिक प्रश्नांकडे पाहणाऱ्या गोखले यांना नोकरीतली सरकारी बंधनांची जो खडबंदी बोचू लागली होती. भारतीय समाजकल्याण संस्था व आंतरराष्ट्रीय समाजविकास मंडळ या संस्थांचा आशिया व पॅसिफिक विभागाचा प्रमुख म्हणून त्यांची निवड झाली, तेव्हा गोखले यांनी सरकारी नोकरी सोडायचं ठरवलं. निदान पेन्शनपात्र होईपर्यंत आणखी तीन वर्षं तरी सरकारी नोकरी त्यांनी सोडू नये असा त्यांच्या हितचिंतकांचा आग्रह होता. पण गोखले यांनी सर्व लोभ झुगारून सरकारी नोकरीचा राजीनामा दिला. त्यांनी नोकरी सोडली, तेव्हा पुनर्वसन झालेल्या कुष्ठरुग्ण मंडळींनी डेक्कनक्वीनचा डबा फुलांनी शृंगारून गोखले यांना प्रेमाचा निरोप दिला. सरकारी नोकरीतले सर्व फायदे त्यातल्या प्रत्येक फुलावरून ओवाळून टाकावे अशी ती फुलं होती.

आशियातील समाजविकासाचं चित्र काय आहे हे स्पष्ट व्हावं म्हणून गोखले यांनी त्यांचा पहिला इंग्रजी ग्रंथ Quest in Social Welfare of Asia या शीर्षकाने सिद्ध केला. वॉशिंग्टनच्या जागतिक परिषदेत तो प्रसिद्ध झाला. इंग्रजी आणि मराठी मिळून त्यांचे चव्वेचाळीस ग्रंथ प्रसिद्ध झाले आहेत. याखेरीज त्यांनी सादर केलेल्या रिपोर्टसूची संख्या दहाहून अधिक आहे. इतके प्रचंड परिश्रम करणारे गोखले सदैव हसतमुख आणि स्वागतशील असतात. अनेक आंतरराष्ट्रीय परिषदांत भाग घेणाऱ्या गोखले यांना अनेक पुरस्कार प्राप्त झाले आहेत. पंच्याऐंशी वर्षं पूर्ण झाल्यानंतरही त्यांचं लोकशिक्षणाचं कार्य अखंड चालू आहे. पुण्याचे गोखले हे खऱ्या अर्थाने आंतरराष्ट्रीय गोखले आहेत. मंडईत जाऊन शेवग्याच्या शेंगा आणाव्या इतक्या सहजपणे त्यांनी वॉशिंग्टन, मनिला, नैरोबी, जेरुसलेम, अशा जागतिक परिषदा आयोजित केल्या आहेत. अशा परिषदातून अनुभवांचं आणि विचारांचं आदानप्रदान केलं जातं, आपला वैयक्तिक अनुभव जागतिक संदर्भात तपासता येतो आणि त्यापासून तिला दिशा मिळते असा गोखले यांचा अनुभव आहे.

अपंग मुलांसाठी डॉ. शरच्चंद्र गोखले यांनी एक प्रार्थना लिहिली होती. कविहृदय आणि मातृहृदय या कवितेत एकरूप झाल्याचा प्रत्यय येतो. या कविहृदयाने आणि मातृहृदयाने डॉ. गोखले यांचे आजवरचे सर्व कार्य व्यापून टाकले आहे. कविता अशी आहे.

दे देवाधिदेवा,
माझ्या अपंग मुलांना स्वातंत्र्याचे पंख दे!
कितीही प्रयत्न केला तरी
माझ्या मतिमंद मुलांच्या बुद्धीवर पडलेल्या बेड्या
तुटत नाहीत; माझ्या मूकबधिर मुलांच्या विचारांना
शब्दांचे पंख फुटत नाहीत,
आक्रंदनाला स्वरच फुटत नाहीत:
उद्‌गारांच्या अभावी त्यांचा कोंडमारा होतो आहे;
त्यांना शब्दंचे वरदान दे!
माझ्या अंध मुलांना प्रकाशाची शलाका दे!
निदान त्यांना शिक्षणाचे महाद्वार उघडून दे
ज्यांच्या ज्यांच्या हातापायांत
अपंगतेच्या बेड्या आहेत

त्यांना मुक्तीचे वरदान दे,
माझ्या अपंग मुलांना स्वातंत्र्याचे पंख दे.

डॉ. शरच्चंद्र गोखले यांच्या सर्जनशील करुणेला प्रणाम करून मी माझं भाषण संपवतो. 'हे विश्वचि माझे घर' हे डॉ. गोखले यांचं चरित्र लिहिणारे भावे यांचं सर्व वाचकांच्या वतीने मी मन:पूर्वक अभिनंदन करतो.

□

'हे विश्वचि माझे घर' या श्री. सविता भावे यांनी लिहिलेल्या डॉ. शरच्चंद्र गोखले यांच्या चरित्राच्या प्रकाशन समारंभात केलेले भाषण पुणे २१ ऑक्टोबर २०११

संवाद-आस्वाद

पाडगांवकरांच्या लेखनकर्तृत्वाचा आगळावेगळा पैलू या विभागात आपल्याला दिसतो. ‘अभ्यासोनि प्रगटावे’ हा मंत्र अनुसरून त्यांनी घेतलेल्या बा. भ. बोरकर, विंदा करंदीकर, श्री. पु. भागवत यांच्या दीर्घ मुलाखतींतून मुलाखतीचे विषय असलेले साहित्यिक आणि पाडगांवकरांचे त्यांच्याबद्दलचे साहित्यिक, भावनिक आकलन या गुणांचा प्रत्यय येतो. त्याबरोबरच केशवसुत, बालकवी, कुसुमावती देशपांडे यांच्या साहित्यावरचे त्यांचे आस्वादक लेख पाडगांवकरांमधल्या रसिक वाचकांची ओळख पटवून देतात.

चित्तीं असावे सावधान

व्यक्तीच्या जीवनात अचानक जसा भाग्याचा क्षण येतो आणि आयुष्याचा एक कालखंड ऐश्वर्याने उजळून टाकतो त्याप्रमाणेच समाजजीवनातही होत असतं. समाजाच्या जीवनातही भाग्याचा असा लखलखता क्षण येतो. जीवनाच्या अडलेल्या प्रवाहाला तो गती देतो, आकांक्षेच्या निखाऱ्यावर जमलेला राखेचा थर झाडून टाकतो, नव्या उमेदीचा जोम समाजाच्या व्यक्तिमत्त्वात भरतो, किरट्या स्वार्थाच्या पलीकडे असलेल्या विशाल ध्येयाचं दर्शन हा क्षण घडवतो. सतराव्या शतकाच्या मध्याच्या सुमारास तुकाराम, रामदास आणि शिवाजी या तिघांच्या प्रतिभेच्या रूपाने राष्ट्राच्या जीवनात हा भाग्याचा क्षण उगवला.

संसाराच्या सर्व कळा तुकारामाने सोसल्या, ''देव ना संसार : तुका दोहींकडे चोर' असा घोर आंतरिक संघर्ष त्याने अनुभवला. संसारातून मन निवृत्त करावं, हव्यासाच्या, आशा-निराशांच्या पाशातून मन मोकळं करून परमेश्वराची प्राप्ती करून घ्यावी हेच मानवी जीवनाचं साफल्य असं तुकारामाने मानलं,

> वैराग्याच्या शेणी लागल्या शरीरा
> ज्ञानाग्नी भरभरा जीववित्वेसी
> दिली तिळांजुळी कुळनामरूपांसी
> शरीर ज्याचें त्यासी समर्पिलें
> तुका म्हणे रक्षा जाली आपेआप
> उजळला दीप गुरुकृपा

हा दीप उजळण्यासाठी प्रपंचाच्या शरीराला वैराग्याच्या शेणी लावून तुकारामाने ज्ञानाचा अग्नी दिला.

तुकारामाच्या अलौकिक प्रतिभेला हा वैराग्ययोग झेपला, पण लोखंडाचे चणे खाण्याचं हे सामर्थ्य सर्वसामान्य सांसारिकांत येणं कठीण होतं. ती ताकद नसताना ज्या वेळी अनेक 'येरगबाळे' वैराग्याचं सोंग नुसत्या टिळेमाळांनी सजवू पाहतात तेव्हा समाजजीवनात पुरुषार्थ पंगू करून टाकणारा दंभ माजतो. ब्रह्मज्ञानाची बाष्कळ बडबड अध्यात्माचे छाप मारून विकली जाते. नेभळ्या आसक्तीची रोगट लटपट जीवनात ठिकठिकाणी उमटू लागते. लाचारी आणि सत्तेचा कोडगा हपाप शिरजोर होतो. समाजजीवनात बोकाळणाऱ्या या पळपुट्या वैराग्याची तुकारामाला जाणीव होती - तिच्यावर त्याने प्रसंगी कोरडेही ओढले, पण आपल्या मनात उमटलेल्या प्रपंचनिवृत्तीच्या सच्च्या सुराशी तो प्रामाणिक राहिला.

अशा पोखरणीच्या काळात प्रवृत्तीच्या पात्याला शिवाजीने लखलखीत धार चढवली. या धारदार खड्गाला त्याने समाजहिताची बळकट मूठ बसवली होती, आणि या खड्गाच्या पात्यासाठी विवेकाचं म्यान सतत तयार ठेवलं होतं.

रामदासस्वामींच्या चरित्रात आणि साहित्यात या दोन्ही प्रवृत्तींचा अद्‌भुत संगम आपल्याला दिसतो. समाजाची सर्वांगीण धारणा होण्यासाठी प्रपंच आणि परमार्थ या दोन्ही प्रवृत्तींनी एकेमकांना झाकोळून टाकता कामा नये या रामदासांच्या जाणिवेतच त्यांचं जीवनदर्शन सामावलेलं आहे. प्रपंच आणि परमार्थ या दोन्ही प्रवृत्तींचा समर्थ-संवादी मेळ म्हणजेच रामदासांचं वाङ्मयीन व्यक्तिमत्त्व.

रामदासांचा मनोधर्म निवृत्तिपर होता. भक्तिमार्गाचा प्रचार हे त्यांचं जीवितकार्य होतं. परंतु एकीकडे अध्यात्माची ही उत्कट साधना चालू असतानाच दुसरीकडे 'बुडतां हे जन न देखवे डोळां' ही जाणीवही अस्वस्थ करून सोडीत होती. या समाजजीवनाचं चिंतन करतानाच रामदासांना एका अटळ सत्याची जाणीव झाली. जो समाज पराक्रमशून्य आहे, भीरुतेतून निर्माण झालेल्या दुबळ्या वैराग्याने ग्रासलेला आहे तो समाज खऱ्या अर्थाने भक्तिमार्गी किंवा निवृत्तिमार्गी होऊ शकत नाही, हेच ते सत्य होतं. गुहेत बसून एकान्तातलं तपश्चरण करताना वास्तवाचं प्रखर दर्शनही त्यांनी घेतलं होतं. या दर्शनातून त्यांना निश्चित जाणीव झाली होती की निवृत्तिमार्ग म्हणजे पळपुटेपणा नव्हे. माणसांच्या आध्यात्मिक प्रेरणांचा, प्रयत्नांचा आविष्कार सामाजिक जीवनात कुठे तरी दिसला पाहिजे. या जाणिवेमुळेच वैयक्तिक आध्यात्मिक साधना आणि समाजव्यवहार यांचा तोल साधण्याची, त्यांत सुसंवाद निर्माण करण्याची आवश्यकता त्यांना भासली. प्रवृत्ती

आणि निवृत्ती हे दोन आता केवळ वादाचं लक्ष्य होणारे शब्द उरले नव्हते. एका नव्या साक्षात्कारानं रामदासांनी मानवी मनातल्या या दोन मूलभूत प्रेरणांकडे पाहिलं होतं. त्यांच्या जागा ओळखल्या होत्या. या दोन्ही प्रेरणांचं संश्लेषण करण्याची धारणा त्यांनी बाळगली होती. आणि म्हणूनच या कालखंडाचा ऐतिहासिक दृष्ट्या विचार करता महाराष्ट्राच्या आध्यात्मिक–सामाजिक जीवनातलं रामदास हे एक नवं स्फुरण होतं असं म्हणायला मुळीच हरकत नाही. वैराग्याबरोबरच प्रपंचाची, भक्तीबरोबरच शक्तीची उपासना करण्याची बाह्यत: विरोधी वाटणारी प्रेरणा महाराष्ट्राला त्यांनी दिली. प्रभू रामचंद्राचे ते उपासक होते. प्रभू रामचंद्राच्या मुखावरची परमविरागी शांती आणि त्याच्या हातातलं परमशक्तिशाली धनुष्य या दोहोंचा साक्षात्कार रामदासांना समाजजीवनात पाहायचा होता. ही दुहेरी भूमिका घेणं ही गोष्ट फारच बिकट असते. एक तर, शक्तीची उपासना समाजाला शिकवताना शक्तीच्या तामसी हपापातून स्वत:ला अलिप्त ठेवणं भाग असतं. कारण शक्ती ही आंधळी होण्याचा धोका राजकारणात प्रतिक्षणी असतो. दुसरं असं की ज्यानं वैराग्याची वस्त्रं धारण केली त्याला नेटक्या प्रपंचाचा उपदेश करताना या दोन भूमिकांतला विरोध पत्करण्याचं विलक्षण मनोधैर्य दाखवावं लागतं. संत आणि कलावन्त या दोन्ही दृष्टींनी रामदासांनी या दोन्ही भूमिकांशी असामान्य मनाधैर्यानं इमान राखलं. भक्तीचा जिव्हाळा हृदयात धारण करून हा ब्रह्मपिसा वयाच्या छत्तिसाव्या वर्षापर्यंत देशभर हिंडला. निर्भय, उघडच्या डोळ्यांनी त्यांनी लोकजीवन पाहिलं, सामाजिक आपतींचा अर्थ लावण्याचा प्रयत्न केला. 'ठायी ठायी शोध घ्यावा, मग ग्रामी प्रवेश करावा' या चौकस बुद्धीने त्यांनी शोध घेतला आणि गावागावांत नवे दर्शन घेऊन जणू प्रवेश केला. आणि एकीकडे ही कर्मशूर जिद्द बाळगली असतानाच, दुसरीकडे 'तुजविण सिण होतो धाव रे धाव आता' हा आंतरिक जीवनातला परमार्थी धावाही चालूच ठेवला. चळवळीचे सामर्थ्य आणि भगवन्ताचे अधिष्ठान या दोहोंचा सांधा त्यांनी आपल्या व्यक्तित्वाने जोडला.

वैयक्तिक जीवनात रामदासांनी बाळपणीच वैराग्याच्या गळ्यात माळ घातली होती. परमेश्वराची प्राप्ती हेच ध्येय आपल्या डोळ्यांपुढे ठेवलं होतं. एखाद्या प्रतिभाशाली कलावंताने अनेक पातळ्यांवरून आपला अनुभव न्याहाळावा त्याप्रमाणे रामदासांनी अनेक दृष्टींनी या भारतभ्रमणात समाज न्याहाळला. ध्येयनिष्ठ माणसाचं जसं एक सामर्थ्य असतं तशीच एक अंगभूत मर्यादाही असते. ध्येयाच्या ओढीमुळे त्याच्या व्यक्तित्वाला उत्कट वेग मिळतो, पण त्याचबरोबर

या ध्येयनिष्ठेची झापडं कळत नकळत त्याच्या डोळ्यांभोवती निर्माण होत असतात. या झापडांमुळे जीवनाच्या वस्तुनिष्ठ, समग्र दर्शनाला तो वंचित होतो आणि म्हणूनच पाहणं, न्याहाळणं या गोष्टीला फार मोठी प्रतिभा लागते. व्यक्तित्वाच्या अनेक पायऱ्यांवर एकाच वेळी उभं राहण्याची ही शक्ती असते. ही शक्ती, ही सर्जनशील अलिप्तता हा रामदासांच्या व्यक्तित्वातला एक चमत्कार होता. या शक्तीमुळेच समाजाचं दु:ख, दैन्य ते डोळसपणे पाहू शकले. अंतरीं धगधगीत वैराग्य बाणलेलं असूनही समाजाला पुरुषार्थाची दीक्षा देण्याचं व्रत त्यांनी घेतलं. 'अनुदिन अनुतापें तापलो रामराया, परम दिनदयाळा नीरसी मोहमाया' अशी आर्त हाक प्राणांत उमटत असतानाही संघटित सामर्थ्याची उपासना करणारे आखाडे त्यांनी उभे केले, खोट्या अध्यात्माचा ढोंगधत्तुरा निपटून काढून पुरुषार्थी अध्यात्माची दीक्षा त्यांनी समाजाला दिली. या पुरुषार्थी अध्यात्माने रामदासांचा शब्द न् शब्द उजळलेला आहे.

आपल्या भारतभ्रमणात रामदासांनी समाजाचं सर्व चलनवलन बारकाईने पाहिलं. समाजाला नि:सत्त्व करणारा रोग नेमका कुठे आणि कोणता आहे याचा अचूक ठाव घेतला. आपापसांतील तंटे बखेडे, भयातून निर्माण होणाऱ्या देवतांचा धाक घालून जनतेचं शोषण करणारी बुवाबाजी, आणि पराक्रमशून्यतेमुळे सामाजिक जीवनाला आलेली अवकळा असं या रोगाचं तिहेरी रूप होतं. या रोगावर रामदासांनी निर्भीडपणे बोट ठेवलं. मिळमिळीत बनलेल्या समाजाला आपल्या साहित्यातून घडवताना रामदासांची शैली कधी संतापाने परखड बनते. हा परखड संताप व्यक्त करताना ती शब्दांचे नाजुक नखरे जुमानीत नाही. कधी त्यांच्या शैलीला उपरोधाची कठोर धार येते. शरीरातल्या रोगट भागावरून एखाद्या कुशल शस्त्रक्रियाविशारदाचं शस्त्र चालावं तशी ही शैली सामाजिक अमंगळावर शस्त्रक्रिया करू लागते. नेभळ्या बनलेल्या समाजाच्या ओंगळपणाचं दर्शन घडवताना रामदासांची शैली साहित्यशास्त्राच्या झिजून गुळगुळीत झालेल्या संकेतांना निडरपणे झुगारून देते. समाजातल्या पराक्रमशून्य हावरेपणाचं रामदासांनी घडवलेलं हे दर्शन किती प्रामाणिक आणि सडेतोड आहे ते ऐका –

येतो पाहुणा पाहुणा, लवकरी जाईना
अन्न खातो रे खातो रे, थोडेही खाईना
उदंड वाढिले वाढिले, तरीही धाईना

गर्वे बोलतो बोलतो, कोठेही माईना
उदंड घेतले घेतले, अखंड उचक्या देती
किती खाती रे खाती रे, तेथेंचि हागती
रात्रीं उठती उठती, भडभडा ओकती
कर्पट ढेकर ढेकर, राऊत सोडती
दास म्हणे रे भगवंता, किती पाहसी सूख
काय वाचुनी वाचुनी, नुपरते जीवित्व
किती धरावें धरावें, धरावें ममत्व
जालीं शरीरें शरीरें, शरीरें नि:सत्त्व.

शब्दांच्या सोवळे-ओवळेपणाच्या कृत्रिम संकेतांनी साहित्यनिर्मिती जखडू पाहणाऱ्या आधुनिक साहित्याच्या टीकाकारांनी रामदासांच्या अशा निडर उताऱ्यांतलं सामर्थ्य अवश्य अनुभवलं पाहिजे. स्वत:चं जीवनदर्शन घेऊन अवतरणारी प्रतिमा साहित्यातली सांकेतिक नियमावली अशी अटळपणे झुगारून देते. याची उदाहरणं रामदास-तुकारामाच्या साहित्यात वारंवार आढळतात. रामदासांच्या या उपरोधाला, परखडपणाला समाजाविषयी वाटणाऱ्या खोल करुणेचा आधार आहे. एका पिळवटून निघालेल्या मनाचे हे तळमळीचे उद्‌गार आहेत याची शब्दाशब्दांतून प्रतीती येते.

आपापसातले तंटे-बखेडे हे सामाजिक रोगाचं एक महत्त्वाचं लक्षण आहे ही गोष्ट रामदासांच्या ध्यानात आली होती. हा त्याची निंदा करतो, तो याची निंदा करतो. सगळे एकमेकांचे पाय ओढण्यात मग्न झालेले. बाष्कळ अहंता ज्ञानाच्या शाब्दिक कसरती करीत आलेली. अशा या पोकळ अहंतेने पोखरलेल्या समाजाचं रामदासांनी केलेलं चित्रण अगदी आजच्या समाजाचं चित्रण असावं तसं विलक्षण ताजं वाटतं.

ऐसा हा मत्सर लागलासे पाठी, देवा तुझी भेटी केविं घडे
भक्तांसी निंदिती अभक्त दुर्जन, दुर्जनासी जन निंदिताती
भिन्न उपासना, भिन्न संप्रदाय, एकमेकां सर्व निंदिताती
नि:स्पृहा निंदिती संसारिक जन, संसारिका जन निंदिताती
पंडिता पंडिता वेवाद लागला, पुराणिकां जाला कलहो थोर
वैदिका वैदिक भांडती नीकुरें, योगी परस्परें भांडताती
प्रपंचीं-परमार्थी भांडण तुटेना, लोभ हा सुटना तेणें गुणें

स्मार्त ते वैष्णव, शाक्त आणि शैव, निंदिताती सर्व परस्परें
स्वजाती विजाती भांडण लागलें, दास म्हणे केलें अभिमानें

बुवाबाजी हे सामाजिक रोगाचं दुसरं महत्त्वाचं लक्षण होतं. परमार्थविचारात 'गुरू' ही संस्था आपली ज्ञानाच्या वाटाड्याची निर्लोभ भूमिका सोडून धंदा करायला उभी राहिली की या संस्थेच्या नावाखाली बुवाबाजी पोसली जाते. ज्ञानाची दीक्षा देण्याऐवजी लोकांच्या मनांतील भीतीचा फायदा घेऊन मंत्रतंत्र, जादूटोणा, भुतंखेतं यांचं गारूड माजवणारी बुवाबाजी सुरू होते. यामुळे अध्यात्म त्या प्रतिमायुक्त विचारांनी उजळून जाण्याऐवजी समाज अडाणी समजुतींच्या ओझ्याखाली वाकून जातो. समाजाच्या शुद्ध भावनेचा, विचारांचा कणा मोडून टाकणाऱ्या बुवाबाजीवर रामदासांनी आपल्या उपहासाची धार रोखली आहे.

''हरिणा वाघाची मढी, त्याची घ्यावी कातडी
पुण्य येतें तातडी, होते देवाची जोडी
सोमयाग करिती, तेथें मांसें भक्षिती
तेणें होतसे गती, महिमा उदंड सांगती
दाढ्या डोया बोडाव्या, हाती खापऱ्या घ्याव्या
उदंड बोंबा माराव्या, पूर्वज पावती पदव्या
ज्ञानेविण तो पशू, जेथें तेथें विश्वासू
केला वयाचा नाशू, ठायीं न पडे जगदीशू
लोक ऐसाचि वेडा, उगाची मारितो झडा
काय करील बापुडा, संग सापडला कुडा
अघोर मंत्रांची ढालें, येक करिती कवटाळें
चाटें पोरें बटवाले, पाप उदंड केले
एक पूजिती देवतें, जनांस घालिती भुतें
एक राखती प्रेतें, तेणे द्रव्य साधते
दास म्हणे उदास, घरा देवाची कास
भाक्तिमार्ग विशेष, तेणे पावे जगदीश

पराक्रमशून्य समाजावर आलेली अवकळा हे या रोगाचं तिसरं लक्षण. आपल्या भ्रमंतीत रामदासांनी ही अवकळा ठायी ठायी पाहिली. 'चिंतेने ऊर फाटतो' असा

विदारक अनुभव त्यांना आला. अस्मानी आणि सुल्तानी हातांत हात घालून होती. अवर्षणाचा अपशकुन पुन्हा पुन्हा घाला घालीत होता. अशा या गांजलेल्या समाजाला कोण आधार देईल? त्याची अस्मिता कोण जागी करील? त्याच्या पुरुषार्थाला कोण आवाहन करील? या समाजाचं रामदासांनी केलेलं चित्रण वाचताना त्यांचं सूक्ष्म निरीक्षण आणि अपार कारुण्य यांच दर्शन आपल्याला घडतं.

जन बुडाले बुडाले, पोटेंवीण गेले
बहुत कष्टले कष्टले, किती येक मेले
विसा लोकांत लोकांत, येकची राहिले
तेणें उदंड उदंड, दु:खची साहिलें
कांही मिळेना मिळेना, मिळेना खायाला
ठाव नाही रें नाहीं रें, नाहीं रे जायाला
पाऊस पडतो पडतो, उदंड पडतो
नाहीं तर उघडतो, अवघाची उघडतो
धान्य महाग महाग, तैसेही मिळेना
कैसें होईल होईल, होईल कळेना
उदंड चाकरी चाकरी, मिळेना भाकरी
न्याय बुडाला बुडाला, जाहली शिरजोरी
सुडकें पटकूर पटकूर, मिळेना पांघराया
शक्ति नाहीं रें नाहीं रें, खोपट कराया
वाट फुटेना फुटेना, विदेशी भराया
अवघीं बैसलों बैसलों, बैसलों मराया
दास म्हणे रे भगवन्ता, किती पाहती सत्त्व
जालीं शरीरें शरीरें, शरीरे नि:सत्त्व

संघटित दुर्जनांच्या हातीं विटंबना पावणाऱ्या समाजातल्या असंघटित सज्जनांचं हे दारुण चित्र आहे.

समाजातल्या सात्त्विकांचं जीवन जेव्हा असं दुबळं होतं, प्रतिकारशून्य होतं तेव्हा समाजातली सता धार्मिक, किंवा सामाजिक - राजकीय क्षेत्रांतल्या गुंडपुंडांच्या हाती जाते. हे अगदी आजही आपल्याला दिसतं. सामाजिक अध:पात हे याचंच नाव. हे जीवनविन्मुख शैथिल्य दूर करण्यासाठी रामदासांनी

आपले शब्द धगधगीत केले. 'तसा विषमकाळ, जाली तळमळा, लोक पडिले विकळ' अशा या विकलतेचं दर्शन घडवणारा आरसा त्यांनी समाजापुढे धरला. रामदासांचा प्रत्येक शब्द या कारुण्याचा प्रखर स्फोट आहे. निवृत्तीच्या खड्गाला पराक्रमी प्रवृत्तीची बळकट मूठ त्यांनी दिली. रामदासांच्या शक्तीच्या उपासनेचा उगम आक्रमणात नसून अशा या कारुण्यात आहे. देवतांच्या आरती लिहिताना रामदास याच शक्तीचा शोध घेत होते. या देवता म्हणजे नेभळेपणा टाकून खऱ्याखुऱ्या अध्यात्माकडे समाजाला नेणाऱ्या शक्तीची प्रतीकं होती.

रामदासांनी केलेल्या भ्रमंतीच्या खुणा केवळ त्यांच्या निरीक्षणांतच नव्हे, तर भाषेतही दिसून येतात. नटवे अलंकरण, पढिक चमत्कृती, शाब्दिक कसरती यांच्यापासून त्यांची शैली फटकून दूर राहते. लोकांच्या बोलभाषेचा, लकबींचा अस्सल वास या भाषेला येतो. ज्या भूमीवरून त्यांनी पायपीट केली त्या भूमीचा मर्द खडबडीतपणा त्यांच्या भाषेत उमटला. जे लोकजीवन त्यांनी पाहिलं, समाजातल्या दैन्याचं जे दर्शन त्यांना घडलं, ते घोटीव रेखीव पुस्तकी शैलीत मावणारं नव्हतं. जो पुरुषार्थ त्यांना समाजात जागा करायचा होता त्याचं स्पंदन तलम गुळगुळीत भाषेला पेलणारं नव्हतं. त्यासाठी भाषा धबधब्यासारखी कोसळायला हवी होती. गोफणगुंड्यासारखे सणाणत जाणारे शब्द हवे होते. 'धिर्धरा धिर्धरा तकवा, हडबडू गडबडू नका' अशा आवेशाचा टणत्कार पेलू शकणारी मर्द शब्दकळा हवी होती. रामदासांची भाषा जिवंत आहे, सच्ची आहे कारण ती साहित्याच्या उबलेल्या संकेतांनी घडवलेली नसून अस्सल अनुभवाने घडवलेली आहे. 'रामदास म्हणे माझे आतुर बोलणे' अशीच ही भाषा आहे.

'अवघीं बैसलों बैसलों, बैसलों मराया' अशा हतबल झालेल्या समाजाला रामदासांनी शक्तीच्या उपासनेची दीक्षा दिली. मारुतीची त्यांनी लिहिलेली आरती या शक्तीच्या उपासनेचं प्रतीक आहे.

> सप्राणें उड्डाणें हुंकारहि वदनीं
> करि दंडक भूमंडळ सिंधूजळ गगनीं
> गडगडिले ब्रह्मांड धोका त्रिभुवनी
> सुरनरवर निशाचर त्या झाल्या पळणी
> दुमदुमलीं पाताळें उठिला प्रतिशब्दू

धकधकिला धरणीधर मानीला खेदू
तडाडिले पर्वत उडुगण उच्छेदू
रामीं रामदासी शक्तीचा शोधू.

जयदेव जयदेव जय जी हनुमन्ता
तुझियेनी प्रताप्रे न भिये कृतान्ता

याच भावनेने ते तुळजाभवानीला सांगतात :

दुष्ट संहारिले मागे, ऐसे उदंड ऐकतों,
परंतु रोकडे कांही मूळ सामर्थ्य दाखवी

रामवरदायिनीला आवाहन करण्याच्या मिषाने रामदास सामाजिक पुरुषार्थालाच आवाहन करीत असतात.

प्रतापगिरिच्या ठायीं आदिशक्ती विराजते
कामना पुरती तेथें प्रचीती रोकड्या जनीं
शक्तीनें पावती सूखें शक्ती नसता विटंबना
शक्तिने नेटका प्राणी वैभवें भोगितां दिसे
कोण पुसे अशा तनाला रोगीसे बराडी दिसे
कळा नाहीं कांति नाहीं युक्ती बुद्धी दुरावली
शक्तीने मिळती राज्यें, युक्तीनें यत्न होतसे
शक्तियुक्ती जयें ठायीं तेथें श्रीमंत धावती
युक्तिने चालती सेना, युक्तीने युक्ति वाढवी
संकटीं आपणां रक्षी, रक्षी सेना परोपरी
मुक्त केल्या देवकोटी सर्वही शक्तिच्या बळे
समर्थ भवानी माता, समर्था वर दीधला
रामवरदायिनी माता दासे धुंडुनि काढिली
वोळखी पडता ठायीं भिन्न भेद दिसेचिना
उदोउदो तुझा उदो जाहला सचराचरी
गोंधळू घातला देवीं ब्रह्मा विष्णू महेश्वरीं

याच तेजस्वी वाणीने क्षात्रधर्माला केलेलं हे आवाहन ऐका –

जयास जिवाचें वाटें भय, त्यानें क्षात्रधर्म करूं नयें
कांही तरी करून उपायें, पोट भरावें
नजर करारी राखणें, कार्य पाहूनि खतल करणें
तेणें रणशूरांची अंत:करणें, चकित होती.
ऐसे अवघेचि उठतां, परदळाची कोण चिंता
हरणें लोळवी चिता, देखत जैसा
मर्दे तकवा सोडूं नये, म्हणजे प्राप्त होतो जय
कार्यप्रसंग समाय, ओळखावा.
कार्य समजेना अंतरे, तें काय झुंजेल बिचारें
युद्ध करावे खळरदारे, लोक राजी राखतां
दोन्ही दळें एकवटें, मिसळती लखलखाटें
युद्ध करावें खणखणाटें, सीमा सांडुनी
मराठा तितका मेळवावा, महाराष्ट्रधर्म वाढवावा
ये विषयीं न करिता तकवा, पूर्वज हासती.
मरणहांक ती चुकेना, देह वाचविता वाचेना
विवेकी होऊन समजाना, काय करावें
भले कुळवंत म्हणावें, तेही वेगीं हजीर व्हावें
हजीर न होतां कष्टावें, लागेल पुढे

रामदासांनी केलेलं समाजाचं चित्रण आजच्याही समाजाला लागू पडतं. रामदासांची शक्तीची उपासना ही अशी अलौकिक आहे. या उपासनेला क्षुद्र लौकिक स्वार्थाचं जसं कुंपण नाही त्याप्रमाणे लटक्या परमार्थाच्या बेड्याही नाहीत. आणि ज्या एका केंद्राभोवती हे सगळं अवलोकन, ही शक्तीची उपासना संघटित झाली ते अंत:केंद्र त्यांच्या जाणिवेतून कधीच हरपलेलं नाही.

वाव झाले भय सर्व संसारीचे
लाधते हरीचें निजधाम
निजधाम बोधे विवेके पहावे
दास जीवेभावे सांगतसे

विशिष्ट सामाजिक-राजकीय परिस्थिती आज आहे तशी काही काळानंतर मुळीच नसेल, आणि म्हणूनच परिस्थितीने मर्यादित केलेली कसोटी काव्याला लावता

येणार नाही परंतु रामदासांच्या काव्याचा मोठेपणा या मर्यादित कसोटीवर अवलंबून नाही, हीच त्यांची थोरवी आहे. संतपरंपरेतल्या कवितेचा विचार करताना त्याच परंपरेतल्या रामदासांना फारच वेगळा अनुभव आपल्या काव्यातून व्यक्त करायचा होता हे सहज दिसून येतं. हा अनुभव, हे निरीक्षण साकार करण्यासाठी अगदी वेगळ्या प्रतिमा-भाषेचा वेगळा वापर यांची आवश्यकता होती. प्रत्येक सच्च्या कलावंताला हे आव्हान स्वीकारावं लागतं. रामदासांनी ते निर्भयपणे स्वीकारलं. आपल्या अनुभवाला हवी तशी भाषा वाकवण्याचा - पुष्कळ वेळा मोडण्याचा निर्भय प्रयत्न त्यांनी केला. आपल्या जीवनदर्शनाइतकीच आपली शैली अटळ बनवली. या धडपडीतले सर्व धोके त्यांनी स्वीकारले. निर्जीव संकेतांची चौकट उधळून टाकणाऱ्या रामदासांच्या प्रतिभेची थोरवी यातच आहे.

□

मुंबई आकाशवाणीवर दिलेले भाषण

सतारीचे बोल

आत्मकेंद्रित व्यक्तित्वाची चौकट फोडून विश्वात्मक चैतन्यात, अद्वैताच्या अनुभवात घेऊन जाण्याचे कलेचे सामर्थ्य केशवसुतांना या कवितेत अभिप्रेत आहे. जडाच्या आवरणाने चैतन्य झाकून जावे त्याप्रमाणे ही आत्मकेंद्रित जाणीव चैतन्याकडे नेणारे दार बंद करून टाकते. जडाच्या कैदेत मन कोंडले जाते. या कैदेतून बाहेर पडून चैतन्याचा अनुभव घेणे हा केशवसुतांच्या ध्यासाचा विषय आहे आणि त्यांच्या अनेक कवितांतून तो व्यक्त होतो. 'सतारीचे बोल' या कवितेतही जडापासून चैतन्यापर्यंत केलेला प्रवास आहे. मुळात केव्हातरी कलानंदाच्या उत्कट क्षणी हा विश्वात्मक चैतन्याचा स्पर्श केशवसुतांनी अनुभवला असेल. या अनुभवावर केलेल्या चिंतनातून 'सतारीचे बोल' ही कविता निर्माण झाली आहे. आत्मकेंद्रित निराशा, कलानंदाचा उत्कट अनुभव आणि त्यातून उगवणारा अद्वैताचा चैतन्यशील साक्षात्कार हे तीन घटक केशवसुतांनी हा संपूर्ण अनुभव कवितेतून साकार करण्यासाठी निश्चित केले.

एखाद्या घडून गेलेल्या प्रसंगाविषयी सांगावे तसे केशवसुतांनी या कवितेचे निवेदन केले आहे. निवेदनासाठी त्यांनी आपल्या या अनुभवाला प्रसंगाचे रूप दिले आहे. कवितेच्या या निवेदन पद्धतीत 'ऐकणारा' हा घटक गृहीत धरलेला आहे. 'मग मज कैसे रुचतील वदा' या ओळीतील 'वदा' हा शब्द किंवा 'सहज कसे तिज करणार फिदा' हा विचारलेला प्रश्न यात या ऐकणाऱ्याच्या अस्तित्वाच्या खुणा जाणवतात.

मनातल्या निराशेचे प्रतीक असलेली काळोखाची रजनी; हृदयात भरलेल्या खंती, 'जड हृदयी जग जड हे' याचा प्रत्यय, कानी पडणारे सतारीचे बोल; निराश

वृत्तीशी विसंवादी असल्यामुळे या स्वरांनी निर्माण होणारी चीड, नकळत या स्वरांनी आकर्षून घेतलेले मन; हे सूर ऐकताना कारुण्य, आश्वासन, आशा, उदात्तता, सौंदर्य, प्रेम, शांती असे आलेले अनुभव ही या कवितेचा आकार घेतलेल्या प्रसंगाची रूपरेषा आहे.

कवितेच्या प्रारंभीची निराशा आणि सतारीच्या बोलांनी प्रत्ययाला आलेली अद्वैतमय चित्तशांती या दोन्ही अनुभवांतला विरोध स्पष्ट आहे. पण या दोन अनुभवांतल्या केवळ स्थूल विरोधातून केशवसुतांनी ही कविता निर्माण केलेली नाही. या दोन घटकांप्रमाणेच या कवितेला आकार देणारा तिसरा एक महत्त्वाचा घटक आहे. तो म्हणजे संक्रमणाची प्रक्रिया. या प्रक्रियेचे स्वरूप तसे तार्किक नाही. एखाद्या किमयेसारखी ही प्रक्रिया आहे. कवितेतील विरोधी घटकांचे जसे स्पष्ट वर्णन निवेदनात येते तसे या किमयेचे येत नाही. परंतु ही किमया सर्व कविता व्यापून आहे याचा प्रत्यय येतो. या किमयेची सूचना 'दिड दा दिड दा' या ध्वनिप्रतिमेने केशवसुतांनी अप्रत्यक्षपणे दिली आहे. ही ध्वनिप्रतिमाही सर्व कविता व्यापणारी आहे. प्रत्येक कडव्याचा शेवट या प्रतिमेने होतो. प्रत्येक कडव्याबरोबर ही कविता जशी विकसत जाते तशी ही प्रतिमाही विकसत जाते. प्रत्येक कडव्याशी साहचर्य साधताना त्या त्या कडव्याशी सुसंगत असा संदर्भ ही प्रतिमा धारण करते आणि त्याच बरोबर आपल्या आंतरिक किमयेने हा संदर्भ भारीत अनुभवाचे केंद्र असलेल्या अवस्थेकडे घेऊन जाते. म्हणजेच, या ध्वनिप्रतिमेचे या कवितेतील कार्य दुहेरी आहे : एकीकडे निवेदनाचा प्रासंगिक ओघ सांभाळणे आणि दुसरीकडे एखाद्या अबोध जाणिवेप्रमाणे या सर्जनशील किमयेची सूचना देणे. ही ध्वनिप्रतिमा संक्रमणाच्या प्रक्रियेचे जड प्रतीक होऊन खुणेच्या ठोकळ्याप्रमाणे वापरली जात नाही. या प्रकियेशी सुसंगत अशी ती गतिमान प्रतिमा बनते.

घडून गेलेल्या ज्या प्रसंगाचे निवेदन केशवसुतांनी केले आहे. त्या प्रसंगाचा आकार या कवितेला प्राप्त झाला आहे. सर्वच प्रसंगांप्रमणे हा प्रसंगही विशिष्ट कालानुक्रमाने घडतो. हा कालानुक्रम कवितेच्या आकाराचा अपरिहार्य भाग बनलेला आहे. परंतु या प्रसंगाचे हुबेहूब वर्णन करणे हा केशवसुतांचा हेतू नाही. या प्रसंगाच्या वर्णनातून जाणिवेत घडलेले एक सूक्ष्म स्थित्यंतर केशवसुतांना व्यक्त करायचे आहे. म्हणून, या प्रसंगाला प्रतीकात्मक रूप येते. म्हणजेच, प्रसंग स्वतःच्या चौकटीपलीकडे जाऊन अधिक काहीतरी सुचवतो. सतारीचे बोल हा या प्रसंगातला एक घटक. या घटकालाही साहजिकच प्रतीकात्मता प्राप्त होते.

'सतारीचे बोल' हे कलात्मक शक्तीचे प्रतीक बनते. सतारीच्या बोलात म्हणजेच श्रेष्ठ दर्जाच्या कलात्मक अनुभवात 'तो मज गमले विभूति माझी स्फुरत पसरली विश्वामाजी' अशा चैतन्यमय, विश्वात्मक भावावस्थेत नेण्याचे सामर्थ्य असते ही जाणीव केशवसुतांना व्यक्त करायची आहे. ही जाणीव म्हणजे प्रतीकरूप बनलेल्या या बाह्य प्रसंगाच्या आत घडणारी सूक्ष्म घटना आहे.

एखाद्या प्रसंगाचे,त्याचा प्रतीकात्मक संदर्भ राखून, जेव्हा कवितेत निवेदन केले जाते तेव्हा त्या प्रसंगाचा आरंभ, विस्तार, शेवट असा त्याचा कालानुक्रम असलेला घाट या निवेदनाला प्राप्त होतो. अशा तऱ्हेच्या निवेदनात या प्रसंगाची चौकट मनात पक्की केलेली असल्यामुळे या निवेदनाचा शेवट कोणत्या प्रकारे होणार हे कवीला ठाऊक असते. एखादी गूढ प्रतिमा जाणीव भारून टाकीत मनात तरळत राहावी आणि कलात्मक अंत:प्रेरणेने तिचा मागोवा घेत अनुभवाचे रूप न्याहाळीत जावे, हा अनुभव साकार करीत जावे अशा प्रकारची ही निर्मितीची प्रकिया नव्हे. या निर्मितीच्या प्रक्रियेत आणि म्हणूनच पर्यायाने सर्वच कवितेत हा गूढ शोध सतत जाणवत राहतो. प्रसंगाचा बाह्य कालानुक्रम ही अशा कवितेच्या निवेदनात महत्त्वाची गोष्ट किंवा कवितेला आकार देणारा महत्त्वाचा घटक ठरत नाही. परंतु 'सतारीचे बोल' ही कविता ज्या पद्धतीने व्यक्त झाली आहे त्या पद्धतीत प्रसंगाची ही बाह्य चौकट आणि तिच्यात अंतर्भूत असलेला कालानुक्रम अटळ ठरतो. त्यामुळे प्रसंगाच्या प्रारंभापासून सुरू होणाऱ्या या निवेदनात शेवटाविषयीचे कुतूहल, विस्मयाचा प्रत्यय कायम ठेवण्यासाठी कवीला एक प्रकारचा आविर्भाव धारण करावा लागतो. असा आविर्भाव धारण करीत असताना निवेदनाला कळत-नकळत नाटकी वास येण्याची शक्यता असते. शेवटच्या टप्प्यातील विस्मयाचा प्रत्यय फिकट होऊ नये यासाठी स्वीकारलेल्या निवेदनात क्लृप्तीवजा तंत्राचा काहीसा धूर्त वापरही जाणवण्याची शक्यता असते.

'सतारीचे बोल' या कवितेत हा आविर्भाव केशवसुतांनी निश्चितच धारण केलेला आहे. 'सतारीचे बोल' या कवितेतील निवेदन 'तो मज गमले विभूति माझी स्फुरत पसरली विश्वामाजी' अशा एका विलक्षण, असाधारण अनुभवाकडे झेप घेते. या अनुभवाच्या मूलभूत सामर्थ्यामुळे, या अनुभवाविषयी केशवसुतांना वाटणाऱ्या उत्कट ध्यासामुळे हा निवेदनातला आविर्भाव पेलला गेला आहे, हे निवेदन कृत्रिम-नाटकी होण्याच्या शक्यतेपासून बरेचसे वाचले आहे. कविता बारकाईने वाचताना काही ठिकाणी हा परिणाम साधण्यासाठी धारण केलेला आविर्भाव जाणवतो. 'मग मज कैसे रुचतील वदा' या ओळीतील विश्वास निर्माण

करण्यासाठी श्रोत्याशी केलेली जवळीक, ‘भुते भोवती जरि आरडती तरि ती खचितचि मज आवडती’ या ओळीतील ‘खचितचि’ या शब्दाने लागणारा नाटकी सूर; ‘कारण आतील विषण्ण वृत्ती बाह्य भैरवीं धरिते प्रीती’ या ओळीतील ‘कारण’ या शब्दाने व्यक्त होणारा पटवून देण्याचा प्रयत्न; ‘सहज कसे तिज करणार फिदा’ या ओळीतील भोळेपणाचा आव आणणारा प्रश्न, सतार वाजवणाऱ्यावर चीड व्यक्त करण्यासाठी मूठ वळून हात हिसकण्याचे या कवितेच्या धाग्याच्या संदर्भात काहीसे भडक वाटणारे वर्णन... अशा या आविर्भावाच्या काहीशा उघड वाटणाऱ्या या कवितेतील जागा आहेत. कवितेच्या पूर्वार्धातील भूमिका श्रोत्याच्या मनावर बिंबवण्यासाठी केलेला प्रयत्न इथे जाणवतो. जडताबद्ध निराशा आणि सतारीच्या बोलांनी निर्माण केलेली चैतन्यपूर्ण भावस्थिती हे दोन्ही अनुभव मूलत: उत्कट आणि खोल आहेत. हे अनुभव त्यांचे स्वरूप समजावून घेण्यासाठी न्याहाळताना भाषेला सहजपणे प्राप्त होणारे वजन आणि हे अनुभव नाट्यपूर्ण करण्यासाठी कौशल्याचा भाग म्हणून भाषेला दिलेले वजन यांच्या दर्जात मूलभूत फरक पडतो. कवितेच्या पूर्वार्धात अधूनमधून दिसणाऱ्या या जागा एकूण कवितेचा तोल ढळावा इतक्या खटकत नाहीत. याची दोन कारणे आहेत. कवितेचे केंद्र असलेला सामर्थ्यशाली आणि लौकिकाच्या पलीकडे झेप घेणारा अनुभव हे एक कारण. दुसरे कारण म्हणजे केशवसुतांच्या प्रकृतीतील चिंतनशीलता. नाटकीपणाचा सोस केशवसुतांच्या एकूण लेखनातच कुठे जाणवत नाही. या कवितेतील आविर्भाव हा ज्या तऱ्हेचे निवेदनाचे तंत्र केशवसुतांनी स्वीकारले त्याचा काहीसा अटळ भाग म्हणून आला आहे हे आपल्याला समजते. केशवसुतांच्या या कवितेतील चिंतनशीलतेची ही जमेची बाजू झाली.

वैचारिकतेच्या, चिंतनाच्या अंगाने केलेले प्रसंगाचे निवेदन असे स्वरूप या कवितेला आल्यामुळे काही ठिकाणी अनुभवाचा प्रत्यय देण्याऐवजी तिला निष्कर्ष सांगणाऱ्या विधानांचा आश्रय घ्यावा लागला आहे. सतारीचे बोल ऐकत असताना निराश मन:स्थिती बदलून आशेचे स्फुरण अंतर्यामी झाले हे एखाद्या सिद्धान्ताचे निरूपण करून शेवटी तात्त्विक निष्कर्ष सांगावा तशा पद्धतीने केशवसुत सांगतात. ‘धीरापोटी असती मोठी फळे गोमटी’ किंवा ‘तम अल्प, द्युति बहु’ या ओळी म्हणजे अशा प्रकारची निष्कर्षवजा विधाने आहेत. अशी सुभाषितवजा उघड विधाने न करता सतारीच्या बोलांच्या प्रत्ययातून ही जाणीव व्यक्त केली गेली असती तर ती अधिक कलात्मक ठरती. अशा कलात्मकतेचा प्रत्यय या कवितेच्या शेवटच्या कडव्यात येतो :

शांत वाजली गती शेवटी
शांत धरित्री, शांत निशा ती
शांतच वारे, शांतच तारे

या ओळींतील शांत या शब्दाचा न्यास सतारीच्या लयकारीचा अनुकार करतो आणि या न्यासातून बदललेली भावस्थिती व्यक्त होते. इथे सुभाषितवजा निष्कर्ष सांगण्याची आवश्यकता उरत नाही. परंतु हा कलात्मक तोल या कडव्यातही संपूर्णपणे टिकलेला नाही. निष्कर्ष सांगितल्याशिवाय केशवसुतांचे समाधान होत नाही. केशवसुतांच्या कवितेतून व्यक्त होणाऱ्या चिंतनशीलतेची ही उणी बाजू आहे. 'शांत वाजली गती शेवटी' या कडव्यातही शेवटी

असा सुखे मी सदना आलो
शांतीत अहा झोपी गेलो

असा अगदी बाळबोध निष्कर्ष सांगणारे विधान केशवसुत करतात. शांत या शब्दाच्या प्रत्ययकारी लयकारीनंतर या ओळी अगदीच ढोबळ आणि बटबटीत वाटतात. स्वप्नात झंकारणाऱ्या दिड दा दिड दा या बोलांचे भारलेपणही 'बोल बोललो परी कितिकदा स्वप्नी' या स्पष्टीकरणात्मक ओळीमुळे ओसरते. शांत या शब्दाच्या लयकारीनंतर 'शांतच हृदयी झाले सारे' हा निष्कर्ष सांगण्याची आवश्यकता नव्हती असे वाटते.

सतार 'ऐकत' असताना येणारा अनुभव हा मूलत: संवेदनात्मक अनुभव आहे. ही स्वरसंवेदना भावस्थितीत नेते. अनुभव जेव्हा मूलत: संवेदनात्मक असतो तेव्हा कवितेत या संवेदनांच्या रचनेतून भावस्थितीला आकार आला पाहिजे, या संवेदनांचे रूपांतर भावस्थितीत झाले पाहिजे. कवितेच्या भाषेला हे एक आव्हानच असते. भावस्थितीचे वर्णन करणारी विधाने करून ही गोष्ट साध्य होत नाही. मनाच्या मूढ अवस्थेतून आशेचा – प्रकाशाचा झालेला साक्षात्कार व्यक्त करताना बालकवी ठोमरे हे आव्हान कसे स्वीकारतात हे पाहण्यासारखे आहे. बालकवी लिहितात :

नि:शब्द मूढ गगनाला
निमिषातच मोहर आला

इथे नि:शब्द आणि मूढ ही विशेषणे गगनाप्रमाणेच मनाचीही अवस्था सूचित करतात. 'निराशेने मनाला मूढावस्था प्राप्त झाली होती' अशा तऱ्हेचे विधान येथे केलेले नाही. काळोखातून डोळे उचलून नक्षत्रांनी भरलेल्या आकाशाकडे पाहिले की अचानक प्रकाशाचे डोळे भरून दर्शन होते. हा विरोध केवळ काळोख आणि

प्रकाश या दृश्य स्वरूपातलाच नसतो. तो मनाच्या दोन अवस्थांतलाही असतो. 'निमिषातच' हा शब्द या साक्षात्काराची अचानकता, त्यातला विस्मयाचा प्रत्यय व्यक्त करतो. 'मोहर आला' ही प्रतिमा या आशेच्या-प्रकाशाच्या साक्षात्काराला संवेदनेचे उत्कट रूप देते. झाडाला येणाऱ्या मोहोराचा दाटपणा, त्यातला ताजेपणा, त्यातून सूचित होणारी विकासाची शक्यता या साऱ्या प्रत्ययातून आपण नक्षत्रांनी भरलेले आकाश जणू प्रत्यक्ष अनुभवतो. इथे अमूर्त अशा साक्षात्काराच्या प्रत्ययाला संवेदनेचे मूर्त रूप येते.

'सतारीचे बोल' या कवितेत स्वरसंवेदना भाषेत झेलण्याचे आव्हान केवशसुतांनी स्वीकारल्याचे दिसत नाही. सतारीचा प्रत्यय संवेदनागर्भ न राहता वैचारिक अनुभवाच्या अंगाने व्यक्त होतो. हे आव्हान जिथे जिथे झेलण्याची शक्यता होती तिथे तिथे केशवसुतांनी वर्णनात्मक विधानेच केलेली आढळतात:

ध्वनिजाली त्या जणू गुंतलो
असा स्ववशता विसरुनि बसलो

करुणारसपूर्ण गती माझ्या श्रवणा
आकर्षुनि घे

हृदय निवाले, तन्मय झाले,
द्रवले, आले लोचनातुनी तोय कितिकदा

आशाप्रेरक निघू लागले सूर
तधी मी डोळे पुसले

तम अल्प-द्युति बहु या शब्दां
वदती रव ते

वाद्यातुनि त्या निघती नंतर
उदात्ततेचे पोषक सुस्वर

प्रेमरसाचे गोड बोल ते
वाद्य लागता बोलायाते

अशा वितरिती अत्यानंदा
ध्वनि ते

संवेदनांचे वाहन बनणाऱ्या प्रतिमा यात कुठेच नाहीत. संवेदनेचे रूपांतर भावस्थितीत झाल्याचा अनुभव या ओळी वाचताना येत नाही. सतार ऐकताना निर्माण होणाऱ्या मनोवस्थेविषयी एखादा विचार सांगावा त्या पद्धतीने ही विधाने केल्याचे जाणवते.

कवितेतील संवेदनेच्या अंगाला केशवसुतांनी महत्त्व दिले नाही हे आपण पाहिले. परंतु हे आव्हान केवशसुतांनी या कवितेत एका वेगळ्या प्रकाराने झेलले आहे. केशवसुतांनी शोधलेला हा पर्याय ही एक वेगळ्या प्रकारची प्रतिमारचनाच आहे. हा पर्याय म्हणजे नाट्यप्रतिमांची रचना. रंगमंचावरील नटाचा अभिनय ही एक दृश्य-श्राव्य प्रतिमाच असते. या दोन्ही प्रकारच्या संवेदनांच्या रचनेतून नट आशय व्यक्त करतो. 'सतारीचे बोल' या कवितेतील शब्द एखाद्या नटाने भूमिका करून दाखववावी त्याप्रमाणे भूमिका करून दाखवीत आहेत असे ही कविता वाचताना वाटते. संवेदना व्यक्त करणाऱ्या प्रतिमांची रचना एखाद्या कवितेत जशी आपण न्याहाळतो त्याप्रमाणेच 'सतारीचे बोल' या कवितेत हे नाट्य व्यक्त करणाऱ्या प्रतिमा अभ्यासणे महत्त्वाचे आहे.

या नाट्यप्रतिमा कवितेच्या प्रारंभापासून जाणवत जातात. काळोख्या रात्री मनात खंती भरलेल्या असताना 'विमनस्कपणे स्वपदे उचलित रस्त्यातुनि मी होतो हिंडत' या ओळीत रंगमंचावर दिसावा तसा हावभाव आहे. या ओळीतील 'मी' या नाट्याचा नायक आहे. दुसऱ्या कडव्यात स्वगत भाषणाचा रोख आहे :

जड ते खोटे हे मात्र कसे
ते नकळे, मज जडलेच पिसे,
काय करावे, कोठे जावे,
नुमजे मजला की विष खावे

एकाच वेळी स्वत:शी बोलल्यागत आणि श्रोत्यालाही उद्देशून केलेल्या या भाषणानंतर हा नायक श्रोत्यांना विचारतो.

मग मज कैसे रुचतील वदा
ध्वनि ते दिड दा दिड दा दिड दा

चौथ्या कडव्यात सतार ऐकल्यामुळे आलेला त्वेष व्यक्त केला आहे. या त्वेषाची अभिव्यक्तीही एखाद्या अभिनयपूर्ण दृश्यासारखी आहे.

त्यासरशी त्या गवाक्षाकडे
मूठ वळुनि मी हात हिसकिला
पुटपुटलोही अपशब्दाला

इथे 'अपशब्द पुटपुटलो' एवढेच सांगून केशवसुत थांबत नाहीत. या रागाचा आविष्कार ते नाट्यपूर्ण रीतीनेच करतात :

म्हटले, 'आटप, आटप मूर्खा!
सतार फोडुनि टाकिसी न का!
पिरपिर कसली खुशालचंदा
करिसी दिड दा दिड दा दिड दा''

सहाव्या कडव्यात हा नायक बसल्याचे वर्णन अभिनयाच्या अंगानेच केले आहे:

तेथ कोपरे अंकी टेकुनि
करांजलीला मस्तक देउनि बसलो

सतारीचे बोल ऐकून मनात निर्माण झालेली भावना अशीच दृश्य आणि भाषण अशा मिश्र प्रतिमेने व्यक्त होते :

स्कंधी माझ्या हात ठेवुनी
आश्वासी मज गमले कोणी,
म्हणे, ''खेद का इतुका करिसी,
जिवास का बा असा त्राससी?
धीर धरी रे! धीरापोटी
असती मोठी फळे गोमटी...!
ऐक, मनीच्या हरितील गदा
ध्वनि ते दिड दा दिड दा दिड दा''

इथे सतारीचे सूर मानवी रूप धारण करतात आणि नाटकातले एक पात्र दुसऱ्या पात्राशी बोलावे तसे नायकाशी बोलतात.

संवेदनांच्या अंगाने प्रतिमारचना करण्याचा मार्ग नाकारल्यामुळे आणि प्रसंगात अंतर्भूत असलेल्या कालानुक्रमाची चौकट स्वीकारल्यामुळे हा नाट्यात्मक निवेदनाचा पर्याय केशवसुतांना कसा स्वीकारावा लागला हे आपण पाहिले. केशवसुतांनी स्वीकारलेला हा पर्याय तांत्रिक दृष्ट्या त्याच्या वेगळेपणामुळे लक्षणीय वाटतो. परंतु याबरोबरच केशवसुतांच्या अनुभवाची विशिष्ट प्रकृतीही आपल्या ध्यानात येते : 'सतारीचे बोल' या कवितेतून व्यक्त होणाऱ्या अनुभवाविषयीची केशवसुतांची धारणा वैचारिक स्वरूपाची आहे. संगीताशी

संबद्ध असलेल्या सौंदर्यसंवेदनेचे अधिष्ठान या अनुभवाला नाही. या अनुभवाचे अधिष्ठान तात्त्विक आहे. अनुभवाच्या या प्रकृतीमुळे 'सतारीचे बोल' हा घटक या प्रक्रियेत अपरिहार्य वाटत नाही. उदात्त, विश्वात्मक, अनुभव देण्याचे कलेचे सामर्थ्य सुचवणारे 'सतारीचे बोल' या ऐवजी दुसरे एखादे प्रतीक असते तरी चालू शकले असते. या दुसऱ्या प्रतीकातूनही केशवसुतांनी कलेच्या सामर्थ्याविषयीचा आपला तात्त्विक अनुभव व्यक्त केला असता. याचाच अर्थ असा की सतारीच्या बोलांना साधनाचे स्वरूप आले आहे. स्वरांच्या तीव्र संवेदनांतून सतारीचे बोल हे प्रतीक स्फुरले असे न वाटता 'मन उदात्त, विश्वात्मक अनुभवात नेण्याचे सामर्थ्य कलेत असते' या तात्त्विक भूमिकेतून हे प्रतीक सुचले असावे असे वाटते. यामुळेच संवेदना जाग्या करीत आशय व्यक्त करणाऱ्या प्रतिमा या कवितेत येत नाहीत : त्यांची जागा विचार सांगणाऱ्या विधानांनी घेतलेली दिसते.

सतारीच्या बोलांचा मनावर होणारा परिणाम केशवसुतांनी सहा टप्प्यांनी व्यक्त केला आहे. करुणारसपूर्ण गती, आश्वासन, आशाप्रेरक सूर, उदात्ततेचे पोषक सुस्वर, प्रेमरसाचे गोड बोल ते, शांत वाजली गती शेवटी असे हे सहा टप्पे आहेत. सतार ऐकत असताना एकामागून एक असे हे अनुभव येतात अशी मांडणी केशवसुतांनी केली आहे. एखाद्या सतारीच्या मैफिलीत बसून दोन-तीन तास सतार ऐकत असताना अशा वेगवेगळ्या भाववृत्ती जाग्या करणारे राग एका मागून एक ऐकणे शक्य आहे. परंतु इथे काही अशा तऱ्हेची नियोजित मैफल नाही. रस्त्यातून हिंडत असताना एका ओट्यावर सहजपणे बसून इथे सतार ऐकली आहे. वेगवेगळ्या वेळी सतार ऐकली असताना आलेले अनुभव मनात स्मृतिरूपाने एकत्र गुंफता येतात : त्यातला कालानुक्रम हा भावनात्मक असतो, तो प्रत्यक्षातील नसतो. परंतु केशवसुतांनी हा भावनात्मक कालानुक्रम प्रत्यक्षाच्या पातळीवर असल्याप्रमाणे त्याची मांडणी केलेली दिसते. वर्णनाचा विषय झालेल्या प्रसंगातील कालानुक्रम हे बाह्य वास्तव आहे. या बाह्य वास्तवाचा आभास प्रतीकात्मक रचनेच्या सोयीसाठी केशवसुतांनी निर्माण केलेला आहे. केशवसुतांनी प्रारंभीच एक विचारसूत्र आपल्या मनाशी धरले. या पूर्व नियोजित विचारसूत्राच्या मांडणीसाठी त्यांनी हे सहा अनुभवांचे टप्पे एका मागून एक गुंफले. या गुंफणीमुळे कवितेला पसरटपणा आला, केंद्रस्थानी असलेल्या अनुभवाची उत्कटता आणि एकात्मता कमी झाली असे वाटते.

हे वेगवेगळे अनुभव देणाऱ्या गती सतार वाजवणाऱ्याने एकामागून एक वाजवल्या असणे शक्य आहे असा दृष्टिकोनही इथे स्वीकारता येईल. थोड्या

थोड्या कालावधीत या सर्व भावना जाग्या करणारे राग त्या सतारवादकाने वाजवले असे गृहीत धरून चालले तरी एक प्रश्न निर्माण होतोच. हा प्रश्न असा की या सर्व भावना एकामागून एक निर्माण झाल्याचे वर्णन करणे खरोखरीच आवश्यक होते काय? असे वर्णन केल्यामुळे कवितेच्या केंद्रस्थानी असलेला अनुभव अधिक उत्कटपणे व्यक्त होतो की त्याला पसरटपणा येतो? या कवितेच्या केंद्रस्थानी नेमका कोणता अनुभव आहे? निराश, व्यक्तिकेंद्रित मन:स्थितीतून विश्वात्मक अनुभूतीचे स्फुरण मनात घडवणारी कलेची सर्जनशीलता — ही किमया या कवितेच्या केंद्रस्थानी आहे की कला वेगवेगळे रस मनात निर्माण करू शकते हा सिद्धान्त या कवितेच्या केंद्रस्थानी आहे? कवितेच्या केंद्रस्थानी असलेला अनुभव अगदी एकेरी पद्धतीने मांडला पाहिजे असा याचा मुळीच अर्थ नव्हे. या बीजरूप अनुभवाच्या साहचर्याने इतर अनुभवांचे संघटनही कवितेत करता येते आणि त्यामुळे मूळ अनुभवाला संमिश्र परिमाण प्राप्त होऊ शकते. परंतु सतारीचे बोल या कवितेत ही संमिश्रता अनुभवाला येत नाही.

□

बालकवींची कविता

बालकवींची कविता मला पहिल्यापासून आवडत आली आहे. मला आठवते की मराठी शाळेत असताना क्रमिक पुस्तकात त्यांची 'आनंदी आनंद गडे' ही कविता मी प्रथम वाचली. कविता का आवडते हे कळण्याचे ते वय नव्हते; परंतु या कवितेने मला वेड लावले होते. कितीतरी दिवस जिभेवर गोंदल्यासारखी मी ही कविता गुणगुणत होतो. त्या वेळी ही कविता कोणी लिहिली असे जर मला कोणी विचारले असते तर कदाचित् बालकवींचे नाव देखील मला सांगता आले नसते.

कविता स्वत: वाचून समजून घेण्याइतकी मनाची जेव्हा वाढ झाली तेव्हापासून तो थेट आतापर्यंत मी बालकवींची कविता वाचीत आलो आहे. माझ्या त्या त्या वेळच्या आवडीनिवडीची कारणे जेव्हा जेव्हा मी शोधू लागतो तेव्हा त्या त्या वयात ती कारणे भिन्न भिन्न होती असे मला आढळून येते.

अगदी प्रथम बालकवींच्या काव्यातल्या शब्दसौंदर्याने मी मोहित झालो होतो. फुलपाखरांच्या पंखांसारख्या त्या नाजूक आणि रंगीत शब्दांनी मला विलक्षण मोह घातला होता. कित्येक वेळा अर्थसुद्धा ध्यानात न घेता केवळ नादसौंदर्यासाठी मी त्यांची कविता गुणगुणत असे. त्या शब्दांचा अक्षरश: कैफ चढे. बालकवींच्या रचनेत नैसर्गिक सहजता आहे. त्यात नाटकीपणाचा लवलेशही नाही. फूल जितक्या सहजतेने आणि स्वाभाविकतेने उमलते तितक्याच स्वाभाविक सहजतेने त्यांना शब्द स्फुरत असावेत असे वाटते. बालकवींच्या कितीतरी ओळी मनात अगदी कायमचे घर करून राहिल्या आहेत.

क्रीडांगण जणु चंचल सुंदर भाल तुझे हे गडे
भुरु–भुरु त्यावर नाचत सुंदर कुंतल कुरळा उडे

किंवा,

श्रावणमासी हर्ष मानसी हिरवळ दाटे चोहिकडे
क्षणांत येते सरसर शिरवे क्षणांत फिरूनी ऊन पडे

अशी असंख्य उदाहरणे देता येतील. शब्दांची निव्वळ कसरत करून असले चितरुण सौंदर्य निर्माण करता यायचे नाही. प्रत्येक अनुभवाच्या खोल गाभ्यात असलेल्या नादतत्त्वाचे बालकवींना सहजप्रेरणेने आकलन होत असावे. या नादतत्त्वाच्या जाणिवेला काव्यात असाधारण महत्त्व आहे. सूचकता ही कवितेतल्या शब्दांची सर्वांत मोठी शक्ती असते; आणि म्हणूनच शब्दांच्या नादाला कानांना सुखवण्यापेक्षाही अधिक महत्त्वाचे कार्य करावे लागते! जाणिवेचा अत्यंत सूक्ष्म असा भाग जो विचारांतून किंवा प्रतिमांतून संपूर्णपणे व्यक्त होऊ शकत नाही तो अनेक वेळा संवेदनशील रसिकाला शब्दांच्या ध्वनींतूनच जाणवतो. या अनुभवाचे पृथक्करण करून दाखवणे अत्यंत कठिण असते. ध्वनिसूचकतेचे हे सामर्थ्य बालकवींच्या रचनेत प्रकर्षाने आढळून येते. नादमधुर रचना हे तिचे स्थूलवर्णन होईल. बालकवीच्या कित्येक कवितांत जे व्यक्त असते त्याहून कितीतरी अधिक तरल आणि सूक्ष्म असे अनुभवसत्य अव्यक्त असते. हे अव्यक्त शब्दांच्या ध्वनींतून सुचवलेले असते. बालकवींच्या रचनेची (Diction) ही फार मोठी शक्ती आहे. शब्दांतून होणाऱ्या या नादतत्त्वाचा आविष्कार हे बालकवींच्या कवितेतून होणारे एक महान् सत्यदर्शन आहे असे मला वाटते. बालकवींच्या शैलीचे अनुकरण करण्याचे अनेक प्रयत्न झाले, पण सारे फसले. हे प्रयत्न फसले याचे एक महत्त्वाचे कारण असे की रचनेतले नादमाधुर्य हा टीकाकारांनी घोळवलेला स्थूल विशेषच त्यांच्या डोळ्यांत भरलेला होता. यमके आणि अंतर्यमके यांच्या पद्धतशीर जुळणीतून अनेकांनी हे 'नादमाधुर्य' आणले; पण बालकवींच्या काव्यातली शब्दांना लाभलेली ही अपूर्व सूचकता या अनुकरणांत येणे कसे शक्य होते? त्यांचे निर्जीव शब्द नादमाधुर्याचे भारवाही ठरले!

निसर्ग सौंदर्यावर लिहिलेल्या कविता हे बालकवींचे एक ठळक आणि म्हणूनच गाजलेले वैशिष्ट्य. बालकवींच्या पूर्वीच्या मराठी कवितेत निसर्गाशी इतका तन्मय झालेला कवी आढळणार नाही. बालकवींच्या नंतरच्याही कवींत इतके उत्कट आणि सखोल निसर्ग प्रेम फारसे आढळत नाही. हा केवळ योगायोग आहे की याला काही विशेष अर्थ आहे असा विचार स्वाभाविकच मनात येतो. तुलनेने याचा अर्थ लावण्याचे हे स्थळ नव्हे. कदाचित् अशा दृष्टीने विचार करणे सयुक्तिकही नसेल; पण एवढे मात्र नमूद करावेसे वाटते की बालकवींच्या कवितेत

कसलाही संदेश देण्याचा, तत्त्वज्ञान सांगण्याचा आकस जाणवत नाही; आणि म्हणूनच तात्कालिकाच्या पलीकडचे शाश्वत सौंदर्याचे विश्व त्यांना जाणवते. निसर्गसौंदर्याशी अत्यंत स्वाभाविकपणे - अगदी अकारण त्याचे मन समरस होई याचे रहस्य त्यांच्या याच वृत्तींत असावे.

बालकवींची निसर्ग कविता निरागस सौंदर्याने नटलेली आहे. निसर्गाचे चित्र रेखाटण्यात बालकवी जातीच्या चित्रकारालाही मागे सारतील. त्यांच्या कवितेतले प्रत्येक विशेषण, प्रत्येक प्रतिमा विलक्षण बोलकी असते. शब्द मोजकेच असतील पण ते डोळ्यांसमोर जिवंत चित्र उभे करतील, इतकेच नव्हे तर त्या चित्रामागचे निराकार असे एक विश्वही उत्कटतेने प्रत्ययाला आणून देतील.

भिंत खचली, कलथून खांब गेला
जुनी पडकी उद्ध्वस्त धर्मशाला
तिच्या कौलारी बसुन पारवा तो
खिन्न नीरस एकान्तगीत गातो!

किंवा

ऐल तटावर पैल तटावर हिरवाळी घेउन
निळासावळा झरा वाहतो बेटाबेटांतुन!...

अशी अनेक उदाहरणे देता येतील. ती खचलेली भिंत, तो उलथलेला खांब, खिन्न एकांतगीत गाणारा तो पारवा, जळात पाय टाकून बसणारा तो औदुंबर आठवणीत कसे सजीव होऊन रहातात! एखाद्या नाटकातले किंवा कादंबरीतले एखादे मनावर खोल ठसा उमटवणारे पात्र जसे अविस्मरणीय होऊन रहावे तसेच बालकवींच्या काव्यातल्या या प्रतिमा मनात अगदी कायमचे घर करून राहतात. त्या भिंतीला, त्या पारव्याला किंवा औदुंबराला काहीतरी एक गूढ असे 'व्यक्तित्व' आहे असे सारखे वाटत राहते. निसर्गातल्या प्रत्येक दृश्याचे असे सजीव चित्र बालकवींच्या संवेदनशील मनावर उमटे. बालकवींच्या या कविता वाचीत असताना सौंदर्य आणि कल्पकता हातात हात घालून वनपऱ्यांप्रमाणे शब्दांच्या पाकळ्यांवरून हलकेच चालत आहेत असे वाटते.

एकेकाळी बालकवींच्या काव्यातल्या रूपसौंदर्याच्या जादूने मी भारावून गेलो होतो. हेच बालकवींचे वैशिष्ट्य आहे, सामर्थ्य आहे आणि हीच त्यांची मर्यादा आहे असे अनेकांप्रमाणे मलाही वाटत होते; परंतु आज बालकवींची कविता वाचू लागलो की या कल्पना किती उथळ आणि कोत्या होत्या याची जाणीव होते. केवळ आकारसौंदर्यापुरतीच बालकवींची कविता मर्यादित असती तर कदाचित्

अनुभवाच्या दृष्टीने ती इतकी सखोल आणि प्रभावी वाटली नसती. केवळ रूपसौंदर्यासाठी बालकवींच्या कवितेचा ठोकळेबाज गौरव करणे हे त्यांच्या काव्यावर भयंकर अन्याय करण्यासारखे आहे. आकारसौंदर्य हा तिचा केवळ बाह्य भाग आहे. तिच्या प्राणांची जात वेगळीच आहे.

साक्षात्काराच्या कुठल्यातरी क्षणी बालकवींना मनाच्या ठराविक कक्षेपलीकडच्या जाणिवेच्या एका नव्या स्तराचा प्रत्यय आला होता. बालकवींच्या कित्येक कविता या स्तरावरून लिहिल्या गेल्या आहेत. अनुभूतीचा हा स्तर म्हणजे द्वंद्वातीत, संघर्षातीत अशी एक अवस्था आहे. निसर्गाच्या प्रतिमासृष्टीतून त्या साक्षात्काराच्या रहस्याचा मागोवा घेणारे बालकवींचे मन स्पष्ट दिसते. आनंदमय आणि सृजनशील अशी ती मनोवस्था बहिर्मुख धडपडीत नसून अंतर्मुखतेत आहे याची त्यांना जाणीव होती.

नील नभी नक्षत्र कसे
डोकावुनि हे पाहतसे!
कुणास बघते, मोदाला?
मोद भेटला का त्याला?

असा मोठा सूचक प्रश्न ते विचारतात आणि पुढे म्हणतात;

तयामधें तो
सदैव वसतो
सुखे विहरतो
इकडे तिकडे चोहिकडे
आनंदी आनंद गडे!

तेच महान् सत्य वाऱ्यांतून,निर्झरांतून, पक्ष्यांच्या मनोहर कूजितांतून प्रतिक्षणी उतू जाऊ पाहात आहे याचा त्यांना अनुभव आला होता. अनुभवाच्या या क्षणी:

'निर्झरमय काननमय गायनमय
दिव्य जाहला देह'

या ओळी त्यांना स्फुरतात. या गूढ, थरथरत्या क्षणीच त्यांना जणू जीवनसाफल्य सापडते.

मग गूढ अमूर्ताची मधुगीते गोड
गावयाला लागे
आनंदरूप झाली मानवता, मृत्यु
राहिला मागे!

हेच बालकवींचे जीवनदर्शनआहे.

जागृति नव्हती, स्वप्नहि नव्हते
भाव मनोज्ञ स्फुरले तेथे
सूरहि नव्हते, शब्दहि नव्हते
गीतच हृदयंगम बनले ते....

अशा एका अवस्थेत ते रसिकाला घेऊन जाऊ इच्छितात. त्यांची कविता या जगाकडे जाणारी एक वाट आहे. केवळ रूपसौंदर्याने दिपून जे अंध झाले त्यांना ते जग आढळणे शक्य नाही.

आज बालकवींच्या काव्यात व्यक्तिमनात एक नवे संक्रमण करण्याची जी शक्ती जाणवते ती काही वर्षांपूर्वी मला मुळीच दिसली नव्हती. मानव सुखी होण्यासाठी समाजरचना बदलली पाहिजे आणि म्हणूनच सामाजिक आशयाचा जोरदार संदेश देणारी कविता बालकवींनी फारशी लिहिली नाही ही मला त्यांची फार मोठी मर्यादा वाटत होती; परंतु आज कळते की बालकवी हेच खरे सामाजिक कवी आहेत.

सौंदर्याची कविता लिहिणाऱ्या बालकवींना मोठ्या आग्रहाने सामाजिक जाणिवेचा कवी असे म्हटलेले पाहून अनेकांना धक्काच बसेल! सामाजिक जाणिवेचा कवी हे शब्द उच्चारताच काही विशिष्ट संकेतच आपल्या डोळ्यांसमोर अपरिहार्यपणे उभे राहतात. तात्कालिक समाजातील घटनांशी वा समस्यांशी सुतराम् संबंध नसलेल्या सुंदर कवितेला सामाजिक कविता म्हटले की आपल्याला कसेसेच होते. कवितेचे किती अनैसर्गिक वर्गीकरण आपण करून ठेवले आहे! खरे पाहिले तर सौंदर्याचा, सुसंवादाचा प्रत्येक संस्कार हा क्रांतिकारकच नव्हे काय? परंतु आपली मने इतकी कावलेली असतात की या अनुभवापर्यंत ती पोहोचूच शकत नाहीत. एका भुकेलेल्या कोंबड्याची गोष्ट इथे आठवते. वाटेत त्याला एक जातिवंत मोती दिसले; जोंधळ्याचा दाणा असेल म्हणून मोठ्या आशेने तो तिथे गेला आणि निराशेने मागे फिरला. आज आपलेही तसेच झाले आहे. भोवतालची विषमता, दैन्य, संघर्ष यांनी आपली जाणीव इतकी खुरटली आहे, संवेदना इतकी बोथट झाली आहे की कलेतल्या सौंदर्याच्या, सुसंवादाच्या क्रांतिकारक संस्कारितेवर आपली श्रद्धाच बसू शकत नाही. समाज रचनेची बाह्यचौकट बदलण्यावरच आपला सारा भार असतो; इतकेच नव्हे तर या हेतूसाठी धडपणारी कविता तीच श्रेष्ठ कविता अशी फूटपट्टीही आपण तयार करून टाकतो; परंतु समाजरचनेची बाह्य चौकट बदलून व्यक्तिमनातला संघर्ष, विसंवाद मिटणार नाही.

खऱ्याखुऱ्या अर्थाने जीवनात जर क्रांती व्हायला हवी असेल तर व्यक्तिमनात काही तरी आमूलाग्र बदल झाला पाहिजे. बालकवींची कविता वाचीत असताना मला प्रकर्षाने ही जाणीव झाली. काव्याकडे बघण्याची माझी दृष्टीही त्यामुळे बदलली. विसंवादाच्या चौकटीत मनाला डांबून ठेवणारे जडतेचे पटल गळले पाहिजे : कलेचे हेच कार्य आहे असे मला वाटू लागले.

जाणिवेच्या ज्या स्तरावर मानवी मन आज आहे त्या स्तरावरून जीवनातील समस्यांना उत्तर मिळत नाही म्हणून अरविंदांसारखा योगी जाणिवेचा नवा स्तर शोधून काढण्याची साधना करतो. बालकवींची कविता वाचीत असताना मला अशाच साधनेची चाहूल जाणवते, 'सामाजिक संदेश' 'क्रांती' वगैरे स्थूल आणि ठोकळेबाज फूटपट्ट्या लावून बालकवींची कविता मापणे अशक्य आहे. बालकवींना काही स्वप्नाळू समजतात. जीवनापासून पळून जाण्यासाठी सुंदर स्वप्नांचा त्यांनी आश्रय केला असे या टीकाकारांचे म्हणणे. हा आरोप करणाऱ्यांना बालकवीची कविता कळली आहे किंवा नाही याचा दाट संशय येतो. बालकवींची कविता हा स्वप्नाळूपणा नसून एक अत्युच्च भावावस्था, समाधी आहे. समाधिस्थ योगी आणि झोपलेला माणूस बाह्यत: सारखेच दिसत असले तरी सुज्ञ माणूस या दोघांतला फरक जाणतोच.

या नव्या जाणिवेने बालकवींची कविता वाचली गेली पाहिजे. जीवनात बहिर्मुख बदल घडवून आणून माणूस बदलणार नाही; त्यासाठी मानवी मनाच्या एका नव्या स्तरावरूनच जगता आले पाहिजे ही जाणीव जसजशी तीव्र होत जाईल तसतशी बालकवींची कविता लोकांना अधिक कळू लागेल. कदाचित् याला खूप काळ लागेल. एकेक फूल शेकडो वर्षे फुलवीत बसणाऱ्या सृष्टीप्रमाणेच सत्काव्यालाही घाई नसते. 'ज्याला मृत्यू त्याला घाई' हेच खरे. बालकवींनाही ही जाणीव असावी. त्यांनी लिहूनच ठेवले आहे. की :

"काळाचा घनघोर उग्र वणवा दुर्वार्य ऐसा जरी । ब्रह्मांडात प्रतिक्षणी भडकुनी अस्वस्थ चित्ता करी । चित्ताच्या परि नंदनातील पहा एकेक माझ्या कळी । स्वानंदात डुलोनिया प्रगटवी स्वामित्व कालानली."

सर्वभक्षी कालानलावर स्वामित्व स्थापणाऱ्या या महान कवीविषयी 'नवकवितेच्या जरिपटक्याचा तुझाच अधिकार' हे गडकऱ्यांनी काढलेले उद्‌गार त्या काळीच नव्हेत तर कोणत्याही काळी सार्थ आहेत यात शंका नाही.

□

साधना, १६ मे १९५३

सौ. कुसुमावती देशपांडे यांचे साहित्य : एक अभ्यास

कुसुमावतीबाईंनी विपुल लेखन केले नाही. ‘दीपकळी’, ‘दीपदान’ आणि ‘मोळी’ या तीन छोट्या संग्रहांतल्या काही कथा आणि ललितनिबंध; १८५० ते १९५० या शंभर वर्षांतील मराठी कादंबरीचा इतिहास सांगणारा समीक्षणात्मक ग्रंथ; टीकालेखांचा ‘पासंग’ हा संग्रह एवढे त्यांचे प्रकाशित साहित्य आज उपलब्ध आहे.अगदी अलीकडे त्यांनी मुलांसाठी काही लेखन करायला सुरुवात केली होती. मुलांसाठी नव्यानेच करीत असलेल्या या लेखनाविषयी त्यांना विशेष उत्साहही वाटत होता. स्वत:च्या लेखनाविषयी बोलायचे त्या कटाक्षाने टाळीत असत. परंतु मुलांसाठी केलेल्या या लेखनाविषयी दोनतीन वेळा त्या माझ्याशी बोलल्याचे मला आठवते.

कुसुमावतींच्या मनाचा कल लेखनापेक्षा वाचन — चिंतनाकडे अधिक होता. वाचनचिंतन चालू असताना काही वेळा त्या टीकालेखनाकडे अपरिहार्य म्हणून वळत असाव्यात. ‘पासंग’ या टीकालेखांच्या संग्रहातले बरेचसे लेख अध्यक्षीय भाषणांच्या निमित्ताने लिहून झालेले आहेत. कथालेखनही त्यांनी अगदी मोजके केले. मानवी जीवनातले गुंतागुंतीचे अनुभव वेगवेगळ्या दृष्टिकोनांतून पाहणे आणि त्यातून वेगवेगळ्या कलात्मक आकृती शोधणे हा काही कलावंतांच्या मनाचा तीव्र ध्यास असतो. भाषा, इतकेच काय पण आपले नेहमीचे दृष्टिकोनही मोडून टाकण्याची त्यांची धडपड त्यांच्या लेखनातून सारखी जाणवत असते, त्यांच्या विकासाच्या दिशेच्या सूचना देत राहते. कुसुमावतींच्या कथालेखनाची प्रकृती संथ आहे; त्यात प्रांजळपणा आहे; प्रयोगशीलतेत काही वेळा आढळणारी प्रदर्शनाची वृत्ती त्यात नाही : परंतु त्याच बरोबर नव्या प्रयोगामधील कलात्मक जाणिवेचे क्षितिज विस्तारण्याचे सामर्थ्यही त्यात

विशेषत्वाने दिसत नाही. कुसुमावतींचे कथालेखन हा एका रसिक, व्यासंगी, प्रांजळ मनाचा आविष्कार आहे.

''मृगाचा पाऊस'' ही कुसुमावतीची पहिली लघुकथा. त्यांनी आपले कथालेखन १९३१ ते १९४८ या कालखंडात केले. हरिभाऊंच्या स्फुट गोष्टीपासून वाटचाल करू लागलेली कथा एव्हाना स्थिर झाली होती. स्फुट गोष्टींच्या काळात ती आपले स्वरूप शोधीत होती. कादंबरीच्या वाटेने घरंगळत जाताना ती अचानक थांबे, आणि गोष्ट म्हणून उभी राही. परवाङ्मयातले संस्कार ती घेऊ लागली होती : परंतु यातही पुष्कळ वेळा, कथा म्हणून आपले रूपवैशिष्ट्य निश्चित करणाऱ्या अंतर्गत संघटनेपेक्षा तिचे लक्ष बाह्य चमत्कृतींनीच अधिक वेधले जाई. एखाद्या वाङ्मयप्रकाराच्या प्रारंभीच्या काळात बाह्य साधनांविषयी बालसुलभ उत्साह वाटणे अपरिहार्यही असेल. अशा रीतीने अडखळत वाटचाल करीत असलेली कथा वरेरकर, फडके, खांडेकर, य. गो. जोशी, दिवाकर कृष्ण यांच्या काळात स्वत:च्या घरात वावरू लागली होती. या कालातल्या कथा वाचीत असताना त्या मागचा आत्मविश्वास आपल्याला जाणवतो. कथाविषयांचे क्षितिज किती तरी विस्तारलेले दिसते. संवादलेखन अधिक नैसर्गिक वाटते – पात्रे लेखकासारखी न बोलता स्वत:सारखी बोलू लागल्याचे जाणवते. निवेदनातलेही अनेक प्रकार दिसतात : त्यांतल्या महत्त्वाकांक्षा उघडपणे जाणवतात. असे होत असताना कृत्रिमतेचाही प्रवेश होताना दिसतो. अनुभवाच्या अस्सलपणाशी फारकत झाल्यामुळे तंत्राच्या जाळ्यात कथालेखन अडकून पडते. भावनेच्या अनेक परी हाताळल्या गेल्या तरी या विविधतेमागची परिणाम साधण्याची धडपड लपत नाही. अनुभवाचे स्वरूप संवेदनशील कुतूहलाने न्याहाळण्यापेक्षा परिणाम साधण्यावर लेखकाचे लक्ष खिळल्यामुळे कलेच्या नावाने कारागिरीच मिरवू लागते. तंत्राचा पुरस्कार फडक्यांनी केला म्हणून हे खापर त्यांच्याच डोक्यावर फोडण्याचे कारण नाही : कारण निवेदनाच्या पद्धती आणि त्याचे अनुभवाशी असलेले पोषाखी नाते या कालखंडातल्या कित्येक कथांत दाखवता येईल. या कालखंडातल्या कित्येक कथालेखकांच्या 'प्रतिभासाधनाची' ही या ना त्या तऱ्हेने मर्यादा आहे. फडक्यांच्या लेखनातला गोंडस नटवेपणा 'जीवनवादी' दृष्टीने लिहिणाऱ्या खांडेकरांनी टाळला; आणि खांडेकरांच्या लेखनातला कृत्रिम चमत्कृतीचा, अलंकरणाचा सोस, य. गो. जोशी यांनी टाळला. परंतु य. गो. जोशी यांच्या कथालेखनातली गहिवरलेली कौटुंबिकता, देवघरातल्या समईच्या प्रकाशातली

भावविवशता कित्येकदा परिणाम साधण्यासाठी हुकुमी साधन म्हणून उपयोगात आणलेली दिसते. लेखकाच्या प्रकृतिधर्मानुसार येणाऱ्या या कृत्रिमतेचे बाह्यस्वरूप फडक्यांच्या तंत्रवादी कारागिरीपेक्षा वेगळे आहे हे खरे : परंतु एका खोल अर्थाने त्यात साम्यही आहे. तंत्रवादी कारागिरी ही लेखक कोणत्या विषयाची निवड करतो एवढ्यावरूनच ठरवणे चुकीचे होईल : पुष्कळ वेळा असाच प्रयत्न होतो, आणि त्यामुळे तंत्रवाद आणि फडके असे समीकरण मांडले जाते. खरे म्हणजे जीवनातल्या समाजमान्य उच्च, उदात्त विषयांवर लिहिणारा ध्येयवादी लेखकही — स्वत:च्या न कळत) तंत्रवादी असू शकतो- पुष्कळदा असतोही. कारण तंत्रवादी लेखनाचा जन्म परिणाम साधण्याच्या धडपडीतून होतो. कला कारागिराकडे झुकते ती इथेच. प्रणयाची गुलगुलीत चित्रे रेखाटणारा लेखक तेवढा तंत्रवादी, आणि अन्याय, मानवता, अश्रू, जीवननिष्ठा इत्यादींवर लिहिणारा लेखक तसा नाही, ही समजूत भ्रामक आहे.

कुसुमावतीनी कथालेखन केले तेव्हा मराठी कथेला कोणत्या मर्यादांतून वाट शोधायची होती याची कल्पना यावी, या मर्यादा आपल्या प्रकृतीप्रमाणे ओलांडण्याचा प्रयत्न करीत असताना कुसुमावतींच्या कथेचे स्वरूप कसे निश्चित होत गेले हे शोधता यावे, म्हणून इथे हा ऊहापोह केला.

वरेरकर, फडके, खांडेकर, य. गो. जोशी, दिवाकर कृष्ण यांची कथा झपाट्याने पुढे जात असताना मराठी कथेला पडत असलेल्या या मर्यादा (वामनराव चोरघडे यांच्याप्रमाणेच) कुसुमावतींनी टाळल्याचे आपल्याला दिसून येते. फडके, खांडेकर, य. गो. जोशी यांच्यापेक्षा वेगळी असलेली कुसुमावतींची कथा तिची प्रकृती आणि अभिव्यक्ती या दोन्ही दृष्टींनी वरेरकरांच्या कथांना जवळची आहे. गरीब आणि श्रीमंत या दोन्ही जगांतले भेद, नव्या समाजरचनेतील स्त्रीच्या स्वतंत्र व्यक्तिमत्त्वाची जाणीव आणि पारंपरिक वातावरणाचा या स्वतंत्र व्यक्तिमत्त्वाला होणारा जाच, या वरेरकरांच्या साहित्याप्रमाणेच कुसुमावतींच्याही कथालेखनातून व्यक्त होणाऱ्या प्रमुख जाणिवा आहेत. रेखीव नटवेपणा, पाल्हाळ, अलंकरणाचा सोस, भावनाविवशता या गोष्टी वरेरकरांप्रमाणेच कुसुमावतींनी आपल्या कथालेखनातून कटाक्षाने टाळल्या आहेत : त्या टाळणे हा या दोघांच्याही बुद्धिनिष्ठ अशा लेखनप्रकृतीचा धर्म आहे. या दोघांच्याही कथांची रचना बहुधा विरोधाच्याच मांडणीतून होते; आणि या विरोधाच्या मांडणीमागे सामाजिक आणि स्त्रीविषयक विशिष्ट दृष्टिकोनाची बैठक असते. हा दृष्टिकोन या दोघांच्याही कथांतली पात्रे व्याख्यान

दिल्यासारखी बोलून दाखवतात. कलात्मक दृष्ट्या खटकणारी ही गोष्ट त्यांच्या वैचारिक निष्ठेच्या दृष्टीने जणू अपरिहार्य असते. एखाद्या प्रतिमेने, भावनेच्या सूक्ष्म हालचालीने, हा दृष्टिकोन सुचवून त्याचे समाधान होत नाही: भाष्य आवश्यक वाटू लागते.

कुसुमावतीच्या 'माउली' या कथेतली सरस्वती आपल्या व्यसनी आणि बेजबाबदार नवऱ्यापुढे हार पत्करून माहेरी जात नाही, घरीच राहून गरिबांच्या सेवेसाठी बंडखोर वृत्तीने ती झगडण्याचे ठरवते. या कथेत सरस्वतीची मैत्रीण लीला येते : खरे म्हणजे, लीला येते असे म्हणण्यापेक्षा सरस्वतीचे भाषण ऐकण्यासाठी एक श्रोताच येतो असे म्हणणे रास्त होईल. नव्या मूल्यांची जाणीव झालेली नायिका कुसुमावतींनी रंगवली आहे. एका वैचारिक निष्ठेतून हे चित्र निर्माण झाले आहे. परंतु या जीवनदर्शनाची अभिव्यक्ती मात्र निबंधवजा भाष्यातून होते. वैचारिक पातळीवरचा हा साक्षात्कार कलात्मक पातळीवर व्हावा तसा सजीव होत नाही. या सगळ्या पात्रांच्या जीवनातले संघर्ष बौद्धिक पातळीवरच उरतात. वरेरकरांच्या कथा – कादंबरी – नाटकांत नेमकी हीच गोष्ट आपल्याला जाणवते. या कथाविश्वातल्या पात्रांना एक वैचारिक निष्ठा व्यक्त करणारे साधन एवढाच अर्थ उरतो. वरेरकरांच्या कथाविश्वात ही वैचारिक निष्ठा बहुधा लढाऊ प्रचाराच्या हिरीरीने व्यक्त होते. त्यांच्या झुंजार नायिका झगडतात तेव्हा त्यांच्या विचारापेक्षा त्यांचा आवाजच अधिक मोठ्याने जाणवतो. कुसुमावतींच्या लेखनात मात्र असे होत नाही. वरेरकरांच्या तुलनेने त्यांचे चित्रण अधिक संयत आणि ऋजू असते. वरेरकरांच्या कादंबऱ्यांचे विवेचन करीत असताना कुसुमावतींनी लिहिले होते : 'वरेरकरांच्या उत्तरकालीन लिखाणात भडकपणा, कृत्रिमता व एकेरीपणा येतो. त्यात सूचकतेचा, तरलतेचा अभाव वाटतो. भावनाच्या संमिश्रतेचा त्यांना विसर पडतो.' भडकपणा आणि कृत्रिमता हे दोष कुसुमावतींच्या कथालेखनात नाहीत; परंतु वैचारिक निष्ठा व्यक्त करण्यासाठी विरोधावर आधारलेल्या त्यांच्या कथांतही अनुभवांच्या संमिश्रतेचा फारसा आढळ आपल्याला होत नाही. पण त्याचबरोबर हेही खरे की, विरोधावर आधारलेल्या या कथारचनेला अलंकरणाचा, विरोधाच्या अंगभूत चमत्कृतीने दिपवण्याच्या प्रयत्नाचा, जराही वास येत नाही. याचे कारण उघड आहे : त्यांच्या अनेक कथांतून व्यक्त होणारा हा विरोध रचनेची जादूगिरी दाखविण्यासाठी अवतरलेला नाही. आर्थिक आणि सामाजिक पातळीवरील अन्यायात अंतर्भूत असलेला हा विरोध आहे : आणि कुसुमावतींच्या

चिंतनशील मनाने तो प्रांजळपणे व्यक्त करण्याचा प्रयत्न केला आहे. त्यामुळे कुसुमावतींच्या निवेदनालाही एक प्रकारची अकृत्रिम सरलता प्राप्त झाली आहे. परंतु अशा तऱ्हेच्या लेखनप्रकृतीसमोर नेहमीच एक धोका असतो : आणि तो म्हणजे अशा लेखनातील पात्रे किंवा प्रसंग प्रतीकवजा बनतात; ही माणसे आपल्या मनातल्या गुंतागुंतीच्या भावना, जीवन खळबळून टाकणारे उलट सुलट वादळी प्रवाह घेऊन जगत नाहीत. ही पात्रे ज्या वैचारिक निष्ठा व्यक्त करण्यासाठी त्यांचा अवतार असतो त्याबरहुकूम हलतात. त्यांचे संघर्ष अर्थातच फक्त वैचारिक पातळीवर कळतात : ते व्यक्तित्वाच्या खोल गाभ्यापर्यंत जाणवत नाहीत; माणसाच्या जाणिवांतल्या अतर्क्य अनुभवविश्वातून, ते रुजून येत नाहीत. कुसुमावतींच्या कथालेखनाची प्रकृती ही अशा प्रकारची आहे.

ही प्रकृती त्यांच्या कथेला नटव्या कृत्रिमतेपासून, वैचारिक उथळपणापासून वाचवते हे जसे खरे आहे त्याचप्रमाणे त्यांच्या कथांतून व्यक्त होणाऱ्या अनुभवांत ती नकळत सोपेपणा आणते. अनुभवांच्या संमिश्रतेला पुष्कळ वेळा मुकते. त्यांच्या कथांच्या निवेदनावरही याचा परिणाम झालेला आढळतो : निवेदनाची शैली अनुभवाच्या पातळ्यांनुसार बदलत नाही. एक प्रकारच्या प्रांजळ पण तुटक, कोरडेपणाने ती विचार सांगू पाहते. काही वेळा विरोध व्यक्त करणारी प्रतीके पुनरुक्तिवजा वाटतात. 'छायाप्रकाश' ही कथा अशीच आहे. पावसाचे धुंद वातावरण आणि डोक्यावरचे इरले सांभाळीत जाणारा कंगाल शेतकरी यांतला विरोध कथेतल्या पहिल्या चित्राने व्यक्त हातो. यानंतर हाच विरोध व्यक्त करणारी वेगळ्या तपशिलाची आणखी दोन चित्रे येतात. यानंतरच्या दोन्ही प्रतीकात्मक चित्रांना कलात्मक आवश्यकता उरत नाही – कल्पनेचे स्पष्टीकरण एवढाच स्थूल अर्थ त्यांना उरतो. 'अप्सरा', 'दगडांची गोष्ट', 'भ्रमनिरास', 'माउली', 'भाऊभाऊ...' या आणि इतर अनेक कथा वाचीत असताना हीच जाणीव आपल्याला होते. बहुतेक कथा एका विशिष्ट पद्धतीनेच आकार घेतात. रचनेचे, निवेदनाचे वेगवेगळे प्रयोग त्यांच्या कथालेखनात का आढळत नाहीत याचेही कारण त्यांच्या लेखनाच्या विशिष्ट प्रकृतीतच आढळण्यासारखे आहे. आपल्या कृतीतून रूढ होऊ पाहणारी कलात्मक संघटनेची पद्धती स्वत:च मोडून टाकून नव्या दिशा शोधणे ही कलासाधनेतली एक आंतरिक आवश्यकता असते. विकासशील लेखनातून ही अस्वस्थ धडपड जाणवते, तिच्या अनेक खुणा दिसतात. परंतु या विलक्षण असमाधानाची जागा कुसुमावतींच्या लेखनात वैचारिक निष्ठांच्या प्रांजळ व अकृत्रिम निवेदनाने

घेतलेली दिसते. त्यांच्या लेखनप्रकृतीचे सामर्थ्य जसे यात आहे त्याचप्रमाणे त्यांची मर्यादाही यातच आहे.

'मी का लिहिते?' या आपल्या निबंधात कुसुमावतींनी आपल्या लेखनप्रवृत्तीचा मागोवा घेण्याचा प्रयत्न केला आहे. या निबंधात त्या लिहितात- "लेखनाचा इतर काही उपयोग असो वा नसो, प्रामाणिक लेखनाचा, प्रतीतीतून उद्भवलेल्या लेखनाचा, स्वत: लेखकावर मात्र नि:संशय परिणाम होतो. जीवन समजून घेण्याचा तो एक उत्तम मार्ग आहे, तसाच भावनांच्या विनयनाचा. प्रामाणिक लेखन म्हणजे आत्मसंस्करण आहे, एक प्रकारची साधना आहे. उत्कटपणे जगण्याचा व जीवनाचा आनंद द्विगुणित करण्याचा तो एक मार्ग आहे."

हे सारे कलावंताला केव्हा शक्य होते? अनंत रूपे धारण करणारे मानवी अनुभव कलावंताचे मन निर्मितिशील कुतूहलाने न्याहाळू शकते म्हणूनच हे अनुभव त्यांचे स्वरूप समजून घेण्यासाठी न्याहाळण्यात आनंद असतो : अशा क्षणी जाणवणाऱ्या आशयाशी त्यातून निर्माण होणारी कलात्मक आकृती एकरूप असते. ही अनुभूती इतर कोणत्याही गोष्टींचे साधन नसते. अत्यंत उत्कटपणे अनुभव घेऊनही कलावंत अलिप्त असतो तो या अर्थाने.

कुसुमावतींनी लहान मुलांविषयी लिहिलेल्या कथा वाचीत असताना अशा तऱ्हेचा कलात्मक अनुभव आपल्याला येतो. लहान मुलांचे बोबडे बोल, त्यांच्या अवखळ हालचालींना व्यापून उरलेली एकात्म लय त्या अचूक पकडू शकतात. हे करीत असताना त्यांना समाजातील विरोध व्यक्त करायचा नसतो, कसलीही तत्त्वनिष्ठा आग्रहाने मांडायची नसते. इथे कथेला वैचारिक प्रयोजनाचा काच नसतो. "... जीवनसंशोधनाची एक नवीन वृत्ती निर्माण होते. निसर्गाच्या राज्यातील पावसाच्या एकेका थेंबाचे, गवताच्या एकेका पात्याचे, साभिप्राय सौंदर्य डोळ्यांत भरू लागते, तसाच मानवी जीवनातील रोजच्याच दृश्यात नवीन आशय जाणवू लागतो" हे कुसुमावतींचे उद्गार त्यांच्या 'सवंगडी' किंवा 'वादळ' अशांसारख्या कथा वाचताना जाणवतात. 'सवंगडी' या कथेतील बाळूचे निरागस विश्व कुसुमावती साध्यासुध्या तपशिलाने किती समर्थपणे निर्माण करतात हे पाहण्यासारखे आहे. वर्तमानपत्रांचे अंक, कातरी, डिंकाची बाटली, मोठी थोरली वही, चित्रातले विमान या बाळूच्या मुक्या वस्तू या कथेत विलक्षण बोलक्या होतात. गोष्ट सांगताना बाळूला येणारी मोठ्ठी जांभई खूप काही सांगते. कुठेही एका शब्दाने उल्लेखिले नसलेले बाळूच्या आईचे वात्सल्य

उत्कटतेने जाणवते. बाळू झोपल्यावर त्याच्या पाठीवरून हात फिरवून त्याची आई फक्त एकच छोटेसे वाक्य उच्चारते : ''निजलाले माझा दोत्त'' आणि इथे गोष्ट संपते. 'वादळ' या कथेत वडील स्काउटचा पट्टा आणणार म्हणून बाळू सारखी वाट पाहत असतो. ''अखेर युगायुगांनी पाच वाजले, साडेपाच वाजले'' तेव्हा बाबा येतात; पण ते पट्टा आणायला विसरलेले असतात, बाळूच्या डोळ्यांतून मुसळधार पाऊस सुरू होतो. शेवटी बाबा कोट-टोपी घालून तयार होतात आणि पट्टा आणायला निघतात. पाऊस थांबतो : ''क्षितिजाच्या या कडेपासून त्या कडेपर्यंत सप्तरंगी इंद्रधनुष्य चमकू लागते...'' बाळूची उत्सुकता, त्याचे पाढे म्हणणे, 'अरिंग मरिंग लवंगा चिरिंग' गुणगुणणे... यातली नाजुक लय कुसुमावतींनी हळुवारपणे पकडली आहे. मुलांवरच्या या कथा लिहीत असताना त्या कुठेही भावनाविवश होत नाहीत. परिणाम साधण्यासाठी वात्सल्याचे गहिवर काढीत नाहीत. बालमानसशास्त्राचे सिद्धान्त उकलून दाखवण्याचा आविर्भाव बाळगीत नाहीत. अनुभव गडद करण्यासाठी प्रतिमांची गर्दी जमवीत नाहीत. गवताच्या थरारणाऱ्या पात्यांसारखी संवेदनशील, छोटी वाक्ये मुलांच्या भावनांच्या हालचालींची सगळी लय नितळपणे व्यक्त करतात. कुसुमावतीच्या कथालेखनाचे सामर्थ्य त्यांच्या या कथांतून जाणवते.

'थेंबाचा खेळ' या मुलांसाठी लिहिलेल्या (साधना : कुमार विशेषांक, १९६१) गोष्टींत त्यांच्या या काव्यात्म जाणिवेची वैशिष्ट्ये पुन्हा नव्याने व्यक्त झाली होती :

''एक होता थेंब, पावसाचा, गोल गोल गरगरीत
तो आभाळातून उतरला न्
विजेच्या तारेवर लोंबकळला
तारेवरती झोके घेत बसला.
वारा येई न् डोलवून जाई
ऊन येई न् तो चम्‌चम् करी
त्याला खूप खूप मजा वाटे.''

या थेंबाची पुढे धार होते आणि ती पडते बेडूकमामांच्या डोक्यावर :

''त्यांची हिरवी पिवळी पाठ
त्यांचं टचटचीत डोकं
त्यांच्या डोक्यावरच धार पडली
बेडकांना पाणी हवंच हवं

पावसात करतात डराँव डराँव
बेडुकमामांना छान वाटलं —
गार गार, गोड गोड
त्यांनी डोळे मिटून घेतले...''

अनेक वर्षे कथालेखन थांबल्यानंतर कुसुमावतींनी हे बालवाङ्मय लिहायला सुरुवात केली होती. त्यांच्या प्रतिभेचा परिपक्व आविष्कार या तऱ्हेच्या साहित्यातून होण्याची शक्यता निर्माण झाली होती. बुद्धिनिष्ठ विरोधाच्या 'समांतर रेषांतून' मुक्त झालेली त्यांची जाणीव 'सवंगडी' किंवा 'वादळ' यासारख्या कथांतून (१९३५) व्यक्त होताना दिसत होती – पण ती अचानक थांबलीही होती. जवळ जवळ पंचवीस सव्वीस वर्षांनंतर बालसाहित्याच्या रूपाने ही जाणीव पुन्हा नव्याने आकार घेत होती; थेंबाची लुकलुकती गिरकी हळुवारपणे टिपीत होती: बेडूकमामांच्या डोक्यावर ओघळताना शहारून डोळे मिटून घेत होती; त्या लहान्या थेंबाला तो मोठा झाल्यामुळे 'थेंबोबा', करीत होती... पुन्हा पंचवीस वर्षांनंतर...

बालवाङ्मयाचा हा अपवाद सोडल्यास गेल्या दहा वर्षांत कुसुमावतींनी कथालेखन केले नाही. गेल्या एका तपाच्या काळात साहित्याच्या रसिक, व्यासंगी टीकाकार म्हणूनच वाचक त्यांच्याकडे मोठ्या अपक्षेने पाहू लागले होते. पाश्चात्य ललितवाङ्मय आणि टीकाविचार यांच्या उत्कृष्ट व्यासंगामुळे संकुचिततेच्या आवर्तातून कुसुमावतींचे टीकालेखन सहजपणे बाहेर पडू शकले. भारतीय परंपरेच्या सांस्कृतिक संचिताविषयी त्यांना अभिमान होता; आणि या परंपरेने दिलेला साहित्यविचार त्यांनी रसिकतेने वाचला होता. डॉ. कुमारस्वामी यांच्याही कलाविचाराचा त्यांच्यावर याच संदर्भात खोल परिणाम झाला असावा असे वाटते. कलाकृतीचे अधिष्ठान तादात्म्यावर असते या त्यांच्या दृष्टिकोनाशी याच साहित्यविचाराचा जिव्हाळ्याचा संबंध आहे. जुन्या काळची कला उच्च दर्जाची होती याचे मुख्य कारण त्यांना या तादात्म्यात आढळते. ही तादात्म्यवृत्ती आजच्या कलावंतांतून ओसरल्यामुळे : ''आज शास्त्रीय चिमट्यांनी मापे घेत निर्जीव पुतळे कोरून काढण्यात मूर्तिकला गुंतली आहे... तांत्रिक खटपटींनी युक्तिबाज कादंबऱ्यांची पैदास होत आहे... अशा कलाविषयक ऱ्हासातून आपल्याला जर वर निघायचे असेल, तर तादात्म्याच्या तत्त्वाचे आपल्याला स्मरण, चिंतन व पुनरुज्जीवन करणे प्राप्त आहे'' असे त्या म्हणतात. आपले हे विवेचन करीत असताना, ''एखाद्या घोड्याचे चित्र

काढावयाचे असले तरीही 'ध्यात्वा यजेत्' असे 'शुक्रनीतिसारा'त सांगितले जाते. 'मालविकाग्निमित्र' नाटकात–कालिदासाने हीच योगाची भाषा वापरली आहे.'' असे त्या सहजपणे लिहितात. भारतीय परंपरेतील निष्ठा आणि विचार त्यांनी कसे पचवले होते हे या आणि इतर अनेक उदाहरणांवरून दाखविता येईल. परंतु सत्यशोधनाच्या प्रकृतीमुळे परंपरेचा हा अभिमान त्यांच्या डोळ्यावरचे झापड कधीच बनला नाही. वर उल्लेखिलेले तादात्म्याचे विवेचन करीत असताना त्यांना कलावंताच्या अलिप्ततेचीही जाणीव होते. आणि बाह्यत: जाणवणाऱ्या विसंगतीचा धोका पत्करूनही ''सत्यदर्शनाशी तद्रूप होण्यासाठी त्याला बाह्यजीवनापासून अलगच व्हावे लागेल'' असे म्हणून 'फ्लावेरची' हस्तिदंती मनोऱ्याची कल्पनाही त्या अवतरणासहित देतात.

सत्यशोधनाच्या या जिज्ञासेचा कुसुमावतीच्या टीकाशैलीवरही परिणाम झालेला दिसून येतो. वाचनविचारांतून आकार घेणाऱ्या जाणिवा आणि मूल्ये सतत तपासून घेण्याचा त्यांचा प्रयत्न असतो. या प्रयत्नाला साजेशीच त्यांची लेखनशैलीही प्रौढगंभीर असते. नाटकी आकर्षकता किंवा वर्तमानपत्री खोचक चुरचुरीतपणा यांच्या मोहाला त्यांची शैली कुठेही बळी पडल्याचे दिसत नाही.

सत्यशोधनाच्या या आस्थेमुळेच वाङ्मयीन विचारांच्या बाबतीतले फसवे पुरोगामित्व त्यांनी कधी मिरविण्याचा प्रयत्न केला नाही किंवा परंपरा आणि सौंदर्यमूल्ये यांचे रक्षण करण्याचा भार केवळ आपल्याच शिरावर आहे असा आविर्भाव बाळगून साहित्यातील नव्या प्रयोगावर आंधळ्या संतापाने त्यांनी हल्लेही केले नाहीत. नव्या साहित्याच्या त्यांच्या दृष्टीने त्यांना ज्या मर्यादा जाणवल्या त्याचे त्यांनी अत्यंत निर्भीडपणे दिग्दर्शन करण्याचा प्रयत्न केला. त्यांची ही सर्वच मते पटतील असे नाही. मानवतानिष्ठेविषयीच्या त्यांच्या आग्रहामुळे कलाकृतीचे सौंदर्य समजायला नीटशी मदत होत नाही, आणि अनेकदा हे मूल्यमापन कलाबाह्य निकषांकडे झुकते असेही एखाद्याला वाटण्याची शक्यता आहे. परंतु असे असले तरी त्यांच्या सत्यशोधनाच्या आस्थेविषयी त्यांच्या मतांशी पूर्णपणे विरोध असलेली व्यक्तीदेखील संशय घेणार नाही.

व्यक्तिमाहात्म्याचे स्तोम माजविणे हा टीकालेखनातला एक फार मोठा धोका असतो. टीकाकार ही गोष्ट नेहमीच कळून सवरून करीत असतो असे नाही. पुष्कळ वेळा ज्या लेखनाच्या साहित्याचे मूल्यमापन तो करीत असतो त्याच्या सामाजिक प्रतिष्ठेचा दाब मनावर पडल्यामुळे नकळतही ही गोष्ट घडत

असते. परंतु कुसमावतींनी ही गोष्ट आपल्या टीकालेखनातून कटाक्षाने टाळल्याचे दिसून येते. याचे एक उदाहरण देणे उचित होईल. हरिभाऊंच्या साहित्याविषयी कुसुमावतींना विलक्षण आदर होता. ''हरि नारायणांच्या कथांमध्ये जे सर्व मन:शक्तींना उत्स्फूर्त करण्याचे सामर्थ्य आहे ते अन्य कोणाच्या कृतींत अजूनही दिसत नाही ... उच्च प्रकारच्या कादंबरीला आवश्यक, कादंबरीचा प्राणच असे जे गुणधर्म ते त्यांच्या कादंबऱ्यांत अचूकपणे सापडतात'' इतक्या गौरवपूर्ण भाषेत कुसुमावतींनी हरिभाऊंविषयी लिहिले आहे. परंतु असे असूनही हरिभाऊंच्या मर्यादांचे दिग्दर्शन करीत असताना कुसुमावतींच्या स्पष्टवक्तेपणाला मर्यादा पडत नाहीत. हरिभाऊंच्या ऐतिहासिक कादंबऱ्यांचे विवेचन करताना त्या लिहितात : ''प्रमाणांची जाणीव ते फार लवकर विसरतात. तीच गोष्ट महत्त्वमापनाची. कोणती गोष्ट महत्त्वाची व कोणती क्षुल्लक ह्यांचा विधिनिषेध त्यांच्याजवळ राहत नाही... अनेक अवधाने सांभाळावी लागल्यामुळे की काय, त्यांचे लक्ष आपल्या कथाबीजावरून, कथावस्तूवरून अनेकदा विचलित होई, व मग मात्र त्यांचे लिखाण शाळकरी मुलांचेही चित्त वेधून घेण्यास असमर्थ होईल इतके रटाळ होई.'' सत्यशोधनाच्या आड व्यक्तिमाहात्म्य न येऊ देण्याबाबत कुसुमावतींचा किती कटाक्ष होता हे यावरून सहज सिद्ध होण्यासारखे आहे.

सर्वसामान्य वाचकाच्या बुद्धीविषयी आदर बाळगून कुसुमावतींनी आपले टीकालेखन केले. याविषयी कुसुमावतींची भूमिका निश्चित होती असे दिसते. त्या लिहितात : ''या बिचाऱ्या मध्यमवर्गाला कधीच कोणी चांगले म्हटले नाही. साहित्य–संगीत–कला इत्यादींच्या विश्वात तर त्याला कोणीच जुमानीत नाही... या मताप्रमाणे मध्यमवर्गीय व्यक्ती म्हणजे जडबुद्धी, भावनारहित, व्यवहाराने वेष्टिलेली... या विचारसरणीमुळे मध्यमवर्गाचे व कलेचेही अपरंपार नुकसान झाले आहे. या दृष्टिकोनामुळेच खरी कला व घाऊक कला असा भेद करण्यात आला. घाऊक कला लोकरंजनासाठी जास्त बेगडी होत गेली.'' कुसुमावती ज्या वाचकांसाठी लिहीत होत्या त्यांना जडबुद्धी मानीत नव्हत्या आणि बेगडी घाऊक कलेची त्यांना चीड होती, हे या अवतरणावरून स्पष्टपणे दिसून येते. परंतु इथे मी हे अवतरण त्यांच्या टीकालेखनाच्या शैलीचे स्वरूप स्पष्ट करण्यासाठी दिले : कारण या अवतरणातून व्यक्त झालेल्या दृष्टिकोनामुळे त्यांच्या टीकालेखनशैलीत विचारांचा सडेतोड स्पष्टपणा असूनही आकर्षकतेसाठी आणि समजावून सांगण्याची भूमिका घेतल्यामुळे येणारा मिळमिळीत सोपेपणा आला नाही. अशा तऱ्हेचा कृत्रिम सोपेपणा प्रा. ना. सी. फडके यांचे

टीकालेखन वाचीत असताना आपल्याला अनेकदा जाणवतो. प्रा. फडके यांच्या टीकालेखनातील हा दोष काही अंशी विचारांच्या स्थूलपणातून जसा निर्माण झाला आहे तसाच आपले टीकालेखन वाचनीय, आकर्षक, करण्याच्या हव्यासातूनही निर्माण झाला आहे. आपल्या टीकालेखाची सुरुवात आणि शेवट प्रा. फडके कित्येकदा एखाद्या लघुनिबंधाप्रमाणे आकर्षक, रेखीव आणि 'हसत-खेळत' करताना दिसतात ते याच हव्यासामुळे. अशा तऱ्हेच्या लेखनातून संस्कारी वाचकाला आपल्या बुद्धीविषयी एक प्रकारचा अविश्वास गृहीत धरलेला जाणवतो. कुसुमावतींचे टीकालेखन वाचीत असताना कुठेही अशा तऱ्हेची जाणीव आपल्याला होत नाही. आपला विचार 'जनतेला' समजावून देण्याचा उदार आविर्भाव जशा त्या मिरवीत नाहीत त्याप्रमाणेच अकारण क्लिष्टता आणि अर्थशून्य दुर्बोधता ही टोकेही त्या गाठीत नाहीत.

टीकात्मक विधान करीत असताना जेथे मूल्यमापनाचा प्रश्न येईल तिथे त्या जराही मोघमपणा न बाळगता आपले मत व्यक्त करतात. अशी विधाने जरी आपल्याला पटली नाहीत तरी ती जबाबदारीची जाणीव बाळगून केलेली आहेत असेच दिसते. अर्थात याला अपवादही आहेत. खांडेकरांच्या कादंबऱ्यांचे विवेचन करीत असताना गडकऱ्यांच्या खांडेकरांवरील प्रभावाचा त्यांनी उल्लेख केला आहे. या ठिकाणी कुसुमावती लिहितात : "... या प्रवृत्तींनी गडकऱ्यांच्या निर्मितीला मर्यादा पडल्या, तीत दुबळेपणा आला. एवढेच नाही तर, त्यांच्या निर्मितीचा पगडा ज्यांच्यावर बसला त्यांच्याही प्रतिभेचा कस या प्रवृत्तींनी जणू शोषून घेतला. बालकवीच्या कवितांवर असाच परिणाम झालेला दिसतो..." बालकवींच्या काव्याविषयीचे हे कुसुमावतीचे विधान त्यांच्याच लेखणीतून उतरले आहे किंवा काय असा संशय यावा इतके चमत्कारिक आहे.बालकवींची कविता वाचीत असताना कुसुमावती म्हणतात तसा गडकऱ्यांचा परिणाम मला अजून कधीच जाणवला नाही. उलट, बालकवींच्या 'अरुण' या कवितेच्या अनुकरणाचा प्रयत्न करीत असताना गडकऱ्यांनी मात्र नाटकी उत्प्रेक्षांची चळत रचलेली 'अरुण' ही कविता लिहिली. खुद्द गडकऱ्यांनाही बालकवींच्या श्रेष्ठतेची जाणीव होती. "नवकवितेच्या जरिपटक्याचा तुझाच अधिकार" असे गडकऱ्यांनी बालकवींना उद्देशून म्हटले ते यामुळेच.

साहित्याचे मूल्यमापन करीत असताना मानवता आणि संस्कृती यांचा मूल्य म्हणून कुसुमावतींनी स्वीकार केला होता ही गोष्ट आपल्याला सतत जाणवते.

हरिभाऊ आणि केशवसुत यांच्या साहित्याविषयी कुसुमावतींना वाटणाऱ्या आदराचे मूळही मुख्यत: यातच आहे. त्यांचेच शब्द वापरायचे झाल्यास केशवसुतांनी 'दुरिताचा धिक्कार' केला; आणि ही शक्ती त्यांना ''सर्वसामान्य जीवनातून मिळाली आणि सामान्य जीवनाच्या शोधनासाठी व परिपूर्तीसाठीच त्या सर्वांचा जन्म होता.'' अशी ही श्रद्धा व्यक्त करता येईल. (१९४८) कुसुमावतीचे टीकालेखन वाचीत असताना वाङ्मयापासून त्यांनी बाळगलेल्या अपेक्षांच्या संदर्भात कोणती मूल्ये किंवा निकष त्यांच्या डोळ्यासमोर होते असा प्रश्न विचारला असता पुढील गोष्टी आपल्या ध्यानात येतात :

१) मानवता;

२) भावनांचे उन्नयन;

३) सर्वसामान्य जीवनाचे पोषण आणि त्यांच्या निष्ठांचा आविष्कार;

४) मांगल्याला प्रेरणा देणाऱ्या सांस्कृतिक संचितावरील श्रद्धा.

५) दुरितांचा धिक्कार.

जीवनात निर्माण होणाऱ्या मूल्यश्रेणी आणि त्यांचा वाङ्मयाशी असलेला संदर्भ यांच्याविषयी त्या म्हणतात : ''लेखनाच्या थोड्याफार अनुभवानंतर मूल्यामूल्यांचा संघर्ष जाणवू लागतो. काही मूल्ये आपण चट्‌दिशी उचलून धरतो, अंत:करणप्रवृत्तीमुळेच त्यांचा स्वीकार करतो. काहींचा निषेध करतो; विचारपूर्वक, पद्धतशीरपणे त्यांचा पाडाव करण्याचा प्रयत्न करतो. या कार्यासाठी जेव्हा वाङ्मयाचा उपयोग केला जातो तेव्हा ते कार्य शुद्धबुद्धीच्या द्वारा व भावनांच्या उदात्तीकरणाच्या मार्गाने केले जाते आणि म्हणूनच त्या कार्याचा परिणाम चिरस्थायी होण्याचा संभव असतो.'' (१९४८) वर दिलेल्या निकषांचे स्वरूप स्पष्ट करण्यासाठी या प्रमाणेच आणखी एक छोटेसे अवतरण देणे इष्ट होईल. 'कला आणि कृत्रिमता' या निबंधात कुसुमावतीबाई लिहितात : ''प्रत्येक युगातील उच्चतम कला लोकांच्या जीवनातून ... स्फुरत असते. साधारण लोकांच्या ज्या निष्ठा असतात, त्यांच्या श्रद्धेचे जे स्वरूप असते, त्यांचा ज्या तत्त्वांवर विश्वास असतो, त्यातूनच त्या त्या युगातली उच्चतम कला निर्माण होते.'' (१९४१) गेल्या वर्षी ग्वाल्हेर येथे भरलेल्या मराठी साहित्यसंमेलनाच्या अध्यक्षपदावरूनही त्यांनी वाङ्मयीन निकषांबद्दलची आपली भूमिका स्पष्ट केली होती. आपल्या अध्यक्षीय भाषणात त्या एके ठिकाणी म्हणतात : ''कलेच्या समीक्षेसाठी केवळ एका व्यवच्छेदक लक्षणाला मान्यता देऊन चालत नाही...

अखेर जीवनमूल्यांच्या निकषावर कलेची पारख करणे आवश्यक होते.'' (१९६१).

वर दिलेली चार अवतरणे १९४१, १९४८ आणि १९६१ या चार कालखंडांतली आहेत. या अवतरणावरून कुसुमावतींचा वाङ्मयीन दृष्टिकोन जसा कळतो त्याचप्रमाणे या दृष्टिकोनातले सातत्यही आपल्याला जाणवते.

१९२० च्या दशकात साम्यवादी विचारसरणीचे संस्कार कुसुमावतींच्या पिढीवर झाले. कुठल्याही राजकीय संप्रदायाच्या शृंखलेने कुसुमावतींनी आपले विचार कधीच जखडले नाहीत : त्यांनी या दृष्टीने आपली बुद्धी स्वतंत्र राखली. परंतु साम्यवादी विचारपद्धतीचा संस्कार मात्र त्यांच्या समीक्षापद्धतीवर झाल्याचे दिसते.

खरे म्हणजे साम्यवादी विचारसरणी ही आर्थिक-राजकीय क्षेत्रांपुरतीच मर्यादित ठेवणे आवश्यक होते. परंतु या विचारसरणीने निर्माण केलेल्या तत्कालीन उत्साहाच्या भरात इतिहास, धर्म, परंपरा, कला, समाज, साहित्य... जीवनाच्या प्रत्येक क्षेत्राचे मूल्यमापन याच विचारपद्धतीच्या संदर्भात होऊ लागले. स्वाभाविकच ही सर्व क्षेत्रे साम्यवादी विचारसरणीला अभिप्रेत असलेल्या क्रांतीची साधने ठरली. लेखक हा पुरोगामी की प्रतिगामी (तेही साधनरूप) हे याच संदर्भात ठरू लागले : कलाकृतीची अंतर्गत संघटनातत्त्वे आणि त्यांतले क्रांतिशील प्रयोग दुय्यम ठरले. हे पुरोगामित्व म्हणजे मानवता असे समीकरण रूढ झाले : आणि याचा परिणाम म्हणून पुरोगामी मानवता हे साहित्यसमीक्षेचे पायाभूत मूल्य ठरले. साम्यवादाला तत्त्वत: विरोध करणाऱ्यांनी गांधीवादी, लोकशिक्षणवादी, नीतिवादी अशा भिन्न भूमिका जरी घेतल्या तरी कलेला साधनमूल्य मानण्याच्या या विचारपद्धतीत फरक पडला नाही. (प्रा. ना. सी. फडके यांनी कलेसाठी कला हा दृष्टिकोन खूपच स्थूलपणे मांडला हे खरे : परंतु कलेला स्वतंत्र मूल्य आहे हा विचार या काळात त्यांनीच विशेष हिरीरीने मांडला हे मान्य केले पाहिजे.) साहित्यातून व्यक्त होणारा अनुभव जीवनसापेक्ष असतो असे म्हणणे निराळे आणि कलानिर्मितीच्या प्रेरणा, कलेचे ध्येय यांचे स्वतंत्र क्षेत्र प्रत्यक्ष वा अप्रत्यक्षपणे नाकारून इतर अनुभवक्षेत्रांतल्या मूल्यांनी कलेचे महत्त्व मापणे निराळे. साम्यवादी विचारपद्धतीच्या प्रभावातून मराठी साहित्यसमीक्षेत या तऱ्हेचे मूल्यमापन कळत न कळत निर्माण झाल्याचे दिसते. या विवेचनाच्या संदर्भात कुसुमावतींच्या लेखांतली मी पूर्वी दिलेली चारही अवतरणे वाचली असता त्यांच्या वाङ्मयसमीक्षेवर झालेल्या या

विचारपद्धतीच्या परिणामाचे स्वरूप ध्यानात येईल. ''या कार्यासाठी त्यांचा उपयोग केला जातो'' ... ''अखेर जीवनमूल्यांच्या निकषावर तिची (कलेची) पारख करणे आवश्यक होते.'' या त्या अवतरणांतील वाक्यांचा वैचारिक संदर्भ हा असा आहे. ''नवसाहित्याचे काही प्रश्न'' या आपल्या निबंधात कुसुमावती लिहितात : ''ही कलामूल्ये इतकी तकलादू व ठिसूळ बनली की त्यांना जीवनाचे पाऊसपाणी सोसेनासे झाले. जीवनाच्या संदर्भात कलेचे सौंदर्य पारखून घेणे हे कालबाह्य ठरू लागले.'' खरी कलावादी विचारसरणी कुसुमावती म्हणतात तशी आहे असे मला वाटत नाही. अनुभवातून निर्माण होणाऱ्या कलेचा घाट हा अनुभवाशी एकात्म (organic) असतो असेच ही विचारसरणी मानते. या विचारसरणीचे टीकाकार जेव्हा ''कलाबाह्य मूल्ये'' असा शब्दप्रयोग करतात तेव्हा त्यांना कलानिर्मितीचे क्षेत्र निश्चित करावयाचे असते : कला हे साधनमूल्य नाही, इतर अनुभवक्षेत्रांतल्या मूल्यांनी कलेचे मूल्यमापन वा स्वरूपविवेचन होऊ नये एवढेच त्यांना म्हणावयाचे असते.

कुसुमावतींच्या कथा आणि त्यांचे समग्र टीकालेखन यांचे स्वरूप समजून घेण्याचा येथवर प्रयत्न केला. मराठी कादंबरीचा शंभर वर्षांचा इतिहास लिहिताना अनेक लेखकांच्या साहित्यकृतींवर कुसुमावतींना आपली मते व्यक्त करावी लागली. हे मूल्यमापन सर्वच बाबतींत प्रत्येकाला पटेल असे नाही : मतभेदाला इथे जागा उरते. परंतु अशा तऱ्हेच्या तपशिलांत न शिरता कुसुमावतींच्या लेखनामागील प्रेरणा, त्यांची विचारपद्धती आणि साहित्यविचाराची त्यांनी जी वाटचाल केली त्यांतले दृष्टिकोन व्यक्त करणारे महत्त्वाचे टप्पे एवढ्यांवरच हा लेख मी केंद्रित केला.

कै. वा. म. जोशी यांच्या लेखनाविषयी कुसुमावतींनी मोठ्या गौरवाने लिहिले आहे. वामन मल्हारांच्या टीकालेखनाची सभ्य, सुसंस्कृत, व्यासंगी आणि सत्यशोधनाविषयी आस्था बाळगणारी टीकालेखनाची परंपरा कुसुमावतींच्या समीक्षणात्मक लिखाणात उमटली असल्याची आपल्याला जाणीव होते. आपले विचार आग्रहाने मांडताना किंवा परमताचे खंडन करीत असताना त्या वक्तृत्वाच्या युक्त्या कुठेही न वापरता फक्त आपला विचार मन:पूर्वकतेने मांडीत आहेत असेच दिसते. आपली आवड-नावड त्यांनी कितीही हिरीरीने मांडली तरी त्यात सौजन्याचा अभाव कधीही दिसत नाही : आणि हे सौजन्य म्हणजे गुळमुळीत वैचारिक तडजोड नव्हे, हेही आपल्याला जाणवते. वर्तमानपत्री चुरचुरीतपणाचा मोह पडल्याच्या खुणा अलीकडे अनेक

ग्रंथपरीक्षणांतून दिसू लागल्या आहेत, म्हणूनच कुसुमावतींच्या या निर्भय सौजन्याचा आवर्जून उल्लेख करावासा वाटतो. साहित्यविचार पुढे नेण्यासाठी ज्या बौद्धिक संस्कृतीचे वातावरण निर्माण होण्याची आवश्यकता असते ते वातावरण निर्माण होण्यास कुसुमावतींच्या टीकालेखनाने निश्चित मदत झाली आहे.

□

नवभारत

झपाटलेलं हुलकावणीचं झाड

अक्षर गंधर्व या पुस्तकाच्या प्रकाशनासाठी आज मी इथे आलो. सदानंद रेगे यांच्या अनेक आठवणी माझ्या मनात जाग्या होणं अगदी स्वाभाविक आहे. या निमित्ताने, त्यांच्या माझ्या स्नेहाचा एक कालखंडच मी पुन्हा अनुभवतो आहे.

रेग्यांचं नाव मी प्रथम ऐकलं प्रभाकर पाध्यांकडून. पाध्ये तेव्हा 'धनुर्धारी' साप्ताहिकाचे संपादक होते. तिथेच कुसुमाग्रज सहसंपादक म्हणून काम करीत असत. मी तेव्हा शाळेत होतो. कविता लिहीत होतो. कविता घेऊन मी धनुर्धारीच्या ऑफिसात जात असे. भीत भीत कुसुमाग्रजांना त्या वाचायला देई. प्रुफं तपासता तपासता, मधल्या वेळात, ते त्या वाचून पाहत. पाध्येही अधूनमधून माझ्या कविता वाचीत. इलाजच नव्हता! दोघांच्याही सौजन्याचा मी भरपूर अंत पाहत असे. कुसुमाग्रज, बोरकर ही तेव्हा आमची दैवतं होती. पाध्यांचं लेखनही आम्ही भारावून जाऊन वाचत असू. कुसुमाग्रजांच्या 'महाकालीस' या कवितेला उत्तर म्हणून मी लिहिलेली कविता पाध्यांनी 'धनुर्धारी'च्या दिवाळी अंकात छापली होती : एकाच अंकांत या दोन्ही कविता छापून आल्या होत्या.

'धनुर्धारी'च्या ऑफिसात जाण्याची सदानंद रेग्यांची आणि माझी वाट एकच होती. पण या वाटेवर आम्ही एकमेकांना भेटलो मात्र नव्हतो. रेगे तेव्हा कथा लिहीत असत. त्यांच्या काही कथा पाध्यांनी 'धनुर्धारी'त प्रसिद्धही केल्या होत्या. एक दिवस पाध्ये मला म्हणाले, ''तुम्ही सदानंद रेग्यांना ओळखता की नाही?'' मी म्हणालो, ''मी त्यांना पाहिलेलंही नाही.'' पाध्ये त्यांच्या खास उत्साहाने म्हणाले, ''फार गुणी मुलगा आहे. गोष्टी लिहितो. मी तुमची ओळख करून देईन.'' नंतर पाध्यांनी रेग्यांची आणि माझी ओळख करून दिली. १९४५-४६ सालची ही गोष्ट आहे.

बारीक अंगकाठी, कमी उंची, डोळ्यांना चष्मा, काहीसे नर्व्हस, आणि मनावर कसला तरी ताण असल्यागत टेन्स असे मला प्रथम भेटलेले रेगे होते. रेग्यांचे डोळे मोठे विलक्षण होते. जाड काचेच्या चष्म्यातूनही ते त्यांच्या विषयी खूप काही सांगत. ते डोळे अगदी अखेरपर्यंत तसेच राहिले होते. त्या डोळ्यांकडे पाहताना असं वाटे की, हा माणूस अकस्मात हरवून जातो आणि कसा कुणाला ठाऊक, पुन्हा स्वत:ला सापडतो आणि जेव्हा स्वत:ला सापडतो, तेव्हा काहीसा त्रासलेला आणि टेन्स असतो.

रेग्यांची परिस्थिती तेव्हा त्यांनी टेन्स व्हावे अशीच होती. वडील वारलेले, सर्व कुटुंबांची जबाबदारी, मोठा मुलगा या नात्याने, रेग्यांवर आली होती : आली होती असं म्हणण्यापेक्षा कोसळली होती असं म्हणणंच योग्य. शिक्षण सोडून द्यावं लागलं होतं. पुढे रेल्वेत कारकुनी पत्करावी लागली : मनाच्या आणि प्रवृत्तीच्या अगदी विरुद्ध.

प्रचंड आर्थिक आणि मानसिक त्राण रेगे सोसत होते. पण विपरीत परिस्थितीतही, दोन गोष्टी रेगे यांना जिवाभावाची साथ करीत होत्या : साहित्य निर्मितीची अपार ओढ आणि वाचनाचं वेड. या दोन्ही गोष्टींनी रेग्यांना त्यांच्या अखेरच्या श्वासापर्यंत साथ दिली. निर्मितीचं हे गाणं रेग्यांच्या हृदयातून क्षणमात्रही विलग झालं नाही. त्यांच्या मनातल्या या गाण्याचं वर्णन त्यांच्याच एका कवितेने करावं लागेल :

वाऱ्याची झुळूक
पाण्यावर रांगोळी काढीत होती
अन् तो ते ऐकत होता
कुणीतरी विचारलं
"काय चाललंय?"
तो म्हणाला :
"एका गाण्यातून एक पक्षी
अंड्याच्या कवचीवर चोच मारतोय,
ते कानांनी पहातोय."

नको असलेला कारकुनीचा बोरू लावलेल्या कानांनी रेगे हे गाणं पाहत होते; आणि परिस्थितीच्या चष्म्याची जाड काच भेदणाऱ्या डोळ्यांनी ऐकत होते! कारकुनी करीत असतानाही, रेगे सारखी पुस्तकं विकत घेत – नाना तऱ्हांची पुस्तकं विकत घेत. पुस्तकं हे त्यांचं जबरदस्त व्यसन होतं. त्याची त्यांना एक नजरही होती. जुनी

इंग्रजी पुस्तकं खरेदी करण्यासाठी ते मुंबईतले फूटपाथ धुंडाळीत. अशी पुस्तकं शोधीत मी त्यांच्याबरोबर किती तरी वेळा हिंडलो आहे.

१९५२ साली मी गिरगावातून सायनला राहायला आलो. रेगे माटुंग्याला राहत होते. माझ्या घरापासून त्यांचं घर, चालत गेलो तर, १५ मिनिटांच्या अंतरावर होतं. ५२ सालापासून आमच्या भेटीगाठी, येणंजाणं, एकत्र भटकणं या गोष्टी खूप वाढल्या. १९५३ साली 'जिप्सी' हा माझा कवितासंग्रह रामदास भटकळांनी प्रसिद्ध केला, आणि पुढच्याच वर्षी, १९५४ साली 'काळोखाची पिसे' हा रेग्यांचा कथासंग्रह. आम्ही दोघे खूप लिहीत होतो. एकमेकांना लिहिलेलं वाचून दाखवीत होतो. मी कथा लिहीत नव्हतो आणि रेगे तेव्हा कविता लिहीत नव्हते. त्यामुळे एकमेकांचं कौतुक करणं आम्हांला सोपं जात होतं! भटकळांनी कथासंग्रह प्रसिद्ध केला तेव्हा रेगे अगदी खूष होते. ते मला म्हणाले, ''तू माझ्यावर काही तरी लिही.'' मग मी त्यांच्या कथासंग्रहावर एक लेख 'मनोहर'मधे लिहिला. त्या लेखात रेग्यांचा फोटोही छापला होता.

रेग्यांची रेल्वेतली कारकुनी, मन मारून, चालूच होती. माझी नोकरी सुटून मी बेकार होतो. भाषांतरं, गाणी लिहिणं, काव्य वाचनाचे कार्यक्रम, रेडिओसाठी संगीतिका असं करून दोन-अडीचशे रुपये मिळवून संसार धीरोदत्त वगैरे मनाने करीत होतो. अखेर, अर्ध्यावर सोडलेलं शिक्षण पुरं करून डिग्री मिळवायची असं मी ठरवलं. बॉम्बे कॉलेजातून – आताचं कीर्ती कॉलेज – बी. अे. च्या टर्मस् भरल्या. पास झालो. हे बघून, रेग्यांनीही सोडलेलं शिक्षण पुरं करायचं ठरवलं, ते मला म्हणाले, ''कारकुनीला जीव विटला आहे. आता धडक मारून पाहावी असं वाटू लागलं आहे. मीही आता बी. अे. होतो.'' मग मी रेग्यांना बॉम्बे कॉलेजात घेऊन गेलो. प्रिन्सिपॉल भाट्यांशी त्यांची ओळख करून दिली. भाटे इंग्रजी शिकवायचे. इंग्रजी हा विषय घेऊन रेग्यांनी टर्मस् भरल्या पण इतकंच करून थांबले तर ते रेगे कसले! त्यांच्या मनात धडक मारायची होती! नोकरी सोडून देण्याचा त्यांनी निर्णय घेतला! मी नको नको म्हणत असतानाही राजीनामा देऊन धडक मारली. मला दरडावून सांगितलं, ''मी राजीनामा दिला आहे ही गोष्ट घरी कळता कामा नये.'' सकाळी ऑफिसला जाण्यासाठी नेहमी निघत तसेच रेगे घरातून बाहेर पडत आणि अभ्यास करण्यासाठी माझ्या घरी थडकत! या काळात रेगे जवळजवळ माझ्याच घरी राहत असं म्हटलं तरी चालेल. या सगळ्या धावपळीत, ताणात दोघांचंही लेखन चालू होतं. फरक इतकाच पडला होता की, रेगे आता कथांबरोबर कविताही लिहायला लागले होते. त्यांच्या या कवितांच्या

संग्रह १९५७ साली रामदास भटकळांनीच प्रसिद्ध केला. इंग्रजी घेऊन रेगे एम्. ए. झाले. रुइया कॉलेजात प्राध्यापक झाले. सायनला कॉलेजच्या हॉस्टेलात त्यांना राहायला ब्लॉक मिळाला. माझ्या घरापासून अक्षरश: पाच मिनिटांच्या अंतरावर रेगे राहायला आले. एकूण काय, रेग्यांनी बेधडक मारलेली धडक चांगलीच यशस्वी ठरली होती.

आता खरं म्हटलं तर, आमचं येणंजाणं आणखीच वाढायला हवं होतं. पण तसं झालं नाही, हे खरं! रेग्यांच्या स्वभावात आणि प्राक्तनातही, हुलकावणी नावाची एक गमतीदार गोष्ट होती. प्रत्यक्षात झालं ते असं की, रेग्यांची आणि माझी भेट वर्षभरात दोन चारदाही होईना! भांडण कधीच झालं नाही, वाद कधी झडला नाही, गैरसमज निर्माण होण्याचा प्रसंगही कधी घडला नाही. पण आमच्या भेटीगाठी इतक्या कमी झाल्या की, आमचे संबंध बिघडले आहेत असंच एकाद्याला वाटावं! रेग्यांच्या मित्रांचंही आता एक नवं वर्तुळ निर्माण झालं होतं. पण एक मात्र होतं : जेव्हा केव्हा भेटत तेव्हा खोल विश्वासाने आपल्या मनातल्या गोष्टी मला सागंत : इतक्या विश्वासाने की, आम्ही दोघे एकमेकांना फारसे भेटत नाही यावर आमचाही विश्वास बसू नये. पण गंमत अशी की, आपण एकमेकांना भेटत नाही याचा उल्लेख तेही करीत नसत आणि मीही करीत नसे. पण दोघेही समजून होतो; आणि कारणाचा – आरोपांचा घोळ न घालता ही गोष्ट अगदी सहजपणे स्वीकारून होतो.

लहान वयात वडिलांचा आधार गेला, परिस्थिती निर्दय होऊन अंगावर कोसळली याचा जबरदस्त परिणाम रेग्यांच्या संपूर्ण व्यक्तित्वावर झाला होता. आपण असुरक्षित आहोत, दुर्लक्षित आहोत याचा प्रचंड धाक त्यांच्या संवेदनशील, भावनाशील मनाने घेतला होता. त्यांच्या मनावरचा हा अज्ञाताचा धाक कधीच कमी झाला नाही, यश मिळाल्यावरही कमी झाला नाही. ते अनेकदा एकदम चिडत; भडकत; टोकाला जाऊन, समोरच्या माणसाच्या मनाचा विचार न करता, वाद घालीत, एखाद्याचे संबंध संतापाच्या भरात तडकाफडकी तोडून टाकीत. पण त्यांच्या मनात द्वेष किंवा कटुता नसे. असुरक्षित वाटणं, दुर्लक्षित वाटणं यांच्या तीव्र आंतरिक ताणातून त्यांचा हा विक्षिप्तपणा निर्माण झाला होता. एका सदानंद रेग्यांत लढणारे दोन रेगे होते. त्यांतल्या लढणाऱ्या एका रेगेने आपल्या गुणांनी, कर्तृत्वाने परिस्थितीशी लढा देत उत्तम यश मिळवलं होतं. ही डोळस लढाई होती आणि ती त्यांनी जिंकली होती. पण लढणारा त्यांच्यातला दुसरा रेगे? या दुसऱ्या रेगेने आपल्या डोळ्यांना घट्ट पट्टी बांधली होती – इतकी

घट्ट की आजूबाजूचं काहीही दिसू नये. हातातली धारदार तलवार तो संतापून जोरजोराने फिरवीत होता. समोरचा शत्रू या रेगेला दिसणं शक्यच नव्हतं आणि समोर नसलेला शत्रू दिसणार तरी कसा म्हणा! एका आंधळ्या माणसाने अज्ञाताच्या पोकळीत फिरवलेली ही तलवार होती. अशा वेळी समोर योगायोगाने कोणी माणूस आला, तर त्याला ही तलवार लागत असे ही गोष्ट खरी! मनाचा छळ करणारी परिस्थिती एके काळी अशी आपल्या वाट्याला का आली हे रेग्यांना कळलं नव्हतं आणि कळणंही शक्य नव्हतं. असुरक्षित वाटण्याचा, सतत दुर्लक्षित वाटण्याचा हा विदारक धाक आपल्या मनावर कोणी लादला हे त्यांना कळलं नव्हतं. ते फक्त तलवार फिरवीत होते – अज्ञाताशी एक आंधळी लढाई सतत लढत होते.

अशा विक्षिप्त वागण्याकडे लोकांचं लक्षही केंद्रित होतं, झटकन खेचलं जातं! आणि यामुळे, ज्याला दुर्लक्षित वाटतं त्याच्या मनाची ही एक व्यसनासारखी अटळ गरज होऊन बसते. रेग्यांच्या मनाची ही गरज त्यांच्या कलानिर्मितीतही शिरली होती. त्यांच्या कथांत, कवितांत, कल्पनाशक्तीच्या आविष्कारात हा विक्षिप्तपणा तीव्रतेने प्रकट होतो. अशा वेळी त्यांची कथा-कविता कलात्मक संयमापासून ढळते, विक्षिप्तपणाच्या नशेत भरकटत जाते; एक प्रकारच्या विकृत भयाच्या कड्यावर एकाकी होऊन भुतासारखी उभी राहते. कल्पनाशक्तीचा घोडा थक्क करून सोडणाऱ्या वेगाने रेग्यांना घेऊन जातो. असा प्रचंड वेग असूनही रेगे खाली कोसळत नाहीत याचं कौतुक करावंसं वाटतं. पण त्याच वेळी हेही जाणवतं की रेग्यांना जिथे जायचं आहे तिथे हा घोडा न जाता भलतीकडेच दौडत सुटला आहे, आणि त्याचा वेग रेग्यांच्या नियंत्रणाखाली उरलेला नाही आणि असं असलं तरी हा घोडा आपल्या थरारक, विक्षिप्त वेगाने आपल्याकडे लक्ष खेचून घेतो हेही तितकंच खरं. मात्र, नेहमीच असं होतं असं नाही. काही वेळा हा घोडा रेग्यांना जिथे जायचं असतं तिथे पोचतोही. अशा वेळी एक सुंदर कविता निर्माण होते. अशी कविता विक्षिप्त कल्पकतेकडे लक्ष खेचून न घेता – निर्मळ साधेपणाने– माणूसपणाच्या गाभ्याला जाऊन भिडते. रेग्यांच्या अशा कविता मला फार आवडतात, त्यांच्या प्रतिभेच्या थोरवीची साक्ष देतात. 'एक रेखाटन' या शीर्षकाची त्यांची अशीच एक सुंदर कविता आहे. ती मी वाचून दाखविणार आहे. खिडकीच्या पॅरापेटवर कबुतरं, चिमण्या आल्या की कधीकधी रेगे मोठ्या प्रेमाने त्यांना दाणे घालायचे, हे मला ठाऊक आहे. अशाच एखाद्या क्षणी त्यांना ही कविता सुचली असण्याची शक्यता आहे. रेग्यांच्या मनातला निर्मळ कोवळा झरा

या कवितेत कालातीत होऊन झुळझुळ वाहतो आहे.

एक रेखाटन

तो आला की
पाखरांना बोलवावंही लागत नाही,
ती येतातच;
व्हॅन गॉव्च्या सूर्यफुलांसारखी
प्रसन्न मोकळी

ती आली की
हवासुद्धा कशी छान पडते!
जगाचा असण्याचा
जणू तो पहिलाच दिवस असतो
कुवार हळदिवा

त्याच्या हातात दाणे असतात विश्वासू:
त्यांच्याही चोचीत तीच जवळीक... तीच आपुलकी
म्हणूनच, तो आला की
सगळ्या भिंतींनासुद्धा चोची फुटतात
अन् ऊनही लागते चिवचिव करू...

आताही पाखरं येतात, ऊनही पडतं, सगळं आहे तसं आहे. पण... विश्वासू दाणे या पाखरांना देणारा तो हात आपल्यात उरला नाही. आजच्या या प्रकाशित झालेल्या पुस्तकाचं शीर्षक वापरून मी म्हणतो की, तो 'अक्षर-गंधर्व' आपल्यात उरला नाही. पण खरं सांगू? ही सगळी गौरवाची देखणी विशेषणं बाजूला सारून अगदी मनापासून मला असंच म्हणावंसं वाटतं : "सदू आता नाही." बाकी, जेव्हा तो इथे आपल्यात होता तेव्हा अनेकदा, खरं म्हणजे, आपल्यात नव्हताही. ते होतं एक झपाटलेलं हुलकावणीचं झाड. त्याच्याच एका कवितेतल्या ओळी वापरून त्याच्याविषयी इतकंच म्हणतां येईल :

काही पानं वेडी असतात
झपाटलेली असतात
ती इथली नसतातच!

□

अक्षरगंधर्व : प्रकाशनावेळी केलेले भाषण

वसंत बापट यांची कविता

मराठी काव्यक्षेत्रातला गेल्या पाचसहा वर्षांचा काळ उलथापालथीचा होता. नव्या जुन्याच्या या संघर्षकालात वादांची धुमाळी माजली, चर्चांचे फड झडले आणि क्वचित शिवराळपणाची धूळही उडाली. पत्त्यांचा डाव संपल्यानंतर पाने पुन्हा पिसली जावीत, तसेच वाङ्‌मयीन मूल्यांच्या बाबतीतही होते आहे असा भास निर्माण झाला होता. ही उलथापालथ केवळ साहित्यांतर्गतच होती असे नव्हे. जीवनमूल्यांच्या बाबतींतसुद्धा असेच काहीसे प्रत्ययाला येत होते. जीवन आणि साहित्य यांचे परस्पर संबंध इतके काही निगडित असतात की असे हे होणे अपरिहार्य होऊन बसते. गेल्या दोन महायुद्धांच्या अनुभवातून यंत्रशक्तीवरच्या व विज्ञानाच्या सामर्थ्यावरच्या अतिरिक्त श्रद्धेतून जे वैफल्य आले त्यामुळे जीवनमूल्यांचे पुन्हा एकदा मंथन सुरू झाले. कालच्या वाटा, कालचे सिद्धान्त, कालची तत्त्वज्ञाने या कोलाहलातून, या विनाशातून बाहेर वाट काढण्यास असमर्थ आहेत या जाणिवेतून नवी दर्शने, नवे विचार निर्माण होऊ लागले. मराठी काव्यातही काहीशी हीच स्थिती गेल्या पाच सहा वर्षांत निर्माण झाली होती हे आपण बघतच आहोत. काही माणसे म्हणू लागली की कालपर्यंत लिहिले गेलेले बरेचसे नि:सत्त्व, जीवनाला भिऊन पळून जाणारे असेच होते. त्यात सत्यापेक्षा संकेतांचीच पूजा होती. अनुभवापेक्षा रूढ शब्दांचा, ठराविक प्रतिमांचा बडिवार होता, आणि आता काही तरी 'नवे' निर्माण होणार होते आणि त्यासाठी हे 'जुने' अशेष होणे आवश्यक होते.

काव्यातील नाविन्य म्हणजे काय हा प्रश्न विवाद्य असला तरी महत्त्वाचा आहे. नवकाव्याच्या जन्मानंतर त्यातल्या नव्या प्रतिमासृष्टीमुळे कित्येकांना त्यात काही तरी आगळेच नाविन्य आहे असे वाटले. काव्यातील नाविन्य त्यातल्या

प्रतिमांवर म्हणजेच बहुतांशी बाह्य स्वरूपावर अवलंबून असते की काय याचा विचार झाला पाहिजे. काव्यात चंद्र, फुले, मुले असावीत आणि पिस्टन, पायलन्स असू नयेत असे म्हणणे दुराग्रहाचे आहे. परंतु त्याचबरोबर जीवनाचा नवा अनुभव व्यक्त करण्याठी नवीनच प्रतिमा वापरल्या पाहिजेत असे म्हणणे तितकेच दुराग्रहाचे ठरावे. प्रतिमांचे संकेत झाले आहेत असे आपण म्हणतो. खरेच प्रतिमांचे संकेत होऊ शकतात का? प्रतिमांचे संकेत झाले आहेत असे म्हणताना आपल्याला काय सुचवायचे असते? मला असे वाटते की ज्या वेळी अनुभव खोटा असतो किंबहुना ती एक pose असते तेव्हा आपण असे म्हणतो की या कवितेतल्या प्रतिमा संकेतवजा वाटतात. सखोल जीवनानुभव असलेला एखादा अन्य कवी तोच चंद्र, तीच फुले, पाखरे वापरून महान कलाकृती निर्माण करू शकणारच नाही असे कोण म्हणू शकेल? सारांश, सांकेतिकता ही प्रतिमांतून निर्माण न होता अनुभवाच्या नि:सत्त्वतेतून, खोटेपणातून निर्माण होत असते. प्रतिमांचे संकेत झाले आहेत असे जेव्हा आपण म्हणतो तेव्हा त्यामागचा अनुभव शिळा आहे, नि:सत्त्व आहे असेच आपल्याला म्हणायचे असते. म्हणून प्रतिमांचे बाह्यत: जाणवणारे नाविन्य काव्याला 'नव' ही पदवी प्राप्त करून देईलच असे नाही. त्याचप्रमाणे परंपरेने चालत आलेल्या प्रतिमा वापरल्या म्हणून कवितेला नाविन्याचा वारसा प्राप्त होईल असेही नाही. जिथे जिवंत असे काही तरी निर्माण (creation) होते तिथे नाविन्याचा स्पर्श अपरिहार्य असतो. त्या कलाकृतीत अनुभव, प्रतिमा आणि नाविन्य या त्रिपुटीत अभेद जाणवतो.

नवकाव्याची सुरुवात मर्ढेकर प्रभृती कवींच्या काव्यापासून झाली. या काव्यापासूनच वादांनाही सुरुवात झाली. नवे आणि जुने असे तट पडले. 'काळ' आणि 'युगे' ठरविण्याची उतावीळ सुरू झाली आणि प्रथितयश टीकाकारांच्या लेखणीतूनसुद्धा आशयापेक्षा अभिनिवेशच अधिक उतरला! आधीच काव्याचे वाचक थोडे. त्यात गुणग्राहकांपेक्षा छापून येणाऱ्या रेडिमेड मतांचेच 'ग्राहक' फार! त्यात पुन्हा हा मतामतांचा गल्बला. अशा या धुमाळीच्या काळात वसंत बापट यांचा 'बिजली' हा काव्यसंग्रह वाचकांच्या हाती येत आहे. बापट कुठल्याही वाङ्मयीन पक्षाचे लेबल मिरवू इच्छीत नाहीत ही समाधानाची गोष्ट आहे. याविषयीचे वसंत बापट यांचे विचार त्यांचे प्रस्तावनाकार कविवर्य कुसुमाग्रज यांनी प्रस्तावनेत उद्धृत केलेल्या बापटांच्या पत्रावरून व्यक्त होतात. बापट आपल्या पत्रात लिहितात, ''माझी कविता फारशी लोकप्रिय झालेली नाही व ती

कोणत्याही अर्थाने 'युगप्रवर्तक, नवी' इत्यादी नाही. ती कविता असली म्हणजे पुरे असेच मी मानतो."

आपली कविता लोकप्रिय नाही असे जरी बापट म्हणत असले तरी त्यांच्या सुरुवाती-सुरुवातीच्या कवितांना एका विशिष्ट तऱ्हेची लोकप्रियता मिळालेली होती, हे लक्षात घेतले पाहिजे. ४२ च्या स्वातंत्र्यसंग्रामात श्री. वसंत बापट यांनी उडी घेतली होती. त्या वेळी त्यांनी लिहिलेली राष्ट्रीय गाणी सेवादलाच्या सैनिकांनी घरोघर नेली. त्या काळी कवी म्हणून मी बापटांचे नावसुद्धा ऐकले नव्हते; पण शाळा कॉलेजांतल्या विद्यार्थ्यांच्या तोंडून मी त्यांची गाणी मात्र ऐकली होती. त्या लोकप्रिय गीतांपैकी तीनचारच गीते त्यांनी आपल्या काव्यसंग्रहात घेतली आहेत. यावरून आज त्यांच्या काव्याच्या कसोटीला ही गीते उतरत नसावीत असेच वाटते. परंतु राष्ट्रीय गाणी लिहिणारा आणि सामाजिक जाणीवच प्रकर्षाने व्यक्त करणारा कवी म्हणून त्यांच्यावर जो शिक्का बसला तो बसलाच. गेल्या ऑक्टोबर महिन्यातली गोष्ट. बापटांची 'जायचेच ना लवकर जा तर' ही कविता 'सत्यकथे'त प्रसिद्ध झाली होती. एखादी सुंदर कविता प्रसिद्ध झाली की ती वाचल्यानंतर दुसऱ्या कुणाला तरी ती वाचून दाखवावी असे मला नेहमी वाटते. माझ्या अनेक स्नेह्यांना मी ती कविता वाचून दाखविली होती.

> "जायचेच ना लवकर जा तर!
> फिरून येशील इकडे जेव्हा; विसरुनि ये तव घड्याळ इवलें –
> विसरुनि ये मिनिटांचा पंजर –"

या ओळी ऐकून, "काय? ही बापटांची कविता? सेवादलासाठी गाणी लिहितात ते बापट?" असा प्रश्न माझ्या एका लेखक मित्राने विचारल्याचे मला स्मरते. संकेतांचे साचे आपल्याकडे किती लवकर तयार होतात याचे हे उत्तम उदाहरण आहे. बापटांची कविता बरीचशी याच दृष्टीने वाचली जाईल अशी मला साधार भीती वाटते. त्यांच्या पुस्तकावर प्रसिद्ध झालेली जी एक दोन परीक्षणे मी वाचली ती सुद्धा हे विधान करताना मला अभिप्रेत आहेत.

कसेही असले तरी प्रथम बापटांच्या सामाजिक जाणीव व्यक्त होत असणाऱ्या कवितांचा परामर्श घेणे आवश्यक ठरते. 'माझी कविता' या आपल्या कवितासंग्रहातल्या पहिल्या कवितेत कवीने आपली भूमिका स्पष्ट केली आहे. कल्पलतेवरील फुले कवितेला अर्पण केली तरी ती म्हणाली, "माझी हौसच वेगळी मज हवी विद्युल्लतेची फुले." 'स्वप्नांचे शततंतु गुंफून' कवीने तिला नवा शेला दिला तेव्हा ती म्हणू लागली, "मी ती अग्निशिखाच नेशिन गडे." प्रीतीचे

मृदुपुष्प अव्हेरून स्यमंतक मण्यासाठी ती हट्ट धरून बसली. आणि —

अंगीं अग्निशिखा शिरावर तिच्या विद्युल्लतेची फुले
उल्कांची पदि पैंजणे नि मणि तो हातात तीच्या खुले

असे आपल्या कवितेचे स्वरूप कवीने पाहिले.

जीवनशांती भंगून, अग्निशिखेचे वस्त्र नेसून आणि विद्युल्लतेची फुले माळून आलेली त्यांची ही कविता वादळाच्या तालावर नाचणाऱ्या बिजलीचे आणि जंगल जाळीत पुढे सरणाऱ्या वणव्याचे गाणे गाऊ लागली.

ठिणगी फुटेल जोसांत
येइल विजेच्या वेषांत —

अशा तिने क्रांतीची ग्वाही पुकारली. स्वातंत्र्य मिळण्यापूर्वी विजनातल्या मातेसारखीच ती झुरत होती. सत्तावनच्या स्वातंत्र्ययुद्धात जे फकीर झाले होते, ज्या झुंजारांनी बलिदान केले होते त्यांची सारखी आठवण तिला येत होती. ''खंबीर जाहली गनिमांची जंजीर'' ही जाणीव तिला विव्हळ करीत होती. चिडून, त्वेषाने ती विचारत होती :

रे, शंभर वर्षे होतिल पुरती आतां
ही बेडी अजुनी पिचते आहे हातां,
का व्यर्थ तयांचीं स्तवनेंकवनें गातां?
ते दूरच आहे अजुनि किती मंदीर
अन् म्यानांतच तरि गंजति रे खंजीर

देशाच्या स्वातंत्र्याचे एकच स्वप्न ती पाहत होती. त्या स्वप्नातूनच ती प्रेरणा घेत होती, प्रेरणा देत होती. वैफल्याच्या काजळी निशेने ती दबली नाही. उलट डिवचल्या गेलेल्या नागिणीसारखी अधिकच उफाळून ती म्हणाली :

सदा तुझ्यापुढें उभी असे निशा
सदैव काजळी दिसायच्या दिशा
दहा दिशांतुनी तुफान व्हायचे –

पण —

सदैव सैनिका पुढेच जायचे!

औतांच्या, घणांच्या, ऐरणींच्या जगात श्रमिकांचे कण्हणे तिला ऐकू येत होते. कसली ही समाजरचना?

एकीकडे —

चांदीच्या ताटांत, जेवायचं थाटांत, मिठाई पोटांत जाय हो

तर दुसरीकडे —

मातीचीं मडकीं, जवार किडकी, रंकाला सण कधिं नाय हो

या साऱ्या दुःखांचे, कण्हण्या – विव्हळण्याचे, अन्याया - जुलमाचे आव्हान झेलून तिने गरिबांना —

''एकीचा झेंडा पुकारी बंडा देशाची हांक तुम्हा हाय हो''

असे आवाहन केले. राजकीय स्वातंत्र्य आणि आर्थिक समता यांच्यासाठी जणू तिने आपली सारी शक्ती एकवटली होती...

आणि एकदाचा तो दिवस उजाडला. ज्यासाठी 'फकिरांनी शतयज्ञ मांडले' होते, 'वेदीवरती रक्त सांडले' होते, घरादारांचे दिवे पेटवले होते त्या त्यागातून, त्या रक्तातून शेवटी स्वातंत्र्यदेवता प्रकट झाली. शतकांच्या अंधारलेल्या क्षितिजावर पहाट उगवली. आणि तिच्या डोळ्यांसमोर :

मेघ वितळले, गगन निवळले
क्षितिजावर नवरंग उसळले
प्रतिबिंबित ते होउनि खुलले भारतभूमिललाट
शतकानंतर आज पाहिली पहिली रम्य पहाट!

असे हे दृश्य उभे राहिले. त्या आशेच्या, आनंदाच्या भरात ती गाऊ लागली,

पुरेत अश्रू दुबळें क्रंदन
भावपूर्ण करुं विनम्र वंदन
नव अरुणाचे होऊ आम्ही प्रतिभाशाली भाट

या नव्या अरुणाच्या आगमनानंतर प्रकाश येणार होता, आनंद येणार होता, तृप्ती येणार होती...

पण लवकरच कटू सत्याची जाणीव झाली की राजकीय स्वातंत्र्याने दुःख काही दूर झाले नाही, मन काही उजळले नाही. वणव्यात जंगल जळले पण देशात मंगल काही झाले नाही. आणि तिच्या आशेचे शुभ्र स्वप्न निराशेच्या काजळाने जणू कायमचे किनारून गेले. 'वंगभूमिचा हिरवा शालू' रक्ताने डागळला आणि 'या द्वेषावृत कलहकलंकित भूमीवरती' अनंत कंकणभंग झालेले तिने पाहिले. महात्मा गांधींसारख्या संतांचा व त्यांचा संदेशाचाही खून पडत असलेला तिने बघितला. निराशेने विकल होऊन ती म्हणाली :

आतां शस्त्र-मशाल दीप्त करुनी लावीत आगी चला
सारी मानवसंस्कृती धडकवा थांबू नका आजला

निर्मी 'धूलिमधून मानव' म्हणे–मोठाच हा विक्रम
आम्ही मानवता धुळीस मिळवू–थोडाच हा व्युत्क्रम!

जे स्वातंत्र्य आल्यानंतर 'पुरेत अश्रू दुबळें क्रंदन' असे जी म्हणाली होती तीच बापटांची कविता —

स्वातंत्र्य! कुठें स्वातंत्र्य? कुणा स्वातंत्र्य?
हे गुलामगिरिचे दर्शन होत नसे का?

असे तळतळून म्हणाली. स्वातंत्र्य आले तरी दलितांच्या कपाळीचा वनवास काही संपला नाही. गावागावातले महारवाडे माणुसकीच्या अध:पाताचे गाऱ्हाणे आक्रोश करून सांगत होतेच. विषमतेचे रान फोफावतच होते. आणि जनता मात्र स्वप्नभ्रमात स्वातंत्र्याचा जयजयकार करीत होती. त्या वेळी हिच्या विकल हृदयातून एकच आक्रोश उठला :

जरि निघून गेले परके अपुल्या देशीं
आम्हीच आमुचे गुलाम हिंदुस्थाना,
स्वातंत्र्य! कुठे स्वातंत्र्य? कुणा स्वातंत्र्य?
बेहोष जनांनों! बंद कराच बहाणा!

विभूतींची पूजा करून त्यांचा जीवनसंदेश पायदळी तुडविणाऱ्या जगाची तिला चीड आली. महात्म्यांचे पुतळे उभारले जातात. आणि —

त्या सत्याचा जिवंत वारस
मारुनि टाकिति ठेचुनि ठेचुनि

असे जीवन माणसे जगतात. गॅसबत्त्यांच्या जगात राहून आम्ही चंद्राला हिणवतो आणि चंद्र मावळला की आक्रोश करतो. स्वातंत्र्याची प्रतिज्ञा घुमवणाऱ्या टिळकांचा पुतळा आम्ही चौपाटीवर उभारतो आणि —

मात्र तयांच्या पगडीवरती
कोकीवरती काक बैसती
भंवतालीं तर गजबज चाले
भेळ पकोडी नारळवाले
स्थितप्रज्ञ तो वीर शोभतो,
आम्ही दिसतों—सच्चे वारस—
धीरवीरवर

अशी स्थिती होते. आणि सामाजिक जीवन म्हणजे —

सत्य अहिंसा यांची हिंसा
पशुतेची जगतांत प्रशंसा

असे समीकरण होऊन बसते. मग —

माझ्या अंगणांत झाला –
चंदनाचा विषवृक्ष
आणि माझ्या गगनांत
ध्रुवतारा निखळला

अशी वैफल्याची जाणीव आली तर नवल ते काय? गांधींच्या वधानंतर ती म्हणाली :

''वेडा माळी —

अठ्ठ्याहत्तर वर्षें त्यानें बांबूच्या कामठ्यांना पाणी घातले... वाटले होते की त्यांतून तेजाची बागशाही बहरेल, समुद्राच्या फेसांतून वज्राचे थवे निपजतील. पण आपली शेती हुकली आहे...''

खरेच, शेती हुकली होती. बिजली कडाड गर्जून गेली पण तिने अंधार अधिकच तीव्र केला. ''नव अरुणाचे होऊ आम्ही प्रतिभाशाली भाट'' ही उत्साहाची उभारी कोसळली आणि — ''आज स्वातंत्र्यसोहळा... माझ्या मनाचा गाभारा मात्र राहिला मोकळा'' अशी एक विलक्षण विकलता, विषाद दाटून आला.

स्वातंत्र्यापूर्वी लिहिलेल्या वसंत बापट यांच्या कवितेत कडाडणाऱ्या बिजलीचा जोष आहे. 'विशीर्ण वस्त्र हो, विदीर्ण पावले' अशी स्थिती झाली तरी न विसावणाऱ्या सैनिकाची हिंमत आहे. 'बिजली येईल अवचित, न्याय करील जगतांत' अशी श्रद्धा आहे. परंतु स्वातंत्र्यानंतर लिहिलेल्या त्यांच्या कवितेत उत्साहाची जागा उपहासाने, सामर्थ्याची जागा त्वेषाने-वक्रोक्तीने आणि अभिमानाची जागा अपमानाच्या जाणिवेने घेतल्याचे आपल्याला दिसते. आणि हे इतक्या झपाट्याने झाले की वैफल्याबरोबरच दिङ्मूढतेचाही एक प्रत्यय नकळत त्यांच्या शब्दांत मिसळला. 'नैराश्याच्या ज्वाला दाहक छळूं लागल्या' अशी मन:स्थिती झाली. राजकीय स्वातंत्र्याच्या स्वप्नसाफल्यानंतरचा हा नवा स्वप्नभंग जणू तेजोभंगच ठरला. सामाजिक आशय असलेल्या त्यांच्या कवितेच्या शेवटी जी एक खिन्नता, निराशा दिसते ती या दारुण स्वप्नभंगानंतरची अपरिहार्य प्रतिक्रिया असावी.

बापटांच्या या सर्वच सामाजिक आशयाच्या कविता कलेचे उत्कष्ट नमुने आहेत असे मुळीच नाही. कित्येक कवितांत 'प्रचारासुराने' आपले डोके वर काढले आहे. केशवसुतांच्या कवितेला लिहिलेल्या छोट्याशा प्रस्तावनेत तात्यासाहेब केळकरांनी, ''मजुरावर उपासमारीची पाळी - हे केशवसुताचे पद्य मजूरपक्षाने आपल्या पक्षात म्हटल्यास ते फारच परिणामकारक होईल'' असे लिहिल्याचे मला आठवते. 'देशाची हाक' या सारख्या बापटांच्या कवितांना जरा मिस्किलपणे हेच म्हणता येईल. अनुभवाच्या अपरिहार्य अभिव्यक्तीपेक्षा काही विशिष्ट गोष्टींसाठी कविता राबवायला हरकत नाही अशी त्या वेळी त्यांची धारणा असावी असे अनुमान काढले तर ते चुकीचे होणार नाही.

बापटांच्या या सामाजिक आशयाच्या कविता वाचीत असताना त्यांच्या शब्दशक्तीचे कौतुक वाटले, त्यांचे वक्रोक्तीचे खड्ग मोठे पाणीदार आहे याची जाणीव झाली; परंतु उत्तम काव्यात माणसाला अंतर्मुख करून त्याच्या आतंरिक ऐश्वर्याचा प्रत्यय आणून देण्याची, त्याच्या संवेदनेचे क्षितिज विशाल करण्याची जी शक्ती असते तिचा फारसा आढळ या कवितांतून होत नाही. बापटांच्याच नव्हे तर कित्येक कवींच्या सामाजिक कविता वाचीत असताना मला हेच जाणवले आहे. हे लिहीत असताना सामाजिक आशय हा सत्काव्याचा विषय होऊच शकत नाही असे मला मुळीच सुचवायचे नाही. कवितेचा विषय कोणता असावा आणि कोणता नसावा हे ठरविणे चुकीचे होईल. कविता आत्मनिष्ठ असावी म्हणजे कवीच्या आंतरिक प्रत्ययातून ती निर्माण व्हावी असेच मी मानतो. सामाजिक आशयाचा धिक्कार करून संकुचित स्वयंकेंद्रितता म्हणजेच आत्मनिष्ठा असे पोकळ समीकरण मला येथे मांडावयाचे नाही. इतकेच नव्हे तर बापटांची सामाजिक कविता आत्मनिष्ठेतून निर्माण झालेली नाही असेही मला म्हणावयाचे नाही. ती जरूर आत्मनिष्ठेतून निर्माण झालेली आहे असेच मी मानतो; परंतु तिच्यात 'आत्मप्रत्यय' घडवून आणण्याची शक्ती तेवढीशी नाही असे मला सुचवायचे आहे. असे झाले आहे त्या पेक्षा असे हे का होते हे अधिक महत्त्वाचे आहे असे मला वाटते.

बरीचशी सामाजिक कविता ही त्वेषावर, क्षोभावर आधारलेली असते. विषमतेच्या बाह्य लक्षणांनी कविमन क्रुद्ध होते, खवळते. अशी लक्षणे हजार आहेत. रक्त बिघडलेले असले की त्वचेचा रोग कुठे तरी उठतो. तिथे मलमपट्टी लावून बरा झाला की दुसरीकडे कुठे तरी निर्माण होतो. बहुतेक सामाजिक कवितेतल्या क्षोभाचा रोख असाच बाह्य लक्षणांवर असतो. आणि म्हणूनच

क्षोभातून क्षोभ निर्माण होतो. त्वेषातून त्वेष निर्माण होतो आणि क्षोभात्वेषाचे हे प्रवाह शेवटी वैफल्याच्या समुद्राला जाऊन मिळतात. क्षोभ, उपहास, तत्त्वज्ञानाचा एक विशिष्ट साचा, आवेश ही प्रभावी सामाजिक कवितेची खरी कसोटी नव्हे. माणसाविषयी वाटणारे प्रेम हा तिचा आत्मा आहे. ते प्रेम की ज्यातून कारुण्य निर्माण होते–कटुता नव्हे. ते प्रेम की ज्यातून समर्पणाची शक्ती निर्माण होते–त्वेष आवेश नव्हे. सामाजिक कवितेचे यश मानवप्रेमाचा किती सखोल प्रत्यय कवीच्या शब्दांत आहे त्यावर अवलंबून आहे. हा साक्षात्कार बहिर्मुख मनाला होत नाही. कारण बाह्य लक्षणे हेच बहिर्मुखतेचे लक्ष्य असते. उलट, आंतरिक सुसंवाद, मानवी मनाची सृजनक्षमता हे अंतर्मुख वृत्तीचे लक्ष्य असते. म्हणूनच बाह्य लक्षणाने चिडून जाऊन 'शापादपि शरादपि' असा आक्रोश करणारी कविता शेवटी एक तर वैफल्याचे तत्त्वज्ञान रचते किंवा क्षोभाची आराधना करीत बसते. बापटांच्या सामाजिक कवितेतून जीवनसाक्षात्कार घडत नाही याचे कारण त्यांच्या संवेदनेची बहिर्मुखता हेच आहे, असे मला वाटते.

नभांत सैनिका प्रभात येऊं दे
खगांसवें जगा सुखांत गाऊं दे

हे जे स्वप्न बापट पाहतात ते या बहिर्मुखतेच्या टप्प्यात येणारे नाही. पुष्कळदा वाटते की व्यक्तीच्या मनात जर सुसंवाद नसेल, संघर्ष–विसंवाद यावरच जर व्यक्तिमन आधारलेले असेल तर मांगल्यावर अधिष्ठित असलेला समाज कसा निर्माण होईल? आणि मग वाटू लागते की स्वातंत्र्य आणि सौंदर्य ही व्यक्तीची साधना आहे. तो एक सखोल जीवनानुभव (a deep spiritual experience) आहे. त्याचा आविष्कार सामाजिक स्वरूपात अवश्य दिसेल, पण व्यक्तीच्या मनात सुसंवाद निर्माण होईल तेव्हाच. आणि म्हणूनच सत्कवितेचे कार्य या अंतर्मुखतेची, सुखसंवादाची निर्मिती आणि साक्षात्कार हेच आहे. क्षोभ हे तिचे अधिष्ठान नसून प्रेम आणि सौंदर्य हेच तिचे अधिष्ठान आहे.

''वसंतरावांच्या काव्याचे वैशिष्ट्य म्हणजे त्यातील सामाजिक तत्त्वज्ञानाचा सावेश, हार्दिक पुरस्कार हेच होय'' असे बापटांचे प्रस्तावनाकार आपल्या प्रस्तावनेत म्हणतात. पण मला तसे मुळीच वाटत नाही. 'बिजली' हा काव्यसंग्रह सर्व वाचून पाहिल्यावर त्यातील सौंदर्यगीते व प्रेमगीते हेच बापटांच्या कवितेचे वैशिष्ट्य तर आहेच, पण वैभवही आहे, असे मला वाटले. अंत:करणाचा ठाव घेणारी जी एक सखोलता, संवेदनाशीलता त्यांच्या या काव्यात आहे तिचा आढळ त्यांच्या सामाजिक कवितेत तेवढ्या उत्कटतेने होत नाही.

पुष्कळ वेळा टीकाकारमतानुसार कवीच्या गळ्यात एखादे 'लेबल' पडले की त्याच्या अन्य कवितांकडे इतके दुर्लक्ष होते की त्याच्या कवितेवर नकळत अन्याय होतो. सुप्रसिद्ध कवी डब्ल्यू. एच्. डेव्हिस याने आपल्या 'The later days' या आत्मचरित्रात ही करुण कथा मोठ्या प्रभावीपणे मांडली आहे. तो म्हणतो, ''टीकाकारमतानुसार मी निसर्गाचा कवी ठरलो होतो. एखाद्या संपादकाकडे मी जर अन्य एखादा अनुभव व्यक्त करणारी कविता पाठवली तर, ही कविता नको; एखादी निसर्गकविता पाठवा असे त्याचे पत्र येत असे.'' वाचकांकडून 'बिजली' वर ही आपत्ती येऊ नये म्हणून हे इतक्या आग्रहाने लिहिले.

एके काळी ''या गरिबांनो या, झेंडा हातिं घ्या, देशाची हांक तुम्हा हाय हो'' हे गाणे लिहिणारे वसंत बापट

> कशाचा बोध, तात्पर्यशोध?
> केवळ सौंदर्य! केवळ आनंद!

असे लिहितील हे त्या वेळी कुणाला खरे सुद्धा वाटले नसते. एके काळी —

> पाणी चढेल शहरांत
> पाणी जिरेल शेतांत

या गद्यवजा ओळी लिहिणारे वसंत बापट —

> पांच नद्यांतून मन:सागरांत
> आनंदजळाचे पूर भरतात
> पंच रंगांच्या या इंद्रधनुष्यांत
> चित्तचंडोल हो भरारी घेतात,
> पांच राजहंस माझ्या पालखीला
> उचलती उंच आनंदमयांत
> कशाचा बोध, तात्पर्य शोध?
> जय शब्दस्पर्शरसरूपगंध
> केवळ सौंदर्य केवळ आनंद

अशा दिव्य आनंदलोकांत घेऊन जातील असे कुणी सांगू शकले नसते; परंतु ही शक्ती, हे ऐश्वर्य बापटांच्या कवितेत कोठून आले? कसे आले? या प्रश्नाच्या उत्तरातच बापटांच्या प्रतिभेचा आणि व्यक्तित्वाचा धर्म सापडण्यासारखा आहे असे मला वाटते.

प्रत्येक कलावंताभोवती त्याच्याच अनुभवाचे कवच (shell) निर्माण होऊन बसते. परंतु जातीच्या प्रतिभावंताकडे संवेदनेची एक अशी काही शक्ती असते की

जी हे कवच फोडून, आपल्या अंत:करणप्रवृत्तींचा ठाव घेऊन व त्यांनाच प्रमाण मानून नव्या जीवनानुभवाकडे उड्डाण करते. ही शक्ती बापटांच्या प्रतिभेत आहे म्हणूनच ते इतकी सुंदर प्रेमगीते आणि सौंदर्यगीते लिहू शकले. म्हणूनच —

गिरणभोंगे, मोटार पोंगे
घणघण घंटा, गाडीची शीट

या कोलाहलाच्या संस्कृतीचा त्यांना वीट आला. आणि —

ऐकून कोठें पोपटपंची
आविर्भावांत बडबडलों
कोलाहलाचें गीत निर्माया
विनाकारण धडपडलों

ही बहिर्मुख संस्कृतीच्या अध:पाताची विदारक जाणीव त्यांना होऊ शकली. या जाणिवेमुळेच -

अंवती भंवतीं इंद्राची धनुष्यें
दख्खनराणींत मुर्दाड मनुष्यें

या व्यथेने त्यांचे मानवप्रेम हळहळू लागले.

ऐल ते पैल शंभर मैल
एकच बोगदा मुंबई पुण्यांत

असे जेव्हा बापट म्हणतात तेव्हा त्यातला उपहास कळूनसुद्धा केवढ्या कारुण्याने मन भरून जाते! घरासमोरच्या बगीच्यात फुलांचे सारे ऐश्वर्य असूनसुद्धा नगरशेटीच्या टेबलावर —

स्फटिकधवल कांचपात्रांत
कागदी फुलें! कागदी फुलें!

पाहून त्यांचे मन उदास होते. जीवनसौंदर्याच्या दर्शनाआड येणारे सारे मुखवटे, साऱ्या भिंती त्यांची संवेदना अचूक हेरते आणि 'अहेतुकाचा हेतु' बनून, 'अपार्थिवाचा सेतु' बनून त्या सौंदर्याचे दर्शन घडवते. कधी कधी सख्यासोयऱ्यांच्या गलबल्यातसुद्धा त्यांच्या अंतरीची अशरीरिणी त्यांच्या एकलेपणाची त्यांना जाणीव करून देते —

ओंकार हा हुंकारतो मी एकला मी एकला

असे मनाचा ठाव घेणारे शब्द त्यांच्या वाणीतून बाहेर पडतात. जीवनात जे पूज्य मानले त्या मूल्यांचा संहार करण्यासाठी पाशवी शक्ती आपले सर्व सामर्थ्य पणाला लावीत असलेल्या दिसत असताना सुद्धा पिंपळपानावर सृजनाचा शुभंकर परमात्मा

हसताना त्यांना दिसतो. त्या जीवनशक्तीच्या प्रत्ययाने ते सांगतात —

कोलाहल जरिं वातावरणीं
हालाहल जरि दिशांत दाही
तरि पानावर पाषाणाचा
विजय कदापी नाहीं, नाहीं!

इतिहासाच्या स्मृती उराशी कवटाळून ते शोक करीत बसत नाहीत.

गढी आज उद्ध्वस्त जाहली
हें चक्षुर्वै आहे वास्तव''

ही वास्तवता पाहण्याची प्रखरता त्यांच्या दृष्टीत आहे. आणि तरीही

जुन्या घराच्या थडग्यावरती
नव्या थराचा बांधू इमला
त्याच्या थडग्यावरती माझा
पणतू बांधिल हिरवा मजला

अशी विकासोन्मुख श्रद्धा त्यांच्या ठायी आहे. या कविता वाचीत असताना त्यांच्या अनुभवाची सखोलता प्रत्ययाला येते, आणि रसिकाला आपल्या अंत:समृद्धीत भर पडल्याची सुखकर प्रचीती येते.

मोठमोठ्या लाटांना उचलून फेकणारा वारा कधी इतका नाजूक होतो की फुलांशी, पानांशी तो नाजुक गोष्टी करू लागतो. वसंत बापटांची कविता प्रेमगीते गाताना इतकी काही हळुवार आणि नाजूक बनते की ती वाचताना रसिकाचे मन गहिवरून जावे. कधी ती खट्याळ होऊन, मिस्किल होऊन म्हणते —

कांहीं झालें नाहीं जसें
अशी मुखावरी झांक
गडे गेला होता झोंक
बरी केली झाकापाक!

तर कधी सूर्यास्तानंतरच्या जलाशयासारखी आर्त करुण होऊन म्हणते —

आहे जिवंत अजून
पोखरल्या कळीमध्ये सुगंधाची खूण
जातो लाजून थिजून
तुझ्या पहिल्या प्रीतीचे आठवून ऋण.
विसरून ये वेणीतिल गजरा

विसर मुलायम रेशिम झालर
विसर तुझे किणकिणते बिलवर

असे सांगताना त्यांचे शब्द बिल्वरांसारखेच किणकिणू लागतात आणि

विसर सांज अन् दिवेलागणी
ध्रुवावरिल रात्रीपरि येई
गूढ मनोहर घालित पांखर

असे म्हणत असताना त्यांचे शब्द कसल्या तरी गूढ, मनोहर, सुंदर अनुभवाची पाखर घालीत येतात.

विरही वन सळसळे —
ढाळतो पिंपळ पिवळी दळें
मळल्या वाटेवरी..
कशितरी रेंगाळत ही पळें!
तोंच अगाई! —
रातराणिचा पदर सुगंधी ढळे,
आणि माझिया जगांत काही —
घडे जगावेगळे!

असे ते लिहीत असताना त्यांच्या शैलीत अशी काही लचक येते, असे काही माधुर्य येते –– प्रवाह येतो की खुद्द बालकवींनी सुद्धा त्यांच्या पाठीवर शाबासकीची थाप द्यावी.

'वादळवाऱ्यापरी', 'फिरली मर्जी', 'नकळत तुमचे डोळे वळले' — वगैरे किती तरी कवितांत त्यांचे हे गुण प्रकर्षाने आढळून येतात.

'तेव्हा मी जळलो अजून जळतो, मी अमृते पेटलो' असे बापटांनी आपल्या कवितेविषयी म्हटले आहे. बापटांची सौंदर्यगीते आणि प्रेमगीते वाचताना ते 'अमृताने पेटले' आहेत याची साक्ष पटते.

नव्या पिढीच्या कवींत वसंत बापट यांचे स्थान मानाचे आहे यात शंकाच नाही. माझ्या समकालीन कवींपैकी ज्या काही थोड्या लोकांकडे मी मोठ्या अपेक्षेने पाहतो त्यांपैकी वसंत बापट हे एक आहेत. अपेक्षेला असंतुष्टतेचा वर असतो. बापटांनी याही पुढे जाऊन अधिक भव्य, अधिक सुंदर असे काव्य मराठी रसिकांना द्यावे असेच मी येथे म्हणेन.

□

सत्यकथा, ऑगस्ट १९५२

राम शेवाळकर यांची कविता

राम शेवाळकर यांचा 'असोशी' हा पहिलाच कवितासंग्रह. गेल्या पाच सहा वर्षांत लिहिलेल्या या कविता प्रमुख मासिकांतून प्रसिद्ध झाल्या होत्या; साक्षेपी रसिकांचे लक्ष त्यांनी निश्चितच वेधून घेतले होते. ठाकठीक, आकर्षक 'रचना' असलेल्या अनेक कविता आपण मासिकांतून वाचतो. रचनेच्या तथाकथित सफाईमुळे त्या आपले लक्ष क्षणभर वेधूनही घेतात. परंतु अशा कवितांच्या पुनर्वाचनानंतर या कवितेला नव्या निर्मितीचा स्पर्शही नाही; आहे ती नुसती सफाईदार कारागिरी,अशीच जाणीव पक्की होते. कुठल्याही कालखंडात जेव्हा काव्याला विशेष बहर येतो तेव्हा अनेक रचनाकार प्रथितयशांच्या काही बाह्य लकबी मोठ्या सफाईने आत्मसात् करतात. अशा अनेक कविता काव्याची विलक्षण प्रगती होते आहे असा काही काळ आभासही निर्माण करतात. परंतु कला आणि कारागिरी यांच्यातला फरक उघड होण्यास फारसा वेळ लागत नाही. गेल्या दहा वर्षांत मराठी कवितेला नवनवीन बहर येत आहे. तिच्यातून व्यक्त होणाऱ्या अनुभवविश्वाच्या कक्षा सारख्या विस्तारत आहेत. नवनव्या आकृतिबंधांतून ती साकारत आहे. हे जसे आहे तसेच, नवतेची सोयीस्कर कोष्टके मांडून होणाऱ्या कारागिरीचीही पैदास वाढते आहे. 'निसर्गप्रतिमांच्या माध्यमांतून व्यक्त होणारी तरल अनुभूती'.... 'सेंद्रिय अनुभव'.... 'तिरकस प्रतिमा' इत्यादी काही शब्द आणि लकबी परवलीच्या होऊन बसल्या आहेत. कुठलेही नवे प्रयोग यशस्वी होऊ लागले आहेत अशी जाणीव झाली की अशा तऱ्हेच्या कारागिरीला ऊत येतो. कोष्टके जमू लागतात. युक्त्या सापडतात; आणि मग तंत्राच्या निरगाठी–सुरगाठीत वाङ्मय बांधले जाऊ लागते!

मासिकांतून प्रसिद्ध होणाऱ्या श्री. राम शेवाळकर यांच्या कवितेने लक्ष वेधून घेतले याचे कारण त्यांची कविता या तंत्राच्या साच्यातून निघालेली नव्हती हेच होते. काही प्रथितयश कवींच्या शैलीचा अनुभव घेण्याच्या विशिष्ट लकबीचे ठसे त्यांच्या काव्यावर उमटलेले आहेत हे खरे आहे. परंतु त्यांचे व्यक्तिमत्त्व झाकळले जावे इतके हे ठसे गडद नाहीत; आणि म्हणूनच या गोष्टीचा तपशीलवार उल्लेख आवर्जून करावा, असे मला वाटत नाही. आपल्याला आवडणाऱ्या कवीच्या कवितांच्या खुणा आपल्या प्रारंभीच्या काव्यनिर्मितीत रेंगाळत राहतात. परंतु कालांतराने कवीच्या अनुभवांना त्याच्या व्यक्तित्वाचा रंग येऊ लागतो. आवडणाऱ्या कवीच्या कवितेच्या मनात रेंगाळणाऱ्या प्रतिध्वनींतून कविता निर्माण न होता जिवंत अनुभूतींतून ती निर्माण होते. स्वाभाविकच, अभिव्यक्तीतही स्वतंत्रपणा येऊ लागतो. कुणाचाही आदर्श पुढे ठेवून त्या साच्याबरहुकूम कुठलाही नवा कवी कविता लिहायला बसत नाही. त्याची धडपड असते आपले अनुभव साकार करण्याची. आजच्या काही प्रथितयश कवींच्या अभिव्यक्तीच्या लकबी श्री. राम शेवाळकर यांच्या काव्यात क्वचित् दिसतात; परंतु त्या उपऱ्या, अंध अनुकरणात्मक भासत नाहीत. त्यांच्या अनुभवसृष्टीशी त्या एकात्म झालेल्या आहेत ही जाणीव होते.

प्रेम आणि निसर्ग यांच्या अनुभूतीचे तरल क्षण श्री. शेवाळकर यांच्या बहुतेक कवितांतून व्यक्त झाले आहेत. या तरल क्षणांचे स्वरूप न्याहाळताना, त्यांचे गहिरे रंगगंध नाजूकपणे टिपून घेताना त्यांची कविता निर्माण झाली आहे. तिला प्रयोजन असले तर ते सौंदर्यनिर्मितीचे आहे. कसल्याही राजकीय वा सामाजिक तत्त्वज्ञानाचा प्रचारकी आक्रोश तिला अभिप्रेत नाही. आशावादी, मानवतावादी, निराशावादी, अशा सोयीस्कर, गुळगुळीत विशेषणांनी त्यांच्या कवितेचे वर्णन करता येणार नाही. याचे कारणच हे की, कसल्याही अभिनिवेशाने, आकसाने ते जीवनाकडे पाहात नाहीत. आषाढघनांनी दाटलेल्या आकाशासारख्या काळ्या निराशेने त्यांचे शब्द कधी झाकळतात, तर कधी तेच शब्द शरद् ऋतूतले स्वच्छ, समृद्ध ऊन उधळतात. कसल्याही 'वादा'चे लेबल चिकटवून घेण्याइतका जीवनाचा अनुभव एकेरी नसतो याची त्यांना जाणीव आहे. म्हणूनच, अनुभवांतली गुंतागुंत, त्यांतल्या सुसंगत-विसंगत छटा न्याहाळण्यात त्यांची प्रतिभा रंगून जाते. यामुळेच कधी त्यांचे मन एखाद्या लसलसत्या तृणपात्याशी एकरूप होऊन 'सृजनाचे लुकलुकते अंकुर' अनुभवते :

तेव्हापासून माझे नाते
लवलवणाऱ्या
गवताच्या पात्याशी जडले
तेव्हापासुन अंतर अवघे
लसलसत्या
पोपटीपणाने डंवरुन आले....

— अशी त्यांची जाणीव पोपटीपणाने डंवरून येते. या पोपटीपणाचा स्पर्श हाच एक अत्यंत सखोल, समृद्ध अनुभव आहे याची जणू त्यांना अपरिहार्य जाणीव असते; आणि म्हणूनच ती रंगसंवेदना व्यक्त करण्यासाठी त्यांचे शब्द जणू तृणपाते होण्याचीच धडपड करतात. त्या तृणपात्याची लवलव, त्याची मृदुता, त्याचा ओलसर पोपटी रंग हे सारे त्यांच्या शब्दकळेतून व्यक्त होते.

कधी शेवाळकरांची प्रतिभा निसर्ग आणि मानवी मन यांच्या परस्पर संबंधांच्या चिन्तनात रंगून जाते :

इथे बसावे मीही उकलित
धूसरतेच्या विळख्यासोबत
सकाळचे अन् नीरवतेचे
शून्य मनाशीं लागेबांधे!

ही जाणीव व्यक्त करीत असताना, हे लागेबांधे उकलीत असतानाच त्यांची कविता जणू नकळत आकार धारण करू लागते. त्यांच्या शब्दांचा ताल बदलतो, सूर बदलतो. अशा वेळी तृणपात्याची पोपटी सळसळ व्यक्त करण्यासाठी धडपडणारे त्यांचे शब्द विलक्षण गंभीर, आशयघन बनतात. कधी त्यांची अनुभूती एका निराळ्याच आत्मविश्वासाने तळपते. दहा दिशांच्या शलाका सहज बोटांवर खेळवीन असे तिला वाटू लागते. आणि —

कुबेर येइल आता दारी
हाती घेउन झोळी-काठी;
परमात्मा होईल भुकेला
माझ्या आशीर्वादासाठी...

अशा भव्य साक्षात्काराने त्यांचे शब्द भारले जातात. तर कधी जीवनातल्या विफलतेच्या, विस्कळितपणाच्या जाणिवेने त्यांचे मन खिन्न, उदास बनते. हा एकाकीपणा, ही शून्यता आजच्या बहुतेक संवेदनाशील मनांना विव्हल करून सोडते. जाणीव बधिर करणाऱ्या या शून्यतेचे पडसादही श्री. शेवाळकर यांच्या

कवितेतून उमटले आहेत :

उरे फाटलेपणास
फक्त निष्फळाची भीति
किती जोडली ठिगळे
जरी उसन्या आशेची!
आता संबंध आपुले
विरलेले वस्त्र एक
इथे शिवता तयास
तिथे फाटे आणखीच!!

ही जाणीव व्यक्त करीत असताना त्यांच्या शब्दांतून विकलतेची वेदना साकार होते. त्यांच्या अशा कवितांना तथाकथित 'अर्थ' कधीच नसतो. काही प्रतिमांतून ती वेदना हलकेच सूचित झालेली असते. या वेदनेचा स्पर्श होणे म्हणजेच त्या कवितेचा 'अर्थ' कळणे!

या सुखदु:खात्मक, गुंतागुंतीच्या जीवनाच्या विविध अनुभवछटा व्यक्त करण्यात त्यांची कविता सध्या रंगून गेलेली आहे. एखाद्या धर्मोपदेशकाप्रमाणे उपदेशाची कोष्टके घेऊन ती जीवन 'समजावून' सांगण्यासाठी उभी नाही. रूपकांचे उंच डोलारे रचून जीवनावरची लांबलचक भाष्ये त्यात कोंबताना त्यांची प्रतिभा कधीही आढळणार नाही. प्रचाराचे पायघोळ झगे घालून मिरवताना, आक्रोश करताना (आणि एका डोळ्याने हळूच परिणाम कसा काय घडतो आहे हे सावधपणे न्याहाळताना) कधी दिसणार नाही. त्यांची कविता म्हणजे एका संवेदनाशील, सौंदर्यासक्त मनाने उत्कटपणे अनुभवलेले काही क्षण आहेत. त्यांच्याच शब्दांत सांगायचे म्हणजे :

...हळुवार मोहरले
कंप कोवळे मनाचे!

असेच तिचे आजचे स्वरूप आहे!

शेवाळकरांची बहुतेक प्रेमकविता यौवनातल्या आर्तोत्सुक मनोवस्थेतून स्फुरलेली आहे. ती उत्कट आहे; पण बरीचशी एकसुरी आहे. जाणिवेच्या विविध पातळ्यांवर येणाऱ्या प्रेमानुभवांचे चित्रण तिला अजून करावयाचे आहे. कधी स्वप्नांच्या धुंद झोपाळ्यावर बसवून उंच उंच नेणारे.... नक्षत्रांना हळूच स्पर्श करून

आणणारे; तर कधी वादळाची प्रमत्त धडक देऊन मुळासकट कोसळून टाकणारे, उद्ध्वस्त करणारे; कधी पहिल्या पावसाने भिजलेल्या मातीसारखे धुंद शारीर अभिलाषांचे तर कधी जाणिवेला ओझरता स्पर्श करून जाणाऱ्या पाऱ्याहूनही तरल क्षणाचे... प्रेमानुभवाच्या या विविध छटा शेवाळकरांच्या कवितेत फारशा आढळत नाहीत. यौवनातली व्याकुळ करणारी हुरहूर, कधी तरी हृदयाला स्पर्श केलेल्या स्मृतीने व्यथित होऊन झुरणारे मन, ज्यातले साफल्य आणि विफलतेची वेदना या दोन्ही धुक्यासारख्या अंधुक असतात ते पहिले-वहिले स्वप्नाळू प्रेम... याच क्षणांभोवती त्यांची सर्व प्रेमकविता गुंफलेली आहे. शाप, तृप्त, बोगनवेल—यांसारख्या काही फारच थोड्या कविता याला अपवाद आहेत. या कवितांत काही निराळ्या लकबीने अनुभव घेण्याचा, व्यक्त करण्याचा प्रयत्न आहे. यामुळे शेवाळकरांच्या प्रेमकवितेतील भाववृत्तींचा एकसुरीपणा पाच सात कविता वाचल्यानंतर जाणवल्याशिवाय राहत नाही. काही कवितांत तर 'मूड'च्या दृष्टीने इतका सारखेपणा आहे की, पहिल्या कवितेने अभिव्यक्तीचे पुरेसे समाधान लाभले नाही म्हणून कवी पुन्हा त्याच भाववृत्तीतून नवी कविता निर्माण करीत आहे की काय असे वाटते. 'दूर कुठे' आणि 'संध्यागीत' यासारख्या काही कविता या दृष्टीने वाचून पाहण्यासारख्या आहेत.

शेवाळकरांच्या प्रेमकवितांतील या भाववृत्ती निसर्गप्रतिमांतूनच सहसा व्यक्त होतात. या बहुतेक कवितांतून व्यक्त होणारी स्वप्नाळू हुरहूर निसर्गाच्या प्रतिमांत जणू काय पूर्णपणे भिनून गेली आहे असे वाटते. 'वा सांजकाळची निष्कारण हुरहूर' असे ते म्हणतात तेव्हा हीच हुरहूर जाणवते. 'दूर कुठे' या भाबड्या भासणाऱ्या शब्दांतही तीच हुरहूर थरारत असते. मेघाची सजल शीतल वासना... सायंतन व्याकुळ करणारी तरल वीज... प्राजक्ताने छेडलेला श्वासांचा सुरभित मालकंस ... बेदिल दर्गा भग्न दिवाणा... कातर संध्यागीत... आभाळ एकले... मानसी फुलविले लाख मळे वाळ्यांचे... या सर्व प्रतिमा याच भाववृत्तीने भारलेल्या आहेत. त्या प्रतिमा —

आसंमंत व्यापुन घुटमळले क्षितिजांत
नि:शब्द तृणाचे कातर संध्यागीत
नि:श्वास वायुचे पुसती या वृक्षास
निष्पर्ण उरींचे हारपलेले हेत!

आभाळ एकले आळविते केदार
अन् नीरवतेची बळावली हुरहूर...

असे आर्त वातावरण त्यांच्या प्रेमकवितांतून निर्माण करतात. या कवितांतला अनुभव या वातावरणाहून निराळा करता येणार नाही. प्रीतीची विफलता ज्या परिसरात, वातावरणात अनुभवली तो परिसर—त्याचा प्रत्येक कण, प्रत्येक क्षण त्याच वेदनेने ओथंबलेला आहे. या दृष्टीने त्यांची 'हळूहळू सांजवेळेत' ही कविता वैशिष्ट्यपूर्ण वाटते. सांजवेळी रंग दिसतात –– पण ते अपुऱ्या स्वप्नांचे! क्षितिजाच्या मनातले सावळे चिन्तन पहिल्यावहिल्या भेटीचे असते. निळ्या शांततेत हुरहूर शिरते, आणि तीही कारणावाचून! उजेडाचे डोळे पेंगुळतात तेव्हा तम दाटून येते ते मनात! या सर्व वातावरणाशी तो 'पहिला कोवळा भावनाभंग'; तसेच, 'कसा विश्वासलो कोवळेपणांत : घेऊनिया तुझे भुकेले वचन' यातली व्यथा एकरूप झालेली असते. निसर्गाच्या प्रतिमा सजावट म्हणून, अलंकरणासाठी म्हणून त्यांच्या कवितेत सहजा येत नाहीत. त्या प्रतिमा भाववृत्तीने भारलेल्या (charged) असतात. त्या प्रतिमा जाणवणे म्हणजेच त्या अनुभवाचे स्पंदन जाणवणे.

बोगनवेल, शाप, तृप्त या कविता थोड्या निराळ्या आहेत. बोगनवेल या कवितेत रंगगंधाच्या संवेदनांतून एक नाजूक भावना बोलकी झाली आहे. लाल-अबोली फुलांनी लवलेली बोगनवेल 'त्याची' लाडकी आहे. ती बोगनवेल हलक्या हातांनी कुरवाळीत असताना त्या पर्णांचा मेळ तिच्या मनातल्या स्मरणाशी जुळतो. हा नाजुक मेळ पिंपळाच्या फांद्यांवरचे पिवळे हास्य, सवाशीण कर्दळीचा विलोल शृंगार, लाल पळसाचे अबोल आव्हान, जाईच्या तळी टपटपलेले स्मित, छायेच्या गालांत सूर्यकरांनी खुलवलेली खळी,... या सर्व प्रतिमांतून उमलत जातो. ही रंगगंधांच्या संवेदनांची वर्तुळे मनात नकळत थरारतात. या वर्तुळांतूनच लाल अबोली फुलांनी लवलेल्या बोगनवेलीसारखीच नाजूक लवचिक भावना मनात साकार होते. 'तृप्त' या कवितेची मांडणीही थेट अशीच आहे; पण ही कविता 'बोगनवेल' या कवितेहून अधिक सलग, एकात्म वाटते.

आणि पिवळ्या खणाचे
गोड वेध शेवंतीस
कुणा कुळवंतासाठी
तिचे तिलाच माहीत!

या अनुत्तरित प्रश्नाचे उत्तर 'गुलाबी होकारा'सारखे मनात तरळू लागते.

'शाप' ही अशीच एक वेगळ्या प्रकारची कविता आहे. एकाच मनात निर्माण होणाऱ्या परस्परविरोधी भावनांचे चित्र या कवितेत रेखाटलेले आहे. कधी कधी प्रेमावरचा विश्वास पार उडून जातो. प्रेम म्हणजे स्वप्नाळू वयातला कोवळा हळवेपणा असेच वाटू लागते :

प्रेमबीम सब मुळात झूटे
हळवेपण... पागलपण दुसरे
रडणे हे भ्याडांचे...
माया म्हणजे फास रेशमी
प्रिय, प्रेयसी, प्रेमिक, प्रियकर
हे सारे शब्दांपरि भंगुर!!

— आणि मग शब्द अग्निबाण होतात. प्रेम मनातल्या अंध प्रक्षोभाचे भक्ष्य बनते. अशा वेळी निर्दयपणातही विलक्षण सुख वाटू लागते!

या वेळी गर्वाने म्हणतो
खराखुरा मी असाच निर्दय!

— पण हे क्षणभरच. मग आठवतात भिजलेले डोळे कुरवाळणारे ते ओठ, ती घट्ट मिठी, ती हळव्या काळोखाची शपथ! आणि मग मनाच्या कठिण दगडी पहाडांतही एक झुळझुळणारा ओहळ जाणवतो! तो आणि हा यांतला मी खरा कोण? हे प्रश्नचिन्ह मन जाळीत सुटते.

तो किंवा हा
या दोहोंतिल खरा कोण?
हे प्रश्नचिन्हही
प्रेमावरच्या शंकेसम मन सुटते जाळत
तुजवरचा वैतागहि तुझिया
स्मृतीपरि सखि व्हावा दाहक
हे माझे वरदान : आणखी
हाच मला शापही विदारक...

असा शाप आणि वरदान एकत्र दडलेले जाणवते. विसंगत वाटणाऱ्या वृत्तीत संगती शोधण्याचा हा प्रयत्न आहे. मनाच्या गुंतागुंतीच्या घडणीची यात सूक्ष्म जाणीव आहे. अखेर प्रेमातच साऱ्या विसंगती बुडतात! या कवितेत उपमा-उत्प्रेक्षांची खैरात नाही. सरळ, प्रांजळ अभिव्यक्ती आहे! विक्षिप्त प्रतिमांच्या

युक्त्या करून नाटकी सखोलता (complexity) निर्माण करण्याचा यात कुठेच प्रयत्न नाही. अशा सखोलतेचा आभास निर्माण करणे ही चालू फॅशन असूनही तसा या कवितेत कुठेच 'प्रयत्न' नाही हे विशेष आहे! शेवटल्या कडव्यांत कलाटणी आहे; परंतु ही कलाटणी 'तंत्र' म्हणून 'योजिलेली' नाही! ती अनुभूतीचाच अपरिहार्य भाग म्हणून अवतरलेली आहे. शब्दांचे स्फोटक अग्निबाण आणि झुळझुळता ओहळ या परस्परविरोधी प्रतिमांतून ही कविता साकार होते. शेवटी ते दाहक प्रश्नचिन्हही विरते. उरते फक्त हळव्या काळोखाची शपथ! हीच सूचक प्रतिमा मनात तरळत राहते!

शेवाळकरांची निसर्गकविताही अशीच वैशिष्ट्यपूर्ण आहे. निसर्गकविता, प्रेमकविता हे शब्द विषयांचे कप्पे पाडण्यासाठी येथे वापरलेले नाहीत. निसर्ग, पंचेंद्रियांच्या संवेदना या जेव्हा भावविश्वात पार मिळून जातात तेव्हा कवितांना विषयांची लेबले लावून त्यांची कृत्रिम विभागणी (watertight compartments) करणे शक्य नसते. विवेचनाच्या सोयीसाठीच हे शब्द वापरावयाचे असतात हे येथे ध्यानात ठेवले पाहिजे. निसर्गाची विविध रूपे न्याहाळण्यात, निसर्गात प्रतीत होणाऱ्या सृजनशक्तीचा वेध घेण्यात शेवाळकरांची कविता रंगून गेलेली दिसते. निसर्गात त्यांना चैतन्याचा साक्षात्कार होतो. रसरंगगंधाची ही धुंद करणारी दुनिया आहे.

जुइवर लक्ष तुरे
गंधाचा नटवीत पिसारा
वायुलहर विहरे...
नकळत शीळ फुले
शांत स्वरांच्या सुबक झालरी
लेवुन गंध झुले...

या कवितांत संवेदना एकमेकांत गुंफल्या जातात आणि क्षणात अनुभवाचे सातरंगी इंद्रधनुष्य मनात झुलू लागते. चिंचेच्या झाडाभोवतीचे क्षण हिरवे बनतात. क्षणांना रंग येतो आणि रंगांना क्षणांचे तरल पंख फुटतात हा अनुभव घेताना :

आज पावसाला माफी
आज माफी वादळाला
आज वेदनांवरती
तृप्त मोद अंकुरला!

अशी मनाची अवस्था होते. मनातला हा साक्षात्कार स्थिरचरातून उमलताना दिसतो.

दगडांतहि शिरले
नवे कंप, नवे प्राण
डहाळींतून स्फुरले
नवे स्वर, नवे गान!

निसर्ग आणि भावानुभव यांत फारकत करणे येथे शक्य नाही. अशी फारकत होऊ शकत नाही तेव्हाच खरीखुरी निसर्गकविता निर्माण झाल्याचा प्रत्यय येतो. अशा निसर्गकवितेचे केवळ निर्जीव, यांत्रिक छायाचित्र असे स्वरूप उरत नाही! कलावन्ताच्या संवेदनाशील मनाचे स्पदंन त्यातून उमटलेले असते!

शेवाळकरांच्या कवितांतील अनुभवांची आणि प्रतिमांची सृष्टी काही कविता वाचल्यानंतर 'परिचित' वाटू लागते. तिच्यातले नावीन्य ओसरेल की काय अशी भीती वाटू लागते. या संग्रहापुरती तरी ही भीति खरी नाही हे निश्चित. परंतु आजची लकब (Manner), उद्याची यांत्रिक सवय (Mannerism) होऊ नये. यासाठीच ही सूचना केली. ही जाणीव श्री. राम शेवाळकर यांनाही सूक्ष्मपणे झाली असावी असे त्यांच्या 'नको आता रेंगाळणे' या कवितेवरून वाटते.

फुलावेत मौनातून नव्या गीतांचे ताटवे
माझ्या भावनांना आता रंग हवे नवे नवे

अशी आकांक्षा ते व्यक्त करतात! कालपर्यंतच्या अनुभूती सुंदर होत्या; त्यांतून अनेक धुंद गीते स्फुरली—पण त्या अनुभूती नव्या अनुभूतींच्या मार्गातील अंतराय बनू नये असे त्यांना उत्कटपणे वाटते :

भल्या सकाळी पाहतो
गर्द मखमली आकाश
निळ्या मनात साजते
लखख ताऱ्यांची आरास
हिर्वळीच्या नेत्री
जुन्या ओथंबती आठवणी
शहारते हलकेच
तृणफुलांत चिमणी
आजवरी रेंगाळलो
याच कौतुकाच्या सवे

माझ्या भावनांना आता
रंग हवे नवे नवे!

श्री. राम शेवाळकर यांच्या पुढच्या काव्यसंग्रहांत हे अनुभूतीचे नवे नवे रंग पाहावयास सापडतील अशी मला खात्री वाटते. या नव्या विकासाची पदचिन्हे त्यांच्या कित्येक कवितांतून दिसत आहेत. या कविता उद्याच्या नव्या तेजस्वी विकासाची साक्ष देत आहेत.

□

साधना, २२ डिसेंबर १९५६

संहिता

विंदा करंदीकर यांच्या 'स्वेदगंगा', 'मृद्‌गंध', 'धृपद' आणि 'जातक' या चार कवितासंग्रहांतून निवडलेल्या कविता 'संहिता' या संग्रहात इथे एकत्र केल्या आहेत. ही निवड करीत असताना करंदीकरांच्या काव्याचे शक्य तो परिपूर्ण दर्शन घडावे असा प्रयत्न मी केला आहे. १९३७ ते १९६७ या कालखंडातील हे लेखन अनुभवांची आणि शैलीची अनेक वळणे घेते. या अनुभवांचे शब्दरूप शोधीत असताना वेगवेगळे प्रयोग करणे करंदीकरांना अटळ होऊन बसते. कुठल्याही चांगल्या लेखनातून जाणवणारी प्रयोगशीलता 'पाहा, आता मी प्रयोग करून दाखवतो' अशा तऱ्हेची कधीही असत नाही. आपल्या अनुभवाची अर्थपूर्णता आणि वेगळेपण जाणवल्यानंतर त्याचे कलात्मक रूप शोधण्याचा तो अपरिहार्य आणि प्रामाणिक प्रयत्न असतो. हा प्रयत्न करीत असताना करंदीकर भाषेच्या उपयोगाचे रूढ रस्ते टाळतात. औचित्याच्या पारंपरिक, शिष्टमान्य, संकेतांना उधळून देतात आणि आपल्या अनुभवांशी इमान राखील असे आंतरिक औचित्य शोधू लागतात. ही बंडखोरी येनकेनप्रकारेण आपल्याकडे लक्ष वेधून घ्यावे या बालिश इच्छेतून जन्माला आलेली नसते. करंदीकरांच्या कवितेतून व्यक्त होणारी बंडखोरी हा त्यांच्या काव्यसाधनेचाच भाग आहे ही गोष्ट त्यांची कविता वाचीत असताना सतत जाणवत राहते.

पूर आलेल्या नदीचा प्रवाह काठ जुमानीत नाही. अगदी अशाच प्रकारचे रांगडे चैतन्य, जोमदारपणा हे करंदीकरांच्या व्यक्तिमत्त्वाचे वैशिष्ट्य आहे. या प्रकृतीमुळेच करंदीकरांनी आपल्या डोळ्यासमोर काव्याच्या स्वरूपाविषयीचा कसलाही साचा कधीच ठेवलेला नाही. करंदीकरांची कविता जीवनाला मन:पूर्वकतेने सामोरी जाताना दिसते. तिला जीवनातल्या नाना प्रकारच्या

अनुभवांचे आवाहन पोचते. हे आवाहन भाषेची, घाटाची आव्हाने निडरपणे झेलीत व्यक्त होत राहते. जीवनाला मनमोकळेपणाने सामोरे जाण्याची ही प्रवृत्ती नवकवितेच्या कालखंडातील एक अत्यंत महत्त्वाची आणि निरोगी अशी प्रेरणा आहे. आशय आणि रचना यांच्या बंडखोरीतून नवकविता जन्माला आली. या नवकवितेने पारंपरिक काव्यविचाराला धक्के दिले, पुष्कळ वेळा भाषेची सर्जनशील मोडतोड केली. या प्रयोगांचे, बंडखोरीचे महत्त्व सांगणारे, तिचे समर्थन करणारे टीकालेखन होऊ लागले. या समर्थनाच्या लेखनात काही वेळा कडवा आग्रह आला; आपल्यावरील हल्ला परतून लावताना येणारा काहीसा भडक आवेशही आला. अटळ अशा दुर्बोधतेबरोबरच अनावश्यक अशी दुर्बोधता महत्त्व पावू लागली. ही कविता आणि हा टीकाविचार यातून अर्थातच एक 'वातावरण' निर्माण झाले – तसे ते निर्माण होणे अटळही होते. या वातावरणात नव्या सांकेतिकतेची बीजे होती. कवितेच्या 'आकृतिबंधा'चे वैशिष्ट्य आणि महत्त्व सांगताना, कवितेतून व्यक्त होणारा 'मूड' महत्त्वाचा असतो हे सांगत असताना कळत न कळत नवी मराठी कविता आणि काव्यविचार तकलुपी आकृतिवादाला कवटाळू लागला. बालकवींची 'औदुंबर' ही मराठी भाषेतली एक श्रेष्ठ कविता. पण खरे काव्य औदुंबरच्याच स्वरूपाचे अशी भावना कळत न कळत रुजू लागली. कवितेतील 'मूड' या गोष्टीचे इतके स्तोम माजू लागले की आत्मकेंद्रित, एकसुरी, व्यक्तित्वशून्य अशी शब्दांची कुसर करण्याकडे आणि ती 'शुद्ध कविता' मानण्याकडे प्रवृत्ती होऊ लागली. शब्दांचा एक नवा नटवेपणा काव्याच्या शुद्ध जातकुळीवर आपला हक्क सांगू लागला. मासिक-पुस्तकांतून प्रसिद्ध होणारी बरीचशी कविता बिनचेहऱ्याची, धूसर, पोकळ वाटू लागली. तलवारीपेक्षा म्यानाला महत्त्व यावे असाच काहीसा हा प्रकार.

कुठल्याही भाषेतील कविता जेव्हा खऱ्या अर्थाने संपन्न असते तेव्हा ती जीवनातल्या नानाविध अनुभवांना व्यक्त करणारी असते – असली पाहिजे. 'औदुंबर' या कवितेइतकेच 'तुतारी' या कवितेचे आवाहन तिला पोचते. एखादा 'तरल मूड' व्यक्त करणारी हीच शुद्ध कविता, सामाजिक जाणिवेचे काव्य हे वक्तृत्वबाजी करणारे कंठकाव्य, हे खोटे तत्त्वज्ञान कविता खऱ्या अर्थाने संपन्न करू शकत नाही. त्याबरोबरच, सामाजिक-राजकीय क्रांतीचे सोयिस्कर साधन म्हणून प्रचारकी हेतूने उचललेली काव्याची ध्वजाही कवितेचा विकास खुंटवते. वक्तृत्वबाजीचा, प्रदर्शनी नटवेपणाचा धोका सामाजिक जाणीव व्यक्त करणाऱ्या कवितेइतकाच इतर प्रकारचे अनुभव व्यक्त करणाऱ्या कवितेलाही ग्रासू शकतो.

पद्यबद्ध गरम घोषणा फेकणारी कविता क्रांतिकाव्य म्हणून खपताना आपण पाहतो त्याचप्रमाणे शुद्ध काव्यात्मतेचे आविर्भाव धारण करणारी कविता चमत्कृतिपूर्ण शब्दांचे कोडीवजा खेळ करतानाही आपण पाहतोच. ही काहीही न सांगणारी कविता काही वेळा फारच सोयीची ठरते. या कृत्रिम धूर्त धूसरतेत ब्रह्मसाक्षात्कार झाल्याचे जाहीर करणारे टीकाकार अंगात आल्यासारखे घुमू लागतात – नवे पीठ स्थापन केल्याच्या आवेशात! विद्वत्तेचा आभास निर्माण करणारी अहंकारी शेरेबाजी टीकालेखन या नावाने प्रतिष्ठा पावू लागते. परिणामी, जीवनातले नानाविध अनुभव न शोधता बरीचशी कविता ठराविक वर्तुळात फिरण्यात रोगट समाधान मानताना दिसते.

आधुनिक मराठी कवितेत हा धोका निर्माण झाल्याची चिन्हे स्पष्टपणे जाणवत असताना करंदीकरांच्या स्वीकारशील व्यक्तिमत्त्वाचे महत्त्व विशेषच पटू लागते. जीवनाविषयीच्या जिवंत कुतूहलातून करंदीकर काव्याची प्रेरणा घेतात. कुठल्याही अनुभवावर किंवा काव्यप्रकारावर शुद्ध कलात्मक किंवा अ-कलात्मक असा शिक्का मारायला ते तयार नसतात. करंदीकरांची खरी बंडखोरी त्यांच्या या मनमोकळ्या, कलात्मक प्रतिष्ठेचे साचे झुगारू शकणाऱ्या स्वीकारशीलतेत आहे. मराठी कवितेच्या खऱ्या विकासाची दिशा या मोकळ्या, निरोगी प्रकृतीत आहे. उद्याची मराठी कविता संपन्नतेच्या नव्या दिशा शोधणार आहे ती जीवनाला मोकळेपणाने सामोरे जाण्याच्या याच प्रवृत्तीतून – नकली धूसरतेचे आणि नटव्या आकृतिवादाचे स्तोम माजवण्यातून नव्हे, किंवा पद्यबद्ध राजकीय विचारसरणीतूनही नव्हे. कवितेच्या कलात्मक आकृतीचे मोल तिच्या आशयाच्या संपन्नतेवर, सखोलतेवर, जीवनाचे दर्शन घडवण्याच्या सामर्थ्यावर अवलंबून असते–त्याच्याशी एकरूप असते. करंदीकरांची कविता वाचीत असताना त्यांचे हे सामर्थ्य सतत जाणवत राहते. कविता ही आधी कलाकृती आहे, तिचे कलात्मक मूल्य महत्त्वाचे आहे. हे बाळबोध सत्य आता ओरडून सांगण्याची आवश्यकता उरलेली नाही. कवितेला कलात्मक मूल्य असते ही गोष्ट आता मान्य झाल्याचे धरून चालायला हरकत नसावी. परंतु या कलात्मक आकृतीचा दर्जा जीवनाला भिडणाऱ्या अनुभवाच्या सामर्थ्याशी अटळपणे निगडित असतो याचे भान सुटून चालणार नाही. करंदीकरांच्या कवितेने हे भान कधीच सोडलेले नाही. त्यामुळेच काव्य हे केवळ शब्दांच्या धाटणीवर अवलंबून असते असे न मानता ती अनुभवांनी रसरसलेली राहिली आहे.

अनुभवाचे हे सामर्थ्य आणि कलात्मक रचनेचे सौंदर्य यांच्या एकजीवतेतून खरी निर्मिती होते ही करंदीकरांच्या सर्व कवितेला व्यापून राहिलेली जाणीव त्यांच्या 'खडक फोडितो अपुले डोळे' या प्रतीकात्मक कवितेत व्यक्त झाली आहे. करंदीकरांच्या काव्यविषयक जाणिवेच्या संदर्भात ही कविता एका निराळ्या अर्थानेही वाचता येईल. या कवितेतील खडक हे अनुभवाच्या सामर्थ्याचे प्रतीक आहे, आणि लाटा हे सौंदर्याचे. या दोन घटकांचा संयोग जर झाला नाही तर सर्जनहीनता अस्तित्वात येते. या दोहोंतल्या अलगपणाचा बांध फोडून त्यांचा संयोग साधणे हेच कविप्रतिभेचे कार्य आहे : यातूनच प्रतिभा आपले निर्मितिमूल्य शोधते. खडक प्रचंड आहे, सामर्थ्यवान आहे. परंतु जोपर्यंत तो लाटांचे आवाहन स्वीकारू शकत नाही तोपर्यंत तो 'पुंगवलेला वृषणहीन' उरतो. म्हणजेच, जीवनातला अनुभव कितीही समर्थ असला तरी त्याला जर कलात्मक मूल्य प्राप्त होऊ शकले नाही, तर तो निर्मितिशील होऊ शकत नाही — कलाकृती ही पदवी त्याला लाभू शकत नाही. खडकाला कुठेतरी याची जाणीव आहे. म्हणूनच तो 'अर्थामधला व्यर्थ' पाहू शकतो. लाटांचेही असेच होते. खडकाकडून साद मिळावा यासाठी या लाटा आसुसलेल्या आहेत, आपली सारी विभ्रमशीलता एकवटून त्याला खेचून घेण्याचा प्रयत्न करीत आहेत. परंतु हे सारे सौंदर्य जोपर्यंत खडकाकडून प्रतिसाद मिळत नाही तोपर्यंत वांझच ठरणार, खऱ्या अर्थाने निर्मितीच्या पातळीवर पोहोचू शकणार नाही. अनुभवांचे सामर्थ्य आणि रचनेचे सौंदर्य यांच्या अलगतेतच कलाकृतीचा पराभव असतो. हा अलगतेचा बांध फोडण्याचा ध्यास घेऊनच करंदीकरांनी कवितेचा शोध घेतलेला आहे.

रांगड्या जोमदारपणाप्रमाणेच करंदीकरांच्या कवितेचा आणखी एक स्वभावविशेष तीव्रतेने जाणवतो—आणि तो म्हणजे चिंतनशीलता. कुठल्याही चांगल्या कवितेतून व्यक्त होणारा अनुभव हा विचार, भावना, संवेदना, घाटाविषयीची जाणीव यांच्या एकवट रसायनातून निर्माण होतो. हे घटक यांत्रिक पद्धतीने अलग करून कवितानिर्मितीचे गणित सोडवून दाखवणे सोयीचे असले तरी कवितेचा एकात्म अनुभव प्रत्यक्षात घेत असताना या घटकांची बेरीज करून तो आपण घेत नसतो. विश्लेषणाच्या अंगाने कविता समजून घेण्यासाठी पुढे जात असताना या मर्यादेचे भान ठेवले पाहिजे. कवितेतले हे घटक यांत्रिक समानतेने एकत्र येत नसतात. अनुभवाची प्रकृती जशी असेल त्याप्रमाणे त्यांतील एखादादुसरा घटक अधिक प्रभावीपणे जाणवतो. करंदीकरांच्या एकूण कवितांचा मनावर जो संकलित परिणाम होतो त्यात त्यांची चिंतनशीलता विशेष जाणवते.

याचा अर्थ त्यांच्या प्रत्येक कवितेत काही 'विचार' सांगितलेला असतो असा नव्हे. जीवनाच्या स्वरूपाविषयी वेगवेगळ्या पातळ्यांवर करंदीकरांना प्रश्न पडत असले पाहिजेत. या चिंतनशीलतेमुळेच प्रतीकात्मक, रूपकात्मक अशा रचनेकडे त्यांचा स्वाभाविक कल होतो. यातूनच त्यांच्या कवितेत पुष्कळांना जाणवणारी दुर्बोधताही निर्माण होते.

काव्यानुभवात वैचारिकतेचा हा घटक मोठ्या प्रमाणावर असला की गद्यसदृश, विधानात्मक असे रूप कवितेला प्राप्त होण्याचा धोका निर्माण होतो. एक कलावंत या नात्याने हा धोका टाळण्यासाठी विक्षिप्त रूपकांचे, संवेदनांच्या पातळीवर जाण्यासाठी धडपडणाऱ्या प्रतीकांचे काहीसे गूढ रचनाबंध करंदीकर शोधू लागतात. या प्रयत्नांना काही वेळा कोड्यात टाकणाऱ्या उखाण्यांचेही रूप प्राप्त होते. वाचनातून प्राप्त झालेले वैचारिक, सांस्कृतिक संदर्भ या चिंतनात अनेकदा अपरिहार्यपणे मिसळतात त्यामुळेही ही गुंतागुंत वाढते. काही वेळा बौद्धिक चमत्कृतीचे रूप कविता घेते आहे असेही वाटते. पण याबरोबरच तिला मानवी जीवनाच्या सर्वांगीण विचाराचे व्यापक परिमाणही प्राप्त होते. विज्ञान, समाज, धार्मिक-आध्यात्मिक विचार यांचा गूढ अशा मानवी संचिताच्या संदर्भात ठाव घेण्याचा प्रयत्न करणारे एक प्रगल्भ असे मनही या कवितांतून व्यक्त होते. तुकारामापासून कन्फ्यूशिअसपर्यंत, अश्वघोषापासून मार्क्सपर्यंत; दामाजीच्या आख्यानापासून क्वांटुमच्या सिद्धान्तापर्यंत अनेक प्रकारची वैचारिक दर्शने, संस्कार पचवून या चिंतनशीलतेने करंदीकरांच्या कवितेतून आकार घेतला आहे.

सत्याचा शोध घेण्याची अनिवार ओढ ही करंदीकरांच्या प्रतिभेची प्रकृती असल्यामुळे करंदीकरांची जीवनविषयक जाणीव त्यांच्या सामाजिक-राजकीय विचारांनी वा निष्ठांनी मर्यादित होत नाही. करंदीकरांच्या कवितेतून जाणवणाऱ्या चिंतनशीलतेचे हे महत्त्वाचे वैशिष्ट्य आहे. सतत जाणवणाऱ्या नवनव्या सत्यांच्या संदर्भात करंदीकर जुन्या निष्ठा उलटसुलट करून तपासून पाहतात, स्वत:च कवटाळलेल्या विचारधारेशीही विरोध पत्करतात. शोषित समाजाच्या "मुक्तीसाठी अजून एक समर आहे" ही जाणीव करंदीकरांच्या अनेक कवितांतून व्यक्त झाली आहे. यातला 'समर' हा शब्द केवळ संघर्ष व्यक्त करण्याचे प्रतीक म्हणून करंदीकरांनी वापरला आहे असे वाटत नाही. याचे कारण असे की, या 'समरा'त अटळ असलेल्या हिंसेवरील श्रद्धा त्यांच्या कवितांतून व्यक्त झालेली आहे. "गात नवी क्रांतीची गाणी" जाणारी आणि जुलमी गादी धुळीला मिळवून 'परमेच्छेचा विकास' साधणारी त्यांची 'स्वेदगंगा',

उफाळलेली नागिण जैशी
जो जो तुडवी त्याला दंशी

अशी आहे. ही स्वेदगंगा 'खड्गामागुन' बेभान होऊन वाहते आहे.

शस्त्रास्त्रांना धरून हाती
भिजवित रक्ताने नव माती
क्रांती नाचतसे या भूवर

असा हिंसेचा ऐतिहासिक दृष्ट्या अटळ म्हणून पाठपुरावा करणारी ही विचारधारा आहे. 'माझ्या मना बन दगड' या कवितेत साम्यवादी शक्तीचा स्वार घोड्यावर बसून येताना ''लाल धूळ उडते आज'' असे दृश्य दिसते. या स्वाराच्या हातात शस्त्र आहे. अन्याय सोसून सोसून दगड बनलेल्यांचा उपयोग तो स्वार शस्त्राला धार काढण्यासाठी करील अशी कृतार्थता करंदीकर व्यक्त करतात. हा अन्याय नष्ट करण्यासाठी ''पाषाणी ओठातच पाहिजे लखलखली पोलादी जीभ आणि मिसळले थुंकीत हलाहल'' हे करंदीकरांना आवश्यक वाटते. सामाजिक-राजकीय क्रांतीसाठी युद्ध आणि हिंसा अटळ आहेत अशी जाणीव व्यक्त करणाऱ्या कवितांच्या ओळी मी इथे मुद्दामच निवडल्या आहेत. अशा स्वरूपाची विचारधारा मानणारा माणूस युद्ध-हिंसा पाहून हळहळणार नाही, हळवा होणार नाही. परंतु करंदीकरांच्या कवितेत युद्धाविषयी, संहाराविषयी घृणाही इतक्याच तीव्रतेने व्यक्त झाली आहे. एका अर्थी पाहिले तर हा वैचारिक विसंवाद आहे; हिंसेविषयी घेतलेल्या भूमिकेपासून हे फुटून निघणे आहे; अगदी 'बूर्ज्वा' वाटावे असे हे कारुण्य आहे, हळवेपण आहे. पण हा विसंवाद, हा विरोध करंदीकर स्वीकारतात आणि 'नेहरू १९६२', 'हिमालयाएवढ्या मातीच्या ढिगाऱ्यावर', 'आणखी एक रणगीत' यांसारख्या प्रभावी कविता लिहू शकतात. याचाच अर्थ असा की, करंदीकरांचे वैचारिक बराकीकरण झालेले नाही. अशा तऱ्हेचे बराकीकरण एखाद्या राजकीय विचारधारेवर निष्ठा ठेवणाऱ्या अनेकांच्या बाबतीत अटळपणे होताना दिसते. हे बराकीकरण करंदीकर टाळू शकले याचे कारण माणूस हेच करंदीकरांच्या चिंतनशीलतेचे केंद्र आहे. हे केंद्र सांभाळण्याची तीव्र अंत:प्रेरणा असल्यामुळेच

हिमालयाएवढ्या मातीच्या ढिगाच्यावर हिंदी महासागराइतके
रक्त ओतलेत तरी नाही उगवणार चिमूटभर हिरवे गवत

असे युद्धात शौर्य मानणाऱ्या जगाला करंदीकर निर्भयपणे सांगू शकतात. गीता वाचल्यावर त्यांना सारांश जाणवतो तो हाच : ''खबरदार हातामधे शस्त्र धरलेस तर!'' करंदीकरांना लागलेला ध्यास हाच आहे. ''मला हवे आहे अजून

जगायला: निरभ्र आकाशातून पिकॅसोचे कबूतर उडताना पहाण्यासाठी.'' जगातील युद्धोन्मादाच्या, हिंसात्मक पुरुषार्थाच्या पार्श्वभूमीवर

वर्तमानपत्रांनी सकाळी घातलेला आगीचा रतीब पितो घटाघटा
आणि प्रायश्चित म्हणून फिरवतो बोटे मुलांच्या जावळातून

असा हा हातच करंदीकरांच्या चिंतनशीलतेचे खरे केंद्र आहे — कुठलीही राजकीय विचारधारा हे तिचे साचेबंद केंद्र नव्हे. युद्धाचे तत्त्वज्ञान सांगणारे ''पररक्तपरायण पौरुष'' त्यांना नकोसे वाटू लागते. पं. नेहरू करंदीकरांचे मन भारून टाकतात ते नेहरूंनी उराशी जपलेल्या शुभ्र कबुतरामुळे, शांततेच्या, माणुसकीच्या प्रेमामुळे. 'नेहरू १९६२' ही कविता माणसावरच्या या अपार प्रेमातूनच जन्माला आली आहे.

सत्याच्या या शोधात आपलेच विचारानुभव फटकळपणे तपासून पाहत असताना करंदीकर डाव्या आणि उजव्या दोन्ही विचारसरण्यांविषयी निराशेची जाणीवही व्यक्त करू धजतात. या दृष्टीने करंदीकरांची 'वाटाड्या' ही कविता अभ्यासण्याजोगी आहे. डाव्या विचारसरणीला निष्ठा देणारे, ऐतिहासिक प्रक्रियेत तिचा अटळपणा मानणारे करंदीकर 'उजव्या' म्हणजे प्रस्थापितांच्या विचारसरणीवर टीका करतील हे आपण समजू शकतो. परंतु 'वाटाड्या' या कवितेत 'उजव्या' विचारसरणीप्रमाणेच डाव्या विचारसरणीवरही उपरोधाचे शस्त्र ठेवले आहे. 'डाव्या हाताला' निष्ठुर वळल्यानंतरही माणसातले भेदभाव नष्ट झाल्याचे, कातडीबचावू नोकरशाहीची पकड ढिली झाल्याचे, विज्ञान युद्धशरण न बनल्याचे दृश्य त्यांना दिसत नाही. उजव्या आणि डाव्या दोन्ही बाजूंना या वाटाड्याला निराशा दिसते. नाक कापून घेऊन नाकासमोर जाणे हेच सामान्य माणसाचे निराश भवितव्य त्यांना जाणवते. 'ती जनता अमर आहे' या कवितेत अमेरिकन भांडवलदारांचा 'पाताळातील वेताळ' असा उल्लेख करंदीकर करतात. 'दंतकथा' या कवितेत अमेरिकेतला एक एकाक्ष कुबेर वर्षभर स्वत:च्या मोटारी आणि अंगावरचे सोनेरी केस मोजतो, पण त्याला जास्त कोण हे अजून कळलेले नाही असा उपरोधपूर्ण उल्लेख करंदीकर करतात. पण अगदी याच कवितेत

असे म्हणतात की, रशियामध्ये एक मोठा तुरुंग आहे.
त्या तुरुंगाला गज नाहीत. ''आमच्या तुरुंगाला गज बसवा''
असा अर्ज तेथील बंदिवानांनी सरकारकडे केलेला आहे.

असा रशियाचा उल्लेखही करंदीकरच करतात. याचा अर्थच असा की कुठल्याही निष्ठेचे दावे गळ्यात घालून घेऊन एखाद्या विचारसरणीच्या, तत्त्वज्ञानाच्या वा

राष्ट्राच्या खुंटाला स्वत:ला बांधून घेणे करंदीकरांच्या स्वभावात नाही. करंदीकरांची बांधीलकी सत्याच्या शोधाला आहे; आणि म्हणूनच, निष्ठांच्या 'मातीची मडकी मनमुराद फोडून देहान्ताच्या यात्रेला' जाण्याची हिंमत त्यांच्या कवितेत सतत जाणवते. गाढव आणि विदूषक यांची समारंभपूर्वक पूजा करूनही त्यांच्या कवितेतली 'वेडी' शेवटी कोणालाच ओळखत नाही – करंदीकरांच्या प्रतिभाधर्माचीच यात सूचना आहे.

निष्ठांचे, तत्त्वज्ञानांचे साचे असे सतत फोडून, त्यांच्याशी असे अनोळखी बनून बाहेर पडणे ही गोष्ट विलक्षण वेदनामय आहे याची करंदीकरांना तीव्र जाणीव आहे. आणि म्हणूनच सत्याच्या, आत्म्याच्या शोधात एक प्रकारचे हादरलेपण, भयकारिता करंदीकरांना उत्कटपणे जाणवते—विरूपतेच्या काठाशी नेण्याइतक्या उत्कटपणे जाणवते. या सत्याच्या शोधार्थ परंपरेपासून अगदी वेगळ्या वाटेने, वाळवंटही तुडवीत जावे लागेल याचीही त्यांना जाणीव आहे. करंदीकरांनी या वाळवंटाचे, या सत्याच्या बिकट शोधाचे दर्शन त्यांच्या 'उंट' या प्रतीकात्मक कवितेत घडवले आहे.

तहानेसाठी प्याला मृगजळ
भूक लागता तहान खाई

अशी या उंटाची साधना आहे. परंपरागत दर्शनात जो मुळी कधी अस्तित्वातच नव्हता असा 'निळा पिरॅमिड' या उंटाला दिसतो. आणि त्याच वेळी सुखाच्या, धर्माच्या अंगाने आपला शोध चालू ठेवायचा नाही असेही तो ठरवतो.

खय्यामाने भरले पेले,
महम्मदाने रचले दोहे,
हा यात्रेकरू तिथे न खळला,
निळा पिरॅमिड शोधित जाई.

सत्याच्या शोधातली विलक्षण दाहकता ''मांसहीन मनगट मिरवितसे अग्निकंकणे दु:खविलासी'' या शब्दांत करंदीकर व्यक्त करतात आणि आपल्या आत्म्याला उद्देशून म्हणतात :

तुला न शोभे
हरिकृपेचे ते गंगावन
'शांतिमुलायममुक्तिमोकळे.'
पुरे पुरे हा आयाळ असा
उग्र वेदनेच्याच बटांचा

करंदीकरांच्या कवितांतून व्यक्त होणारी भीतीची जाणीव म्हणजे या अंतिम सत्याच्या शोधातील क्षुरधारेसारख्या मार्गाचा जाणीव, 'आकाशाचे वजन भयंकर अन् आत्म्याची मान कोवळी' ही आत्मा आणि विश्ववास्तव यांच्या संबंधाची जाणीव.

सत्याच्या या शोधात स्वत:च्या निष्ठांनाही करावा लागणारा विरोध, या शोधातील वेदना आणि भयकारिता, हा शोध निखळपणे करण्यासाठी परंपरागत मार्गापासून वेगळे होऊन वाटचाल करण्याची आवश्यकता यांचे विवेचन केल्यानंतर आणखी तीन गोष्टींचा उल्लेख इथे हे दर्शन पूर्ण होण्याच्या दृष्टीने करणे उचित होईल. करंदीकरांच्या सत्याच्या शोधात व्यक्त होणारे हे तीन घटक असे: (१) सत्यदर्शनासाठी नीति-अनीतीच्या सांकेतिक कल्पनांचा त्याग, (२) सत्याचा शोध घेत असताना होणारे जीवनाच्या विसंगतीचे दर्शन–एकाकीपणाच्या काठाशी नेणारे, (३) तर्कापलीकडच्या सत्याची, आत्मतत्त्वाची मानवी मनाला वाटणारी ओढ.

संतमहात्मे जे सांगतात, नीतिमान आणि त्यागशील माणसे ज्याचा निर्देश करतात तेच सत्य असे मानण्याची आपली प्रवृत्ती असते. या दिशेने होणारे सत्याचे दर्शन करंदीकरही मानतात. ''ज्यांनी सत्यज्ञान वाढविले'' अशा सर्व प्रज्ञावंतांचे, महात्म्यांचे ऋण ते आदरपूर्वक स्वीकारतात. पण त्याचबरोबर ''हलकटांच्या लवाजम्यातही'' सत्याचे अस्तित्व असू शकते ही सांकेतिक दर्शनाला छेद देणारी जाणीवही ते विसरू शकत नाहीत. सामाजिक–राजकीय जीवनातील क्रांतीचे स्वरूप न्याहाळताना पुष्कळदा या वस्तुस्थितीचा प्रत्यय येतो. या संदर्भात हिंसा–अत्याचार करणारी, दहशतवाद निरर्गलपणे राबवणारी, आपला स्वार्थही नागडेपणाने साधणारी माणसे भेटतात. पण असे असले तरी तीही आपल्याबरोबर काही एक सत्याचे दर्शन, सत्याचा अंश घेऊन येतात. हलकटपणाचे आवरण बाजूला करून हे सत्य समजून घेणे आवश्यक असते. 'यथार्थ सूक्त' या आपल्या कवितेत करंदीकरांनी ही जाणीव, सत्याची ही आडलय अतिशय सूचकपणे व्यक्त केली आहे.

सत्याचा शोध घेत असताना करंदीकरांना जीवनातल्या विसंगतीचे तीव्रपणे दर्शन होते. सत्याचा शोध ही पोकळी असावी अशी व्यर्थतेची जाणीव निर्माण व्हावी इतके हे विसंगतीचे दर्शन तीव्र असते. परंतु सत्याविषयीच्या पूर्वानुभवाशी तार्किक इमान राखण्यासाठी करंदीकर हे विसंगतीचे दर्शन टाळीत नाहीत. या विसंगतीचा निर्भयपणे स्वीकार करून तिच्या आत दडलेली खोल संगती ते शोधू

लागतात. करंदीकरांच्या जाणिवेची ही प्रक्रिया व्यक्त करणाऱ्या दोन महत्त्वाच्या कविता म्हणजे 'क्षेत्रज्ञ' आणि 'ती तीन माणसे कुजबुजत गेली.'

क्षेत्र म्हणजे जीवन आणि क्षेत्रज्ञ म्हणजे जीवनाचे सत्य जाणून घेणारा : यांच्यातील परस्परसंबंध या कवितेतून व्यक्त होतो. हा परस्परसंबंध म्हणजे एक प्रकारची संगतिशून्यताच आहे. या कवितेतील आगगाडीचे रूळ, चाके, इंजिन ही प्रतीके घटना आणि सत्य यांच्यातील विपरीतता व्यक्त करतात. या कवितेत एकामागून एक येणाऱ्या प्रतिमा या जीवनाच्या क्षेत्रातील घटना आहेत. या घटनांना सत्याची एकात्मता प्राप्त करून देणारे कसलेच संगतीचे सूत्र नाही. ख्रिस्त आणि तागडीला लोंबकळणारा फायदेबाज व्यापारी या प्रतीकांतूनही नैतिक मूल्यांच्या संदर्भातली विसंगती व्यक्त हाते. 'वाटाड्या' या कवितेत ज्याप्रमाणे राजकीय वाटांचा शोध घेताना अखेर एकाकीपण उरते त्याप्रमाणेच 'क्षेत्रज्ञ' या कवितेत या साऱ्याचा शोध घेताना विसंगतीच्या कोलाहलातील तटस्थताच उरते.

'क्षेत्रज्ञ' या कवितेप्रमाणेच 'ती तीन माणसे कुजबुजत गेली' या कवितेतही एकामागून एक अशा संगतिशून्यता व्यक्त करणाऱ्या घटना-प्रतिमा येतात. पण इथे मात्र विसंगतींच्या आत शिरून करंदीकर अतार्किक संगती शोधू लागतात; ज्या एका चैतन्यतत्त्वातून हे विश्व निर्माण झाले त्या चैतन्यतत्त्वाचा ठाव घेण्याचा प्रयत्न करतात. हे चैतन्यतत्त्व म्हणजेच जणू परमसंगती. या दोन्ही कविता एकत्र वाचताना जाणवते ती गोष्ट अशी की, यापूर्वीच्या विसंगतीच्या अनुभवाशीही तार्किक इमान राखण्याचा प्रयत्न करंदीकर करीत नाहीत. या गोष्टीचा इथे विशेष उल्लेख केला पाहिजे. एखादी संकल्पना किंवा एखादे अनुभवसूत्र जेव्हा कवीला आढळते तेव्हा त्यातून सुसंगत अशी जीवनविषयक तत्त्वज्ञानाची बांधणी करण्याकडे पुष्कळदा त्याचा कल असतो. या संकल्पनेशी अथवा या अनुभवसूत्राशी तार्किक इमान राखण्यासाठी मग तो त्याच्याशी विरोधी असे अनुभव टाळू लागतो किंवा पुरेशा उत्कटतेने या अनुभवांना भिडत नाही. सुसंगत तत्त्वज्ञानाचा हाही एक भाग होतो. परंतु करंदीकरांची कविप्रकृती अशा तऱ्हेच्या तार्किक शिस्तीने साधलेली सुसंगती मुळीच कवटाळून बसत नाही. त्यामुळे परस्परविरोधी अशा जाणिवा, संकल्पना त्यांच्या कवितेतून सतत व्यक्त होत राहतात. या परस्परविरोधी जाणिवांना एकत्र आणणारा एक संवादबिंदू मात्र असतो. आणि तो म्हणजे जीवनाचे स्वरूप जाणून घेण्याची तीव्र ओढ. या तीव्र ओढीतच सर्व विरोध कलात्मक संवाद साधतात.

अतींद्रिय अनुभवाची, आत्मतत्त्वाच्या साक्षात्काराची ओढ करंदीकर व्यक्त करतात तेव्हा त्यांच्या इहवादी भूमिकेचे काय होते असा प्रश्न यामुळेच आपल्याला पडत नाही. — त्याची आवश्यकता वाटत नाही. आत्मतत्त्वाची ही ओढ व्यक्त करणाऱ्या करंदीकरांच्या कवितांत 'निळा पक्षी', 'पांथस्थ पक्षी', 'तसेच घुमते शुभ्र कबूतर', 'सावल्या', 'आज प्रार्थना प्राणाएवढी' या कविता प्रामुख्याने आठवतात. बुद्धिनिष्ठ भूमिकेवर भर देणाऱ्या करंदीकरांतील विचारवंताने ही आध्यात्मिक ओढ नाकारण्याचा, तिचे अस्तित्व भ्रममूलक आहे असे स्वत:ला पटवण्याचा प्रयत्न केलेला आहे ही गोष्ट 'निळा पक्षी' ही कविता वाचताना जाणवते. निळा पक्षी हे अतींद्रिय अनुभवाचे प्रतीक आहे. तर्काच्या गोफणीने या निळ्या पक्ष्यावर त्यांनी धोंडा हाणलेला आहे. परंतु तर्कातीत अशा या अनुभवाची वाटणारी तीव्र ओढ करंदीकरांना मनातून घालवता आलेली नाही; आणि हा हरलेपणाचा स्वीकार त्यांनी आडपडदा न ठेवता केलेला आहे. एखादे झाड जमिनीत खोलवर मुळे रोखून भक्कमपणे उभे असावे त्याप्रमाणे ही बुद्धिनिष्ठ भूमिका उभी आहे. परंतु हा निळा पक्षी जेव्हा या झाडावर येऊन बसतो तेव्हा हे झाड डळमळते. अनंततेच्या निळ्या स्पर्शाने या झाडाला जणू घेरी येते – या घेरीतच बुद्धिवादी करंदीकर तर्काची मर्यादा सुचवतात. आत्मतत्त्वाची ही तर्कातीत अनुभूती व्यक्त करीत असताना पक्ष्याची प्रतिमा करंदीकरांच्या मनात चटकन जागी होते. कधी निळा पक्षी, कधी घुमणारे शुभ्र कबूतर, कधी पांथस्थ पक्षी, 'आज प्रार्थना प्राणाएवढी' या कवितेतील आकाशाचे असणारे पक्षी... अपार्थिव अनुभव आणि आकाशात उंच भरारणारे पक्षी यांचे भावनात्मक साहचर्य करंदीकरांच्या मनाने अनुभवलेले आहे असे दिसते. परंतु ही प्रतीके जरी पक्ष्यांची असली तरी कवितेतील त्यांच्या प्रत्यक्षीकरणात तोचतोपणा जाणवत नाही — कारण त्या त्या कवितेच्या संदर्भात हा पक्षी वेगळे व्यक्तिमत्त्व धारण करतो आणि प्रत्ययाचा वेगळा स्पर्श देतो.

निळा पक्षी या प्रतीकाप्रमाणेच शुभ्र कबूतर हे तर्कातीत आत्मतत्त्वाचे प्रतीक आहे. विचारनिष्ठ, संवेदनानिष्ठ, भावनात्मक असे अनेक अनुभव मन घेते. परंतु हे आत्मतत्त्वाचे शुभ्र कबूतर या सर्वांच्या पल्याड आहे. या अनुभवांनी पोसलेले का, कसे, कधी, कशासाठी हे तर्काधिष्ठित प्रश्न या कबूतराच्या बाबतीत व्यर्थ ठरतात. या कबूतराचे घुमणे फक्त ऐकू येते — ध्यास लावीत राहते.

'पांथस्थ पक्षी' या कवितेत आत्म्याला स्वत:च्या रूपाचा साक्षात्कार होतो. हा आत्मसाक्षात्कार हेच शेवटचे तीर्थ आहे असे करंदीकर सुचवतात. आता

आत्म्याचा तीर्थशोध थांबतो आणि तीर्थच आत्म्याची आचमने करून मुक्ती अनुभवते. करंदीकरांनी केलेली ही मांहणी पाहता आत्मसाक्षात्कार ही गोष्ट त्यांना किती महत्त्वाची वाटते हे स्पष्ट होते. इतिहास, विज्ञान, साम्यवाद यांच्या चिंतनाच्या खुणा करंदीकरांच्या कवितेत अनेक ठिकाणी दिसतात — आणि त्याचबरोबर प्रथमदर्शनी पारंपरिक वाटावी अशी आत्मदर्शनाची तळमळही दिसते. विज्ञान आणि अध्यात्म यांत करंदीकरांनी विरोध कल्पिलेला नाही. उलट, त्यांची सांगड घालण्याकडेच त्यांचा कल दिसतो. ज्या उत्कटपणे ते यंत्राचा स्वीकार करतात त्याच उत्कटतेने ते तर्काला न जुमानणारा निळा पक्षी स्वीकारतात.

'थर्मोडायनॅमिकल् । इक्विलिब्रियम'
आता म्हणा 'मम' । मोक्षासाठी.
काही केल्या आता । मोक्ष हा टळेना
याविना कळेना । दुजे सत्य.

अशी विज्ञानाची हाक झेलणारे करंदीकर

वाटते आतून
आपणही व्हावे
लहानशी सावली;
आणि जावे
शोधीत शोधीत
जुनाट अश्वत्थ—
ज्याच्या सावल्या
नसतात पडत
मर्त्य भूमीवर!

ही आतून वाटणारी ओढही स्वीकारतात; आपल्या जीवनविषयक जाणिवेत या दोन्ही शक्यतांची सांगड घालतात.

करंदीकरांच्या कवितेतून व्यक्त होणाऱ्या या आध्यात्मिक जाणिवेचे विवरण केल्यानंतर आता त्यांच्या इहवादी भूमिकेकडे वळले पाहिजे. या इहवादी भूमिकेचा अनुभवाच्या कातर क्षणी, वैफल्याच्या क्षणी, त्यांनी काही वेळा आधारही घेतलेला आहे. इंद्रियनिष्ठ अनुभव हे या इहवादी भूमिकेचे केंद्र आहे. या इंद्रियनिष्ठ अनुभवात निसर्गदर्शनातून जाग्या होणाऱ्या रंगगंधादी संवेदना, लैंगिक अनुभव, जीवनातील लहानसहान देहसुखे यांचा अंतर्भाव होतो. हे इंद्रियनिष्ठ अनुभव माणसाला जीवनाशी–जगण्याशी जोडतात, बांधून ठेवतात.

'अध्यात्म' हा शब्द उच्चारताच शरीरसुखांचा त्याग, वासना म्हणजे पाप या गोष्टी परंपरागत संस्कारांमुळे सर्वसामान्यत: आपल्या मनात जाग्या होतात. अध्यात्म आणि शरीरसुख या गोष्टी एके ठिकाणी नांदू शकत नाहीत असे आपण कळत-नकळत धरून चालतो. इंद्रियनिष्ठ अनुभव आणि आध्यात्मिक अनुभव यांत भिंत न उभी करणे हा करंदीकरांच्या इहवादी भूमिकेतील एक घटक आहे. अशी भिंत उभी करण्याची आवश्यकता नाही ही जाणीव करंदीकरांना निसर्गसौंदर्याच्या दर्शनातून झाली असावी असे वाटते. निसर्गाच्या दर्शनाने जाग्या होणाऱ्या रंगगंधादी संवेदना आध्यात्मिक अनुभवाकडे घेऊन जातात, त्या बाधक ठरत नाहीत ही गोष्ट करंदीकरांनी अनुभवल्याच्या खुणा त्यांच्या निसर्गविषयक कवितांतून दिसतात. 'आज प्रार्थना प्राणाएवढी' या कवितेत इंद्रियातीत अनुभवाची, अपार्थिवाची ओढ करंदीकरांनी संपूर्णत: इंद्रियनिष्ठ संवेदनांच्या घाटातून व्यक्त केली आहे आणि हा अनुभव या घाटाच्या काठावरून त्यात न मावता उतू जातो असे दाखवले आहे. या प्रकारच्या मांडणीतून देखील अप्रत्यक्षपणे करंदीकरांची ही भूमिकाच व्यक्त होते. करंदीकरांची 'पश्चिम समुद्रात' ही कविता या दृष्टीने अभ्यासण्याजोगी आहे. ओल्या रंगांनी थबथबलेले संध्याकाळचे क्षितिज, दर्याच्या पाण्यात आकाशातून पडणारा मोरपिसांचा पाऊस हा या कवितेचा 'विषय' आहे. या धुंद करून टाकणाऱ्या संवेदना करंदीकरांना आध्यात्मिक अनुभवाशी, सर्जनशीलतेशी नेऊन भिडवतात. निराकार निर्गुण ब्रह्म सगुण मायेला मिठी मारते आणि दिक्कालाच्या गर्भाशयात सोनेरी चैतन्य गळते असे संवेदनागर्भ रूपक हा अनुभव व्यक्त करण्यासाठी करंदीकरांनी निर्माण केले आहे. या रूपकातील लैंगिक अनुभवाची सूचनाही स्पष्ट आहे. परंतु ही कविता केवळ "इंद्रियांच्या सुरेल सतारीच्या" धुंद स्वरात संपत नाही. हा अनुभव व्यक्त करीत असताना करंदीकरांची वैचारिकताही जागी होते — या संदर्भातली आपली 'भूमिका मांडावी' असेही त्यांना वाटते. "मी वेडावतो हटाळ योग्यांना" ही ओळ या भूमिका मांडण्याच्या इच्छेतून निर्माण झाली आहे. इंद्रियसंवेदनांचा गौरव केल्यानंतर त्या बाबतीतल्या आपल्या वैचारिक भूमिकेचे असे विधान करणे कलात्मक दृष्ट्या आवश्यक नाही असे वाटते — कारण कवितेच्या संपूर्ण घाटातच ही भूमिका भिनलेली आहे. परंतु करंदीकरांच्या एकूण प्रकृतीतच कुठलाही अनुभव हा काही प्रमाणात तरी वैचारिकतेकडे नेण्याची प्रवृत्ती आहे. मात्र या वैचारिक भूमिकेकडे ते गेले आहेत संवेदनांच्या वाटेने. 'पश्चिम समुद्रात' ही कविता रंगांच्या धुंद वर्णनाने सुरू होते

आणि त्याच रंगांच्या वर्णनाने संपते. कवितेतून मांडलेली वैचारिक भूमिका कलात्मक दृष्ट्या खुपू नये म्हणून कदाचित सहजप्रेरणेने करंदीकरांनी अशा तऱ्हेचा आरंभ-शेवट असलेला घाट कवितेला दिला असावा. ''मी वेडावतो हटाळ योग्यांना'' या ओळीवर जर ही कविता संपती तर कदाचित हे भूमिकेचे विधान कलात्मक दृष्ट्या अधिक बटबटीत वाटले असते.

निसर्गाच्या इंद्रियनिष्ठ, संवेदनात्मक अनुभवाप्रमाणेच लैंगिक सुखाचा उत्कट अनुभवही करंदीकरांना आध्यात्मिक अनुभवाकडे घेऊन जातो. करंदीकरांच्या इहवादी भूमिकेतील हा आणखी एक महत्त्वाचा घटक. ही जाणीव व्यक्त करणारी त्यांची 'रक्तसमाधी' ही कविता महत्त्वाची आहे. रक्त हे या कवितेत वासनेचे, इंद्रियनिष्ठ अनुभवाचे प्रतीक आहे. श्रेष्ठ आध्यात्मिक अवस्था सूचित करणारा समाधी हा शब्द करंदीकर रक्ताशी जोडतात आणि रक्तसमाधी ही प्रतिमा निर्माण करतात. ही प्रतिमा निर्माण करून वासना व समाधी या दोन अनुभवांतील भिंत करंदीकरांनी नाहीशी केलेली आहे. ''रक्त लागले नाचू आणिक गाऊ'' या अवस्थेत ''विसरुनि गेलो अद्वैतातच मीपण'' असा प्रत्यय ते व्यक्त करतात. अव्यक्त, अद्वैत, मीपण, स्वत्वाचे संरक्षण, दिक्कालाची बेडी, समाधी हे अध्यात्माच्या परिभाषेतील शब्द करंदीकरांनी लैंगिक अनुभवाच्या उत्कटतेचे वर्णन करताना वापरलेले आहेत. 'पश्चिम समुद्रात' या कवितेप्रमाणेच वैचारिकता व्यक्त करणाऱ्या या खुणा आहेत. हा उत्कट अनुभव व्यक्त करताना शारीर अनुभव नाकारणारे अध्यात्म आपण मानीत नाही ही भूमिकाही करंदीकरांना सूचित करायची आहे. लैंगिक अनुभवाची उत्कटता आध्यात्मिक परिभाषेला भिडवून करंदीकरांनी हे साधले आहे. थोडक्यात सांगायचे म्हणजे, शारीर अनुभवाच्या या धुंद क्षणीही वैचारिकतेचे हे भान सुटलेले नाही. ही वैचारिकता जेथे निष्कर्ष सांगणाऱ्या ढोबळ विधानातून व्यक्त होते तिथे कवितेची कलात्मकता काही प्रमाणात ओसरते. 'पश्चिम समुद्रात' या कवितेच्या तुलनेने 'रक्तसमाधी' ही कविता कलात्मक दृष्ट्या अधिक यशस्वी वाटते. याचे कारण अध्यात्माच्या भूमिकेविषयीचे विधान 'रक्तसमाधी' या कवितेत तुलनेने अधिक सूचक, वैचारिक प्रतीकातून संवेदनांचा प्रवाह अधिक सहजपणे वाहून नेणारे आहे.

इंद्रियनिष्ठ अनुभव करंदीकरांना जीवनाशी बांधून ठेवतो, जगण्यावरील त्यांची श्रद्धा सावरतो. चहूकडून आधार कोसळलेले असताना, तात्त्विक भूमिकाही कोसळत असताना या इंद्रियसुखांनी त्यांना, त्यांच्या नकळतही असेल कदाचित,

जगण्याचे इमान सोडू दिलेले नाही. आणि म्हणूनच

प्रेम करावे रक्तामधले,
प्रेम करावे शुद्ध, पशूसम;
शत जन्मांच्या अवसानाने
रक्तामधली गाठावी सम

या ओळीत ते 'पशू' हा शब्द या एकूण अनुभवाने जणू भारून वापरतात. मरणाच्या काठावरून मागे खेचून जगण्याशी जोडणारा हा शारीर अनुभव करंदीकरांच्या भावजीवनातला आधार बनतो. हा आधार करंदीकरांच्या इहवादी भूमिकेतला एक महत्त्वाचा घटक आहे. हा आधार म्हणजे "वाटते जगावे" या मूलभूत इच्छेचाच आविष्कार आहे. "वाटते जगावे" या इच्छेने जीवनाशी धागा जोडल्यानंतर त्यालाच "वाटते जगवावे" हा कोंब फुटतो आणि जगावे-जगवावे यांच्या एकत्र येण्यातून एक दर्शन सिद्ध होते. 'ती जनता अमर आहे' या कवितेत ही अनुभवाची प्रक्रिया व्यक्त झाली आहे. समाजातले दु:ख, दारिद्र्य, अन्याय पाहून "नाही रे संपत आमच्याच रात्रीचा काळकुटी अंधार" अशा दारुण निराशेने "नाही रे उजाडत, नाही रे उजाडत" असे म्हणत, 'न'काराच्या गर्तेत कोसळणारे मन शारीर अनुभवाचा आधार घेऊन उभे राहते. ही जगण्याची प्रेरणा शरीर पंचेंद्रियांनी झेलते. "थरथरते थरथरते अवघे चराचर जगण्याच्या जाणिवेने" हा अनुभव शरीर भोवतालच्या चराचरातून शोषून घेते—झाडाच्या मुळांनी जमिनीतून पाणी शोषून घ्यावे तसे :

कारण येतो
पूर्वेच्या वाऱ्यावरून उसाच्या गुऱ्हाळांचा
उन्मत्त गंध; शिरतो कपाळात;
जातो शोधीत कुण्डलिनीची पाळे
आणि होतात इंद्रिये जिवंत.
आत्म्याचा डोंगळा पाहतो गिळण्या
विश्वाची ढेप! नाचतो सूर्यमयूर
ढगांच्या जंगलात, पसरतो सोनेरी
प्रकाशपंख; व्यापतो आकाश;
आणि नाचतात तृप्तीच्या नग्नतेत
तापलेल्या डोळ्यांतील तरण्या भावल्या.
वाटते जगावे; वाटते जगवावे.

विशाल वक्षांच्या अनादि वडांतून
वाहतात खाली शांतीच्या धारा
आणि वाहते तापलेले रक्त
हिरव्यागार पारंब्यांतून मृण्मय मुक्तीकडे.
वाटते जगावे; वाटते जगवावे.
अजूनही इंद्रिये राहतात इमानी
जीवनाच्या प्रेरणेशी; आणि करतात
आजपण समृद्ध...

शारीर अनुभवातून जगण्याच्या प्रेरणेशी इमान राखणारी हीच प्रक्रिया करंदीकरांच्या 'त्रिवेणी' या दीर्घ प्रेमकवितेतूनही व्यक्त झाली आहे. महत्त्वाकांक्षेपायी जीवनात तडजोड करणारा, आत्मवंचनेची दृष्टी नसलेली ''डोळस मोरपिसे'' बांधून जगासमोर नाचणारा नायक-त्याचा दिवस अखेर उजाडतो काळोख घेऊन! कवितेतल्या नायिकेचीही परिस्थितीने दुरवस्था केलेली आहे. नायकच या तिच्या अवस्थेचे सूडाच्या समाधानाने वर्णन करतो :

तुझ्या कण्याचे भूस झालेले मी पाहिले,
पंख तोडल्यावर उरलेल्या पिसांनी
केलेली धडपड मी पाहिली....

अशा अवस्थेत असलेली ही नायिका आणि हा नायक केवळ शारीरिक सुखाच्या प्रबळ इच्छेने जवळ येतात, आपण सृजनाच्या आदिरहस्याप्रत पोचलो आहोत असा विलक्षण उत्कट अनुभव घेतात असे करंदीकरांनी या कवितेच्या आठव्या भागात दाखवले आहे. मन उद्ध्वस्त होत असतानाही शारीर अनुभवाच्या आधाराने दोघेही, जगणे या मूलभूत गोष्टींशी इमान राखतात. 'ती जनता अमर आहे' या कवितेतून व्यक्त होणारी जाणीव अगदी अशीच आहे — फक्त तिच्या भोवतीच्या निराशेच्या अनुभवाची चौकट वेगळ्या प्रकारची. निराशा आणि जगण्याची जाणीव यांचे होणारे संक्रमणही या दोन्ही कवितांत विशिष्ट पद्धतीने व्यक्त होते ही गोष्टही पाहण्यासारखी आहे. 'ती जनता अमर आहे' या कवितेत निराशेच्या नकाराची बाराखडी, नंतर इंद्रियनिष्ठ अनुभवाच्या आधाराने जगण्याच्या प्रेरणेशी जोडलेले नाते, आणि त्यातून सर्जनशील अनुभवाकडे (सामाजिक जाणिवेच्या संदर्भात) घेतलेली झेप, असे तीन टप्पे आहेत. 'त्रिवेणी' या कवितेत सातव्या भागाच्या शेवटी ''आणि उजाडतो दिवसाचा काळोख'' अशी निराशा,

नंतर आठव्या भागात उत्कट शारीर अनुभवाचे चित्रण, आणि या इंद्रियनिष्ठ अनुभवातून

आणि लावले सुरेचे निरांजन
शरीराच्या उंबरठ्यावर अनंताच्या आरतीसाठी
... जेव्हा उडाले
सूर मारणारे निळे पाखरू
निळ्या आकाशात अनंताच्या वाटेने

अशी घेतलेली झेप, असे तीन टप्पे आहेत.

कोणत्याही कवीच्या काव्यातून त्याच्या भावनात्मक घडणीचा इतिहास अतिशय सूक्ष्मपणे, काही वेळा अबोलपणेही, व्यक्त होत असतो. भावनेचा इतिहास असे म्हणत असताना कवीच्या वैयक्तिक जीवनाचा चरित्रपर संदर्भ मला अभिप्रेत नाही. हा भावनेचा इतिहास म्हणजे त्याच्या जीवनविषयक जाणिवेचा इतिहास होय. कवीच्या काव्यातून व्यक्त होणारी प्रत्येक जाणीव त्याच्या वैयक्तिक जीवनाशी संबंध राखीलच असे नाही. याचे कारण असे की प्रतिभेच्या कल्पक सामर्थ्याने कवी अनेक भावनानुभव आपलेसे करू शकतो; आणि व्यक्ती म्हणून त्याच्या जीवनाशी जरी प्रत्यक्ष संबंध राखणारे नसले तरी ते त्याच्या व्यक्तिमत्त्वाचा मात्र भाग होऊन बसतात. त्याने स्वीकारलेली वा नाकारलेली मूल्ये, त्याची विशिष्ट अहंकेंद्रितता वा सामाजिक जाणीव, आलेल्या अनुभवांची संगती लावण्याची वा त्यांतील विसंगती व्यक्त करण्याची त्याची पद्धती यांचा वेध काव्यातून व्यक्त होणाऱ्या त्याच्या भावनेच्या इतिहासातून जणू घेता येतो — कवीचे चरित्रपर संशोधन न करताही या भावनेच्या इतिहासाची घडण शोधताना काही मूल्यांचा आकृतिबंधही आपल्याला जाणवू शकतो; या मूल्यांचा स्वीकार कवीने जाणीवपूर्वक केलेला नसला तरीही.

करंदीकरांच्या सामाजिक-राजकीय जाणिवांच्या कवितांतून व्यक्त होणारी त्यांची भावनात्मक घडण न्याहाळीत असताना आपल्याला पुढील गोष्टी जाणवतात : (१) मूलतः सामान्य माणसाचे दुःख, त्याच्यावरचे अन्याय पाहून अजाण वयातच करंदीकरांचे मन खोलपणे हादरले आहे. (२) या दुःखाच्या असह्य जाणिवेतून ते दुःख दूर करण्याचे मार्ग शोधू लागले आहेत आणि यातूनच त्यांना साम्यवादी विचार जवळचा वाटला आहे. (३) हा साम्यवादी विचार त्यांना जवळचा वाटला तरी जीवनाच्या समग्रतेची, विविधतेची त्यांची जाणीव तीव्र राहिल्यामुळे या विचाराने आंधळ्या राजकीय निष्ठेचे रूप घेतलेले नाही. माणूस

हा कुठल्याही विचारसरणीपेक्षा, तत्त्वज्ञानापेक्षा त्यांना श्रेष्ठ वाटत असल्यामुळे ज्या माणसाचे दु:ख पाहून ते साम्यवादी विचाराकडे वळतात त्याच माणसाच्या आत्म्यावर पडणारी बंधने पाहून ते या विचारावरही उपरोधाचे शस्त्र चालवू शकतात.

करंदीकरांच्या सामाजिक-राजकीय स्वरूपाच्या कवितेचा विचार त्यांच्या भावनेचा इतिहास सूचित करणाऱ्या आलेखांच्या संदर्भात करण्याचा प्रयत्न मी इथे करणार आहे.

'कीर्तन' या कवितेत मनाला स्पर्श करून जातात ती देवळाबाहेर उभी असलेली अस्पृश्य माणसे. त्यांना देवळात प्रवेश नाही. या माणसांना करंदीकरांनी कुठेतरी 'अनुभवले' आहे; त्यांच्यावरचा अन्याय पाहून ते खोल दुखावले आहेत. कीर्तन या परंपरेतील आध्यात्मिकता, तिचा सांस्कृतिक संदर्भ यांच्याच जोडीने करंदीकरांचे दुखावलेले मन या 'पुढे झुकावुन माना' असलेल्या माणसांना उभे करते आणि माणुसकीपासून तुटलेल्या संस्कृतीचा पोकळपणा प्रत्ययाला आणून देते. मुंजीतला गोटा करताना दुखू नये म्हणून खरजटलेल्या डोक्यावर 'हळूच हलके फुंकर' घालणारा धोंड्या न्हावी करंदीकरांच्या एका कवितेचा नायक बनतो. भेसूर हत्यारे हातात असलेल्या धोंड्याच्या मनाचा कोवळेपणा करंदीकरांना इतक्या तीव्रतेने जाणवलेला आहे की त्याने डोक्यावर घातलेली फुंकर ''हळूच हलके'' अशी पुनरुक्ती करून त्यांना व्यक्त करावीशी वाटते. या धोंड्याचे माणूसपण करंदीकरांच्या हृदयाला भिडले आहे. 'गाठ' या कवितेतील नायिका आणि नायक, 'संसार' या कवितेतली पतिपत्नी, रेशनिंग ऑफिसातली कावेरी डोंगरे... या सर्व माणसांची परिस्थितीने मोडून टाकलेली मने करंदीकरांचे मन दुभंगून टाकतात आणि यामुळेच या परिस्थितीचा सामाजिक-राजकीय-सांस्कृतिक अर्थ लावायला ते उद्युक्त होतात — ही माणसे करंदीकरांना या विचाराकडे जणू ओढून घेऊन जातात. 'ती जनता अमर आहे' या कवितेतली मावशीच्या डोळ्यातली करुण कहाणी अशीच बोलकी आहे. क्षयाने वारलेल्या दादांचे शव उचलताना त्याच क्षयाची लागण झालेला नारायण खोकतो -- आणि त्याच वेळी मर्तिकाच्या लाकडाचे पैसे लक्ष्मीचे विश्वस्त मागतात. हा नारायणाचा खोकला करंदीकरांना अटळपणे खेचून नेतो ''पाषाणी ओठातच पाहिजे लखलखली पोलादी जीभ'' या ओळीकडे. ही ओळ राजकीय विचारसरणीच्या समर्थनहेतूतून आलेली नाही — तिला जन्म दिला आहे मावशीच्या डोळ्यातल्या करुण कहाणीने : ज्या कहाणीने करंदीकरांना पछाडून टाकले आहे. रोगाने सडलेली बकी ही वेश्या त्या

रोगाहूनही भयानक अशा दारिद्र्याने पोखरलेली आहे. एकट्या दत्तावर किती भार घालायचा म्हणून ती दत्ताच्या दिमतीला साईबाबांची तसबीर आणून ठेवते. 'भ्रष्ट कथा. नष्ट बोध'' या मध्यमवर्गीयांच्या आत्मद्रोही संस्कृतीला विटलेले करंदीकर खऱ्या संस्कृतीच्या शोधात निघतात तेव्हा ती त्यांना आढळते रोगाने सडलेल्या बकीच्या माणुसकीत, तिच्या इमानात. ही माणुसकी त्यांना आढळते संयुक्त महाराष्ट्राच्या चळवळीत छातीवर गोळी झेलून घेणाऱ्या एका सामान्य 'मवाल्याच्या' रक्तात. करंदीकरांच्या सामाजिक-राजकीय विचाराचे या रक्ताशी नाते आहे. या कवितांचा विचार करताना ही खरीखुरी, हाडामांसाची, नागवली गेलेली माणसे आपल्या भोवती गोळा होतात, त्यांचे दुःख आपल्याशी एका वेगळ्याच जवळिकीने बोलू लागते. ही माणसे केवळ वैचारिक आशय व्यक्त करणारी प्रतीके उरत नाहीत या गोष्टीचा इथे आवर्जून उल्लेख करावासा वाटतो. पुष्कळ वेळा साहित्यात माणसे प्रतीके होऊन वावरताना आपण पाहतो. माणसांची ही प्रतीके यांत्रिक होतात याचे कारण त्यांचा मूलभूत असा माणूसपणाच लेखक हरवून बसतो आणि ही माणसे काही एक वैचारिक आशय व्यक्त करणारी, चेहरा हरवलेली साधने होऊन बसतात. करंदीकरांच्या कवितेत या माणसांना वैचारिक संदर्भात प्रतीकात्मकता आहे — पण तरीही त्यांचे माणूसपण शाबूत राहिलेले आहे, विचारांच्या समर्थ हातांनी त्यांचे चेहरे पुसून टाकलेले नाहीत. करंदीकरांच्या कलात्मक रचनेतील हा एक अत्यंत महत्त्वाचा घटक आहे. हा घटक विचारांचा ताण पेलतो, प्रतीकाच्या पातळीवर संचार करतो आणि तरीही माणसाशी माणसासारखा बोलतो — जिव्हाळ्याने बोलतो. करंदीकरांचे तत्त्वज्ञान त्यांच्या कवितेभोवती कुंपण होऊन बसत नाही याचे कारण हेच आहे. या माणसांनी — या सरोज नवानगरवालीने, धुळ्या धनगराने, धोंड्या न्हाव्याने, खोकणाऱ्या नारायणाने, बकीने, कावेरी डोंगरेने — करंदीकरांच्या भावनेचा इतिहास घडवला आहे; आणि करंदीकरांचे सामाजिक-राजकीय तत्त्वज्ञान या भावनेच्या इतिहासाचाच एक भाग आहे. माणसांच्या दुःखाची ही प्रत्यक्ष जाणीव करंदीकरांना साम्यवादी विचाराकडे घेऊन जाते. भांडवलशाही समाजरचनेत जनतेचे होणारे अमानुष शोषण, या शोषणातून मिळणारी क्रांतीची प्रेरणा, क्रांतीच्या या प्रेरणेला लाभणारा यंत्रावताराचा आधार, क्रांतीने अटळ हिंसेचा केलेला स्वीकार, क्रांतीने स्थापन होऊ शकणारी समताधिष्ठित समाजरचना असे या विचारातील टप्पे आहेत.

करंदीकरांच्या सामाजिक-राजकीय जाणिवेच्या कवितांप्रमाणेच त्यांच्या प्रेमकवितेलाही विशेष स्थान द्यावे लागेल. करंदीकरांच्या प्रेमकवितेत विविधता आहे. ही विविधता रचनेच्या पोषाखी हव्यासातून निर्माण झालेली नसून मूलत: अनुभवांच्या वेगळेपणातून निर्माण झालेली आहे. अनुभवांचे हे वेगळेपण व्यक्त करताना रचनेचे प्रयोग करंदीकरांनी केलेले आहेत — पण हे प्रयोग अनुभवलक्षी आहेत. करंदीकरांची प्रेमकविता वाचताना एक गोष्ट जाणवते ती अशी की प्रेमानुभव व्यक्त करताना एकूण जीवनाच्या संदर्भातला तो एक अनुभव आहे याची जाणीव करंदीकर कधी हरवून बसत नाहीत. एखाद्या अनुभवाला एक प्रकारची कृत्रिम स्वयंपूर्णता देऊन या अलगतेवर रचनेचे कोरीव काम करीत ते बसत नाहीत. करंदीकरांच्या कवितेतील प्रेमानुभव त्यांच्या जीवनविषयक जाणिवेचा भाग बनतो. जीवनाच्या स्वरूपाचा शोध घेणारी, त्यातील संगती-विसंगती शोधणारी, वैफल्य-कृतार्थता यांचा ठाव घेऊ पाहणारी त्यांची चिंतनशीलता त्यांच्या प्रेमकवितेलाही सखोलता प्राप्त करून देते. प्रीतीच्या विविध छटांचे भावसौंदर्य न्याहाळीत असतानाच करंदीकर स्त्रीच्या व्यक्तित्वाचा शोध घेत असतात आणि त्याच वेळी जीवनातील आपली मूल्यांची जाणीवही धीटपणे तपासून पाहत असतात. त्यामुळे करंदीकरांच्या प्रेमकवितेत अर्थपूर्ण संमिश्रता आली आहे. जाणिवेत वाहत राहणाऱ्या भग्न प्रीतीच्या जखमेपासून, जगण्यातील कृतार्थतेच्या होणाऱ्या साक्षात्कारापर्यंत करंदीकरांच्या प्रेमकवितेने अनुभवांची अनेक वळणे घेत प्रवास केलेला दिसतो. भग्न प्रीतीचे चित्रण करणाऱ्या त्यांच्या कवितांपैकी ‘अजुनी ना जखम बुजे’, ‘झपाटलेले पाय वळावे’, ‘माझे मला आठवले’, ‘वेडाच भास होतो’ या काही महत्त्वाच्या कविता. जुन्या भग्न प्रीतीची वेदना आणि नव्या प्रीतीला प्रतिसाद देण्याची स्वाभाविक प्रेरणा यांच्या ताणातून हा अनुभव आकार घेतो. जुन्या प्रीतीचे दुःख किंवा नव्या प्रीतीची हाक या दोहोंची चित्रणे हळवी, भडक झाल्याचे कुठेही दिसत नाही. शब्दांना आवश्यकतेपक्षा अधिक वजन देऊन भावनेचे अलंकरण केल्याचे सहसा जाणवत नाही. याचे कारण करंदीकरांच्या अनुभव घेण्याच्या पद्धतीत आहे. अनुभवातील एका अर्थाने परस्परविरोधी अशा या दोन्ही घटकांचा स्वीकार भावजीवनातील अटळ वास्तव म्हणून करंदीकर करतात. त्यामुळे कुठल्याही घटकाचे हळवे उदात्तीकरण न करता त्यांचा ताण ते अपरिहार्य अशा कलात्मक पातळीवर झेलू शकतात.

'अजुनी ना जखम बुजे' यातली जखम विसरायची आहे, पण ती विसरता येत नाही. ती विसरण्यासाठी विजनात गेले तरी या भग्न प्रीतीच्या खुणा सर्वत्र दिसू लागतात :

अजुनी या विजनातहि
प्रीतीचे स्तूप खडे:
कललेले उंच माड;
तुटलेले उंच कडे;
नील नभा लुचणारी
नील नील गिरिशिखरे;
रात्रीच्या खडकातिल
सनईचे गार झरे...

या कवितेतील अनुभव व्यक्त करताना करंदीकरांनी तरल अशा निसर्गचित्रणाची पार्श्वभूमी घेतलेली आहे. ही पार्श्वभूमी अर्थातच सजावटवजा नाही – या अनुभवातला विरोधी ताण व्यक्त करण्यासाठी ती अपरिहार्यच वाटते. निसर्गाच्या तरल सौंदर्याप्रमाणेच या प्रीतीच्या क्षणांचे भावसौंदर्य आहे. परंतु वास्तवाच्या पातळीवर भग्नतेचा शापही या सौंदर्याला लाभलेला आहे. निसर्गाशी लय साधणारी त्या क्षणांची सुंदरता आणि हे भग्न वास्तव असा हा एकाच अनुभवातला अंतर्विरोध आहे.

भग्न प्रीतीच्या अनुभवाचे चित्रण करणारी 'झपाटलेले पाय वळावे' ही कविता मात्र रचनेच्या दृष्टीने अगदी वेगळी वाटते. 'अजुनी ना जखम बुजे' आणि 'झपाटलेले पाय वळावे' या दोन्ही कवितांतील मध्यवर्ती अनुभव एकच असूनही ही कविता खूपच निराळी वाटते याचे कारण अनुभवाची एक वेगळीच शक्यता करंदीकरांनी इथे हेरलेली आहे. ही शक्यता आहे अनुभवाच्या आणि त्यातून निर्माण होणाऱ्या प्रतिमांच्या विरूपतेची. प्रीतीच्या भग्नतेचा मनावर पडणारा ताण या अनुभवाचे, आठवणी साकार करणाऱ्या प्रतिमांचे विरूपीकरण करतो. अशा तऱ्हेच्या विरूपीकरणाचे करंदीकरांना वाटणारे आकर्षण त्यांच्या अनेक कवितांतून दिसते. अशा कवितांत भग्नतेची उत्कटता काहीशा विकृत भयाच्या काठावर उभी असते. आऊट ऑफ फोकस असलेल्या छायाचित्रात दृश्य प्रतिमांना जसे अ-वास्तव पण तरीही वेगळेपणाने नजर वेधून घेणारे परिमाण प्राप्त होते तसेच काहीसे करंदीकरांच्या या कवितांतील विरूपीकरणाचे आहे. दु:खाच्या किंवा भयाच्या ताणाने होणाऱ्या अनुभवांच्या आणि प्रतिमांच्या विरूपीकरणाचे करंदीकरांना एक

चमत्कारिक आकर्षण आहे. एखाद्या लहान मुलाला अंधाराचे भय वाटावे आणि तरीही अंधारात डोकावून पाहण्याची चमत्कारिक ओढ वाटावी तसेच करंदीकरांना विरूपतेचे भय आणि ओढ एकाच वेळी वाटते. अनुभवाच्या विरूपाची रचना कवितेत, म्हणजेच, कलात्मक रूपात करणे यातील विरोधही करंदीकरांच्या कविप्रकृतीला मानवतो. परस्परविरोधी घटकांतून सुसंवादी कलात्मक रूप शोधण्याचे त्यांच्या प्रतिभेला विशेष आकर्षण वाटते. 'झपाटलेले पाय वळावे' या कवितेतील प्रतिमांची रचना या दृष्टीने पाहण्यासारखी आहे :

...हातावाचुन कण्हती कंकण,
खांद्यावाचुन पदर सळाळे.
... नको हालवू मशाल जळती

खोल खोल त्या खोल बिळातुन...
नको हालवु... मला समजली,
मला समजली तुझी जुनी खुण.

नको हालवू मशाल तेथुन
तुझेच जळते केस भयानक,

काय तुलाही हे न उमगते
मुखात माझ्या जळते तेजप?

विरूप अनुभवाची ही भुताटकी आणि तिच्यातले अटळ वास्तव करंदीकर जितक्या सहजतेने स्वीकारतात तितक्याच सहजतेने ते नव्या प्रीतीचा साद देणाऱ्या भावनेचे वास्तवही स्वीकारतात. 'माझे मला आठवले' या कवितेत भग्न प्रीतीची छळणारी स्मृती आणि नव्या प्रीतीचे जीवनसन्मुख आवाहन या दोन्ही गोष्टी करंदीकर एकत्र आणतात आणि जगण्याच्या प्रेरणेशी इमान राखणाऱ्या, तोल सावरणाऱ्या नव्या सुराचे सूचक दर्शन घडवतात. या कवितेतही

जुने पाणी काळे काळे
तरंगली तवंगात
शिळ्या वासनांची बाळे

असे कधी तरी उत्कटपणे भोगलेल्या वासनेचे विरूपीकरण येते; परंतु एकूण जीवनानुभवात या विरूपीकरणाचे स्थानही सुचवले जाते —

माझे मला आठवले,
तुझे तुला आठवले,
नकळत हातांमधे
हात गेले; गाठवले.
—सावरला पुन्हा तोल.

''हातामधे हात गेले'' या ओळीमागे उभा असलेला 'नकळत' हा शब्द जगण्याच्या प्रेरणेचे स्वरूप सुचवतो. जगण्याची ही प्रेरणा आणि भावनेचे वैफल्याने केलेले विरूपीकरण यांच्या क्रिया-प्रतिक्रियेतून कवितेला आणि जगण्याला नवा तोल सापडतो — ''सावरला पुन्हा तोल.'' हा तोल सावरल्यामुळेच —

डोळ्यातल्या डोहामधे
खोल खोल नको जाऊ;
मनातल्या सावल्यांना
नको नको सखे पाहू;

असे म्हणणारे, व्यथेच्या पेल्यातून सत्याचा घोट घेताना धीट ओठही कसा कापतो हे सांगणारे करंदीकर नव्या प्रीतीचा साक्षात्कार झेलताना

आज मधाची लाट अनावर
उसळत उसळत फुटली ग;
... आज घराची फुटकी कौले
अंधाराला हसली ग

असे गीत गाऊ शकतात. आशावादी किंवा निराशावादी असे ठोकळेबाज कप्पे करून करंदीकरांच्या कवितेचे वर्णन करता येणार नाही इतकी आशेची आणि निराशेची गुंतागुंत करंदीकरांनी अनुभवली आहे. परंतु 'जगणे' ही मूलभूत प्रेरणा एखाद्या न आटणाऱ्या विहिरीत असलेल्या खोल झऱ्यासारखी करंदीकरांच्या सर्व अनुभवांतून वाहत असल्याचे जाणवते — त्यांच्या प्रेमकविताही याला अपवाद नाहीत.

स्त्रीच्या व्यक्तित्वाचा शोध हा करंदीकरांच्या प्रेमकवितांतील एक महत्त्वाचा प्रवाह आहे. हा शोध घेताना स्त्रीकडे एक भोगयंत्र म्हणून पाहणे किंवा तिच्या व्यक्तित्वाचे भाबडे उदात्तीकरण करणे या दोन्ही टोकांत सत्य आढळणार नाही याची जाणीव करंदीकरांना आहे. ही दोन्ही टोके टाळण्यासाठी परंपरागत संकेतांना धक्का देणे काही वेळा करंदीकरांना भाग पडते. पारंपरिक गृहीत सत्यांवर केलेल्या या आघातांमुळे हा मूर्तिभंजनाचा प्रकार असल्याचे काहींना वाटण्याची शक्यता

आहे—काही लोकांच्या भावनाही यामुळे दुखावल्या जातात असे अधूनमधून करंदीकरांवर होणाऱ्या टीकेवरून दिसते. परंतु मूर्तिभंजन हे वैचारिक उद्दिष्ट म्हणून करंदीकर वापरतात असे दिसत नाही. एखादा मनुष्य गर्दीतून धावत गेला असता त्याचे आजूबाजूच्या लोकांना अर्थातच धक्के लागतात. परंतु लोकांना धक्के देण्याचे उद्दिष्ट पुढे ठेवून तो धावत गेलेला नसतो. सत्याचा शोध घेत असताना परंपरेची भाबडी पूजा किंवा आक्रस्ताळी निंदा या दोन्ही गोष्टी करंदीकरांनी वर्ज्यच मानलेल्या आहेत असे दिसते. पारंपरिक संकेतांना करंदीकरांच्या कवितेत मिळणारा धक्का त्यांच्या सत्याच्या शोधाचा अटळ भाग असतो : कारण ''सत्य लसलसते वास्तवातला विस्तव होऊन'' ही जाणीव. या सत्याचे दर्शन घेत असताना त्याच्या प्रकाशाने सवयीच्या सत्याकडे पाहणारे सरावाचे डोळे आंधळे झाले तरी चालतील अशी निष्ठा 'संहिता' या दीर्घ प्रेमकवितेत करंदीकर व्यक्त करतात :

> तुझ्या वंशवृक्षावरील ही गूढ गाणी मला एकदा समजून सांग
> प्रकाश पाहून आंधळे बनण्याचीही आता माझी तयारी आहे

'संहिता' या दीर्घ कवितेतली ही तिसरी कविता आहे. याच कवितेत पारंपरिक संकेतांना धक्के देणारे प्रश्न करंदीकरांनी विचारले आहेत. या प्रश्नांत मूर्तिभंजनाचा आग्रही आवेश नाही. स्त्रीच्या व्यक्तित्वाचे वास्तव समजून घेण्यासाठी तिच्याकडे वेगळ्या दृष्टीने पाहण्याची शक्यता या प्रश्नांतून ध्वनित केलेली आहे. अहिल्येची शिला, धर्माला सहन करणाऱ्या पांचालीचा योग, गांधारीच्या डोळ्यांना उमगलेली भीती, विरलेले रामायण... ही सारी प्रतीके ही शक्यता सुचवण्यासाठी वापरलेली आहेत — मूर्तिभंजन करण्यासाठी नव्हेत :

> अहिल्येची शिला झाली... इतकी तृप्ती तिला कशाने लाभली?
> प्रकाशाची गाठ सुटताना इंद्राच्या शरीराला फुटलेले डोळे
> कसे चमकले? आणि धर्माला सहन करणाऱ्या पांचालीचा योग;
> पतिव्रता गांधारीच्या जाणत्या डोळ्यांना उमगलेली भीती, बांधलेली;
> सीता-लक्ष्मणामध्ये विरलेले रामायण, त्यांनाही न उमगलेले...

एकाच घटनेकडे वेगवेगळ्या दृष्टींतून पाहण्याची शक्यता असते ही जाणीव म्हणजे खऱ्या चिंतनशीलतेतील अभिजात नम्रता. आक्रमक, प्रचारी आवेशात अशी नम्रता असत नाही. ''तुझ्या वंशवृक्षावरील गूढ गाणी मला एकदा समजून सांग'' असे करंदीकर म्हणतात ते याच नम्रतेतून. स्त्रीच्या ठिकाणी असलेल्या शारीरिक वासनेचा गौरव करंदीकर करतात तो ती भोगवस्तू आहे म्हणून नव्हे, तर तो

जीवनविषयक सत्याचा, स्त्रीच्या व्यक्तित्वाचा अपरिहार्य भाग म्हणून. 'ईव्ह' या कवितेत करंदीकर म्हणतात :

स्वर्गसुखाला तू नच भुललिस
तू नच नमिले सुल्तानी बळ;
अनंत मरणे घेउनि माथी
ज्ञानतरूचे चाखियले फळ
... या तुझिया एका पापाने
मानवता झाली तेजोमय;
काय तमा तिजला स्वर्गाची?
त्या नरकाचे काय तिला भय?

'मृद्‌गंध' या संग्रहातील 'ईव्ह' या कवितेचा उल्लेख, स्त्रीच्या व्यक्तित्वाचा करंदीकर जो शोध घेत आहेत त्याचा एक महत्त्वाचा टप्पा म्हणून मी इथे दोन गोष्टींसाठी मुद्दाम केला आहे. पहिली गोष्ट अशी की सत्याचा शोध घेत असताना पारंपरिक संकेतांविषयी जेव्हा करंदीकर प्रश्न उभे करतात तेव्हा भारतीय परंपरेप्रमाणेच पाश्चात्य परंपरेतीलही संकेत ते तपासून पाहतात. अहिल्या आणि ईव्ह ही दोन्ही प्रतीके या दृष्टीने महत्त्वाची आहेत. दुसरी गोष्ट : ज्ञानतरूचे फळ खाता कामा नये ही ईश्वराने ईव्हला दिलेली आज्ञा होती. जणू ईव्हला स्वत:च्या प्रेरणेने सत्याचा शोध घेण्याची परवानगी नव्हती. ही ईश्वराज्ञा ईव्हने मोडली. सत्याच्या शोधाच्या आड येणारे बळ, मग ते ईश्वराचे का असेना, सुल्तानी बळ आहे असे करंदीकर सुचवतात. हे बळ जर कुठल्याही व्यक्तीच्या सत्याच्या आड येत असेल तरी ते सुल्तानी बळच. ईश्वराच्या बळाप्रमाणेच परंपरेने चालत आलेल्या संकेतांनाही विशिष्ट समाजाच्या चौकटीत विलक्षण बळ प्राप्त झालेले असते. या संकेतांकडे नुसते धीटपणे डोळे वर करून पाहिले तरीदेखील संस्कृती कोसळते आहे, राष्ट्राची परंपरा ढासळते आहे असे समाजातील घेंडीभूतांना वाटते. या तथाकथित संस्कृतीचे, परंपरेचे रक्षण करण्यासाठी हे संस्कृतिसंरक्षक तुकारामाची गाथा इंद्रायणीत बुडवण्यापासून जोन ऑफ आर्कला जिवंत जाळण्यापर्यंत सर्व उद्योग करतात. प्रस्थापित विचारांना, मूल्यकल्पनांना केलेला विरोध या चौकटीत जणू बसूच शकत नाही. स्त्रीच्या व्यक्तित्वाचा शोध घेत असताना परंपरागत संकेतांना करंदीकर जेव्हा धक्के देतात तेव्हा प्रतिभेच्या ठिकाणी ईव्हप्रमाणेच "तू नच नमिले सुल्तानी बळ" ही बंडखोरीची — म्हणजेच

जाणवलेल्या सत्याविषयीच्या उत्कट आणि निर्भय आस्थेची – प्रेरणा जणू ते धरूनच चालतात.

स्त्रीच्या व्यक्तित्वाचे हे वास्तव कधी सुप्त मनाचा ठाव घेणाऱ्या मनोविश्लेषणाच्या अंगाने करंदीकर शोधीत जातात. अशा वेळी त्यांची कविता कथेच्या अंगाने आकार घेते; नवकथेशी आपले नाते जोडते. माणसाचे बाहेरून दिसणारे, वरवरचे जीवन भेदून आत दडलेला खराखुरा माणूस शोधणे हे या प्रयोगाचे उद्दिष्ट आहे. 'गर्भाधान', 'गाठ', 'कावेरी डोंगरे' या करंदीकरांच्या कविता या संदर्भात आठवतात. या कवितांची मांडणी कथात्मक-व्यक्तिचित्रात्मक अशी संमिश्र आहे. 'गर्भाधान' या कवितेतील नायिका दिवस गेले आहेत ही जाणीव होताच भिते. तिचा नवरा-सुखाचा साथीदार-बाजूला बेफिकीर झोपलेला असतो. डोहाळे...ओकाऱ्या...बाळंतपण हे सारे आपल्याला एकट्याला सोसावे लागणार या कठोर वास्तवाची तिला जाणीव होते आणि एक क्षणभर नवऱ्याचा प्राण घ्यावा असा विचार तिच्या मनात येतो :

आणि क्षणभर
तिला वाटले,
''आपण घ्यावा
याचाच प्राण
याला तुडवावे;
बडवावे, रडवावे.''

सुप्त मनातील क्रूरतेचा हा प्रवाह स्त्रीच्या माणूसपणाचाच एक भाग आहे ही जाणीव स्त्रीत्वाच्या भाबड्या (आणि काही वेळा धूर्त) उदात्तीकरणाहून किती वेगळी आहे हे अगदी स्पष्ट होते. 'गाठ' आणि 'कावेरी डोंगरे' या कवितांत परिस्थितीने चोळामोळा करून टाकलेले स्त्रीचे मन करंदीकरांनी व्यक्त केले आहे. चारचौघांसारखे लग्न करून साधे जीवन जगणेसुद्धा परिस्थिती त्यांच्या वाट्याला येऊ देत नाही. या तीनही नायिकांचे चित्रण करीत असताना त्यांच्या भोवतीच्या जगातल्या प्रतिमा करंदीकरांनी वापरल्या आहेत. या प्रतिमा बाह्य जग आणि स्त्रियांचे आंतरिक जग यांच्यातील ताण, संघर्ष सूचकतेने व्यक्त करतात. ज्या एका सर्वसामान्य अर्थाने 'प्रेमकविता' हा शब्द आपण वापरतो त्या अर्थाने या 'प्रेमकविता' आहेत असे कदाचित म्हणता येणार नाही. परंतु स्त्री-पुरुषांच्या प्रेमजीवनाचे अनुभव व्यक्त करणाऱ्या आणि हे करीत असताना स्त्रीच्या व्यक्तित्वाचा अर्थ शोधणाऱ्या या अवैयक्तिक स्वरूपाच्या कविता व्यापक अर्थाने

प्रेमकविताच आहेत असे मला वाटते, आणि म्हणूनच त्यांचा विचार मी इथे केला आहे. कवितेतून व्यक्त होणारा प्रेमानुभव कवीच्या व्यक्तिगत अनुभवातूनच निर्माण झालेला असतो असे मानण्याचे कारण नाही. माणसांचे जीवन कुतूहलाने — जाणून घेण्याच्या कुतूहलाने — न्याहाळीत असताना प्रतिभाशक्तीने, कल्पकतेने घेतलेले हे अनुभव पुष्कळ वेळा करंदीकर कथात्मक निवेदनाच्या अंगाने व्यक्त करतात असे दिसते. 'थोडी सुखी, थोडी कष्टी' ही 'स्वेदगंगा' या काव्यसंग्रहातील कविता अशा तऱ्हेची पहिली प्रेमकविता आहे. या कवितेचे लेखन १९४९-५० या काळातील आहे.

'त्रिवेणी' आणि 'संहिता' या दीर्घ प्रेमकवितांतील अनुभवांचे आणि रचनेचे स्वरूप संमिश्र आहे. कथनात्मक, भावकाव्यात्मक आणि चिंतनात्मक अशा तिहेरी विणीतून या कविता आकार घेताना दिसतात. अनुभवाचे वजन त्या त्या ठिकाणी ज्या प्रकारचे असेल त्या प्रकारे शैली इथे रूप घेते — आणि तरीही ही तीनही प्रकारची अभिव्यक्ती एकमेकांशी फटकून राहत नाही. अनुभवाची आणि शैलीची ही तीनही अंगे इथे संवाद कसा साधतात, कलात्मक एकात्मतेच्या पातळीवर कशी पोचतात हे अभ्यासण्याजोगे आहे. करंदीकरांच्या या दीर्घ प्रेमकवितांचे हे एक लक्षणीय वैशिष्ट्य आहे. वैचारिकता आणि प्रेमानुभवातील भावोत्कटता यांचे कवितेत एकात्मीकरण होणे फार कठीण असते. त्यात पुन्हा जर एखाद्या घटनेचे वा प्रसंगाचे कथन असेल तर हे एकात्मीकरण अधिकच बिकट होऊन बसते. घटनांचे तपशील बटबटीत वाटतात, भावोत्कटता भडक-नाटकी हळवेपण धारण करू लागते, आणि वैचारिकता वक्तृत्वपूर्ण विधानांचे रूप घेऊ लागते. करंदीकरांच्या दीर्घ प्रेमकवितांत हे एकात्मीकरण साधले जाते याचे एक कारण म्हणजे त्यांची चिंतनशीलता उत्कट भावस्थितीतून उमलते. माणूस आणि त्याचे सुखदुःख हे त्यांच्या अनुभवाचे पहिले केंद्र आहे. या केंद्राच्या संवादी सुरात ते तंबोरे लावून घ्यावे त्याप्रमाणे जणू इतर केंद्रे लावून घेतात — बेसूरपणा निर्माण होऊ देत नाहीत. त्यांच्या सामाजिक-राजकीय कवितांचा विचार करताना ते माणसाच्या दुःखाच्या तीव्र जाणिवेतून साम्यवादी विचाराकडे वळतात असे मी म्हटले होते. भावस्थितीच्या केंद्रातून चिंतनाच्या केंद्राकडे असे हे संक्रमण कवितेतील विविध केंद्रांचे संवादीकरण शक्य करते. भावस्थितीच्या संवादी सुरात लागलेल्या सर्व केंद्रांच्या एकात्मीकरणाचे 'त्रिवेणी' ही कविता उत्कृष्ट उदाहरण आहे. अशा कवितांत घटनांचे तपशील एकाच वेळी बाह्य वास्तव आणि माणसांचे

आंतरिक वास्तव यांची संवेद्य प्रतीके होतात. त्यामुळे त्यांना ठिगळवजा वर्णनाचे स्वरूप प्राप्त होत नाही.

आधुनिक मानवाची आंतरिक उद्ध्वस्तता, त्याचे वैफल्य, एकाकीपण हे जगातल्या नव्या कवितेचे महत्त्वाचे अनुभवक्षेत्र आहे. प्रेमानुभवाच्या संदर्भात या उद्ध्वस्ततेचा अर्थ शोधण्याचा प्रयत्न 'त्रिवेणी' या दीर्घ कवितेत दिसतो. 'त्रिवेणी' या कवितेतील नायक व्यावहारिक महत्त्वाकांक्षेपायी आपल्या प्रेयसीला नकार देतो, वांझोट्या सूडभावनेचे खोटे समाधान भोगत राहतो, आणि ''उद्ध्वस्त मनांच्या दुभंगलेल्या दरीतून पावले टाकणारा एकलकोंडा समंध'' असे जीवन त्याच्या वाट्याला येते. स्वार्थाचा हव्यास हेच जगण्याचे केंद्र करणारा संशयग्रस्त माणूस खऱ्या अर्थाने प्रेम करू शकत नाही. जगण्याचे सर्जनशील केंद्र तो हरवून बसतो, उद्ध्वस्त होतो, स्वत:लाच शापीत बसतो. या शापित जीवनाचे प्रत्ययकारी चित्र करंदीकरांनी रेखाटले आहे :

डोळस भविष्याचे मुंडके नसलेले
वर्तमानकाळाचे धावणारे कबंध...
... आणि प्रारंभ

उसन्या हातघाईचा. सोन्याच्या उंबरठ्यावरील
चाटलेले अन्न : दुसऱ्यांनी हुंगलेले,
आपल्याला हवेहवेसे. खंगलेले बेत.

अवसानघातकी आत्मा वेदीवरून पळालेला,
सुखाला हपापलेला, मीच शापलेला,

करंदीकरांचा प्रेमानुभव हा त्यांच्या एकूण जीवनविषयक जाणिवेचाच एक भाग असतो. या प्रेमानुभवाचा शोध घेत असतानाच चिंतनशीलतेच्या अंगाने आपल्या जीवनमूल्यांची तपासणीही ते करीत राहतात असे मी म्हटले ते याच अर्थाने.

हव्यासकेंद्री माणसाच्या उद्ध्वस्ततेपाशी करंदीकरांचा हा शोध संपत नाही. मानवी अनुभवाला ज्यामुळे अर्थपूर्णता लाभेल असे सर्जनशीलतेचे केंद्रही त्यांना शोधायचे असते. हा दुहेरी शोध एकाच वेळी ते घेत असतात. सर्जनशीलतेच्या केंद्राचा करंदीकरांनी घेतलेला हा शोध 'फितुर जाहले तुजला अंबर', 'झपताल', 'संहिता' या तीन प्रेमकवितांतून प्रामुख्याने व्यक्त होतो. करंदीकरांच्या प्रेमकवितेचा विचार याच केंद्रापाशी मला पूर्ण करायचा आहे.

स्त्री आणि पुरुष यांच्या शरीरसंबंधाचे पर्यवसान अपत्यसंभवात होणे ही निसर्गाची योजना आहे. या योजनेत शरीरसुख हे या संबंधाचे असलेले केंद्र बदलून अपत्यनिर्मिती हे स्वार्थनिरपेक्ष केंद्र प्राप्त होते. निसर्गाच्या सर्जनशील प्रयोजनाशी स्त्री जणू संवाद साधते. अशा वेळी स्वार्थसापेक्ष केंद्र 'अनावश्यक' होते. या विकासशील प्रक्रियेचा गौरव करताना करंदीकर म्हणतात :

तुडुंब भरलिस मातृत्वाने,
काजळ वाहवले गालावर...
... त्या एका उत्कट झेपेतच
पोचलीस पुढच्या क्षितिजावर
(मला उमगले मी अनवश्यक)
फितुर जाहले तुजला अंबर

शारीरिक प्रक्रियेतून गवसलेले हे सर्जनकेंद्र व्यक्तित्वात आणि पुढे जीवनदृष्टीत संक्रमित होत असताना करंदीकर त्याचा मागोवा घेतात. हे संक्रमण करंदीकरांच्या जीवनविषयक जाणिवेला आकार देते—कवितेला आकार देत असतानाच. या आणखी ''पुढच्या क्षितिजावर'' पोचल्याच्या खुणा 'झपताल' आणि 'संहिता' या कवितांत आढळतात. 'झपताल' या कवितेत दहा फुटी खोलीत दिवसाच्या चोवीस तासांत येणारे सर्व प्रसंग जगणाऱ्या कृतार्थ गृहिणीचे चित्र आहे. झपतालाच्या दहा मात्रांच्या कालात चोवीस मात्रा वाजवणे हे जितके बिकट तसेच हे आहे. स्वत:पलीकडे जाऊन जगणाऱ्या गृहिणीची ही तिलाही जाणीव नसलेली कृतार्थता करंदीकरांना भारून टाकते. ''उद्ध्वस्त मनांच्या दुभंगलेल्या दरीतून पावले टाकणारा एकलकोंडा समंध'' आणि ''संसाराच्या दहा फुटी खोलीत दिवसाच्या चोवीस मात्रा चपखल बसवणारी तुझी किमया'' यांतला विरोध इथे चटकन ध्यानात येतो. 'फितुर जाहले तुजला अंबर' या कवितेत शरीरधर्मातून निसर्गक्रमानुसार गवसलेले सर्जनशीलतेचे केंद्र करंदीकरांनी स्त्रीच्या व्यक्तित्वाच्या पातळीवर 'झपताल' या कवितेत संक्रमित केले आहे. सर्जनशीलतेचा, प्रेमानुभवाच्या अर्थपूर्णतेचा करंदीकर घेत असलेला हा शोध 'संहिता' या प्रेमकवितेत परिपक्व स्वरूपात व्यक्त होतो. स्वत:पलीकडे जाऊन जगणाऱ्या स्त्रीप्रेमाचा अनुभव घेत असताना हव्यासकेंद्री महत्त्वाकांक्षेच्या मर्यादा करंदीकरांना स्पष्टपणे जाणवतात :

दिशा किती हे मला अजूनही कळलेले नाही. तरी पण
प्रत्येक दिशेला बुडण्याइतके पाणी आहे; आणि बुडताना
धन्यता वाटावी इतके खोल कुठेच नाही.

तिच्या कृतार्थतेचे असे दर्शन घेत असतानाच आपली कठोर सामाजिक वास्तवाची जाणीव आणि विश्ववास्तवाचा ठाव घेण्याची तहान करंदीकर विसरू शकत नाहीत. ''मत 'लई' वाऱ्याबरोबर वाहत जा, वाहत जा'' असे तिला सांगत असतानाच ''आणि रस्त्यावरील अभागी जखमांचा वास घेऊन हुंदका... दाब'' असे सांगायला करंदीकर विसरत नाहीत. परंतु या सर्व शोधांची, विश्ववास्तवाचा ठाव घेण्याच्या आपल्या प्रयत्नांची मर्यादाही स्त्रीच्या निरपेक्ष प्रेम करण्याच्या या शक्तीच्या संदर्भात करंदीकर सुचवतात : ''याच्या अलीकडे रेती आहे आणि पलीकडे अंधार आहे.'' या वांझोटच्या निराशेने आपण दुभंगल्याचा प्रत्यय करंदीकरांना येतो तेव्हा ही स्त्रीच घरातल्या ताकमेढीवर हात ठेवून पृथ्वीला आधार देते आणि ''भविष्याकरता दिलेली भेट भविष्याला पोचती कर'' ही बांधिलकीची जाणीवही देते.

कृतार्थतेचे रूप असलेल्या या सर्जनशीलतेच्या केंद्राचे स्त्रीजीवनाच्या संदर्भात चित्रण करीत असताना करंदीकर या अनुभवाच्या रचनेचाही ठाव घेण्याचा प्रयत्न करीत आहेत. आपल्या स्त्रीजीवनाच्या मांडणीत तो कुठल्याही अनुभवाला अवास्तव मोठेपण देत नाही. सर्व प्रसंगांची, अनुभवांची मांडणी ती जीवनाच्या समग्रतेच्या संदर्भातच करते आहे. या समग्रतेचे तिचे भान बौद्धिक नसून ते प्रेम करण्याच्या तिच्या सहजप्रेरणेतून तिला गवसलेले आहे. जीवनाच्या संदर्भातील अनुभवाच्या रचनेची ही जाणीव करंदीकरांच्या काव्यविषयक दृष्टिकोणाशी कुठेतरी समांतर असल्यामुळे या गोष्टीचा मी इथे हेतुपूर्वक उल्लेख केला. नाना तऱ्हेचे अनुभव कवितेतून व्यक्त करीत असताना निर्मितीच्या सहजप्रेरणेने या अनुभवांची रचना एकूण जीवनविषयक समग्रतेच्या संदर्भात करण्याचा करंदीकरांचा प्रयत्न दिसतो. पुष्कळशा वैचारिक निष्ठा उत्कट असूनही करंदीकरांच्या कवितेला प्रचारकी स्वरूप आले नाही याचे कारण या समग्रतेच्या जाणिवेत आहे. अनुभवांची अशी रचना करीत असताना, स्वत:पलीकडे जाऊन दुसऱ्यासाठी जगणारे निर्मळ माणूसपण हेच त्यांच्या जीवनदृष्टीत संक्रमित होणारे सर्जनशीलतेचे केंद्र ठरते. आयुष्याच्या समग्रतेत सहजपणे अनुभवांची रचना करीत असताना स्त्रीला हे केंद्र— केंद्र म्हणा वा ईश्वर म्हणा— गवसते; परंतु ते आपल्याला गवसले आहे याची जाणीवही तिला नसते :

> तो तुलाही भेटला होता, नंदूच्या वेळी... अगदी उजाडताना
> पण तू त्याला ओळखले नाहीस

स्त्रीच्या या शक्तीतच करंदीकरांना आपल्याही निर्मितीच्या शक्तीचा साक्षात्कार होतो, दुभंगलेपणातही आधार सापडतो :

जे वेंगेत सापडणार नाही ते चिमटीत सापडू शकते
हे तू मला दाखवले आहेस. पृथ्वीमधे पाय रोवून
तू अशीच उभी रहा. आकाशाच्या हुंकाराला तू खुळ 'खुळा'
वाजवून दाखव... दोन माणसांच्या आत्म्यांमधे एक मोठी भिंत असते...
तुझ्या बाजूच्या त्या भित्तिचित्रांचे रक्षण कर; आणि मृगाच्या वादळामधे
उपळून पडणाऱ्या उद्याच्या कोंबांना तुझ्या श्वासांचा आधार दे.

करंदीकरांच्या कवितेतून व्यक्त होणारा जीवनानुभव आणि त्याच्यातून उमलणारा त्यांच्या कवितेचा घाट यांचा साकल्याने विचार करण्याचा प्रयत्न मी इथवर केला. कवितेचा घाट हा कवितेतून व्यक्त होणाऱ्या अनुभवाशी एकजीव असतो. अनुभव घेण्याच्या प्रक्रियेत तो कवीला 'दिसत' असतो. निर्मितीची ही प्रकिया लक्षात घेऊनच मी घाटाचा शोध, तो वेगळा काढून त्याचे पृथक्करण करीत न बसता, अनुभवाच्या अंगाने इथवर घेत गेलो. अनुभव घेत असतानाच त्यात कवितेचा घाट दिसणे ही काव्यनिर्मितीत अंतर्भूत असलेली प्रक्रिया वाचक म्हणून कवितेचा अनुभव घेत असताना कायम ठेवावी असा माझा प्रयत्न होता. तरीही विचाराच्या सोयीसाठी, करंदीकरांनी कवितेत केलेल्या प्रयोगांचे स्वरूप या निबंधाच्या अखेरीस थोडक्यात न्याहाळण्याचा प्रयत्न मी करणार आहे.

आततायी अभंग : अभंग हा संतांनी मराठी कवितेला दिलेला फार मोठा ठेवा आहे. ईश्वराची ओढ, सृष्टीच्या भौतिक रचनेविषयीचे ज्ञान, जीवनाच्या स्वरूपाविषयीचे चिंतन, आत्मद्रोह करणाऱ्या समाजावर ओढलेले कोरडे, आत्मसाक्षात्कार हे संतांच्या अभंगांतून व्यक्त होणारे मूलभूत अनुभव आहेत. करंदीकरांच्या आततायी अभंगांतून व्यक्त होणारे अनुभव याच प्रकारचे आहेत. ईश्वराशी संवाद करीत असताना संत कृत्रिम उपचाराचा आडपडदा ठेवीत नाहीत. भक्त आणि ईश्वर यांच्यात ही कृत्रिमता हवीच कशाला? याच जाणिवेने करंदीकरांनी या अभंगांना 'आततायी' हे विशेषण जोडले आहे. जे मनात आहे ते खोट्या उपचारांचा आडपडदा न ठेवता, प्रसंगी फटकळपणा पत्करूनही करंदीकरांना व्यक्त करायचे आहे असा याचा अर्थ. हे अभंग लिहिताना करंदीकर अनेक वेळा संतांच्या अभंगांचे सूर वाचकांच्या मनात निर्माण करतात आणि या स्वरांशी विरोधी असलेले आधुनिक जीवनाचे सूर त्यांच्या बाजूला ठेवतात. या विरोधामुळे करंदीकरांनी अभिप्रेत असलेला सामाजिक उपहास अधिक तीव्र होतो. जुन्या

अनुभवावरील नव्या अनुभवाचे हे कलम संतांच्या मूळ ओळीत काही वेळा बारीकसा बदल करून करंदीकर साधतात. उदाहरणार्थ :

का रे नाठविसी । कृपाळू देवासी
पोशितो जगासी । एकलाची

हा मूळ अभंग. ईश्वरच जगाचे पोषण करतो अशी भक्तिभावना यात आहे. समाजातले दु:ख आणि अन्याय पाहून वैतागलेले करंदीकर या मूळ अभंगाचा भाविक सूर जागा करून त्याच्या शेजारी जीवनाचे भयानक वास्तव ठेवतात :

का रे नाडविसी । आपुल्या मनासी
पोशितो कुणासी । जगी कोण?
महारोग्यापोटी । पोरांची खिल्लारे
जीवन तयां रे । कोण देतो?

नव्या वास्तवाची जाणीव वाचकांपर्यंत उत्कटतेने पोचविण्यासाठी केलेला हा संदर्भाचा आणि भाषेचा तिरकस उपयोग हे करंदीकरांच्या आततायी अभंगांचे वैशिष्ट्य आहे. हा धारदार तिरकसपणा करंदीकरांनी परंपरेने चालत आलेल्या ईश्वरविषयक कल्पनेवर वेळोवेळी रोखलेला आहे. शोषण करणाऱ्या शक्तींकडे, या शोषणामागच्या कारणांकडे सामान्य माणसाचे लक्ष जाऊ नये यासाठी भांडवलशाही संस्कृती या कल्पना पोसत असते अशी जाणीव यामागे आहे. या ईश्वरविषयक कल्पनांची, संस्कारांची गुंगी अफूसारखी शोषितांवर पसरली की त्यांचे शोषण करणे सोपे होते. शोषण करणारे 'मुर्दाड' या कल्पनांमागे 'दडत' असतात. सामान्य माणसाच्या जाणिवेचे केंद्र या कल्पनांपासून फिरवून ते अन्यायांच्या, शोषणाच्या मूळ कारणापर्यंत करंदीकरांना न्यायचे आहे. आततायी अभंगांतील या तिरकस आकृतिबंधात ही जाणीवही अंतर्भूत आहे. या दोन केंद्रांचे एक प्रकारे उपरोधपूर्ण साहचर्यही करंदीकर या तिरकसपणातून साधतात आणि ''नफ्याचा उदर'' झालेल्या संस्कृतीला चूड लावतात. 'बोलविता धनी' ही परंपरेने आलेली ईश्वरविषयक कल्पना आणि भांडवलशहांनी बोलते केलेले मूल्यांचे भाडोत्री भाट यांचे अशा प्रकारचे साहचर्य करंदीकरांनी कसे साधले आहे हे पाहण्यासारखे आहे:

मालकांचा देव । मालकांना पावे
आम्ही फक्त व्हावे । अन्नभक्त
...पिंजऱ्यात पक्षी । स्वातंत्र्याची गाणी
बोलविता धनी । वेगळाची!

सूक्ते : करंदीकरांनी लिहिलेली आठ सूक्ते 'जातक' या त्यांच्या संग्रहात एकत्र केलेली आहेत. वेदांत सूक्तरचना आहे. उदाहरणार्थ, उष:सूक्त. वेदांतल्या सूक्तांत एक भाग बाह्यवर्णनाचा असतो आणि दुसरा भाग या वर्णनाच्या आतून वाहणाऱ्या शाश्वत सत्याच्या अनुभवाचा. करंदीकरांनी सूक्तांचा असाच घाट निर्माण करण्याचा प्रयत्न केलेला आहे. वेदांतील सूक्तरचनेचा भास व्हावा अशा निवेदनाच्या काही लकबी करंदीकरांनी ठेवल्या आहेत आणि आपले जीवनाविषयीचे चिंतन, जीवनाच्या स्वरूपाविषयीची जाणीव व्यक्त केली आहे. ही रचनेची पद्धती आततायी अभंगांशी मिळतीजुळती आहे. दोघांतही जीवनावरचे आपले भाष्य तीव्रतेने प्रत्ययाला आणून देण्यासाठी संदर्भांचे, निवेदनाच्या पद्धतीचे आभास निर्माण केले आहेत. सूक्तांत वेदांतील रचनेचे, महाभारतकालीन घटनांचे आभास आहेत; अभंगांत संतांच्या अभंगरचनेचे. करंदीकरांना ज्यावर प्रकाशझोत टाकायचा आहे ते आधुनिक सामाजिक वास्तव या आभासांच्या पार्श्वभूमीवर विरोधाने उठून दिसते. या विरोधाने करंदीकरांच्या उपरोधाप्रमाणेच जीवनाविषयीचे चिंतनही प्रकट होते — सूक्तांतही असेच आहे. आततायी अभंगांची रचना 'अभंग' या पारंपरिक छंदात आहे. सूक्तांत (स्तन्यसूक्त वगळता) आघातानुसारी मुक्तछंदाचा उपयोग करंदीकरांनी केला आहे — मुक्त सुनीतांच्या धाटणीचा.

मुक्त सुनीते : उत्कट भावस्थिती आणि चिंतनशीलता व्यक्त करण्यासाठी सुनीत हा काव्यप्रकार करंदीकरांच्या काव्यप्रकृतीशी संवादी असाच आहे. पारंपारिक मराठी सुनीत हे चौदा ओळींचे असते आणि ते शार्दूलविक्रीडित या वृत्तात लिहिले जाते. अशा प्रकारे वृत्तात लिहिलेल्या सुनीतातील ओळींची ठराविक लांबी, यमकांची रचना, छंदोबद्धतेची आखीव लय या गोष्टी मोकळ्या अभिव्यक्तीसाठी बंधनकारक ठरतील असे करंदीकरांना वाटले. यासाठी करंदीकरांनी आघातानुसारी मुक्तछंदाची योजना केली. या मुक्तछंदरचनेत ओळींची लांबी आशयानुसार कमी-अधिक ठेवण्याची शक्यता निर्माण झाली. जे सांगायचे ते सांगून संपले असतानाही छंदोरचनेचे बंधन पाळण्यासाठी शब्दांची भरताड करून ओळ पुरी करण्याची आवश्यकता इथे निर्माण होत नाही. सुनीताचा परंपरेने आलेला, भावना आणि चिंतन यांच्या अभिव्यक्तीसाठी सोयीचा असलेला अंतर्गत घाट आणि रचनेचे स्वातंत्र्य, आघातानुसारी मुक्तछंद यांचा करंदीकरांनी घातलेला मेळ म्हणजेच मुक्तसुनीताची निर्मिती. करंदीकरांची बहुतेक मुक्तसुनीते पारंपरिक सुनीताप्रमाणे चौदा ओळींची आहेत. परंतु हेही बंधन करंदीकरांनी प्रत्येक ठिकाणी पाळलेच आहे असे नाही. आवश्यक वाटले तेव्हा तेरा आणि पंधरा ओळींचेही

मुक्तसुनीत करंदीकरांनी लिहिले आहे. करंदीकरांच्या मुक्तसुनीतांत परंपरा आणि प्रयोग यांचा सर्जनशील समन्वय आढळतो.

तालचित्रे : रागमालाचित्रांच्या धर्तीवर करंदीकरांनी शब्दांकित केलेली ही तालचित्रे आहेत. रागमालाचित्रांत एखादा राग ऐकून त्याने मनात जागी होणारी भावना व त्या भावनेशी एकजीव असा प्रसंग चित्रकारांनी रंगवलेला आहे. एखादा राग ऐकल्यानंतर एक विशिष्ट भावना आणि प्रसंगच प्रत्येकाच्या मनात जागा होईलच असे नाही. ही भावना व्यक्तिपरत्वे वेगळी असण्याची शक्यता आहे. तालचित्रे या करंदीकरांनी निर्माण केलेल्या काव्यप्रकाराबाबत असेच म्हणता येईल. 'धृपद' या काव्यसंग्रहात करंदीकरांनी आपली सात 'तालचित्रे' एकत्रित केली आहेत. या प्रत्येक तालाची एक स्वतंत्र अशी भावनात्मक प्रकृती करंदीकरांना जाणवलेली आहे. एखाद्या रागाची उदास, प्रसन्न, चिंतनशील, शृंगारशील प्रकृती जाणवावी तशी. मात्रांची संख्या, त्यांचे कालिक गट, बोलांची विशिष्ट आवाहकता या सर्वांतून एक संकलित असा घाट करंदीकरांना जाणवतो. हा घाट भावनेने भारलेल्या घटनेचा किंवा अनुभवाचा एक संवादी घाट करंदीकरांच्या मनात निर्माण करतो. या तीन प्रकियांतून करंदीकरांचे तालचित्र आकार घेते. या तालचित्रांतही कथनात्मक, भावकाव्यात्मक आणि चिंतनात्मक अशी तीनही प्रकारच्या शैलीची परस्परसंवादी केंद्रे करंदीकर निर्माण करतात. ही तालचित्रे त्या त्या भावनेचा आविष्कार करणाऱ्या स्वतंत्र भावकविता म्हणूनही वाचता येतील.

बालगीते : बालगीते हा करंदीकरांच्या काव्यातील एक महत्त्वाचा प्रयोग आहे. 'संहिता' या संग्रहात मी बालगीतांचा समावेश केलेला नाही. परंतु कवितेचा नवा घाट शोधण्याचे जे महत्त्वाचे प्रयोग करंदीकरांनी केले आहेत त्यांत या बालगीतांचा अंतर्भाव करणे आवश्यक वाटल्याने या विवेचनात मी त्यांचा उल्लेख करीत आहे. करंदीकरांची बालगीते 'अजबखाना' (१९७४) या पुस्तकात एकत्रित करण्यात आली आहेत. करंदीकरांच्या काव्यप्रकृतीची अनेक वैशिष्ट्ये त्यांच्या बालगीतांत दिसतात. या बालगीतांच्या लेखनासाठी करंदीकरांनी आघातानुसारी आणि उच्चारानुसारी मुक्तछंदाचा उपयोग केला आहे. मुक्तसुनीतातील मुक्तछंदाच्या तुलनेने हा मुक्तछंद अधिक बंदिस्त आहे -- छंदाइतका बंदिस्त अर्थातच नाही, पण छंदाच्या अधिक जवळ जाणारा आहे. या कवितांत करंदीकरांनी यमकांचा स्वीकार केलेला आहे. 'स्वेदगंगा' या आपल्या पहिल्या काव्यसंग्रहात १९४० ते १९५२ या कालखंडात लिहिलेली तेरा बालगीते करंदीकरांनी एकत्रित केलेली आहेत. यांतल्या काही बालगीतांत अनुभवांचा आणि

प्रतिमांचा वेगळेपणा जाणवतो : पण तरीही कविता म्हणून पारंपरिक रचनेपेक्षा त्या फार वेगळ्या वाटत नाहीत. परंतु १९५९ नंतर करंदीकरांनी लिहिलेली बालगीते ('राणीचा बाग' हा त्यांचा पहिला संग्रह) या काव्यप्रकारात संपूर्णपणे वेगळा घाट निर्माण करणारी आहेत. वास्तव आणि काल्पनिक यांचे अद्‌भुततेच्या, गमतीदार विक्षिप्ततेच्या पातळीवरचे मिश्रण, मुलांच्या भावविश्वाशी उत्स्फूर्तपणे संवाद साधणारी मंत्रसदृश रचना, खेळांची लय पकडणारा बोलभाषेचा उपयोग, मुलांच्या खोडकर वृत्तीतून निर्माण झालेला मिश्कील विनोद, परीकथांच्या अंगाने जाणारी सौंदर्यदृष्टी हे या बालगीतांतून व्यक्त होणारे महत्त्वाचे घटक आहेत.

गझल : 'जातक' या काव्यसंग्रहात करंदीकरांनी आपले अठरा गझल एकत्र केलेले आहेत. करंदीकरांच्या तरुण वयात माधव ज्यूलियन यांच्या व्यक्तित्वाचा आणि काव्याचा खोल संस्कार करंदीकरांवर झाला. माधव ज्यूलियन यांच्या मृत्यूनंतर 'मराठीचा विलाप' ही रविकिरण मंडळाच्या धाटणीची करंदीकरांनी लिहिलेली कविताही त्यांच्या 'स्वेदगंगा' या कवितासंग्रहात आढळते. माधव ज्यूलियन यांनी बालगीते, व्यक्तिचित्रे, सुनीत, गझल, आधुनिक वृत्तीचे अभंग, सामाजिक उपरोध हे सर्व प्रकार आपल्या काव्यातून हाताळले आहेत. करंदीकरांनीही आपल्या व्यक्तित्वाचा शोध घेताना या सर्व प्रकारांचे लेखन केलेले दिसते. माधव ज्यूलियन यांच्या लेखनाची छाप करंदीकरांच्या या लेखनावर कुठेच दिसत नाही. परंतु या काव्यप्रकारांविषयी करंदीकरांना वाटणारे कुतूहल आणि आस्था यांचा माधव ज्यूलियन यांच्या व्यक्तित्वाशी कुठेतरी सांधा जुळतो असे वाटते. गझल हा उर्दू साहित्यातील समृद्ध असा काव्यप्रकार. आध्यात्मिक चिंतन, उत्कट प्रेमभावना, हरपल्या क्षणांची जीव भारणारी उदासता, मद्याचा कैफ मिसळलेली शृंगाराची धुंदी, प्राक्तनशरणता... अशा अनेक अनुभवांत गझलांची फिरत असते. हा प्रकार प्रामुख्याने गीतात्मक असतो. करंदीकरांचे बहुतेक गझल प्रेमभावना व्यक्त करणारे आहेत—परंतु उर्दू गझल ऐकताना ज्याप्रमाणे अनेक अनुभवांची दारे एकाच वेळी उघडत आहेत असे वाटते तसे करंदीकरांचे गझल वाचताना वाटत नाही. उर्दू गझल हा वाचतानाही 'ऐकू' येतो. करंदीकरांचे गझल 'छापील' वाटतात, त्यात बौद्धिक करामतीचा भाग अधिक वाटतो. गीत नाही, कविता नाही अशा अधेमधे कुठेतरी हे गझल उभे आहेत. एखादा 'साठीचा गझल' त्यातल्या विनोदी आविष्कारामुळे आपले वेगळे वळण निर्माण करतो. तरीही, करंदीकरांच्या एकूण कवितेत भावकवितेच्या कक्षा वाढवण्याचा प्रयत्न म्हणून या गझलांचा उल्लेख केला पाहिजे.

करंदीकरांच्या कवितेतील महत्त्वाच्या प्रयोगांचा विचार केल्यानंतर कवितेचा घाट समग्रतेने जाणवण्यासाठी त्यांच्या शैलीतील काही वैशिष्ट्यांचा उल्लेख या निबंधाच्या अखेरीस करणे उचित ठरेल असे मला वाटते. कवितेची शैली कवितेतून व्यक्त होणाऱ्या अनुभवापासून वेगळी करता येत नाही. परंतु केवळ विचाराच्या सोयीसाठी, तिची वैशिष्ट्ये सहजपणे समजून घेण्यासाठी ती इथे वेगळी करून पाहायची आहे. ही वैशिष्ट्ये अशा रीतीने न्याहाळीत असताना करंदीकरांची काव्यप्रकृतीही अधिक स्पष्टपणे दिसू लागते. यांपैकी काही वैशिष्ट्यांचा यापूर्वी विवेचनाच्या ओघात मी विचार केलेला आहेत. करंदीकरांच्या कवितेतून जाणवलेली त्यांच्या शैलीची काही 'खास करंदीकरी' वैशिष्ट्ये इथे नमूद करतो :

१. छंद या गोष्टीकडे पाहण्याचा करंदीकरांचा दृष्टिकोण अगदी स्वभावत:च अ-पारंपरिक आहे. याचे कारण छंद ही अनुभवाच्या प्रकृतीतून निर्माण होणारी गोष्ट आहे अशीच त्यांची धारणा आहे. त्यामुळे आशयसन्मुखता हे करंदीकरी छंदाचे वैशिष्ट्य सदैव जाणवते — त्यांच्या प्रारंभीच्या अपरिपक्व कविता वाचतानाही. छंदात्मक रचनेतही ओळींची लांबीरुंदी पारंपरिक नियमांनुसार न ठेवता करंदीकर ती आशयानुसारी ठेवतात आणि सयमक किंवा निर्यमक असा घोळ घालीत न बसता एकाच कवितेत ते आवश्यक वाटेल तेव्हा यमक जुळवतात आणि आवश्यकता न वाटल्यास रचना निर्यमक ठेवतात. 'जीवितकोडे' या कवितेतील पुढील ओळींचा घाट या दृष्टीने पाहण्यासारखा आहे :

मंजुळ गाणे
गाती माड सभोती आणिक डोलविती मग माना
... शांती न मला थोडी
भुतेच जैशी येउनि छळती मजला जीवितकोडी.

२. शारीर अनुभवांची उत्कटता आध्यात्मिक अनुभवाला भिडवण्यासाठी आणि त्यातून विशिष्ट मूल्यदृष्टी सूचित करण्यासाठी आध्यात्मिक परिभाषेतील शब्द ऐंद्रिय अनुभवाच्या संदर्भाने भारून करंदीकर वापरतात. करंदीकरांच्या अनेक कवितांतून हा प्रकार दाखवता येईल. उदाहरणार्थ, 'रक्तसमाधी' या कवितेतील पुढील ओळी :

अव्यक्ताला व्यक्त करण्यासाठी
अद्वैतातच विरल्या साऱ्या गाठी
... रक्तसमाधी लागुन विरली माया...

३. सामाजिक-राजकीय विचार केवळ निवेदनात्मक न राहता भावनेच्या उत्कट स्थितीला पोचावा यासाठी वक्तृत्वपूर्ण आघात आणि अर्थसूचक प्रतीके यांचे मिश्रण करंदीकर करतात :

स्वेदाची ही अखंड गंगा
देशधर्मरक्ताचे सारे
फोडित धरणे नी बंधारे
भिजवित माती काळी, गोरी
पहा धावते अखिल जगावर

४. आशयहीन बनलेल्या सामाजिक संस्थांचे किंवा रूढींचे तल्लीनतेचा नाट्यपूर्ण आविर्भाव घेऊन पारंपरिक भाषेत चित्रण आणि विनोदाच्या आकस्मिक कलाटणीने या पोकळपणाचा स्फोट. 'कीर्तन' या कवितेत बुवांच्या दामाजीच्या आख्यानाचे भावपूर्ण वर्णन येते. हे वर्णन करंदीकर उत्कट पातळीवर पोचवतात आणि अनपेक्षित कलाटणी देतात :

कथा रंगली, बूवा तल्लिन झाले
खडीसाखरेसाठी त्यांची मधेच चुळबुळ चाले.

५. जिथे भावनापूर्ण भाषेचा विलास सर्वसामान्यत: अपेक्षित आहे तिथे नेमकी विरोधी अशा शब्दांची काहीशी कोरडी, काटेकोर, अपुरी वाटावी अशी योजना करून या विरोधाने करंदीकर आशयाची उत्कटता वाढवतात आणि त्याचबरोबर सांकेतिक हळवेपणा आणि त्यातून निर्माण होणारी फसवी आलंकारिक भाषा यांच्यापासून कवितेला वाचवतात. 'थोडी सुखी, थोडी कष्टी' ही कविता याचे एक उदाहरण म्हणून देता येईल.

६. चिंतनशील जाणीव व्यक्त करण्यासाठी प्रतीकांचे संघटन असेलेली रचना करंदीकर करतात. 'निळा पक्षी' 'उंट' यांसारख्या कविता याचे उदाहरण म्हणून देता येतील. परंतु ही प्रतीकांची रचना जाणिवेने भारून टाकण्यात करंदीकरांना नेहमीच यश मिळते असे नाही. कलात्मक तोल गेलेल्या कवितांत करंदीकरांच्या अशा प्रकारच्या कविता अधिक आहेत. अशा फसलेल्या कवितांत बौद्धिक करामत अगदी उघडपणे जाणवते आणि व्याख्यानातले मुद्दे मांडावेत तशा कवितेतल्या ओळी येऊ लागतात. 'मृद्‌गंध' या कवितासंग्रहातील 'आम्ही दोघे' ही कविता अशा कवितांचे एक उत्कृष्ट उदाहरण ठरेल.

७. प्रतीके सेंद्रिय अनुभवाच्या पातळीवर नेण्यासाठी करंदीकर संवेदनगर्भ निसर्गचित्रांचा उपयोग करतात. उदाहरणार्थ, 'पांथस्थ पक्षी', 'पश्चिम समुद्रात' या

कविता. करंदीकरांच्या कवितेत निसर्गसौंदर्याची स्वयंपूर्ण अशी चित्रे फार थोडी आहेत. निसर्गाची चित्रे अनेकदा येतात, पण त्याचा 'उपयोग' वैचारिक जाणीव ऐंद्रिय करण्यासाठी असतो. याचा कळत-नकळत होणारा एक परिणाम असा की या चित्रांतले रंग अनेकदा सूक्ष्मतरल कमी आणि स्वत:कडे आवश्यकतेहून अधिक लक्ष खेचून घेणारे असे असल्याचे जाणवते.

८. परंपरेने आलेल्या पंक्तीत किंचित बदल करून तो नव्या आशयाला त्या ओळीतल्याच उत्कटतेने करंदीकर जोडतात. उदाहरणार्थ, 'यंत्रावतार' या कवितेतील शांतिपाठाचे क्रांतिपाठात केलेले रूपांतर. या रचनापद्धतीमुळे एक म्हणजे, आशय कमीतकमी शब्दांत व्यक्त करता येतो आणि दुसरे, दोन कालखंडांतील ऐतिहासिकता कायम राखूनही मूल्यपरिवर्तन सुचवता येते.

९. प्लेटो, महाभारत, वेद, गीता, इतिहास, विज्ञान अशांच्या वाचनातून गोळा केलेले संदर्भ करंदीकर आपल्या कवितेत आशयसन्मुख प्रतीके करतात. उदाहरणार्थ, 'सावल्या' ही कविता किंवा सूक्तरचना. अशा प्रतीकांची आणखीही अनेक उदाहरणे देता येतील. अशा तऱ्हेच्या प्रतीकयोजनेत वाचकाच्या दृष्टीने रसविघ्न ठरतील अशा अडचणी निर्माण होण्याची शक्यता अर्थातच नाकारता येणार नाही. म्हणजे, आधी हे समजून घेण्यासाठी संशोधन करा. परंतु हे संशोधन केल्यावरही या प्रतीकातून विशेष संपन्न असे काही हाती लागेलच असे नाही. तऱ्हेची संदर्भ-प्रतीके ही पुष्कळ वेळा व्युत्पन्नतेची कसरतच ठरते. करंदीकरांच्या 'संहिता' या दीर्घकवितेतील चौथ्या भागाची सुरुवात अशाच प्रतीकांच्या साखळीने होते. ही सर्व प्रतीके त्यांच्या सांस्कृतिक संदर्भासहित समजून घेतल्यानंतर हा कसरतीचाच प्रत्यय अधिक येतो.

१०. सुप्त मनाच्या चित्रणासाठी व्यक्तीच्या भोवतालच्या जीवनाचा तपशील करंदीकर आंतरिक जीवनात सूचित करणाऱ्या प्रतीकात्मक पातळीवर नेतात. 'गर्भाधान', 'कावेरी डोंगरे', 'गाठ' यांसारख्या कवितांत ही प्रतीक-योजना जाणवते.

११. आशयाच्या बदलानुसार लय आणि भोवतालचा संदर्भ बदलून एकाच प्रतीकातून करंदीकर वेगळेपणाचा अनुभव व्यक्त करू शकतात. यामुळे वरवरच्या, उथळ विविधतेचा सोस करंदीकरांत सहसा दिसत नाही. करंदीकरांच्या अनुभवसंचयात प्रतीकांची विविधता आहे—त्यांचे प्रदर्शन नाही. 'पांथस्थ पक्षी' आणि 'तसेच घुमते शुभ्र कबूतर' या दोन्ही कवितांत पक्षी हेच प्रतीक आहे. परंतु शुभ्र कबूतर ठाय लयीत आहे आणि पांथस्थ पक्षी जलद लयीत आहे. तसेच

आनुषंगिक संदर्भांची योजनाही वेगळी आहे. त्यामुळे दोन्हींकडे पक्षी हेच प्रतीक असले तरी पुनरुक्ती जाणवत नाही.

१२. सर्वसामान्य: सौंदर्यसूचक म्हणून येणाऱ्या प्रतिमांचे विरूपीकरण करून निराशा, वा वैफल्य असे ज्यांचे सांकेतिक वर्णन करता येणार नाही असे मनावरचे अनुभवाचे ताण करंदीकर व्यक्त करतात. उदाहरणार्थ, 'झपाटलेले पाय वळावे', 'सोबत' या कविता.

१३. एकाच कवितेत परस्परविरोधी अशी जाणिवेची केंद्रे करंदीकर एकत्र आणतात आणि कथनात्मक, भावकाव्यात्मक, चिंतनात्मक अशी तीनही प्रकारची शैली वापरतात. हे सर्व विरोधी ताण ते जीवनाचे स्वरूप जाणून घेण्याच्या उत्कट शोधात संवादी करतात. उदाहरणार्थ, 'त्रिवेणी', 'यथार्थसूक्त' या कविता.

१४. सामाजिक वास्तवाचे कठोर चित्रण करीत असतानाच तितक्याच कठोर अशा अंतर्मुखतेचा प्रवाह करंदीकर त्याच कवितेत समांतर ठेवतात. या तऱ्हेच्या अभिव्यक्तीमुळे व्यक्त होणाऱ्या निराशेला सांकेतिकतेच्या वाटा टळून प्रगल्भतेचे परिमाण प्राप्त होते. उदाहरणार्थ, 'असे काही पाहिले आहे' या कवितेचा शेवट.

१५. स्थिर वैचारिक प्रतीके आणि गतिमान ऐंद्रिय प्रतीके यांना एकाच जाणिवेच्या प्रवाहात एकत्र सोडून दोन प्रकारच्या लयींचा करंदीकर कलात्मक संवाद साधतात. ही दोन प्रकारची लय दोन प्रकारच्या जाणिवाही आतून व्यक्त करीत असते. उदाहरणार्थ, 'खडक फोडितो अपुले डोळे' ही कविता.

१६. दोन वेगवेगळ्या संवेदना — उदाहरणार्थ स्पर्श आणि रंग — व्यक्त करण्यासाठी करंदीकर विशेषणांचे नाजूक जोडकाम करतात आणि त्याच वेळी नामाचे क्रियापदाच्या अंगाने रूप करून या विशेषणांची, म्हणजे पर्यायाने अनुभवाची खोली वाढवतात. उदाहरणार्थ :

किलबिललेले उजाडताना
ओठ उगवतीचा थरथरला
गुलाबलेला ओललालसर.

१७. एकाद्या शब्दातील काही अक्षरांवर अवतरणचिन्हांच्या साह्याने जोर देऊन करंदीकर एकाच वेळी दोन अर्थ सूचित करतात. उदाहरणार्थ, 'आप' खुशीने अभ्र वितळले; हे 'पाप' लेले पिवळे कुत्रे. अशी आणखीही काही उदाहरणे देता येतील. अनेकदा या प्रकाराला शाब्दिक करामतीचा वास येतो.

१८. नादाचे घाट आणि भावनेचे घाट यांचे भावस्थितीने भारलेले एकात्मीकरण : ‘तालचित्रे’, ‘मासा : एक स्वरचित्र’ या कविता.

१९. वैचारिक प्रतीकांचे संघटन संपूर्णपणे कथात्मक घाट देऊन करणे. ‘वेडी’ ही करंदीकरांची कविता अनेक प्रतीकांची गुंफण आहे. परंतु ही प्रतीके गोष्ट सांगावी तशी ‘सांगितलेली’ आहेत.

२०. सत्याचा निखळ शोध करण्यासाठी परंपरेने पूज्य मानलेल्या कल्पनांना करंदीकर धक्के देतात, काही वेळा त्यांचे विरूपीकरण करतात. करंदीकरांच्या प्रेमकवितांचे विवेचन करताना ‘संहिता’ या दीर्घ कवितेतील तिसऱ्या भागाचे उदाहरण मी या संदर्भात दिलेलेच आहे. हा फ्रॉइडच्या पद्धतीने आंतरिक वास्तवाचा अर्थ लावण्याचा प्रयत्न आहे. एखादा नवा सिद्धांत हाती लागला की तो वापरताना काही वेळा अतिउत्साह दिसतो : वॉशिंग्टनला मिळालेली कुऱ्हाड तो जशी दिसेल त्या झाडावर चालवू लागला तशा प्रकारचा उत्साह. पौराणिक किंवा ऐतिहासिक घटनांचे अथवा व्यक्तींचे अशा तऱ्हेचे मनोविश्लेषण करीत असताना त्यांच्या भोवतीच्या ऐतिहासिक वास्तवावर काही वेळा त्यामुळे आक्रमण होण्याचा धोका निर्माण होतो. या विश्लेषणात किंवा विरूपीकरणात मग अर्थातच अतिशयोक्तीची किंवा अतिरंजिततेची विकृती निर्माण होते. ‘सीता-लक्ष्मणांत विरलेले रामायण’सारख्या ओळीतला हा धोका स्पष्टपणे जाणवतो. करंदीकरांच्या सत्याच्या शोधात मूर्तिभंजनाचा आक्रमक आवेश नाही. परंतु अनाठायी मूर्तिभंजनाइतकाच हा अतिशयोक्त मनोविश्लेषणाचा किंवा विरूपीकरणाचा धोका सत्याचा पराभव करू शकतो.

श्री. विंदा करंदीकर यांच्या गेल्या तीस वर्षांतील काव्यलेखनाचा मागोवा घेण्याचा प्रयत्न इथवर केला. करंदीकरांचे वाङ्मयीन कर्तृत्व न्याहाळताना, वाङ्मयीन यशाच्या संदर्भातला कवी डब्ल्यू. एच. ऑडेन यांचा एक उतारा इथे उद्धृत करावासा वाटतो :

"... What does literary success mean ? To be condemned by persons who have not read his works and to be imitated by persons devoid of talent. There are only two kinds of literary glory that are worth winning but the writer who wins either will never know. One is to have been the writer, perhaps a quite minor one, in whose work some great master generations later finds an essential clue for solving some problem; the other is to beome for someone else an example of the dedicated life."

आशयाच्या किंवा घाटाच्या बाबतीत कसलाही साचा पुढे न ठेवता जाणिवेचा मुक्त शोध घेत जाणारी करंदीकरांची कविता मराठी कवितेच्या विकासातील एक अत्यंत महत्त्वाचा टप्पा ठरली आहे. करंदीकरांची कविता, त्यांचे टीकालेखन, त्यांचे लघुनिबंध, त्यांनी केलेली संभाष्य भाषांतरे वाचीत असताना चैतन्यशील अशा वाङ्मयीन निष्ठेचा प्रत्यय येतो. करंदीकरांच्या काव्यातील प्रयोग पुढिलांना त्यांच्या कलानिर्मितीच्या प्रक्रियेतील समस्या सोडवण्यासाठी प्रकाश दाखवतील असा विश्वास निर्माण करण्याजोगे हे वाङ्मयीन कर्तृत्व आहे — हेच करंदीकरांचे यश आणि आधुनिक मराठी कवितेतील त्यांच्या कामगिरीचे महत्त्व.

□

संहिता, संपादक : मंगेश पाडगांवकर

गीताच्या गाभ्यात शिरून चाल निर्माण करणारा संगीतकार

सुगम संगीत या नावाने ओळखला जाणारा भावगीत हा गायनप्रकार दिवसेंदिवस अधिकाधिक लोकप्रिय होतो आहे. चित्रपट आणि रेडिओ या दोन माध्यमांचा हा गायनप्रकार लोकप्रिय करण्यात फार मोठा वाटा आहे. भावगीत गायकांचे अनेक कार्यक्रम गावोगाव होत असतात आणि डोळ्यांत भरण्याजोगा लोकाश्रय या कार्यक्रमांना मिळतो. 'भावगीत' या गायनप्रकाराला गेल्या काही वर्षांत इतक्या झपाट्याने मिळालेल्या लोकप्रियतेमुळे काही प्रमाणात या कलेला बाजारी स्वरूप येणेही क्रमप्राप्त होते. अर्थशून्य, गुळगुळीत शब्द चटपटीत चालीत गुंडाळून चोरट्या गुळमट आवाजात म्हटले की झाले भावगीत, असा सोयीस्कर समज गाणाऱ्यांनी, गोड गोड भावगीते लिहिणाऱ्यांनी आणि पुष्कळशा श्रोत्यांनीही करून घेतला -- इतका की शब्द आणि सूर यांची अभिरुची असलेल्या माणसांना या प्रकाराचा वीट आला. साहित्य आणि संगीत यांची संस्कारी अभिरुची असलेल्या रसिकांत भावगीत हा चेष्टेचा विषय होऊन बसला. चांगले कवी या वाटेला चुकूनही फिरकण्याचे टाळू लागले. स्वाभाविकच, खपाच्या बाजारात शब्द जुळव्यांचा धीट संचार सुरू झाला. ही दूषित हवा इतकी पसरली की, चांगले गीतलेखन करण्यासाठी प्रतिभावान कवीची आवश्यकता असते याचे भान टीकाकारही ठेवीनासे झाले; गीतलेखन करणाऱ्या प्रतिभावान कवीलाही 'गीतकार' हा अवहेलनेचा अहेर मिळू लागला. असे व्हायला नको होते, कारण गीतलेखन हाही कविप्रतिभेचा एक समर्थ आविष्कार आहे. कुठल्याही समृद्ध भाषेत कविता अनेक अंगांनी, अनेक प्रकारांनी विकसित होत असते. या विविध रूपांचे सौंदर्य अनुभवण्याची क्षमता निकोप रसिकतेच्या ठिकाणी असावी लागते. बाजारी भावगीत कोणते आणि

अभिजात गीत कोणते यांतला फरक ओळखण्याची संस्कारिता अवश्य बाळगायला हवी; पण म्हणून गीतलेखन हे काव्यच नव्हे अशी टोकाची भूमिका घेणे कवितेच्या विकासाला मारक ठरणारे आहे. मी स्वत: गीतलेखन करतो, आणि माझ्या इतर कवितांप्रमाणेच ते मन:पूर्वक करतो. माझ्या कवितालेखनाचा विचार करताना माझ्या गीतलेखनाचा विचारही केला गेला पाहिजे असे मला मनापासून वाटते.

गीत ही एका अर्थी सहकारी कला आहे. कवी, संगीत–दिग्दर्शक आणि गायक असे क्रमाने येणारे तीन घटक 'गीत' ही कलाकृती पूर्ण करतात. एकटा संगीत–दिग्दर्शक किंवा एकटा गायक 'धून' निर्माण करू शकेल, पण गीत निर्माण करू शकणार नाही. या तिघांत अधिक महत्त्वाचा कोण, हा प्रश्न अर्थशून्य आहे. यांतला प्रत्येक घटक आपापल्या परीने तितकाच महत्त्वाचा आहे. संगीत–दिग्दर्शक नसेल तर कवीची रचना केवळ शब्दरूप उरेल. गायक नसेल तर संगीतकाराने या शब्दांतून निर्माण केलेली स्वरांची बंदीश संवेदनेच्या कक्षेतच येणार नाही. या तिघांच्या प्रतिभा एकत्र येतील तेव्हाच गीताची प्राणधारणा होऊ शकेल, गीत निर्माण होऊ शकेल. प्रतिभेच्या क्षणी एखादी मुश्कील बंदीश साधली की ती लता मंगेशकर यांनी गावी असे श्रेष्ठ संगीत–दिग्दर्शकांना वाटते. याचे कारण लता या नावाची चलनी लोकप्रियता हे नव्हे. लताच्या आवाजात एक अशी अलौकिक प्रतिभा आहे की जिच्या स्पर्शाशिवाय आपली बंदीश प्राणधारण करू शकणार नाही अशी जाणीव या संगीत–दिग्दर्शकाला असते. गीताची एकात्मता तीन स्वतंत्र प्रतिभेच्या कलावंतांच्या संवादातूनच निर्माण होऊ शकते. या तीन घटकांपैकी कुठलाही एक घटक फिका पडला किंवा एकाला अथवा दोघांना फाजील महत्त्व दिले गेले तर खऱ्या अर्थाने श्रेष्ठ दर्जाची कलाकृती निर्माण होऊ शकणार नाही.

सुगम संगीत आवडीने ऐकणारा श्रोता एक प्रतिभाशाली संगीत–दिग्दर्शक म्हणून यशवंत देव यांना ओळखतो. गेल्या पंधरा वर्षांत यशवंत देव, श्रीनिवास खळे, हृदयनाथ मंगेशकर, दशरथ पुजारी या नव्या पिढीच्या संगीत–दिग्दर्शकांनी आपल्या रचनांनी एक नवे पर्व निर्माण केले आहे. यशवंत देव आणि श्रीनिवास खळे यांच्यासाठी मी माझे बहुतेक गीतलेखन केले असल्यामुळे त्यांच्या प्रतिभेचे दर्शन मला अधिक जवळून घेता आले, हे मी माझे भाग्य समजतो. या दोघांच्या सहवासामुळे गीतलेखनाविषयीची माझी समज वाढायला खूप मदत झाली आहे.

यशवंत देव यांची प्रतिभा वैशिष्ट्यपूर्ण आहे. ते गीताला चाल चिकटवत नाहीत — गीताच्या गाभ्यात शिरून चाल निर्माण करतात. गीतातला प्रत्येक शब्द हा जिवंत अनुभवाने भारलेला एक क्षण असतो याची त्यांना जाणीव असते. ही जाणीव वागवणे हे वाटते तितके सोपे नाही. स्वरांची बंदीश हे संगीत–दिग्दर्शकाचे माध्यम असते; आणि म्हणूनच आपल्या आविष्काराची कुरघोडी शब्दांवर करण्याकडे त्याचा कल होण्याची पुष्कळच शक्यता असते; म्हणूनच, काव्याची खोल जाणीव असल्याखेरीज संगीत–दिग्दर्शकाला शब्द जपता येत नाहीत. स्वरांची धून टांगण्याचे एक सोयीस्कर साधन या दृष्टीने देव कवितेकडे पाहत नाहीत. विलक्षण नम्रतेने आणि संवेदनशील मनाने ते कवितेला सामोरे जातात. कवितेच्या हृदयाची भाषा आपली संगीतकाराची प्रतिभा एकवटून समजून घेतात. ज्या कवितेला चाल लावायची त्या कवितेत देव स्वत:ला हरवून घेतात. त्यांच्या मनात उरते या कवितेची उत्कट समज, उत्कट अनुभव. आणि मग डहाळीतून पालवी फुटावी त्याप्रमाणे या अनुभवातून स्वर उमलू लागतात. स्वरांची बंदीश ही एक अपरिहार्यताच असते. स्वरांचे चमत्कृतिपूर्ण वळण फेकण्यासाठी किंवा लयकारीची गंमत साधण्यासाठी देव गीतातल्या शब्दांची ओढाताण कधीही करणार नाहीत. चांगले गीत ऐकताना कविता स्वत:च स्वरांच्या भाषेत बोलते आहे, असे वाटले पाहिजे. चाल म्हणजे शब्दांवर लादलेले स्वरांचे नटवे अलंकरण नव्हे, आकर्षक चमत्कृती नव्हे. चाल ही पक्ष्याच्या पंखांसारखी अंगभूत असावी लागते, ती बाहेरून चिकटवून चालत नाही. देवांच्या रचनेतून हे भान सहसा सुटत नाही. ते नेहमी म्हणतात, 'कवितेची चाल बाहेर नसतेच मुळी; ती त्या कवितेतच असते — मी फक्त ती शोधून काढतो.' ही जाणीव सुगम संगीताच्या निर्मितीत मला फार महत्त्वाची वाटते. संगीत–दिग्दर्शकाने आधी चाल बांधली आणि कवीने त्यावर शब्द रचले तर काय बिघडले? असा प्रश्न मला काहीजण विचारतात. मला स्वत:ला या रचनापद्धतीचे आतून आकर्षण वाटत नाही. कारण मला हा चिकटवण्याचा प्रकार वाटतो. या पद्धतीने एखादे गीत चांगले लिहून होईलही — पण तो योगायोगाचा भाग झाला असे मला वाटते; तो गीतनिर्मितीचा स्वाभाविक प्रकृति–धर्म नव्हे. आधी आपल्या जीवनानुभूतीतून कवी गीत निर्माण करतो, मग संगीतकार या निर्मितीशी कलात्मक इमान राखून स्वरांची बंदीश निर्माण करतो आणि त्यानंतर ही दुहेरी बंदीश एकात्म रीतीने उमजून गायक किंवा गायिका आपल्या गायनातून निर्माण करते. प्रत्येक निर्मितीचा एक स्वयंभू आणि अटळ

असा विकासक्रम असतो असे मला वाटते. या नैसर्गिक विकासक्रमाशी इमान राखणे आवश्यक असते. यशवंत देव आणि श्रीनिवास खळे हे दोन्ही संगीत–दिग्दर्शक हे इमान कटाक्षाने राखतात, हे मी अगदी जवळून पाहिले असल्यामुळे माझी ही जाणीव मला अधिकच अर्थपूर्ण वाटते. श्रीनिवास खळे यांनी एके ठिकाणी म्हटले आहे, 'आधी चाल बांधायची आणि त्यावर गाणे करून घ्यायचे असे मी स्वत: कधी केलेले नाही. माझ्या प्रकृतीत ते बसत नाही. गाणे पुढे असले, त्यातला आशय मला जाणवला की आपोआप मला चाल स्फुरू लागते. गाणेच जर समोर नाही तर चाल निर्माण करायची कशातून आणि कशासाठी?' हे विधान करणारे खळे आणि 'चाल गाण्यातच असते, मी फक्त ती शोधून काढतो' असे म्हणणारे देव या दोघांचीही कलात्मक भूमिका एकच आहे.

या पुस्तकातील 'संगीत–दिग्दर्शन' या विभागात 'आधी चाल, नंतर शब्द' या प्रकरणात देव यांनी 'अशा प्रकारेही चाल निर्माण होऊ शकते' असे वस्तुनिष्ठ विधान केल्यानंतर, 'अशा सर्व निवडलेल्या शब्दांतून काव्याचा दर्जा खालावणार नाही याचीही खबरदारी घेण्याची अवघड कसरत त्याला करावी लागते', असा सौम्य शब्दांत पण सूचक इशारा दिला आहे.

अशा तऱ्हेच्या अनेक प्रश्नांची चर्चा या पुस्तकात करीत असताना देव यांनी आपला स्वत:चा कलानिर्मितीचा अनुभव स्पष्टपणे, मोकळेपणाने सांगितला असता तर अधिक बरे झाले असते, अधिक उपयुक्त ठरले असते. परंतु प्रत्येक ठिकाणी 'मी' हा शब्द येईल, आणि विधानांना अहंकाराचा वास येईल या भीतीने देव यांनी आपले अनुभव सांगण्याचे टाळले असावे. खरे म्हणजे कलानिर्मितीचे स्वरूप शोधीत असताना या अनुभवांचे निवेदन आत्मप्रशंसेचे ठरत नाही. या अनेक प्रश्नांविषयी लिहीत असताना देव यांनी आपले कलानिर्मितीचे अनुभव सांगितले असते, या अनुभवांतून हाती आलेल्या काही निष्कर्षांचा ऊहापोह केला असता आणि या निमित्ताने आपले अनुभव पुन्हा एकदा तपासून पाहिले असते, तर वाचकांच्या दृष्टीने ते अधिक उपकारक ठरले असते, असे मला वाटते. परंतु असे न करता देव यांनी वेगवेगळ्या विधानांच्या स्पष्टीकरणार्थ एकामागून एक दाखले हरदासी पद्धतीने 'समजावून सांगण्याच्या' हेतूने दिले आहेत. निवेदनाच्या या पद्धतीमुळे पुष्कळ वेळा प्रतिपादनाला फाजील सोपेपणा येतो आणि कलास्वरूपाच्या व्यामिश्रतेचे (complexity) भान सुटते. ह्या स्वरूपाच्या अनेक शक्यता शोधण्याची आपली सर्जनशील कलावंताची

भूमिका सोडून देव विषय सोपा करून, समजावून सांगणाऱ्या पंतोजीची भूमिका घेतात. त्यामुळे प्रतिभावंत देवांपेक्षा गायनमास्तर देवांचे दर्शन या पुस्तकात अधिक वेळा होते. अर्थात देवदर्शन कुठल्याही स्वरूपात शुभ असते असे समाधान इथेही मानायला हरकत नाही.

सुगम संगीताच्या क्षेत्रातला देव यांचा अनुभव विलक्षण समृद्ध आहे. त्यांनी संगीत-दिग्दर्शक या नात्याने शेकडो चालींची निर्मिती केली आहे. चित्रपट, नाटक, संगीतिका, नृत्यनाट्य या सर्व प्रकारांसाठी त्यांनी संगीत दिले आहे. शिक्षक म्हणून त्यांनी गाणे शिकवले आहे; आकाशवाणीवर सुगम संगीताचे संयोजक म्हणून काम करीत असल्यामुळे अनेक नव्याजुन्या कलाकारांकडून त्यांनी गाणी म्हणवून घेतली आहेत. इतकेच नव्हे तर त्यांचे ध्वनिमुद्रणही स्वत: केले आहे. गायनाचे कार्यक्रम त्यांनी स्वत: गावोगाव केले आहेत. संगीत-दिग्दर्शक, गायक, संयोजक होऊनच ते थांबलेले नाहीत तर त्यांनी स्वत: अनेक गीते लिहिलीदेखील आहेत. इतका समृद्ध अनुभव फारच थोड्यांच्या वाट्याला येत असेल असे मला वाटते. यशवंत देव यांच्या या अनुभवाचा, प्रतिभेचा आणि बुद्धिमत्तेचा आवाका लक्षात घेता त्यांनी कला निर्मितीच्या स्वरूपावर प्रकाश टाकणारे आत्मनिवेदनात्मक पुस्तक लिहावे असे या निमित्ताने सुचवावेसे वाटते.

हे पुस्तक लिहिताना यशवंत देव यांनी विद्यार्थिदशेतील, नव्याने शिकू इच्छिणारा गायक आणि संगीत-दिग्दर्शक आपल्या डोळ्यांपुढे वाचक म्हणून ठेवलेला असावा. त्यांनी स्वत:च आखून घेतलेली ही मर्यादा आहे. या मर्यादेत त्यांनी हे पुस्तक अत्यंत उपयुक्त होईल असे लिहिले आहे यात शंका नाही. सुगम संगीताच्या क्षेत्रात नव्याने पदार्पण करू पाहणाऱ्या गायकांना आणि संगीत-दिग्दर्शकांना या कलाक्षेत्राची विविध अंगे समजून घेण्यासाठी या पुस्तकाची बहुमोल मदत होईल. हौसेने भावगीते गाणाऱ्या अनेक गायक-गायिकांना आपण ऐकलेले असते. गुणांपेक्षा दोषांचीच जाणीव प्रकर्षाने व्हावी असेच प्रसंग इथे अधिक येतात. हे दोष टाळण्यासाठी कोणकोणत्या गोष्टी नीट समजून घेतल्या पाहिजेत याचे अधिकाराने मार्गदर्शन करणारी माणसे या हौशी गायक-गायिकांना भेटत नाहीत. त्यामुळे या दोषांचे दळण दळत बसणे त्यांच्या वाट्याला येते. आणि मग 'जगात सर्वत्र वशिलेबाजीच चालते. आपल्याजवळ उत्तम गुण असूनही कोणीही आपल्याला वशिला नसल्यामुळे विचारीत नाही'

अशा मूर्ख आंधळ्या समाधानाचे खोटे पांघरूण ओढून ही मंडळी झोपी जातात. ही फार मोठी उणीव भरून काढण्याचे महत्त्वाचे कार्य यशवंत देव यांचे हे पुस्तक करू शकेल असे मला वाटते.

हौशी गायक–गायिकांना अनेक महत्त्वाच्या सूचना देव यांनी या पुस्तकात निर्भीडपणे केल्या आहेत. मायक्रोफोन म्हणजे काय आणि तो कसा वापरावा ही गोष्ट सांगण्याचेही देव यांच्या नजरेतून सुटलेले नाही. कलेच्या क्षेत्रात पुष्कळशा गोष्टी प्रथमदर्शनी अगदी साध्या वाटतात, सोप्या वाटतात. परंतु त्या सोप्या दिसल्या तरी कठीण असतात. देव यांना ही गोष्ट पक्की ठाऊक असल्यामुळे त्यांनी नवशिक्या गायक–गायिकांच्या मर्यादांचा अतिशय सहृदयतेने आणि सर्वांगीण विचार केला आहे.

सुगम संगीतात शब्दांचे महत्त्व फार असते. गायकाने चालीची सुरावट नुसतीच गळ्यातून फेकून चालणार नाही–त्याला स्वरांतून योग्य तो भावाविष्कार करता आला पाहिजे. अशा तऱ्हेचा expression असलेला स्वर दुर्मीळ असतो. पुष्कळशा गायक–गायिकांशी बोलताना असे आढळून येते की त्यांनी कवितांचे वाचनच केलेले नसते. त्यामुळे कविता सखोलपणे समजून घेऊन स्वरांतून उभी करण्यासाठी लागणारी बौद्धिक आणि भावनात्मक प्रक्रिया त्यांच्या ठिकाणी संभवतच नाही. डिग्री असणे या अर्थाने सुशिक्षित असलेले गायकही त्या दृष्टीने अडाणी असतात, संस्कारशून्य असतात. या बहुतेकांचे शब्दांचे उच्चारही अशुद्ध असतात — आणि याचा त्यांना पत्ताही नसतो. जिथे शब्दाचा उच्चारच असा अडाणी तिथे सर्व शब्दांचा मिळून एकात्म, संकलित परिणाम साधणे कसे जमणार? गायकाने प्रत्येक शब्दाचे व्यक्तिमत्त्व समजून घेतले पाहिजे. तरच हा कलात्मक परिणाम साधणे शक्य होईल. गाणे नुसते गळ्याने म्हणायचे नसते — ते गायकाने 'निर्माण' करायचे असते ही जाणीव नवशिक्या गायकांत उत्पन्न करण्याचा प्रभावी आणि कुशल प्रयत्न यशवंत देव यांनी आपल्या पुस्तकात केला आहे.

ललित संगीताचा विद्यालयीन अभ्यासक्रम कसा आखावा याचा विचारही देव यांनी आपल्या पुस्तकात मांडला आहे. शैक्षणिक क्षेत्रातील लोकांना देव यांचे हे विचार निश्चितच उपयुक्त वाटतील. या विचारांमागे संगीत–दिग्दर्शक, गायक आणि शिक्षक अशा त्रिविध नात्यांनी केलेली यशवंत देव यांची दीड तपाची मन:पूर्वक साधना उभी आहे.

सुगम संगीतावर असे पद्धतशीर लिहिले गेलेले मराठी भाषेतले हे माझ्या माहितीप्रमाणे पहिलेच पुस्तक आहे. या प्रयत्नाबद्दल सर्व वाचकांच्या वतीने मी देव यांचे अभिनंदन करून कृतज्ञता व्यक्त करतो.

आजवर मी गाणी लिहिली आणि देवांनी त्यांना चाली दिल्या. इथे मात्र देवांनी गाण्यावर पुस्तक लिहिले असून मी ही प्रास्ताविकाची 'चाल' दिली आहे. देव यांचे माझ्यावरचे ऋण व्यक्त करण्यासाठीच मी हे काम स्वीकारले. माझा तो अधिकार नव्हे. 'गीत : मंगेश पाडगांवकर आणि संगीत : यशवंत देव' या आमच्या एकत्र नामोच्चाराचा मला नेहमीच अभिमान वाटला आहे. या त्यांच्या पुस्तकाच्या निमित्ताने पुन्हा आमची दोघांची नावे एकत्र येत आहेत—हाही माझ्या अभिमानाचा विषय आहे.

□

'शब्दप्रधान गायकी' या पुस्तकासाठी
लिहिलेली प्रस्तावना

बा. भ. बोरकरांची कविता :
एक चर्चात्मक संवाद

पाडगांवकर : आपण कविता लिहावी असं तुम्हाला का वाटलं?

बोरकर : कविता ही लिहायची असते हेच आधी मला माहीत नव्हतं! जशा नद्या असतात, डोंगर असतात, नक्षत्रं असतात, तशाच कविताही – पदं आणि गाणी – असतात, असा माझा आपला भोळा समज. कविता हा शब्ददेखील त्या वेळी माझ्या कानावर पडला नव्हता. सकाळी भूपाळ्या आणि स्तोत्रं, दुपारी घरच्या स्त्रियांच्या तोंडचं 'शिवलीलामृत', उन्हं ओसरायच्या सुमाराला घरातल्या मावस आजीचा कुठला ना कुठला पाठ, आणि रात्री भजनांत संत कवींची निवडक रचना माझ्या कानावर पडत होती; प्रयासाशिवाय मला पाठ होत होती.

गावातली नाटकं आणि भजनी सप्ताह यांच्यामुळं नाट्यसंगीत आणि भक्तिसंगीत पुष्कळच ऐकायला मिळे. माझा गळा चांगला होता; आणि ऐकलेलं मला चटकन् मुखोद्गत होई. त्यामुळं घरात कोणी पाहुणा आला की मला माझ्या पाठांतराची संथा द्यावी लागे. वाट्याला येणाऱ्या अमाप कोडकौतुकामुळं मी हे सारं उत्साहानं करू लागलो. चातुर्मासात 'पांडवप्रताप', 'हरिविजय', 'आर्याभारत' वगैरे ग्रंथ आमच्या चौसोपीवर वाचले जात, तेही कानावर पडत, हे सारं, मला वाटतं, माझ्या मनात कुठे तरी साचत चाललं होतं.

पात्रीस नावाचा एक म्हातारा भंडारी माडी काढायला जाताना एखादे वेळी थोडा वेळ आमच्याकडे राही, आणि एखादं कोकणी गाणं मला शिकवी. आमच्या घराशेजारच्या किरिस्तांव भंडाऱ्यांच्या वाडीत एक लग्न होतं. तिथं वडील मला घेऊन गेले. पंगती बसल्या होत्या. आणि जमलेली मंडळी पात्रीसला 'शिळोक' म्हणण्याचा आग्रह करीत होती. लोकाग्रहास्तव पात्रीसनं लग्नातल्या घटनांवर आधारलेलं आपलं शीघ्रकाव्य म्हणायला सुरुवात केली. तो एक कटाव होता.

कविता ही कुणी तरी 'रचीत' असतो हे इथं मला पहिल्यांदा कळलं. मला हा मोठाच चमत्कार वाटला आणि अशीच रचना आपल्याला करता यावी असं मला वाटू लागलं.

पाडगांवकर : बोरकर, ही हकीकत घडली तेव्हा तुमचं वय किती होतं? त्या वेळी शाळेत जात होता का तुम्ही? पुस्तकातल्या कविता, त्यांचे कवी ही माहिती मास्तरांनी सांगितली नव्हती तुम्हाला? आणि ऐकलेल्या अभंगांतसुद्धा 'नामा म्हणे', 'तुका म्हणे' हे शब्द तर कानावरून गेलेच असतील तुमच्या! म्हणजे जो साक्षात्कार पात्रीसमुळं झाला, तो खरं म्हणजे सर्वसामान्य माहिती अशाच स्वरूपात परिचित व्हायला हवा होता.

बोरकर : त्या वेळी माझं वय आठनऊ वर्षांचं असेल. गावात शाळा अशी नव्हतीच. कोकणातून मास्तर येत आणि ते घरच्या घरीच आम्हांला शिकवीत. त्यांतला एकही मास्तर चारसहा महिन्यांच्यावर टिकत नसे. त्यामुळं माझं मराठी शिक्षण दोन इयत्तांपलीकडे जाऊ शकलं नाही. पुस्तकातल्या कविता मास्तर पाठ करून घेत; पण त्या समजावून सांगणं किंवा कवीची माहिती देणं त्यांच्या गावीही नव्हतं. या साऱ्या प्रकाराला कंटाळून मी नवव्या वर्षीच पोर्तुगीज शाळेत दाखल झालो. 'नामा म्हणे', 'तुका म्हणे', 'सोयरा म्हणे' हे रोज कानावरून जात होतं; पण कसं कोणाला माहीत, माझं त्याकडे ध्यान गेलं नाही. मला वाटतं, ते वयच असं असतं की एखादी सूक्ष्म गोष्ट सहज लक्षात येते, आणि सर्वसामान्य गोष्टींकडे दुर्लक्ष होतं. 'नामा म्हणे', 'तुका म्हणे', या गोष्टीकडे माझं ध्यान पात्रीसच्या या 'काव्यगायना'नंतरच प्रथम गेलं.

पाडगांवकर : तुम्ही पहिली कविता केव्हा लिहिलीत?

बोरकर : घरातल्या रोजच्या भजनांत ठराविक अभंग आणि पदं विशिष्ट अनुक्रमानं गायली जात; आणि ते आटोपल्यावर, विशेषत: आम्हा मुलांना, नवीन पद किंवा अभंग म्हणायचा असे. एक दिवस मी हे विसरून गेलो आणि काळोख पडायच्या सुमाराला मला या गोष्टीची आठवण झाली. माडीवर जाऊन मी स्वत:च अभंग रचला आणि तोच त्या दिवशीच्या भजनात म्हटला.घरच्या मंडळींनी साथ दिली. पण शेवटी 'बाकी म्हणे' ही ओळ येताच सारेच चमकले. भजन संपल्यावर चुलत्यांनी मला बोलावून घेतलं आणि संतांच्या अभंगात आपलं नाव घुसडणं पाप आहे अशी मला समज दिली. संत झाल्याशिवाय अभंग करायचा नसतो अशी आजीनं ताकीद दिली आणि ''तू थोरला मुलगा आहेस, तुला संसार चालवायचा

आहे'' असं सांगून अभंग न करण्याबद्दल माझ्याकडून वचन घेतलं. कविता करण्याची उबळ अधूनमधून मला येत होती : पण शब्द देऊन चुकल्यामुळं मी ती आतल्या आत दाबून टाकीत होतो. पण सहासात वर्षांनी एक अकल्पित घटना घडली, आणि कवितेनं मला कायमचं झपाटलं.

पाडगांवकर : कुठली अकल्पित घटना?

बोरकर : सांगितलं तर हसाल तुम्ही! मी त्या वेळी इंग्रजी तिसरीत होतो. सकाळची वेळ होती. जनरल इंग्लिशचा क्लास होता. शाळेच्या प्रिन्सिपॉलनी माडीवर जाऊन मला खडूच्या कांड्या आणायला सांगितलं! तिकडे गेल्यावर एका रंगीत चित्रांच्या पुस्तकावर माझं लक्ष गेलं; आणि ते चाळता चाळता मी भान विसरून गेलो. इतक्यात कुणी तरी मागून माझे डोळे झाकले! तो माझा वर्गमित्र पाइस् असावा असं वाटून मी हात धरले, तो ते मऊ लुसलुशीत लागले! चमकून मी मागं वळून पाहिलं. तोच मार्गारीदनं पटकन् माझा मुका घेतला! – आणि हसतहसत ती खाली पळाली. माझ्या भोवतालचं सारं जग एका क्षणात पालटलं आणि सर्वत्र काठोकाठ सौंदर्य भरून गेलं आहे असा अननुभूत साक्षात्कार मला झाला. जिना उतरताना तो देखील झुलतो आहे असं मला वाटलं. मी वर्गात येऊन बसलो. पण माझं काही त्या मुलीकडे लक्ष गेलं नाही. मी कुठल्या तरी दिव्य जगात जाऊन पोचलो होतो. त्या रात्रीचं ते धुंद चांदणं मला अजून दिसतं. तसं चांदणं मी पुन्हा कधी पाहिलं नाही. उत्तररात्रीपर्यंत मी त्या चांदण्यात हिंडत होतो आणि एकसारखा गुणगुणत होतो —

Robin, Robin, red-breast
Oh ! Robin dear
Robin sings so sweetly
In the falling of the year.

पाडगांवकर : बोरकर, हे स्वप्न सांगितलंत की वस्तुस्थिती? मला तर सारखा हेवा वाटत होता हे सारं ऐकताना! एकूण हे तुमचं दुखणं बरंच जुनं आहे तर!! तुमचं पहिलं 'नंदनवन' याच वेळी तुम्हाला आढळलं असं म्हणायला हरकत नाही!!

बोरकर : मला वाटतं, कधी कधी आपलं स्वप्नच आपल्याला वस्तुस्थितीतून आढळत असावं! निदान माझ्या बाबतीत तरी ते तसं घडलं!

पाडगांवकर : या घटनेचा तुमचा लेखन-प्रवृत्तीवर काही खोल परिणाम झाला आहे असं तुम्हाला वाटतं का?

बोरकर : हो, वाटतं! मानसशास्त्राच्या परिभाषेत ज्याला psychological fixation म्हणतात, तसा काहीसा प्रकार माझ्या मनोधर्माच्या बाबतीत झाला असावा. प्रीतीच्या जिवंत उत्कट प्रत्ययाशिवाय माझ्या 'नंदनवना'ची दारं मला उघडी होत नाहीत! असंच काही तरी अकल्पित घडावं लागतं. निसर्गाचं वेड आणि ईश्वराची ओढ या प्रसंगी हाताला लागणाऱ्या या 'नंदनवना'च्या आणखी दोन किल्ल्या.

पाडगांवकर : तुम्ही आपल्या पहिल्यावहिल्या कविता कोणाला दाखवीत होता? कुणाकडून तुम्हाला मार्गदर्शन मिळालं?

बोरकर : आमच्या घरात कविता करणं हा छांदिष्टपणाचा प्रकार समजला जात असे; आणि मला तर छांदिष्ट म्हणूनच काढलं होतं. त्यामुळं मी कविता करीत असे त्या चोरून!! बरीच वर्षं मी त्या कुणाला दाखवल्याही नाहीत. कवी काऱ्यांचे वडील आपला संशोधनाचा उद्योग आमच्याकडे राहून करीत असत. ते एकदा फार आजारी झाले. आणि त्या निमित्तानं कवी काऱ्यांचा आणि माझा स्नेह जमला. आम्ही एकमेकांना आपल्या कविता दाखवू लागलो. त्यांच्याच मुळं बालकवी, गोविंदाग्रज, टिळक, केशवसुत, यशवंत, वगैरेंची कविता मला वाचायला मिळाली. मला काही मार्गदर्शन मिळालं असलं तर ते या कवींच्या अत्यंत आवडलेल्या कवितांतूनच.

पाडगांवकर : यांपैकी कोणत्या कवींची मोहिनी तुमच्या मनावर विशेष पडली?

बोरकर : माझ्यावर खरीखुरी मोहिनी पडली ती बालकवींची; आणि त्यांच्या खालोखाल गोविंदाग्रजांची. इतर कवींच्या बाबतींत त्यांच्या काही कवितांनी मला असाधारण भुरळ पाडली, एखाद्या कवीचा एखादा गुण मला विलोभनीय वाटला, पण या कवींपैकी कुणालाही गुरुपद द्यावं असं मला वाटलं नाही.

पाडगांवकर : त्या वेळी तुम्हाला कविता कशी सुचत असे?

बोरकर : पाडगांवकर, या प्रश्नाचं उत्तर देण्यापूर्वी माझ्या धडपडीची थोडीशी कल्पना मला द्यावी लागेल. घरात आम्ही बोलत होतो कोकणी. लोकव्यवहारही कोकणीतच चालत होता. मराठी दोन इयत्तांपलीकडे माझं शिक्षण झालेलं नव्हतं. एखाद्या कवितेच्या वाचनानं मनाला चटका लागला म्हणजे मी कवितेच्या जगात विहार करीत होतो. कधी एखाद्या चालीच्या मोहिनीमुळं, कधी कवितेतल्या वातावरणामुळं, तर कधी आशयाच्या नवलाईमुळं मी कविता गुणगुणू लागायचो. भाषा आणि छंद आपल्या पकडीत यावे यासाठीच माझी अर्धीअधिक शक्ती त्या

वेळी खर्ची पडत असावी; त्यामुळं माझ्या आशयाची पृथगात्मता बाजूला पडून पूर्वसूरींचेच सूर प्राधान्यानं त्यात प्रकट झाले.

पाडगांवकर : हे झालं मराठी कवींच्याविषयी. परभाषेतील कोणते कवी तुमच्या वाचनात आले होते?

बोरकर : १९३०पर्यंत तरी पोर्तुगीज कवी मी फारसे वाचले नव्हते. क्वचित एखाद दुसरी कविता वाचली असेल. पण बालकवि-गोविंदाग्रजांप्रमाणे कोणाही पोर्तुगीज कवीनं त्या वयात माझं चित्त आकृष्ट केलं नाही. १९२६ ते ३० सालच्या दरम्यान मी बरीचशी इंग्रजी कविता वाचली. त्या काळात "Golden Treasury' तर मी वाचली हातीच; शिवाय शेले, कीट्स, बायरन आणि टेनिसन मी विशेष आवडीनं वाचले.

पाडगांवकर : तुमच्या कवितेच्या शब्दकळेवरून अनेकांचा असा ग्रह होतो की, संस्कृत काव्याचं तुम्ही मोठं मार्मिक अध्ययन केलेलं असावं. हे कितपत खरं आहे? संस्कृत काव्य तुम्ही केव्हा वाचलंत?

बोरकर : माझ्या मराठी शिक्षणाची वाताहत मी तुम्हाला सांगितलीच. जिथं मराठीची ही गत, तिथं आमच्या नशिबी संस्कृत कुठलं? जो काही संस्कृत वारसा माझ्या कवितेत तुम्हाला दिसतो तो मला मिळाला संत-पंतांच्या कवितेतून — विशेषत: 'ज्ञानेश्वरी'तून. 'ज्ञानेश्वरी' अकराव्या वर्षी माझ्या हाती आली... आणि अजून मी ती वाचतो आहे. तेव्हा हे सारं वैभव त्या मायमाऊलीचं! संस्कृत काव्याच्या अभ्यासात मी लक्ष घातलं ते अगदी अलीकडे, पुण्याला आल्यावर — म्हणजे १९४८ सालापासून. शब्दाच्या सौंदर्याचं आणि संगीताचं मला लहानपणापासूनच वेडच आहे. मुलं लोलक जमवतात तसे मी ते जमवीत गेलो. अशा शब्दांची संस्कृतात नुसती रेलचेल आहे.

पाडगांवकर : गोव्याच्या जीवनाचं वैशिष्ट्य आपण व्यक्त करावं असं तुम्हाला या कालखंडात वाटत होतं का? 'प्रादेशिक वाङ्मय' हा शब्द तुमच्या कानावरून त्या वेळी गेला होता का?

बोरकर : १९३० सालापर्यंत तरी गोव्याच्या जीवनाचं खास असं काही वैशिष्ट्य आहे आणि आपल्याला ते व्यक्त करायचं आहे, याची डोळस जाणीव मला नव्हती. गोव्यात असेपर्यंत सारं जग गोव्यासारखंच आहे असंच मी धरून चालत होतो.१९२६ साली मी धारवाडला शिक्षणासाठी गेलो, तेव्हा कुठं मला गोव्याचा निराळेपणा गोव्याच्या वियोगामुळं अधिकाधिक जाणवत गेला. पण तो आपण प्रकट केला पाहिजे हा विचार मात्र मला शिवला नाही. 'प्रादेशिक

वाङ्मय' हा शब्दप्रयोगदेखील पहिल्या प्रथम माझ्या कानावर पडला तो १९३० च्या मडगावच्या मराठी साहित्य संमेलनात–– सुखटणकरांच्या 'सह्याद्रीच्या पायथ्याशी' या कथासंग्रहाच्या संदर्भात.

पाडगांवकर : 'प्रतिभा' हा तुमचा काव्यसंग्रह मी फार पूर्वी वाचला होता. तुमचा तो पहिलाच संग्रह एवढ्याच पुरतं माझं कुतूहल तेव्हा मर्यादित होतं. या चर्चात्मक संवादाच्या निमित्तानं पुन्हा बऱ्याच वर्षांनी मी हे पुस्तक वाचलं.अनेक गमतीच्या गोष्टी मला या कविता वाचीत असताना जाणवल्या. पहिली गोष्ट मला जाणवली ती अशी : संतांचं वाङ्मय कानावरून गेल्यामुळं काव्याचे संस्कार तुमच्यावर झाले असं तुम्ही म्हणता. पण 'कातरवेळेनंतर' या एका कवितेचा अपवाद सोडला, तर या काव्याचे संस्कार 'प्रतिभे'तल्या कवितेवर कुठंच जाणवत नाहीत हे कसं?

बोरकर : त्याचं कारण मी आजीला दिलेल्या वचनात असावं. अभंग लिहायचा नाही म्हणजे संतांच्या सारखी रचना करायची नाही, असं मी माझ्या मनाला पटवलं असावं. ज्या एका कवितेचा तुम्ही उल्लेख केला आहे ती भावातिरेकाच्या असावध क्षणात निर्माण झाली असेल एवढंच मला म्हणता येईल.

पाडगांवकर : तुम्ही सांगता ते कारण असू शकेल – तसं ते महत्त्वाचं आहे ही – पण त्यानं पुरतं समाधान होत नाही. कारण असं की काव्याची निर्मिती पुष्कळशी अंतर्मनाच्या गूढ प्रक्रियेनुसार होत असते. आणि तुम्ही म्हणता त्या 'असावध क्षणा'चा फार मोठा भाग काव्यनिर्मितीत असतो. संतांच्या काव्याची शब्दकळा, त्यांनी वापरलेली वृत्तं, त्यांच्या अनेक गाण्यांच्या चाली या सावध अनुकरणाच्या स्वरूपात नव्हे, तर मुरलेल्या संस्कारांच्या स्वरूपात तुमच्या शैलीतून अडखळत, धडपडत का होईना, पण दिसायला हव्या होत्या. तशा त्या दिसत नाहीत याचं कारण, मला वाटतं, त्या कालखंडातच असावं. गडकरी, बालकवी, केशवसुत, टिळक, बी., गोविंद यांच्या संस्कारांतून तेव्हा कविता आकार घेत होती – त्यातली बरीचशी स्थूल अनुकरणात्मकच होती. सूक्ष्मतरल इंद्रियसंवेदना टिपून त्यांतून सौंदर्याकृती निर्माण करण्याची बालकवींची ताकद या कवींत नव्हती – आणि त्यामुळं 'ललित-लुलित' शब्दांत बांधलेल्या उपमाउत्प्रेक्षांच्या उतरंडीच काव्य म्हणून खपत होत्या. त्यांच्याजवळ शब्दांची क्रीडा करणारी गोविंदाग्रजांची भव्योत्कट कल्पनाशक्ती नव्हती – होता तो नुसता अनुप्रासयुक्त शब्दांचा पोकळ, पोरका खेळ आणि अशा तऱ्हेच्या रचनेतच काव्य

आहे अशी बऱ्याच तरुण कवींची समजूत असावी. या समजुतीमागं काव्याविषयीची अमाप हौस होती, काही विषयांची निवड हे कवी कळकळीनंही करीत असत – पण या कळकळीची अभिव्यक्ती मात्र वाङ्मयीन संकेतांच्या शेवाळाखेरीज काही निर्माण करू शकत नव्हती.

तुमची 'प्रतिभा' या संग्रहातली कविता माझं लक्ष वेधून घेते : कारण त्या कालखंडातल्या वाङ्मयीन प्रवाहाचं, संकेतांचं, cliches चं दर्शन मला ती वाचीत असताना होतं. हे दर्शन मला वाटतं फार महत्त्वाचं आहे. कारण कोणत्या नव्या दिशेनं कवींना आपलं व्यक्तिमत्त्व प्रकट करणं भाग होतं त्याची सूचना यातून मिळते.

बोरकर : तुम्ही म्हणतां ते बव्हंशी खरं आहे. मराठी भाषा आणि मराठी छंद घटवण्यातच माझी अर्धीअधिक शक्ती त्या काळात खर्ची पडल्यामुळं माझ्या पृथगात्मतेचा अंकुर जोमानं वर येऊ शकला नाही, अशा अर्थाचं विधान मी यापूर्वी केलेलं आहे. पण तशा स्थितीतल्या 'प्रतिभे'तल्या कवितेतील पूर्वसूरींच्या सुरांबरोबरच माझे स्वतःचे सूरदेखील कुठं कुठं, क्षीणपणं का होईना, तुम्हाला डोकावताना दिसतील.

पाडगांवकर : मला वाटतं, बोरकर, 'प्रतिभा' या संग्रहातली कविता तुमच्या बरोबर वाचावी : त्या कालखंडातलं मराठी काव्यातल्या संकेताचं स्वरूप समजून घेण्यासाठी. प्रथम आपण त्यातल्या प्रेमकवितांकडे वळू. या कविता लिहितेवेळी १८-१९ वर्षांचं तुमचं वय होतं. पौगंडावस्थेचा हा काळ. स्वप्नाळू हुरहुरीचं तेव्हाचं जग असतं. अनुभवाच्या दृष्टीनं कदाचित या काळात सखोल-संमिश्र अशी कविता लिहून होणार नाही. पण स्वप्नाळू प्रणयाच्या या धुक्यात कोरलेल्या चित्रांतही एक गंमत असते, त्या नव्हाळीतल्या उमाळ्या-उसाशांचं एक काव्यात्म जग असतं. पण तुमच्या या कवितांत प्रणयाचं हे उत्कट, स्वप्नाळू विश्व, एखाद्या कवितेचा अपवाद (माझी आगबोट चालली) सोडल्यास, फारसं आढळत नाही. या कविता प्रेमाच्या अनुभवातून स्फुरलेल्या नाहीत : प्रेमाविषयी कवीच्या काही कल्पना आहेत — उसन्या कल्पना आहेत — आणि त्यांतून या कवितांचा जन्म झालेला आहे. 'प्रीतीचा तिळगुळ' ही क्लृप्तिवजा कविता याचं प्रातिनिधिक उदाहरण म्हणून घेता येईल. या सगळ्या कवितांतून जाणवणारी प्रेयसी ही हाडामांसाची, जिवंत भावनांची वाटत नाही. हाती पडतात त्या तिच्याविषयीच्या सांकेतिक कचकड्याच्या कल्पना.

बोरकर : त्या पौगंडावस्थेच्या वयात जी प्रेमकविता माझ्या वाचनात आली होती तीच मुळी काल्पनिक प्रेयसीवरची आणि कल्पनांनी नटवलेली असे. प्रेयसी एक वेळ खरी असली, तरी तिच्याविषयी जे खरंखुरं वाटतं ते आपण सांगू लागलो तर त्यातून आपल्या खऱ्या प्रेयसीचा छडा लागायचा, या भीतीनं कवी तिला लोकसंमत आणि शिष्टमान्य संकेतांच्या आवरणात लपवीत असत! काव्यातील या तत्कालीन दंडकाला मीही बळी पडलो, असं त्या वेळच्या माझ्या कवितेचं परिशीलन करताना आता मला दिसतं. वस्तुत: ज्या कवितेचा उल्लेख तुम्ही नुकताच केला ती हाडामांसाच्या प्रेयसीलाच उद्देशून होती. पण माझ्या मनावरचं तत्कालीनं संकेतांचं कवच तेव्हा गेलेलं नव्हतं. ते 'माझी आगबोट' या कवितेत गळून पडलं आहे. तसं पाहिलं तर ही कविता त्या कवितेच्या आधी लिहिली गेली आहे. मग असं का व्हावं? याला उत्तर एवढंच की आतला जोर जेव्हा तीव्र असतो तेव्हा आपलं खरं व्यक्तित्व बोलू लागतं आणि जेव्हा भावना क्षीण असते तेव्हा ती संकेतांनी तिला सजवीत-नटवीत असते.

पाडगांवकर : कचकड्याच्या या 'प्रीतिदेवतां'चं रहस्य तुमच्या कारणमीमांसेनं बरंचसं उलगडतं. रविकिरणमंडळातल्या कवींच्या बऱ्याचशा प्रेमकविता वाचीत असताना पुष्कळ वेळा मला अशाच तऱ्हेचं तीव्र असमाधान वाटत असतं. लावणी वाङ्मयातलं प्रणयाचं चित्रण बरंचसं उत्तान आहे. (उत्तान आहे म्हणून काहीच बिघडत नाही!) त्यातली जोरकस धुंदी जिव्या सुपारीसारखी काळजाला भिडते. 'भाळिं कुंकवाची चिरी जशी काय लाल लाल मिरची पिकली' यातला अस्सल ठसका या खोट्या पण गुळगुळीत सफाईनं लिहिल्या गेलेल्या प्रेमकवितांच्या काळात आपण पार हरवून बसलो. तुम्ही मात्र ही वाट फार काळ चुकला नाही. नाही तर 'स्पर्श', 'स्मृति', 'रमलाची रात' यांसारख्या उत्कृष्ट कवितांची निर्मिती अशक्यच होऊन बसली असती.

बोरकर : त्या काळी स्वत:च्या पत्नीशी आणि स्वत:च्या घरात देखील पांढरपेशा माणसाला मनमोकळेपणानं शृंगार करता येत नसे. एवढंच काय, आपल्या मुलाचा मुकाही वडील माणसांसमोर घेता येत नसे. त्यामुळं या समाजाचा सारा शृंगार चोरूनच व्हायचा. शृंगार, मग तो घरातला असो की घराबाहेरचा असो, त्याबद्दल उघडपणं बोलणं हे अशिष्ट समजलं जात होतं. जो खालचा समाज म्हणून गणला गेलेला होता त्याचं जगणंवागणं आमच्यासारखं दांभिक नीतीनं ग्रासलेलं नव्हतं. आमच्या मानानं तो समाज किती तरी मोकळा आणि म्हणूनच धीटही होता. त्यामुळं त्यांच्या लावणीवाङ्मयातला जातिवंत जिवंतपणा

आपणाला जिव्या सुपारीसारखा झोंबतो. आमची सुपारी वाळलेली आणि पुटं चढवून मऊ केलेली. त्यामुळं त्या वेळचा आमचा प्रेमकवी राधाकृष्णाचा आडोसा तरी घ्यायचा किंवा प्रेमाच्या शिष्टमान्य कल्पनांचा आपल्या खऱ्या भावनेवर साज चढवून तिचा तोंडवळा कवितेत लपवून टाकायचा. माझ्या विधानाची सत्यता तुम्हाला पडताळून पाहावयाची असेल तर आपल्यातील चांगल्या कवींनी आपल्या पत्नीवर जी मनापासून कवनं लिहिली ती त्या मानानं किती खरी वाटतात पाहा.

मी फार काळ वाट चुकलो नाही याला माझ्या मते दोन कारणं घडली. विसाव्या वर्षी माझं लग्न झालं. त्यामुळं प्रणयाचा प्रत्यक्ष अनुभव मिळून माझा संकोच बराचसा चेपला गेला. दुसरं, त्या कालावधीत ख्रिस्ती समाजातलं माझं दळणवळण वाढलं. गोव्यातला ख्रिस्ती समाज बव्हंशी लॅटिन संस्कृतीत वाढलेला असल्यामुळं शृंगाराच्या बाबतीत तो अधिक प्रांजल, सौंदर्यासक्त आणि प्रीतीतल्या धिटाईचं कौतुक करणारा आहे. स्त्रीच्या सहवासात योग्य वेळी चातुर्यानं तिला उद्देशून समुचित Gallantry फेकणं हे त्यांच्यात सुसंस्कृतपणाचं लक्षण समजलं जातं. त्या समाजात वावरल्यामुळं माझी भीड चेपली आणि प्रेमभावना खरी असेल तर तिचा विमुक्त आविष्कार करण्यात कसलाच कमीपणा नसून उलट पुरुषार्थच आहे असं मला वाटू लागलं. 'प्रतिभा' आणि 'जीवनसंगीत' यांच्या मधल्या काळातले माझे दोन छोटे हस्तलिखित कवितासंग्रह मी माझ्या गलथान व्यवहारात हरवून बसलो. ते आज हाताशी असते तर त्या काळात माझ्यात घडलेल्या या पालटाची काही प्रभावी प्रात्यक्षिकं तुम्हाला पाहायला सापडली असती.

पाडगांवकर : तुमच्या प्रेमकवितांप्रमाणेच निसर्गकवितांचा अभ्यासदेखील, मला वाटतं, असाच उद्बोधक ठरेल : 'प्रतिभे'नंतरच्या तुमच्या निसर्गकवितांचं मराठी काव्यातलं स्थान वैशिष्ट्यपूर्ण असल्यामुळं तर हा अभ्यास विशेषच उद्बोधक वाटेल.

या कालखंडात गोव्याच्या निसर्गसुंदर जगात तुम्ही राहत होता. स्वाभाविकच रसरंगरूपाचं हे जग तुमच्या काव्यातून उमलावं असं रसिकाला वाटणारच. पण प्रत्यक्ष तुमच्या कविता वाचताना काय आढळतं? या जगाचा प्रत्ययच कुठं येत नाही. तुमच्या या कवितेतून व्यक्त होणारी निसर्गाची मूर्ती तुमच्या डोळां जडलेली नाही; तुमच्या अनुभूतीचा ती अपरिहार्य भाग बनत नाही. क्वचित काही ओळीच अपवाद आहेत — पण ते अपवादच! या अपवादभूत ओळी असाधारण आहेत

अशातला भाग नाही. पण एका वेगळ्या कारणासाठी त्या मला महत्त्वाच्या वाटतात. 'चिमणे जगत्' या कवितेतल्या दोन ओळी पाहा :

आनंदाने गुरे हांकिली फणसाच्या पानांची
त्यांहि बिचाऱ्या गोडी होती गवताविण कुरणांची

यांतली 'फणसाच्या पानांची गुरे' ही प्रतिमा कोकणातला निसर्ग भोगलेल्या मनातून स्वाभाविकपणं येणारी आहे — आणि ही प्रतिमा बालपणातल्या निर्व्याज विश्वाशी एकरूप होऊन व्यक्त होते. त्यामुळं एक प्रकारचा सच्चेपणा ही ओळ वाचीत असताना जाणवतो. 'माझी आगबोट' या कवितेतल्या निसर्गप्रतिमादेखील प्रेमभावनेच्या आशयाशी एकरूप झाल्यामुळं जिवंत, खऱ्या वाटतात.

पण दोनचार ओळींचे हे अपवाद सोडून दिले, तर 'प्रतिभा' या काव्यसंग्रहात दिसणारा निसर्ग हा त्या प्रेमकवितांप्रमाणेच कचकड्याचा वाटतो. या निसर्ग प्रतिमा अनुभवातून आलेल्या नाहीत; त्या वाचनातून — विशेषत: बालकवींच्या काव्याच्या वाचनातून — आलेल्या आहेत. खरं म्हणजे त्या प्रतिमा नव्हेतच, नुसते शब्द आहेत. निर्झरिणी, राघूमैना, पवनाचा हिंदोल, गगनश्रीच्या मानसांतले कमळ, विपिनें, वनमाला, फुलराणी, हरिणाची बाळे, अष्टदिशांचा गोफ, ही सर्व मंडळी न चुकता आपली हजेरी लावून जाताना दिसतात. हे सारे बालकवींच्या कवितेतून (मोठ्या प्रेमाने) उचललेले केवळ शब्द आहेत हे ध्यानात यायला वेळ लागत नाही. बालकवींच्या काव्यातली शक्ती नेमकी कुठं आहे हे इथं जराही कळलेलं नाही. कळली आहे ती त्यांनी वापरलेल्या प्रतिमांची रेडिमेड यादी. बोरकर, केवळ तुमच्याच नव्हे, तर मला वाटतं, 'मनोरंजना'तून प्रसिद्ध होणाऱ्या या काळातल्या बहुतेक कविता अशाच बेगडी होत्या. एक तर या निसर्गप्रतिमा यांत्रिक यादीवजा असत किंवा त्यांचा उपयोग प्रवेशाशी सुतराम् संबंध नसलेल्या नाटकांतल्या पडद्यांप्रमाणं नकली, सजावटवजा केला जाई; निसर्गप्रतिमा ही भाववृत्तीचा अपरिहार्य भाग बनलेली नसे.

गोव्याचा रंगधुंद निसर्ग डोळे भरून पाहिला असूनसुद्धा तुमच्या बाबतीत हे असं का घडलं? हे असं घडतं आहे असं तुम्हाला कधी आणि कसं जाणवलं?

झळझळती गवताच्या गंजी
हवेत भ्रमती चतुर किरमिजी
अहा पिसोळी पुष्पदळांसम वहात भिडति तृणास

अशासारख्या ओळी लिहिण्यापर्यंत तुम्ही कसा प्रवास केला?

बोरकर : पाडगांवकर, त्या काळातल्या माझ्या निसर्गकवितेबद्दल तुम्ही जी विधान केली आहेत ती तिला चपखलपणं लावून दाखवता येतात आणि तत्कालीन अन्य कवींच्या तत्सम कवितेवरून त्यांना पुष्टीही मिळते हे खरं असलं, तरी माझ्या बाबतीत प्रकार थोडा निराळा घडला आहे. निदान त्यामागची कारणं निराळी आहेत. मला ही गोष्ट थोडी विस्तारानं सांगावी लागेल:

शरीरानं दुबळं, मनानं कोवळं आणि बुद्धीनं तल्लख असं मी एक उपेक्षित मूल होतो. आमच्या मोठ्या कुटुंबात आई अष्टौप्रहर घरकामात गुंतलेली असे आणि वडील आपल्या कामधामात. त्यामुळं माझ्या भावनांची नेहमीच उपासमार झाली. घरात वारंवार अन्याय, उपेक्षा, उपहास, विपर्यास, देहदंड आदी शल्यं माझ्या वाट्याला येत आणि ती बोलून दाखवण्याचं विश्वासाचं कोणतंच स्थान मला नव्हतं. मुलांना आपण नेहमी फुलांची उपमा देतो, पण माझ्या लहानपणचा अनुभव अगदी याच्या उलटा आहे. वर्गातल्या अभ्यासात ज्या मुलांना मी वरचढ होतो ती दणकट मुलं खेळात आणि अन्य वेळी माझ्या दुबळेपणाचा आणि कोमलपणाचा फायदा घेऊन नाना परीनी मला छळीत असत आणि रडतारडता माझी पुरेवाट होई. घरात किंवा सवंगड्यांत अशी दुःखं सोसावी लागली म्हणजे घरामागची बकुळ, टेकडीवरची जांभ्या खडकांची कमान, गावच्या नदीचा काठ, बांबूच्या जाळीतला चंद्र यांच्याशी हितगुजं करीत मी जिवावरचा दुःखांचा भार हलका करीत असे. माणसाइतकंच हे स्थिरचर मला सजीव वाटे आणि माणसांपेक्षाही अधिक स्नेहल वाटे. त्याचमुळं बालकवींच्या निसर्गकवितेनं माझ्या मनाची पूर्णपणं पकड घेतली. निसर्गातले बालकवींचे स्नेहीसोबती मी आपलेसे करून घेऊ लागलो. माझा प्रयत्न कविता लिहिण्याचा नव्हता; या मंडळींशी स्नेह जोडण्याचा होता. निसर्गातल्या आपल्या स्नेह्यांना स्वतःचं सुखदुःख प्रत्यक्षात सांगावं आणि बालकवीच्या असल्या स्नेह्यांशी कवितेतून नवं नातं जोडावं, असं माझं त्या काळात चाललं होतं. १९२६ साली मी धारवाडला गेलो तेव्हा कुठं गोव्यातल्या निसर्गासाठी मी झुरू लागलो होतो. पुढं जेव्हा खऱ्या अर्थानं माझ्यातला कवी जन्माला आला, तेव्हा कलावंताच्या तटस्थ आस्थेनं गोव्यातील निसर्गाकडे पाहण्याची दृष्टी मला लाभली. ही दृष्टी, मला वाटतं, मला १९३० नंतर आली. त्यासाठी गोव्याच्या दीर्घकालाच्या वियोगातून मला जावं लागलं. इतके दिवस मी कवितेतून जीवनाचं पोषण मिळवीत होतो. आता आपल्या आंतरिक जीवनाचा आविष्कार करण्याची ऊर्मी माझ्यात जागी झाली. हे सारं नेमकं केव्हा आणि कसं घडलं हे मला सांगता येत नाही. पण भाऊ बहिणीला

फार वर्षांनी भेटावा आणि ती उफाड्यानं वाढलेली पाहून त्याला तिच्या सौंदर्याची आजवर न झालेली जाणीव अकस्मात प्रत्ययाला यावी, तसं काही तरी या वेळी घडलं असावं.

पाडगांवकर : 'प्रतिभा' हा काव्यसंग्रह वाचीत असताना 'वाङ्मयातली प्रादेशिकता' याविषयीचा एक प्रश्न माझ्या मनात होता. तुम्ही या पुस्तकाला लिहिलेल्या छोट्याशा प्रस्तावनेत 'सार्थ कोकणी शब्द ठिकठिकाणी वापरले आहेत' असं विधान केलं आहे. मी स्वत: या दृष्टीनं काळजीपूर्वक हे पुस्तक वाचलं. दोनचार शब्दांखेरीज ज्यांना 'खास कोकणी' म्हणता येईल असे शब्द मला कुठंच आढळले नाहीत. मग प्रस्तावनेत हे वाक्य का आलं? 'ग्रामीण' वा 'प्रादेशिक' वाङ्मयाची टूम या वेळेपासून सुरू होत होती की काय? पुढं ही बरीच फोफावली. 'लई', 'बिगीबिगी', 'वकुत' एवढे शब्ददेखील ग्रामीण वाङ्मयाच्या चवदार 'न्याहारी'ला पोटभर होऊ लागले. अनुभवाची जागा वेगळेपणाची चूष म्हणून वापरले जाणारे शब्द घेऊ लागले. 'प्रतिभा' या काव्यसंग्रहात आकार घेणारं अनुभवाचं विश्व, त्यातून डोकावणारा निसर्ग अस्सल प्रादेशिकतेपासून खूपच दूर आहे – कारण हे विश्वच मुळी गडकरी आणि बालकवी यांच्या पुस्तकांतलं आहे. आता उरले शब्द : तेही माझ्या मते दोनचारच आहेत. मग 'कोकणी शब्द ठिकठिकाणी वापरले आहेत' या विधानाचा अर्थ काय? मला वाटतं, प्रादेशिकतेची ही आकर्षक टूम तेव्हा आकार घेत असावी. तुम्हाला कितपत पटतं हे?

बोरकर : प्रादेशिकता हा शब्द पहिल्या प्रथम माझ्या कानी पडला तो मडगावच्या मराठी साहित्य संमेलनात हे मी आधी तुम्हाला सांगितल्याचं आठवत असेलच. 'प्रतिभा' हा संग्रह प्रसिद्ध झाला तो या संमेलनात; तेव्हा प्रादेशिकतेच्या सुस्पष्ट जाणिवेतून माझ्या त्या वेळच्या कवितेत कोकणी शब्द येणं असंभव होतं. तुम्ही म्हणता, खास कोकणी शब्द 'प्रतिभे'त दोनचारांहून अधिक नाहीत. मग ठिकठिकाणीं कोकणी सार्थ शब्द इथं वापरले आहेत अशा अर्थाचं विधान मला का करावंसं वाटावं? तुम्ही माझ्या या वाक्याचा रोख नीट लक्षात घेतला तर मी हे विधान भीतभीत केलं आहे आणि मराठी वाचकांना असा प्रयत्न कितपत रुचेल याविषयी संशय व्यक्त केला आहे असं तुम्हाला दिसेल. 'प्रतिभे'त तुम्ही समजता त्यापेक्षा किती तरी अधिक शब्द कोकणी आहेत. पण गेल्या पस्तीस वर्षांत कोकणातल्या लेखकांनी ते इतक्या सर्रासपणे आणि सातत्याने वापरले की आता ते मराठीहून वेगळे आहेत असं वाटेनासं झालं आहे. मराठीच्या माझ्या

अपुऱ्या ज्ञानामुळं मला सुलभ असलेल्या कोकणीचा आश्रय मी केला असावा. त्यात काही गैर नाही असाही विचार त्या वेळच्या हवेत होता. मराठी शब्दकोश तयार होत असताना त्यात अंतर्भूत करण्यासाठी गोव्यातले कोकणी शब्द गोळा केले जात होते. गांधीजींच्या विचारामुळं प्रादेशिक अस्मितेची राजकीय जाणीव गोव्यासारख्या प्रदेशांना होऊ लागली होती. अभावितपणं ती त्या वेळी साहित्यक्षेत्रातही मूळ धरू लागली असणं शक्य आहे. या वातावरणाचादेखील माझ्यावर परिणाम झाला असेल. पण तो अजाणता.

पाडगांवकर : कोकणी शब्दांच्या संख्येचा प्रश्न मी उपस्थित केला तो भाषिक वादासाठी नव्हे. एका वाङ्मयीन प्रश्नाच्या संदर्भांत मी त्याच्याकडे पाहत होतो.

'प्रतिभा' या काव्यसंग्रहानंतर तुमचं 'जीवनसंगीत' हे पुस्तक प्रसिद्ध झालं. १९२९ ते १९३६ या कालखंडात लिहिलेल्या कविता या संग्रहात आहेत. मराठी काव्याच्या क्षेत्रात तुमचं स्थान निश्चित झालं ते या पुस्तकामुळंच. या काव्यसंग्रहातून प्रकट झालेल्या व्यक्तिमत्त्वाची चाहूल 'प्रतिभा' काव्यसंग्रहात कुठं दिसते किंवा काय असा एक विचार माझ्या मनात होता. या दृष्टीनं ते पुस्तक वाचीत असताना या नव्या व्यक्तिमत्त्वाची चाहूल वागवणाऱ्या दोन कविता मला आढळल्या : 'माझी आगबोट' आणि 'कातरवेळेनंतर.'

'माझी आगबोट' या कवितेचं ध्रुवपद पूर्वी रूढ नसलेल्या अशा काही वेगळ्याच छंदात प्रकट झालं आहे! लाटांच्या आंदोलनांवर झुलणाऱ्या आगबोटीचा 'छंद' या शब्दांनी पकडला आहे. 'हळूहळू पाण्यामधीं बुडणारं जुनं जग' आपली सारी खिन्नता घेऊन या प्रतिमेतून जाणवतं. 'ज्याच्यावर दैव स्वैर उडतं' त्या दर्याचा 'निळाकाळा' रंग नुसताच वर्णनात्मक नाही : त्या निळ्याकाळ्या रंगात भाववृत्तीचा उदास खोलपणा भिनलेला आहे.या कवितेतल्या निसर्गप्रतिमा गोविंदाग्रज किंवा बालकवी यांच्या पुस्तकांतून उचललेल्या नाहीत. त्या खास तुमच्या आजूबाजूच्या आहेत : आणि त्या नुसताच आजूबाजूचा प्रदेश – गोव्याचा – उभा करण्याचं सांकेतिक 'प्रादेशिक' कार्य करीत नाहीत; त्या प्रतिमा तुमच्या भाववृत्तींनी भारल्यामुळं त्यांना अस्सल कलात्मक आशय प्राप्त झालेला आहे.

नारळीचे वृक्ष स्तब्ध प्रेमस्तंभ उभे
पर्णांआड पक्षी जणूं भाव हृदीं दबे
धरितात अश्रु हृदीं केळियेचे गबे

हेमंताचे दीस तरी ह्रदीं उष्ण वात ग
माझी आगबोट चालली दरियांत ग...

'माझी आगबोट' या कवितेप्रमाणंच 'कातरवेळेनंतर' ही कविता मला महत्त्वाची वाटते. या कवितेची शब्दकळा संतांच्या ओवीला खूप जवळची आहे. आश्चर्याची गोष्ट अशी की, निसर्गाच्या साहाय्यानं जीवनविषयक तत्त्वज्ञान सांगणं या नावाची जी लोकप्रिय टूम निर्माण होत होती तिचा या कवितेला ओझरताही स्पर्श नाही. या संग्रहातल्या इतर सगळ्या कवितांत बालकवींचं अनुकरण आहे — पण तुमच्यातल्या कलावंताला बालकवी खराखुरा कळल्याची कुठंही खूण नाही. या कवितेवर बालकवींची जराही छाप नाही : पण इथं बालकवी तुमच्यातल्या कलावंताला कळल्याची खूण आहे. या कवितेला 'अर्थ' नाही; तत्त्वज्ञानात्मक 'आशय' नाही; तिला एक मूड आहे — आणि या भाववृत्तीनंच निसर्गाच्या आर्त प्रतिमांचं रूप घेतलं आहे. अलंकरण हे या प्रतिमांचं कार्य नाही, त्यांचं अस्तित्व साधनरूप नाही; आणि म्हणूनच कलात्मक अर्थानं त्या जिवंत आहेत.

ज्या काळात या कविता तुम्ही लिहिल्या त्या वेळी किंवा कालांतरानं मी म्हणतो त्या तऱ्हेचा वेगळेपणा तुम्हाला जाणवला होता काय? 'माझी आगबोट' या कवितेतलं ध्रुवपद तुम्हाला कसं सुचलं? तशी एखादी कोकणी लोकगीताची चाल तुमच्या स्मरणात होती काय? आज या कविता वाचताना तुम्हाला काय वाटतं? या कविता त्या वेळी ज्या टीकाकारांनी वा तुमच्या ओळखीच्या रसिक वाचकांनी वाचल्या त्यांपैकी कुणाला त्यांचा वेगळेपणा, त्यांतून व्यक्त होणारी तुमच्या भविष्यकालीन निर्मितीची नवी दिशा जाणवली होती काय?

बोरकर : पाडगांवकर, या दोन कवितांचा आगळेपणा आणि वेगळेपणा ज्या डोळसपणाने तुम्ही आता पाहता आहात तसं पाहणारा जाणकार रसिक किंवा सृजनशील टीकाकार मला त्या वेळी भेटला असता तर माझ्या उमलत्या कलात्मक व्यक्तित्वाची वेळीच मला जाण येऊन माझी कलाशक्ती अधिक जोमानं आणि अधिक वेगानं चढलीवाढली असती. पण ते भाग्य मला मिळालं नाही. तुम्हा नवीन मंडळीची सूक्ष्म कलात्मक दृष्टी त्या काळच्या रसिकांतच काय पण अग्रगण्य मानल्या गेलेल्या टीकाकारांतदेखील नव्हती. 'प्रतिभा' ह्या काव्यसंग्रहातील कविता माझ्या पहिल्या काव्यगायनातून लोकांच्या कानावर पडल्या तेव्हापासून माझ्या कवितेच्या चाहत्यांचा वर्ग सारखा वाढत चालला. साहित्यातल्या मान्यवर मंडळीकडून तिचं कौतुकही फार झालं, पण माझ्या कलात्मक व्यक्तित्वाचा आगळेवेगळेपणा कुणीच माझ्या ध्यानी आणून दिला नाही आणि माझ्याही ध्यानात

तो ठळकपणानं तेव्हा आला नाही. 'प्रतिभा' हा संग्रह प्रकाशित झाला तो यशवंतराव सरदेसाई यांच्या आग्रहामुळं आणि त्यांच्याच प्रयत्नामुळं. पण तो प्रसिद्ध होऊन गेल्यानंतर एकदोन वर्षांतच त्याच्या मर्यादा आणि उणीवा मला समजल्या आणि तो संग्रह छापायला मी संमती द्यायला नको होती असं मला वाटू लागलं. ह्या संग्रहाच्या पाचशेच प्रती काढलेल्या होत्या आणि ज्यांनी आगाऊ वर्गणी दिली होती त्यांची आणि इतरांची मागणी भागवण्यात सहा महिन्यांतच त्या खपल्या. पण मी त्या संग्रहाची दुसरी आवृत्ती काढली नाही. 'जीवनसंगीत'मध्ये 'माझी आगबोट' या त्यातल्या एकाच कवितेचा अंतर्भाव मी केला आहे. कवितेविषयीचा माझा आदर्श विकसत होता, पण मला माझ्या कलात्मक व्यक्तित्वाची डोळस जाण आलेली नव्हती. जे आवडेल ते रुचीनं खावं आणि खूप काबाडकष्ट करावे आणि त्यामुळं शरीराला पुष्टी, घाट आणि कांती यावी तसा हा प्रकार होता; डोळस व्यायाम, निवडक नियोजित अन्न, शरीराला कोणता आकार आणावा याची पूर्वनियोजित योजना यांचा इथे मागमूसदेखील नव्हता. 'कातरवेळेनंतर' या कवितेच्या निर्मितीचा क्षण मला आता आठवत नाही आणि self-hypnosis करून मला तो उभा करायचा नाही. तशानं सत्य शोधण्याऐवजी आपण नसते भ्रम मात्र उभे करतो. पण 'माझी आगबोट' या कवितेच्या निर्मितीचा क्षण मला स्पष्ट आठवतो. बोटीनं माझा हा पहिला प्रवास होता. प्रेयसीपासून मी दूर जात होतो. मन भरून आलं होतं, व्याकुळ झालं होतं. अर्थात त्या कवितेत लाटांचा ताल आला तोही नकळत आणि प्रतिमा आल्या त्याही भोवतालच्या परिसरातून आणि त्या भावनेशी संबद्ध असलेल्या स्मृतींतून. या कवितेचा छंद मला परिचित असलेल्या कोणत्याही कोकणी गाण्यात नाही, एक नवा छंद माझ्याकरवी निर्माण होऊन गेला आहे, याचं बरीच वर्षं मला भानही झालं नाही. एके दिवशी पोस्टातून अचानक एक ग्रंथ मला भेट म्हणून आला. उघडून पाहतो तो माधवरावांची 'छंदोरचना'. त्यावर 'अमुक पृष्ठ पाहा' अशी खूण होती. त्या पृष्ठावर या कवितेच्या छंदाचं विवरण होतं. त्याला त्यांनी 'जलारोहण छंद' असं नाव दिलेलं होतं. ते वाचून मी चमकलो आणि स्वत:शीच म्हणालो, 'अरे वा! मी एक नवा छंद निर्माण केला तर!' माझ्या कवितेचं आगळेपण तुम्ही मला सांगू लागलात की आजदेखील मला असंच काहीसं वाटू लागतं.

पाडगांवकर : तुम्ही म्हणता ते पटतं मला! त्या कालखंडात काव्याकडे पाहण्याचा दृष्टिकोन आपण बारकाईनं अभ्यासला पाहिजे. त्याची चर्चा ओघानं आपल्याला करावीच लागेल.

'प्रतिभा' या काव्यसंग्रहात गोविंदाग्रज आणि बालकवी यांच्या कवितेची गडद छाया तुमच्या कवितेवर होती. 'जीवनसंगीता'त गोविंदाग्रज आणि बालकवी जाऊन त्यांच्याऐवजी भा. रा. तांबे आले. तांब्यांचं गुरुत्व तुम्ही मोठ्या भाविकतेनं या वेळी स्वीकारलंत! 'तांब्यांची गायकी पुढे चालविणे'... 'तांब्यांच्या अभिजात गायकीचा लौकिक व प्रचार वाढवणे' हे आपलं ध्येय तुम्ही 'जीवनसंगीता'ला लिहिलेल्या छोट्याशा प्रस्तावनेत नम्र भावानं नमूद करून ठेवलं आहे.

यातली भाविकता, नम्रता या गोष्टी तुमच्या वैयक्तिक जीवनातलं एक मूल्य म्हणून महत्त्वाच्या असतील – नव्हे, आहेतच. पण मला असं वाटतं की, कलेच्या साधनेत किंवा तुमच्या कलाकृतीच्या मूल्यमापनात या गोष्टींना महत्त्व देऊन त्यांचा गहिवरून गौरव करणं भोंगळपणाचं ठरेल. कलेच्या साधनेत जीवनानुभवाच्या संदर्भामध्ये आपल्या व्यक्तित्वाचा, जाणिवेचा ठाव घेण्यासाठी केलेली धडपड हीच अत्यंत महत्त्वाची असते.

पहिल्या अपरिपक्व अशा अवस्थेत नकळत आवडत्या कवीची छाप काव्यावर उमटणं हे मी समजू शकतो. पण थोड्याच वेळानं हे पांगुळगाडे फेकून देण्यासाठी आपण कवी उत्सुक होतो – विलक्षण अस्वस्थ होतो. तुमच्या बाबतीत असं होत नाही. 'जीवनसंगीता'त तर सोडाच पण अगदी अलीकडे लिहिलेल्या तुमच्या काही कवितांवरसुद्धा तांब्यांची सहीसही छाप आढळते. याचा एक असा तरी अर्थ होतो की तांब्यांचं किंवा त्यांच्यापासून पृथगात्म असं तुमचं वैशिष्ट्य यांची तुम्हाला डोळस जाणच आलेली नाही किंवा तशी जाण येऊनही केवळ भाबड्या भाविकतेमुळं अथवा रुळलेली व सरावाची वाट सहज झेपते, सायासाविना जमून जाते म्हणून तुम्ही ती अंगीकारीत असता.

काव्यनिर्मितीच्या क्षेत्रात गायकी, घराणी, गुरुबाजी या गोष्टींना स्थान नाही. कवीच्या अपरिपक्व अशा पहिल्या पुस्तकाच्या लेखनावस्थेत अनुकरण क्षम्य आहे, त्याकडे थोड्या सहानुभूतीनं पाहिलं पाहिजे हे खरं : पण या 'गायकी' प्रकरणाला काव्याच्या क्षेत्रात तत्त्वज्ञान म्हणून स्थान नाही. तो दृष्टिकोन मला अक्षम्य वाटतो.

माझा वैयक्तिक अनुभव येथे नमूद करावासा वाटतो. 'धारानृत्य' या माझ्या पहिल्या काव्यसंग्रहावर तुमची आणि थोडीशी कुसुमाग्रजांची छाप आहे. पण 'जिप्सी'मध्ये किंवा नंतरच्या काव्यात ती तुम्हाला आढळणार नाही. ती कटाक्षाने टाळण्याचा प्रयत्न केला पाहिजे — आणि तो जीवनमरणाचा प्रश्न आहे — ही अत्यंत तीव्र जाणीव मला तेव्हापासून छळीत हाती.

बोरकर : तुमच्याहून आमचा काळ वेगळा होता. बापाचं नाव लावण्यात आम्हाला कमीपणा वाटत नसे; उलट अभिमान वाटत असे. आपल्या चेहऱ्यात, बोलण्यात, स्वभावात आणि वागण्यात लोकांना आमच्या वडीलजनांची काही साम्यं आढळली आणि तसं त्यांनी बोलून दाखवलं तर त्यात आम्हांला वैषम्य कधीच वाटलं नाही. किंबहुना तसे उल्लेख आम्हांला – मला तरी – सुखावीत असत. कलेच्या क्षेत्रातली तुमची आजची जी व्यक्तित्वकल्पना आहे ती आम्हांला अपरिचित होती. माझा मन:पिंड जात्याच सख्यभक्तीला अनुकूल होता म्हणून म्हणा, योग्य वेळी व्यक्तित्वाची नवी ज्ञानदृष्टी देणारं कुणी मला भेटलं नाही म्हणून म्हणा, संसाराच्या आणि समाजाच्या किती तरी जबाबदाऱ्या अकाली अंगावर येऊन पडल्यामुळं म्हणा, ज्या पारंपरिक संस्कारांत मी वाढलो त्यांच्या प्रभावामुळं म्हणा, किंवा या सर्वच कारणांच्या थोड्याफार परिणामांमुळं म्हणा, तुम्ही आज ज्या प्राणपणानं स्वत:च्या कलात्मक व्यक्तित्वाला जपता तसं जपण्याची मला आवश्यकताच वाटली नाही. पूर्वसूरींकडून जे संस्कारधन मला मिळत गेलं तो मला वडिलार्जित वारसा वाटला, कर्ज वाटलं नाही, आणि म्हणून त्याचा मला भारही झाला नाही.

'प्रतिभा' या काव्यसंग्रहात ज्या अर्थानं गोविंदाग्रज आणि बालकवी यांच्या कवितेची गडद छाया आहे, त्या अर्थानं, 'जीवनसंगीता'त तांब्यांची छाया खचित् नाही. तांब्याच्या आधी मी अनेक कवी वाचले होते आणि तांब्यांच्या नंतरही अनेक वाचले. पण माझ्या संपूर्ण व्यक्तित्वाचा ताबा मात्र तांब्यांप्रमाणं दुसरं कुणीच घेऊ शकलं नाही. असं का व्हावं? तांब्यांची कविता माझ्या हाती आली तेव्हा आजच्यासारखा त्यांचा लौकिकही झालेला नव्हता. मग त्यांच्या कवितेनं मला अशी भुरळ का टाकली? मी तिच्यात यथेच्छ का डुंबलो? त्यांचाच का गंडा बांधला? त्यांचीच गायकी चालवण्यावाढवण्याचा हव्यास का धरला? त्याला कारण एवढंच की त्यांच्यात मला माझा समानधर्मा भेटला होता. माझा उद्याचा 'मी' त्यांच्यात मला आढळला होता. त्यांच्यामुळं माझ्या मूळच्या रायवळ, रासवट, आम्ररोपावर अव्वल दर्जाच्या 'माणकूर' आंब्याचं कलम झालं. रोप आणि कलम यांच्यात एक नैसर्गिक सख्य असावं लागतं. ते असलं म्हणजे कलमाचे सगळे गुणधर्म मूळ रोप शोषून घेतं, स्वत:च्या जीवनरसानं त्याला नवी कळा आणि गोडी आणतं आणि आपल्या फळांतून स्वत:ची आणि आपल्या भूमीची खरी चवही विशेष जोमानं प्रगट करतं. 'जीवनसंगीता'त तांबे दिसतात ते हे असे. माझ्यावर कलम होऊन प्रगट झालेले. 'जीवनसंगीता'त तांब्यांचं म्हणून

जे दिसतं ते त्यांचं तेज – छाया नव्हे. त्यांचा मी गंडा बांधला आणि त्यांच्या 'गायकी'चा अभिमान घेतला तो भोंगळ भाबड्या भक्तिभावानं नव्हे, तर त्यांचा काव्यविषयक आदर्श आणि तो धरण्याची त्यांची हातोटी माझ्या मन:पिंडाला अधिक अनुकूल वाटली म्हणून. द्रोणाचार्यांची मूर्ती समोर ठेवून एकलव्यानं धनुर्विद्येची साधना केली, तसंच तांब्यांच्या बाबतीत मीही केलं. त्यांनी माझी पाठ थोपटली. 'माझे हात आता थकले आहेत आणि कान तुमच्याकडे लागले आहेत' हे त्यांचं शेवटच्या दिवसांतलं वाक्य मी जन्मात विसरणार नाही. त्यांनी ऊर भरून माझं असं कौतुक केल्यामुळं टीकाकारांनी माझा आंगठा कापून घेतला याचं दु:ख मला फारसं जाणवलं नाही.

अगदी अलीकडच्या माझ्या काही कवितांवरसुद्धा तांब्यांची सहीसही छाप आढळते ते तुमचं विधान मला मान्य नाही. वडिलांचे कपडे अंगाला चपखल बसतात म्हणून वयात आलेल्या मुलानं ते घाईमुळं अंगांत घातले म्हणून त्याचं व्यक्तित्वही उसनं ठरतं असं मला वाटत नाही. हल्लीच्या माझ्या काही कवितांचा बाह्य परिवेष तांब्यांच्या कवितेसारखा वाटला तरी त्यांतला जीव माझा स्वत:चा आहे असं तुम्हाला दिसेल. माझ्या व्यक्तित्वाची आज मला जाण आलेली आहे किंवा नाही हे तुमचं तुम्ही ठरवा. पण तिचं अष्टौप्रहर भान ठेवून पूर्वसूरींचे संस्कार कटाक्षानं टाळायचे, आपल्या वेगळेपणाचा अट्टाहास धरायचा, हे माझ्या स्वभावात नाही. तसा माझा आदर्शही नाही. कविता म्हणजे कवीच्या व्यक्तित्वाचा आविष्कार असं मानणारा पाश्चात्यांत एक पक्ष आहे, तर कविता म्हणजे कवीच्या व्यक्तित्वविलोपनशक्तीचा आविष्कार असं मानणारा दुसराही एक पक्ष त्यांच्यांत आहे. हे दोन्ही सिद्धान्त परस्परविरोधी नसून परस्परपूरक आहेत असं मी मानतो. कवी हा जिवा-शिवाचं सख्य अनुभवतो तेव्हा त्याचा अनुभव कलाकृतीतून आविष्कृत होतो. अनुभव शिवाचा, पण तो बोलतो जिवाच्या परिभाषेत. जीव अनेक जिवांशी तन्मयता भोगीत शिवत्वाची ओळख घेत असतो. माझ्या बाबतीत तरी हे असं घडत आलं आहे. अर्थात या साधनेत तुम्ही म्हणता तसं थोडं शैथिल्यही असेल. पण माझं यावर उत्तर एवढंच की,

'आम्ही नव्हतो अमुचे बाप । उगाच का मग पश्चात्ताप?'

पाडगांवकर : पण 'व्यक्तित्वविलोपनशक्तीचा आविष्कार' म्हणजे दुसऱ्याचा मुखवटा आपल्या चेहऱ्यावर घालून मिरवणं नव्हे! तांबे यांच्याबद्दल तुम्हाला वाटणारा अभिमान मी समजू शकतो. परंतु केवळ तेवढ्यानं माझं समाधान होऊ शकत नाही. तांबे यांनी आपल्या अनुभवाचं स्वरूप त्यात रंगून जाऊन न्याहाळता

न्याहाळता रचना आणि बांधणी यांचा खास स्वत:चा असा घाट निर्माण केला. नववधू, प्रणयप्रभा, शुभवदना या त्यांनी वापरलेल्या खास 'जाती', मनात रेंगाळत राहावं, सुभाषितासारखं मार्मिकपणे वापरता यावं, असं आकर्षक ध्रुवपद ते प्रथम बांधीत आणि नंतर कडव्याकडव्यांतून त्यातल्या कल्पनेचा विस्तार करीत. शेवटच्या कडव्याची रचना ध्रुवपदाप्रमाणंच आकर्षक आणि ज्याला त्या बांधणीचा 'परमोच्च बिंदू' म्हणता येईल अशी असे.

तुमच्या 'जीवनसंगीता'तल्या बहुतेक कवितांवर तांब्यांची छाप आहे : याचाच अर्थ असा की तांब्यांनी निर्माण केलेली ही 'बांधणी' तुम्ही मोठ्या आत्मीयतेनं आपलीशी करून घेतली होती — आणि आपले अनुभव या बांधणीत तुम्ही अगदी चपखल बसवीत होता. किंवा आपण असं म्हणू की तुम्ही अनुभवच अशा लकबीनं घेत होता की तांबे-घाटाची कविता आपोआपच तयार व्हावी. अगदी आजतागायत तुम्ही लिहिलेल्या काही कवितांवरही तांबे यांची छाप आहे, असं मी म्हणतो ते याच अर्थानं. "या कवितांचा बाह्य परिवेष तांब्यांसारखा असला तरी त्यांतला जीव माझा आहे" असं जे तुम्ही म्हणता ते मला पटत नाही. 'आज तुझ्या घरि आल्ये' यासारखी अगदी अलीकडची कविता उदाहरण म्हणून मी देईन. या कवितेतला जीव तुमचा आहे म्हणजे काय? कवितेतला जीव खराखुरा जिवंत असेल, तर तो स्वतंत्र असा घाट आपोआप प्राप्त करून घेतो : ती एक organic अशी जीव-प्रक्रिया असते असं आपण म्हणू. पण तुमच्या या 'जीव असलेल्या' कवितेत असं होत नाही. त्यात अनुभवाच्या घटकांची किंवा त्यांना प्राप्त होणाऱ्या आकाराच्या (formच्या) घटकांची वेगळ्या — म्हणजेच जिवंत — पद्धतीनं मांडणी करण्याचा जराही प्रयत्न नाही. तांब्यांनी निर्माण केलेला घाट तुमच्या अंगवळणी — किंवा 'शब्दवळणी' — पडल्यामुळं तुम्ही ही रचना सफाईनं करून जाता — It comes handy ! या रचनेत यामुळेच एक सहजतेचा, सफाईचा आभास निर्माण होतो; 'बोरकरांची रचना ललितमधुर आहे' असं भाबडेपणानं लिहिणाऱ्या टीकाकाराची त्यामुळं प्रामाणिक सोयही साधते! पण अशा कविता वाचीत असताना नेमकी हीच सहजता, हीच सफाई मला खटकते. त्यांत नव्या निर्मितीचा प्राण नाही असं वाटतं.

बोरकर : पाडगांवकर, माफ करा. तुमचं हे म्हणणं मला अजिबात पटत नाही. पूर्वसूरींनी निर्माण केलेल्या वृत्तांत, जातींत वा छंदांत नंतरच्या कवींकडून झालेली सारी रचना हमखास नकली व निर्जीव आहे, असा तुमच्या म्हणण्याचा अर्थ हातो. असला प्रत्येक रचनाप्रबंध ज्यानं पहिल्या प्रथम निर्माण केला

त्याच्यापेक्षाही त्याच्या नंतरच्या कवीनं काव्यदृष्ट्या तो अधिक समर्थ आणि संपन्न केल्याची अनेक उदाहरणं दाखवून देता येतील. कवितेचा वृत्तिविशेष, तिच्या आशयाचा रंगढंग, खुद्द कवीचा स्वभाव आणि त्या वेळचा त्याचा 'मूड' यांच्या सहज संगनमतानं अनुरूप रचनाप्रबंधाची निवड कविमन करून जातं. केवळ handy म्हणून तो रचनाप्रबंध उचलला जातो हे विधान अतिव्याप्त आहे. कवीला असे पाचपन्नास रचनाप्रबंध handy असूनही तो अमकाच प्रबंधप्रकार का स्वीकारतो, याला याहून खोल कारणं खचित आहेत. Handiness चा काहीसा भाग त्यात आहे. पण त्यात गैर काय आहे? वेगवेगळे कवी भाषेचं एकच माध्यम वापरतात आणि तिची सर्व बंधनं पाळूनही आपल्या व्यक्तित्वाचा पृथगात्म आविष्कार करू शकतात, तसंच हे. आकाराला किंवा घाटाला महत्त्व आहे जरूर. पण तो आकार किंवा घाट आशयाच्या घटकद्रव्यांची प्राणतत्त्वाच्या आविष्करणाच्या संदर्भात जी मांडणी होते तिच्यात पाहायचा असतो. 'तुम्ही अनुभवच तांब्यांच्या पद्धतीनं घेत होता' असं जे तुम्ही म्हणता ते जर खरं असेल, तर त्याचं मुख्य कारण आम्हा दोघांतलं समानधर्मत्व. 'आज तुझ्या घरि आल्ये'ही कविता उदाहरण म्हणून तुम्ही दिलीत. ती कविता जिवंत आहे किंवा नाही हा निवाडा रसिकांनी द्यायचा आहे. पण मध्यरात्री जेव्हा ती लिहून झाली तेव्हा तांबे आज जिवंत नाहीत या विचारानं मी अत्यंत व्यथित झालो. ती सारी रात्र भक्तीच्या उत्कटतेनं कृतार्थ झालेली गोपी होऊन मी जगलो-जागलो होतो एवढं मला पक्कं आठवतं. जी सहजता, जी सफाई तुम्हाला खटकते ती तर मी कवितेच्या जिवंतपणाचं एक महत्त्वाचं लक्षण मानतो. जे खुरंखुरं असतं, जिवाभावातून उमाळून आलेलं असतं, ते सहजोद्गारातूनच प्रगट होतं. तिथं खटपटीच्या खटाटोपाला जागा नसते.

पाडगांवकर : ही सहजता मला खटकते असं मी म्हणालो याचं कारण मला तो सहजतेचा आभास वाटतो. 'आज तुझ्या घरि आल्ये' ही कविता लिहून झाल्यानंतर तुमच्या अनुभवाला आलेली भक्तीच्या उत्कटतेची कृतार्थता मला वंद्य वाटते. पण म्हणून तुमचं म्हणणं मला मान्य होतं असं मात्र नव्हे! आपल्या कल्पनेप्रमाणं घर बांधलं आहे तांब्यांनी, त्यातल्या सगळ्या वस्तूंची मांडणी केली आहे त्यांनी — तुम्ही त्या घरात आत्मीयतेनं आणि सहजतेनं वावरता हे खरं : पण म्हणून ते घर काही तुमचं होऊ शकत नाही. ज्या रचनातत्त्वांवर त्याची मांडणी होते ती तत्त्वं तुमच्या व्यक्तित्वातून स्फुरून आली आहेत, तुमच्या काव्यानुभवांना अशा प्रसंगी 'व्यक्तिमत्त्व' प्राप्त झालं आहे, असं वाटत नाही. काव्यनिर्मिती करीत

असताना कवी त्याला आलेल्या जीवनानुभवांतलं आकारसत्य शोधीत असतो. एकाच वेळी जीवनाचा, आकारांचा, आणि स्वत:च्या व्यक्तित्वाचा घेतलेला हा शोध असतो. या शोधाचा प्रत्यय येत नाही तेव्हा स्वतंत्र निर्मितीची प्राणकळा रचनेला येऊ शकत नाही. 'पृथगात्मता' याचा अर्थ हाच. कवीनं घेतलेल्या आपल्या व्यक्तित्वाच्या प्रामाणिक शोधात ती अपरिहार्य असते. सुप्रसिद्ध कवी हॉपकिन्स याला "Beautiful to individuation" असं म्हणत असे. तो एके ठिकाणी म्हणतो, "Every poet, I thought, must be original and originality a condition of poetic genius; so that each poet is like a species in nature... and can never recur."

तुम्हाला मला असं विचारायचं आहे की लेखकाच्या पृथगात्मतेविषयी तुमची कल्पना तरी कोणती आहे?

बोरकर : पाडगांवकर, तुम्ही या कवितेतल्या सहजतेला सहजतेचा आभास म्हणा किंवा सारी कविताच परभृत म्हणा, पण मला तसं मुळीच वाटत नाही. ही कविता निर्माण झाल्यानंतर मला निर्मितीचं एक अपूर्व आगळं समाधान लाभलेलं आहे आणि आज इतक्या वर्षांनंतरदेखील अशी कविता माझ्या हातून लिहून झाली याची धन्यता वाटते. या कवितेच्या घाटाच्या बाबतीत मी तांब्यांचं 'घर' आपलंसं केलेलं असलंच तर ते मी इतकं पार बदलून टाकलेलं आहे की ते आपल्या आगळेपणानं तांब्यांनाही विस्मयांत पाडील. माझ्या या उत्तरात तुम्हाला थोडी दर्पोक्ती दिसली तर ती या कवितेच्या बाबतीतली माझ्या भावनेची द्योतक समजा आणि मला क्षमा करा.

आता थोडं पृथगात्मतेबद्दल बोलू. पृथगात्मतेची नेमकी व्याख्या करणं कठीण आहे. कोणत्याही मानसशास्त्रवेत्त्याला अजून ती काटेकोरपणं करता आलेली नाही. अर्थात मी ती करण्याच्या भानगडीत पडणार नाही. पण तिच्याबद्दल मला काय वाटतं ते थोडक्यात सांगण्याचा प्रयत्न करतो.

कवीचा मन:पिंड, त्यानं कळत-नकळत पुजलेले आणि अनुसरलेले आदर्श, जीवन जगता जगता त्याच्यावर घडत गेलेले संस्कार, त्याच्या मनाला जडलेल्या सवयी, त्याच्या ज्ञानेंद्रियांना उपजत लाभलेल्या आणि साधनेनं प्राप्त झालेल्या शक्ती,त्याच्या अबोध मनात साचून राहिलेल्या वांशिक स्मृती, त्याच्या अतींद्रिय संवेदनांना जाणवणारे भास आणि दृश्यमान होणारी स्वप्नं, सुखदु:खाच्या उत्कट क्षणी त्याला घडलेलं जीवनदर्शन, भौतिक आणि वैचारिक विश्वातील वस्तूंची त्याची आवडनिवड ठरवणारी त्याची सौंदर्यदृष्टी, त्याला प्राप्त झालेले प्रतीतीचे

सोपान, प्रतीती घेण्याची त्याची विशिष्ट पद्धती, त्या प्रतीतिपद्धतीच्या समांतर चालणारी त्याची आविष्करणपद्धती आणि आपल्या जाणिवेची परिमाणं वाढवण्याची उपजत ऊर्मी – किंबहुना तिची उत्कटता – या सर्वांचा परिपाक म्हणजेच त्याची पृथगात्मता असं मी म्हणेन. हा परिपाक किंवा हे रसायन घडताना त्याची प्रतिभा catalytic agent सारखी काम करीत असते. अशी किती द्रव्यांचा एकरस ती घडवू शकते आणि त्यातून कोणत्या शक्ती प्रगट होतात यावरून त्याची पृथगात्मता ठरत असते.

पाडगांवकर : मी तुम्हाला कवीच्या पृथगात्मतेविषयी तुमची कल्पना कोणती आहे असं विचारलं होतं! तुमच्या उत्तरावरून त्याची कल्पना नीटशी येत नाही. कवीचं मन कसं असतं याविषयीचा ऐसपैस झगा तुम्ही शिवून दिला :त्यात जगातल्या कुठल्याही कवीला ढकलून देता येईल!

तुमची निसर्गकविता वैशिष्ट्यपूर्ण आहे. तिचं नातं असलंच तर ते तांब्याशी नाही – बालकवींशी आहे. इंद्रियसंवेदनांची अत्यंत तरल अशी रूपं तुमच्या कवितेत आढळतात तशी तांब्यांच्या कवितेत आढळत नाहीत. तांब्यांच्या कवितेत निसर्ग येतो – पण निसर्गाची वर्णनं बहुधा विधानवजा वाटतात. कधी ती रूपकात्मक असतात, काही वेळा अलंकरणासारखा त्यांचा उपयोग येतो, काही वेळा कवितेतून व्यक्त होणाऱ्या भावनेला ही निसर्गवर्णनं उठाव देतात. परंतु बालकवींच्या 'औदुंबर'सारख्या कवितेत संवेदनांच्या प्रतीतीचं असं जे विश्व उमलतं, भाववृत्तीनं भारलेलं विश्व उमलतं, तसं तांब्यांच्या कवितेत फारसं आढळत नाही. हे सामर्थ्य तुमच्या ठिकाणी आहे; किंबहुना तुमच्या काव्याचं ते एक असाधारण भूषण आहे. 'जीवनसंगीता'तल्या 'सांजवेळ', 'मुशाफिरा' या व 'दूधसागरा'तल्या कित्येक कविता याचं उदाहरण म्हणून देता येतील. फासल्याशा वाटणाऱ्या तरुगिरींच्या ओळी, वायूच्या स्कंधी मान टाकणारा श्रांत कोलाहाल, काळोख पाहून व्याकुळणारं संध्याजल, गाजणाऱ्या माडांतून भडकणारा लाल जाळ व भोवतालच्या गूढ सावल्या, सावळ्या रुखावळींतला कापरा धूर, न सळसळणारी चिंच... या साऱ्या प्रतिमा आम्ही कधीही विसरू शकणार नाही. ही प्रत्येक भारलेली प्रतिमा म्हणजे एक एक मंतरलेलं जग आहे. हे जग हळुवारपणं टिपून घेणारं आणि तितक्याच जिवंत हळुवारपणं व्यक्त करणारं मन विलक्षण संवेदनशील असलं पाहिजे. 'पण ते फुलांचे अथवा निर्झरणींचे कवी नाहीत, मानवतेचे कवी आहेत' असं जेव्हा टीकाकार म्हणतो, तेव्हा तुमच्या कवितेचं सौंदर्य त्याच्या नजरेतून हुकलं तर नाही ना – असा (रास्त) संशय वाटू लागतो.

तुमच्या कवितेतला निसर्ग साधन म्हणून 'वापरलेला' नाही: 'रंगभूमीवर उभ्या असलेल्या नटावर कुशलतेनं प्रकाश टाकून त्याचा अभिनय खुलवता येतो' तसा कवितेतला अनुभव 'खुलवण्यासाठी' निसर्ग तुमच्या कवितेत येत नाही. या निसर्गप्रतिमा अनुभवाचा अपरिहार्य असा भाग आहेत. कवितेतल्या निसर्गाकडे तुम्ही कोणत्या दृष्टीनं पाहता? तांबे यांच्या काव्यातून येणाऱ्या निसर्गाविषयी तुमचं मत काय? मी मांडलेला तुमचा वेगळेपणा तुम्हाला पटतो का? मानवता, संस्कृती ध्येयवाद वगैरे बडी मंडळी न येतासुद्धा केवळ संवेदनांच्या अत्यंत तरल अनुभवांतून उत्कृष्ट कविता निर्माण होऊ शकते असं तुम्ही मानता का?

बोरकर : माझ्या कवितेत निसर्ग येतो तो अनुभवाचा काही तरी भाग होऊन हे तुमचं म्हणणं खरं आहे. माझ्या भावविश्वाच्या जलाशयात भोवतालच्या निसर्गाचं प्रतिबिंब आपोआपच पडतं आणि त्याला एक आगळीच तरलता प्राप्त होते. जेव्हा जेव्हा भाववृत्तीच्या तीव्रतेनं मी झपाटला जातो, मंतरल्यागत होतो, तेव्हातेव्हा माझ्या तदनुकूल निसर्गसंवेदना आपोआपच जाग्या होतात आणि त्या आपलं प्रतिमाविश्व उभं करतात. एकाएकी निसर्गाच्या आत्मीय भागाशी माझी तार जमते आणि त्याच्या माझ्यात अत्यंत निकटचं असं हृदयंगम communion निर्माण होतं. आमच्यात हा जो जिव्हाळ्याचा सख्यभाव आहे तो उपजत तर आहेच, शिवाय बालपणातले कटू अनुभव त्याला गहिरेपणा आणायला कारण झाले आहेत. अत्यंत 'मूडी' मूल म्हणून घरात आणि माझ्या सवंगड्यांत माझी चेष्टा चाले. त्यासंबंधी बोलताना आई म्हणत असते, 'हा तान्हं मूल असल्यापासूनच असा – आपल्या म्हाळशेसारख्या याच्याही दिवसाला सतरा कळा असत. कधीकधी तर याची नुरा पाहून मी घाबरून जायची.' भोवतालच्या निसर्गाच्या वृत्तिपालटाचा ठसा माझ्यावर फार लवकर उमटे, आणि त्यामुळं प्रसन्नता आणि विषण्णता आळीपाळीनं माझ्यावर स्वार होऊन माझ्या शरीरप्रकृतीत पालट घडवीत. माझ्या अतितरल संवेदनाशीलतेमुळं लहानपणी सुखापेक्षा दु:खच माझ्या वाट्याला अधिक आलं. तिच्यापायी घरात आणि शाळेत माझा अक्षरश: छळ व्हायचा. आपलं मन समजून घेईल, आपल्या भावनेला डोळसपणे साथ देईल, असं कुणी मला लाभलंच नाही. त्यामुळं माणसांचा भुकेला असूनही मी अधिकाधिक एकांतप्रिय बनत चाललो आणि उराशी जपलेलं माझं सुखदु:ख मी निसर्गातील स्थिरचराला आत्मीय मानून सांगू लागलो. या स्थिरचराला माणसांप्रमाणं व्यक्तित्व आहे, आणि माणसांपेक्षा त्याची संवेदनांची जाणीव अधिक निरागस आणि सुजाण आहे, असं मला वाटू लागलं.

त्याच्या सहवासात मी जास्त जास्त रमू लागलो आणि माझ्या मनावरचा भार हलका होऊ लागला. त्याच्याशी तन्मय होताना अनेकदा माझ्या गालांवरून कृतार्थतेची आसवं ओघळली आहेत. गोव्यातल्या समृद्ध निसर्गानं मी अष्टौप्रहर वेढला गेलो होतो आणि त्याच्याशी जमलेल्या अशा आत्मीय सान्निध्यात आमच्यातला सख्यभाव गाढावला होता. त्यामुळं कधी माझ्या भाववृत्तीचं प्रतिबिंब मला माझ्या भोवतालच्या निसर्गात दिसायचं, तर कधी निसर्गाच्या भाववृत्तीनं मी मंतरला जायचा. कधी मी त्याचा आरसा तर कधी तो माझा आरसा. भाववृत्ती जेव्हा उत्कट होते, तेव्हा मला वाटतं आपल्यातली कोणती तरी अतींद्रिय शक्ती जागी होते आणि त्या वेळी आपल्या प्रतिभादृष्टीला एक नवीच प्रतिमासंगती भासमान होते. मला हे नीटसं सांगता येत नाही. पण तुम्ही स्वत: या बाबतीत बालकवींच्या आणि माझ्या जातीतले असल्यामुळं मला काय म्हणायचं आहे हे तुमच्या लक्षात आलंच असेल. तांबे निसर्गाचं चित्रण करतात. स्वत:च निसर्गचित्र बनत नाहीत, हे तुमचं म्हणणं मला पटतं. कवी स्वत:च जेव्हा निसर्गचित्र बनतो तेव्हा निर्माण होणारी कविता निसर्गाइतकीच जिवंत आणि रसरशीत होत असते. मानवता, संस्कृती, ध्येयवाद, तत्त्वज्ञान वगैरे गोष्टींना रसिकाच्या पिंडाप्रमाणे ती वेगवेगळी आवाहनं देऊ शकेल, पण त्यांचं आलंबन घेण्याचं तिला कारण नसतं.

पाडगांवकर : तुमची कविता – विशेषत: निसर्गकविता – 'प्रादेशिक' आहे असं म्हटलं जातं. हे तुम्हाला कितपत पटतं? ही तुमची कविता प्रादेशिक म्हणायची तर बालकवींची कविता प्रादेशिक आहे असं का म्हणू नये? प्रादेशिक निसर्ग कविता असू शकते का?

बोरकर : प्रत्येक भूभागातील निसर्गाला स्वत:चा असा खास persona असतोच. तो खऱ्या निसर्गकवीला स्वभावत:च जाणवतो आणि त्याच्या कवितेतून आपातत: प्रगट होतो. त्या दृष्टीनं कोणतीही अस्सल निसर्गकविता प्रादेशिकच असते. बालकवीच्या निसर्गकवितेला प्रादेशिक असं म्हटलं गेलं नाही आणि माझ्या कवितेला मात्र ते विशेषण लावलं गेलं याचं कारण चटकन् डोळ्यात भरणारा गोव्याच्या निसर्गातला वेगळेपणा आणि नवाई हे असावं असं मला वाटतं.

पाडगांवकर : तुमची शब्दकळा 'नादमधुर' आहे अशी प्रशस्ती नेहमी तुम्हाला बहाल केली जाते; बोरकरांची रचना गेय आहे असंही कुणी म्हणतात. मला वाटतं, तुमच्या कवितेतील या तथाकथित गेयतेतही तांब्यांच्या अनुकरणाचा

बराचसा भाग आहे. पण तो भाग वेगळा. खरं म्हणजे पुष्कळ वेळा 'नादमधुर रचना' हा शब्दप्रयोग आपण भोंगळपणानं वापरतो. अनुप्रास साधले, अंतर्यमकांची माळ ओवली, मृदु व्यंजनांचा अधिक वापर केला की, 'रचना' ऐकायला बरी लागते — की झाली ती नादमधुर, गेय रचना! केशवसुतांची रचना नादमधुर नाही असं जेव्हा कुणी म्हणतो तेव्हा हसू येतं. कवितेची शब्दकळा हा अनुभवाचा अपरिहार्य भाग असतो.

'ललितलवंगलतापरिशीलनकोमलमलयसमीरे'

ही जयदेवाची ओळ मला जेवढी नादमधुर वाटते, तेवढीच केशवसुतांची 'कठिण शब्द या धोंड्यांनीं — करितो हाणाहाण' ही ओळ मला 'नादमधुर' वाटते. रचनेचं सौष्ठव म्हणजे 'ललितलुलित' शब्दांची गुळगुळीत देखणी माळ नव्हे' त्यात शब्दांनी अनुभवांशी राखलेलं इमान अभिप्रेत असतं. तुमच्या उत्कृष्ट कवितांत ते आढळतं. पण पुष्कळ वेळा नुसत्याच 'बाह्य' गेयतेसाठी तुम्ही शब्दांशी खेळता असंही वाटतं—अशा वेळी पोकळ शब्द अनुभवावर स्वार होतात! काव्यातल्या गेयतेविषयी तुमच्या कोणत्या कल्पना आहेत?

बोरकर : कवितेची शब्दकळा हा जसा अनुभवाचा अपरिहार्य भाग असतो तसाच तो अनुभव व्यक्त करणाऱ्या कवीच्या स्वभावाचाही भाग असतो. माणसाच्या आवाजाची जात ही जशी त्याच्या स्वभावाची जातिवंत निशाणी असते त्याचप्रमाणं कवीची शब्दकळा देखील त्याच्या मन:पिंडाची द्योतक असते. मात्र बाह्य श्रुतींना रिझवणारी कवितेची गेयता उपेक्षणीय नाही. पण अंत:श्रुतींना जाणवणारा तिच्या आंतरिक गेयतेचा प्रवाह तिच्या शब्दकळेतून भावाच्या जातीगतीशी इमान राखून वाहता राहिल्याशिवाय ती व्यर्थ आहे. म्हणूनच समर्थांची 'धिर्धरा धिर्धरा तकवा हडबडू गडबडू नका' ही ओळ 'नादमधुर' आहे, हे मी जाहीरपणे सांगून टाकलं आहे. या शब्दकळेत समर्थांचा भाव आणि स्वभाव समर्थपणानं दिसून येतात.

संगीतानं भारावलेल्या गोव्याच्या वातावरणात मी जन्मलो, वाढलो आणि त्याच्यावरच पोसलो. त्यामुळं बाह्य आणि आंतरिक या दोन्ही संगीतांचं अद्वैत साधल्याशिवाय माझं समाधानच होत नाही. कवितेच्या ओळी माझ्या मनात येतात त्या आपल्या अंत:संगीताप्रमाणेच रागतालही घेऊन येतात. माझ्या कवितांचे छंद, जाती किंवा वृत्त यांची नावं तुम्ही मला विचारलीत तर मला ती बिनचूक सांगता येतीलच असं नाही; पण सहसा ती चुकायची नाहीत. तसंच त्यांच्या रागातालांबाबतही आहे. मला त्यांची नावं सांगता येणार नाहीत. पण

त्यांचं आणि कवितेच्या भावार्थाचं नातं मला जाणवलेलं असतं. 'जीवनसंगीता'त जे राग-ताल आहेत ते मी जाणकाराकडून, मी म्हणतो तशा त्या त्याला गाऊन दाखवून, लिहून घेतले. हेतू एवढाच की मी म्हणतो तशा त्या म्हटल्या जाव्या. भाषेतला कोणताही शब्द घेतला तर तो संगीतमयच असतो. किंबहुना, तो संगीताच्या रसायनापासून तयार झालेला 'क्रिस्टल' असतो. साकार आणि संगीतमय असूनही एकापरीने तो 'नेब्यूला'प्रमाणं अनाकार आणि पुसट असतो. शब्दाचं शक्तिकेंद्र नीट हेरून त्यात आपल्या भाववृत्तीची प्राणप्रतिष्ठा कवीला करता आली की त्याला विलक्षण गती प्राप्त होते आणि त्यातून संगीताचं, प्राणाचं आणि प्रकाशाचं नित्यनूतन उत्सर्जन अखंड होत राहतं. कधी हे साधतं, कधी साधत नाही. शब्दांशी खेळताखेळताच मला शब्दाचं हे रहस्य उलगडत गेलं. जेव्हा ते हाती लागत नाही तेव्हा माझी ही लहानपणची खोड तेवढी शिल्लक राहते. त्याला काय करणार?

पाडगांवकर : बोरकर, या कालखंडात रविकिरणमंडळाची कविताही तांब्यांच्या कवितेप्रमाणंच लोकप्रिय झाली होती. काव्यगायनाच्या कार्यक्रमांमुळं तिचा प्रसारही अधिक वेगानं झाला होता. या कवितेचा तुमच्या मनावर कोणता परिणाम झाला? या कवितेची वैशिष्ट्यं कोणती, तिच्या मर्यादा कोणत्या, असं तुम्हाला वाटतं? काणेकर, अनिल, कुसुमाग्रज, तुम्ही, यांची कविता या कवींहून वेगळी—अधिक सामर्थ्यवान आहे, असं रसिकांना वाटलं हे खरं का? — आणि तसं का वाटलं? रविकिरणमंडळातल्या कवींपैकी कुणाची कविता तुम्हाला विशेष आवडते? या कालखंडातले कवी आणि रसिक यांच्या मनावर रविकिरणमंडळाच्या कवितेचा कोणत्या तऱ्हेचा प्रभाव पडत होता याच्या विचाराला आधुनिक मराठी कवितेच्या इतिहासात महत्त्व आहे. या कालखंडाचं दर्शन आम्हांला तुमच्या शब्दांतून, अनुभवातून हवं आहे. आणि हे सांगत असताना अनिल, काणेकर, कुसुमाग्रज यांच्या कविता वाचताना त्या वेळी तुम्हाला काय वाटत होतं हेही सांगाल तर चांगलं होईल.

बोरकर : रविकिरणमंडळाची आणि त्यातल्या त्यात यशवंत, गिरीश, माधव ज्यूलियन यांची कविता माझ्या आधी वाचनात आली होती आणि नंतर तांब्यांची. महाराष्ट्रात कोणाला किती लोकप्रियता लाभलेली आहे याची वर्दी गोव्यापर्यंत पोचली नव्हती. जी पुस्तकं किंवा मासिकं योगायोगानं माझ्या हाती पडत ती मी वाचीत होतो आणि जी कविता या ना त्या कारणानं मला वेध लावी ती मी गुणगुणत होतो. रविकिरणमंडळाच्या कवितेचा माझ्यावर फारसा प्रभाव पडला

नाही. पण त्यातल्या काही कवींच्या काही कविता त्या वेळी मला चांगल्याच आवडल्या आणि त्या कवींची काही वैशिष्ट्यं मला विलोभनीय वाटली. 'अभागी कमल'मधली गिरीशांची कथनशैली आणि रचनेची सुभगता मला आवडली; पण त्यांच्या स्फुट कवितेनं मला म्हणण्यासारखा वेध लावला नाही. यशवंतरावांची भाषा रांगडी, भावना रगेल, आदर्श सोज्ज्वळ, रचना सहजस्फूर्त, कल्पकताही चांगल्यापैकी. कवितांचा आशय काहींसा स्थूल आणि सौंदर्यदृष्टी माफक. या त्यांच्या विशेषांतले काही मला रुचणारे पण माझ्या अपेक्षांचं किंवा आदर्शाचं माप भरू न शकणारे तर काही स्वभावत: मला आकृष्ट न करणारे. तरीदेखील आपल्या सच्चेपणामुळे त्यांच्या 'यशोधना'नं मला चांगलंच भारलं. 'प्रतिभे'तली एक कविता उघडउघड 'यशवंतां'चं अनुकरण आहे. 'जयमंगला' या काव्यातली काही गीतं तर मला तोंडपाठ झाली होती. माधवरावांची बरीचशी कविता मला हठाकृष्ट वाटलेली आहे. पण 'तेथे चल राणी', 'कंचनी' आदी काही कविता आणि त्यांच्या काही गजला यांनी मला त्या वेळी वेड लावलं होतं. रविकिरणमंडळाच्या सर्व कवींत अधिक चोखंदळ सौंदर्यसृष्टी माधवरावांची. नव्याचा त्यांचा हव्यासही इतरांहून मोठा आणि कवितेचा आदर्शही अधिक विकसित आणि डोळस. त्यांची जी कविता मला मनापासून आवडली तिनं अल्प असले तरी काही खोल संस्कार माझ्यावर ठेवले. रविकिरणमंडळाच्या एकंदर कवितेची मुख्य मर्यादा म्हणजे तिची स्थूलता. पण तिच्या जोडीला तिच्याकडे एक तिची अशी खास शक्ती होती. ती म्हणजे तिची आधुनिकता, सच्चेपणा आणि निर्भयता — अर्थात त्या काळाच्या संदर्भात — सामान्य माणसाच्या सामान्य अनुभवांना सहजतेनं कलात्मक आकार देण्याची हौस. ज्या लौकिक दैनंदिन अनुभवांना पूर्वी काव्यात मज्जाव होता त्यांना त्यांनी प्रतिष्ठेचा पाट मिळवून दिला. जे सर्वसामान्यांना जाणवत होतं, हृद्य वाटत होतं, पण रम्य करून सांगता येत नव्हतं, त्याला या कवींनी सहजसुभग वाचा मिळवून दिली. लोकांना ते हवं होतं. समर्थ कवींची पहिली पिढी दिवंगत झाली होती. आणि नंतरच्या पिढीत कित्येक बऱ्यापैकी पद्यकार केवळ विश्वविद्यालयीन पदव्यांच्या भरगच्च पाठिंब्यावर किंवा पूर्वसूरींच्या नीरस अनुकरणावर कवींची आसनं बळकावून बसले होते. लोक या प्रकाराला उबगले होते. त्यांना समर्थ नसलं तरी सच्चं असं काही तरी हवं होतं. ते त्यांना या रविकिरणमंडळाच्या कवितेतून मिळालं. चवीचे चोचले माणसाला भूक भागल्यानंतर सुचतात. एखादाच चोखंदळ रसिक आपल्या चवीचा पदार्थ सापडेपर्यंत राजीखुषीनं भुका राहतो. अशा रसिकाचं समाधान रविकिरणमंडळाच्या कवींना नेहमीच किंवा

पूर्णांशानं करता आलेलं नसलं तरी सर्वसामान्य रसिकाची भूक त्यांनी चांगली भागवली आणि तीदेखील कित्येक वर्षं अगदी सातत्यानं. यामुळं अर्थातच ती लोकप्रिय झाली. रविकिरणमंडळानं मराठी रसिकतेची उंची वाढवली नसेल; पण विस्तार खचित वाढवला, कवितेला अधिक आधुनिक बनवलं आणि त्यानंतर येणाऱ्या कवितेच्या स्वागताला अनुकूल मनोभूमी तयार केली. या साऱ्याच मंडळींशी माझे संबंध जिव्हाळ्याचे आहेत आणि मी केलेली विधानं एक वेळ त्यांना मान्य झाली नाहीत तरी माझ्या सद्भावनेबद्दल ते शंका घेणार नाहीत अशी खात्री असल्यामुळंच मी हे एवढं स्पष्ट आणि विस्तारानं बोललो.

रविकिरणमंडळाची कविता माझ्या वाचनात आली ती १९२८-३०च्या दरम्यान, तर तांब्यांची १९३१ मध्ये. ही कविता वाचल्यावर माझ्या कवितेविषयीच्या आदर्शांत एवढी मौलिक क्रांती झाली की रविकिरणमंडळाची कविता मला पूर्वीसारखा मोह पाडू शकेना. 'अनिल' फार थोडं लिहीत आणि ते क्वचितच माझ्या हाती पडे. पण काव्यगुणात मला त्यांची कविता नेहमीच रविकिरणमंडळाच्या कवितेहून अधिक संपन्न आणि अधिक टिकाऊ वाटली. काणेकरांच्या 'चांदरात'वर मी निहायत खूष होतो. ती मला रविकिरणमंडळाच्या कवितेहून अधिक आधुनिक आणि अधिक समर्थ वाटली. त्यानंतर ज्या दोन कवींच्या कवितेनं मला वेडं केलं ते म्हणजे ना. घ. देशपांडे आणि कुसुमाग्रज. ना. घ. हे पिंडानं अस्सल lyricist आहेत, तर कुसुमाग्रज हे पेटलेले bard आहेत.त्यांच्या 'विशाखे'तली ring तर epic आणि rophetic आहे. रविकिरणमंडळाचे समकालीन 'अनिल' आणि त्यांतरचे काणेकरादी कवी रसिकांना—विशेषत: चोखंदळ रसिकांना—अधिक संपन्न आणि समर्थ वाटले. त्यांच्या कवितेनं माझ्या रसिकतेचं आणि कलाशक्तीचं चांगलं पोषण केलं.पण यशवंतांच्या इतकी लोकप्रियता त्यांतल्या कुणालाच लाभली नाही, असं मला वाटतं. त्याची कारणं मग कोणतीही असोत.

पाडगांवकर : 'तेथे कर माझे जुळती' ही 'जीवनसंगीता'तली तुमची कविता फार गाजली. तिच्यात मानवतावाद आहे हे तिच्या लोकप्रियतेचं कारण. मला ही कविता श्रेष्ठ दर्जाची वाटत नाही. 'जीवनसंगीता'तली 'सांजवेळ' किंवा 'मुशाफिरा' या श्रेष्ठ दर्जाच्या कविता आहेत. पण त्या कविता अशा का गाजल्या नाहीत? ध्रुवपदात चमकदार उदात्त भावनेचा आश्रय घेणारं विधान करायचं आणि पुढील कडव्यांतून यांत्रिक सफाईने त्याचा विस्तार करायचा, असं 'तेथे कर माझे जुळती' या कवितेचं स्वरूप आहे. 'सांजवेळ' या कवितेप्रमाणे एकसंध, सलग

निर्मितीचा प्रत्यय तिच्यातून येत नाही. तुम्ही स्वत: आज या दोन्ही कवितांकडे कोणत्या दृष्टीनं पाहता?

बोरकर : 'सांजवेळ' किंवा 'मुशाफिरा' या कविता 'तेथे कर माझे जुळती' या कवितेहून अधिक organic आणि आविष्करणात अधिक यशस्वी आहेत, हे तुमचं म्हणणं खरं आहे. उत्तम ख्याल गाणं, संपल्यानंतरदेखील बराच काळ मनात निनादत राहतं, तशीच वाचून झाल्यानंतरदेखील बराच काळ मनाला भारून ठेवते तीच उत्कृष्ट कविता. 'सांजवेळ' किंवा 'मुशाफिरा' या कवितांच्या मानानं 'तेथे कर माझे जुळती' या कवितेत ही शक्ती कमी आहे. पण ती कविता गाजली ती केवळ त्यातल्या मानवतावादामुळं हे तुमचं म्हणणं मला थोडं अतिशयोक्त वाटतं. ते कारण तर आहेच; पण तेवढंच कारण नाही. त्याचप्रमाणं उदात्त भावनेचा आश्रय करणारे चमकदार विधान आणि पुढं त्याचाच सफाईनं केलेला यांत्रिक विस्तार असं या कवितेचं स्वरूप आहे हे तुमचं म्हणणं तितकंसं खरं नाही. या कवितेमागची जी भावना आहे ती सच्ची आहे आणि तीच thougtht level वर घनीभूत झाली आहे. तुम्ही म्हणता तसा काहीसा प्रकार पहिल्या चार कडव्यांत झालेला आहे. पण पुढं ही कविता वेगळं वळण घेते आणि तिच्या मागच्या भाववृत्तीला गहिरेपणा येतो. पण 'सांजवेळ' किंवा 'मुशाफिरा' या कवितांइतकी ती यशस्वी किंवा organic नाही एवढं मात्र खरं. असं असून ही कविता तेवढी इतकी का गाजली आणि 'सांजवेळ'आणि 'मुशाफिरा' तशा का गाजल्या नाहीत? याला माझ्या मते तीन कारणं आहेत. एकंदरीत मराठी मनाला ध्येयवादी वैचारिकतेचं आवाहन जितक्या लवकर भावतं तितक्या लवकर शुद्ध सौंदर्यसंवेदनेचं आवाहन भावत नाही हे एक, ज्या कालखंडात ही कविता लिहिली गेली त्या काळी लोकमानसावर अधिराज्य गाजवणारा तात्कालिक भाव हे दुसरं, आणि तिच्यातल्या मानवतावादामागला सच्चेपणा हे तिसरं. हे तिसरं कारण नसतं तर तिची लोकप्रियता आजवर टिकली नसती.

पाडगांवकर : यावरून सहज एक गोष्ट जाणवली : आपल्याकडे काव्याचे बरेचसे टीकाकार मानवता, मांगल्य या गोष्टी कवितेतून अगदीच स्थूलपणे शोधीत असतात असं तुम्हाला नाही वाटत? कवितेतल्या या सर्व उदात्त, सात्त्विक मसाल्याकडे बघण्याची त्यांची दृष्टी कलाबाह्य असते. एखाद्या कवितेचं रसग्रहण करीत असताना विचाराचं असलं सूत्र घेऊन ते धोपटीत वा पिंजीत बसायचं आणि कलानिर्मिती म्हणून कवितेचं सौंदर्य कशात आहे ते मुळी शोधायचंच नाही, असा हा धोपटमार्गी प्रकार होता. अशा तऱ्हेच्या टीकेमुळं चांगल्या कवितेकडे

पाहण्याची जी सुजाण सौंदर्यदृष्टी निर्माण व्हायला हवी तशी होत नाही : आणि मांगल्य, मानवता, उदात्त ध्येयवाद, प्रकाशपूजन, दलितांविषयीची सहानुभूती इत्यादी सांकेतिक शब्दांच्या शेवाळावरून रसिकतेचा पाय सारखा घसरत जातो. 'तेथे कर माझे जुळती'सारख्या कवितांच्या बाबत असंच झालं नसेल ना? आज आपण 'सांजवेळ' किंवा 'मुशाफिरा' या कवितांकडे ज्या एका दृष्टीने पाहतो तशी दृष्टी त्या काळी तुमच्या आढळात होती काय? यासारख्या तुमच्या कवितांची शक्ती आणि 'तेथे कर माझे जुळती'सारख्या कवितांची मर्यादा नेमकी कशात आहे हे तुमच्या निदर्शनाला कोणी आणून दिलं होतं काय?

बोरकर : आपल्याकडच्या टीकेबाबत तुम्ही जी वस्तुस्थिती सांगितलीत ती जितकी निष्ठुर आहे तितकीच खरीही पण आहे. आणि हेच ज्ञानेश्वरांपासून तुमच्या माझ्यापर्यंतच्या सर्वच मराठी कवींचं मोठं दुर्दैव आहे. जवळजवळ सातशे वर्षं आम्ही ज्ञानेश्वरीची पारायणं करीत आहोत पण तिच्या संशुद्ध आणि समृद्ध सौंदर्यानुभवाने हेलकावणारे आणि ते उलगडून दाखवणारे किती निघाले? इतकी शतकं गेली तरी जिथं ज्ञानेश्वरांची ही स्थिती तिथं तुम्हीआम्ही 'किस पेड की पत्ती'! तुम्ही म्हणता त्या सुजाण सौंदर्यवेधी रसिकदृष्टीच्या अभावी आपल्या फुलत्यावाढत्या काळात आपल्या शक्ती आणि मर्यादा तपासण्याची, आपली साधना परिपुष्ट करण्याची संधीच आपल्याला मिळू शकत नाही. त्यामुळं लोकप्रियता मिळूनदेखील आपल्या कलात्मक व्यक्तित्वाला जोम असतो तेव्हा डोळसपणा लाभत नाही आणि स्वत:च्या एकाकी धडपडीतून जेव्हा तो लाभतो तेव्हा जोम ओसरलेला असतो. मग उरतो तो कुरतडणारा विषाद. माझ्या बाबतीत हे असं सतत घडत राहिलं. माझ्या कवितेला चाहते खूप मिळाले; त्यांतले काही तर साहित्यातले दिग्गज होते. पण आज तुम्ही ज्या नजरेनं माझ्या कवितेकडे पाहता त्या नजरेनं पाहणारं कुणी मला वेळीच भेटलं असतं तर माझी कविता किती तरी पुढं गेली असती, असा विचार मनात येतो आणि चित्त विषण्ण होतं.

पाडगांवकर : कवीच्या काव्यसाधनेत वाङ्मयीन टीकेची त्याला मदत व्हायला हवी. तुम्हाला ही मदत व्हावी तेवढी झाली नाही असं दिसतं. मग मार्गदर्शनाची प्रेरणा तुम्ही कशातून मिळवलीत?

बोरकर : आरंभापासून जी चांगली कविता माझ्या कानावर पडली किंवा माझ्या वाचनात आली तिनं माझ्या मनात वेळोवेळी घर केलं. ती मी धुंद होऊन गुणगुणत राहायचा. तिच्याशी तन्मय होत तिच्यातल्या शक्ती मी आत्मसात करीत गेलो. ज्या ज्या गोष्टींवर मी प्रेम केलं त्यांच्या त्यांच्याशी मी तन्मय झालो.

या शक्तीमुळंच ती आपल्या परीनं माझ्यावर संस्कार करीत गेली, माझ्यातल्या शक्ती जागवीत राहिली. पुढं या recreation नेच माझ्या बाबतीत re-creation होत मला creation चं सुवर्णद्वार उघडं करून दिलं. १९२८ पर्यंत मी पूर्वसूरींचे सूर आळवले. २९-३० मध्ये माझा स्वत:चा गळा थोडाबहुत मोकळा झाला आणि मी जे इतके दिवस इतरांचे कित्ते गिरविले होते त्यातून मला स्वत:ची वाणी प्राप्त झाली. ३१-३२ मध्ये तांबे आणि टागोर मी आकंठ प्यालो आणि त्यांनी माझ्या फुलत्या व्यक्तित्वाला विशाल अशी नवी क्षितिजे दाखवली. माझ्या intuition च्या बळावर मी त्यांना भिडण्यासाठी धडपडू लागलो. ३३-३६ च्या दरम्यान दॉन प्रॉपेर्सिय कुन्हैय आफाँसु ई फिगैरेदु या विख्यात विदुषीच्या निकट संपर्कात मी आलो. आरंभी बाईचा विद्यार्थी असलेला मी अल्पावधीतच तिचा आत्मज झालो. तिनं माझ्यावर अपार प्रेम केलं आणि मला वाङ्मयीन पुनर्जन्म मिळवून दिला. माझ्या प्रेमामुळं ती म्हातारपणात मराठी भाषा शिकली. आदर्श कवितेची प्रक्रिया कशी असते हे जरी तिला अनुभवानं माहीत नव्हतं तरी त्याची चर्चा करणारं अद्ययावत् फ्रेंच वाङ्मय तिनं डोळसपणं अभ्यासलं होतं. त्या वेळी 'आलां' या नावाचा एक रसकोविद तिच्या विशेष आवडीचा होता. काव्यनिर्मितीच्या शास्त्रावरचे त्याचे प्रबंध ती मला समजावून सांगायची आणि माझ्याशी त्यासंबंधी चर्चा करायची. लॅटिन देशांतील थोर कवींच्या साधनेचा इतिहास तिनं मला सतत पढवला. त्यांची निवडक कविता मला समजावून सांगितली. व्यवहार सांभाळून आपल्या कलात्म व्यक्तिमत्त्वाची ओळख कशी करून घ्यावी आणि त्याला कसं जपावं आणि ते कसं समृद्ध करावं याचे पाठ ती मला वारंवार देऊ लागली. त्यासाठी वाटेल ते मोल द्यायला का तयार असलं पाहिजे याची ती तात्त्विक मीमांसा करी. विशेष म्हणजे मी एक थोर प्रतिभावंत आहे हे ती मला वारंवार बजावी आणि प्रसंगी धारेवर धरी. सामाजिक नीतीचं काटेकोर पालन करीत असतानादेखील मनानं तिच्यापासून मुक्त राहण्याचं महत्त्व तिनं मला पटवलं आणि जीवनात सर्व सोसता-भोगताना कलावंताला आपली तटस्थता कशी बाळगावी लागते हे माझ्या मनावर तिनंच बिंबवलं. भारतीयांचं आत्मदर्शन आणि ग्रीकांची सौंदर्यदृष्टी यांचं अद्वैत मला साधता आलं पाहिजे असा तिचा आग्रह होता आणि ते मला केव्हा तरी शक्य होईल अशी तिची श्रद्धा होती.

तिनं माझ्यावर हे जे संस्कार केले आणि नव्या जगाचं जे दर्शन दिलं त्यामुळं जीवनातून आणि कवितेतून मला आता अधिक डोळसपणानं सौंदर्य टिपून घेता येऊ लागलं. हा प्रकार १९४६ पर्यंत चालला.याच वर्षी मी गोवं सोडून या बाजूला

आलो. माझ्या आत्मीय जगापासून, माणसांपासून, निसर्गापासून माझी ताटातूट झाली. खरं म्हणजे उपटलेल्या झाडासारखा मी वाळूनच जायचा, पण माझ्यात कुठं तरी जबरदस्त जीवनशक्ती होती. गोव्याच्या राजकारणाच्या ऐन धुमश्चक्रीत, दारिद्र्यात, दैन्यात मी तुमच्याबरोबर कवितेची चर्चा करण्यात आणि नवनव्या कविता रचण्यात अशा रात्रीच्या रात्री घालवल्या आहेत हे तुम्हाला माहीत आहे. त्या काळात मी माझ्या कविमित्रांशी ज्या चर्चा केल्या, त्यांची जी कविता वाचली – अगदी तुमच्या पिढीतल्या कवींचीदेखील – तिनं माझ्या काव्यविषयक जाणिवा अधिक समृद्ध केल्या. मला जे थोडंफार मार्गदर्शन मिळू शकलं ते हे असं. वयाच्या तेराव्या वर्षापासून कुटुंबकारण, समाजकारण, राजकारण आणि 'पोट'कारण यांच्या वेगवेगळ्या आघाड्यांवर खर्ची पडत असताना मला सवड आणि स्वास्थ्य जवळजवळ नव्हतंच. जे थोडं पदरात पडलं आहे ते माझा ध्यास जबरदस्त आणि ईश्वराची कृपा थोर म्हणूनच.

पाडगांवकर : तुमच्या कवितेतले संस्कृतीचे आणि परंपरेचे उल्लेखही हृद्य आणि तेजस्वी असतात असं तुमचं एक वैशिष्ट्य सांगितलं जातं. यात्रा, हरिमंत्र, ब्रह्म्याचे प्रज्ञास्थल, रुद्रनयन, ओंकार, प्रणव, सामवेद — असे अनेक शब्द तुमच्या कवितेत येतात. पण या शब्दांमागे एखादा समृद्ध अनुभव आहे असं मला तरी वाटत नाही. या शब्दांचा वापर मला सांकेतिक वाटतो.

श्रीहरिचे नाभिकमल
ब्रह्म्याचे प्रज्ञास्थल
तृतिय रुद्रनयन तूच फुलविले प्रभावे

यातले हे सगळे शब्द ठोकळ्यासारखे बसवलेले वाटतात. संस्कृती, परंपरा यांची काव फासली म्हणून हे शब्द काव्यानुभव पेलायला थोडेच समर्थ होणार? या शब्दांचा उल्लेख काव्यातून होऊ नये असं मला मुळीच म्हणायचं नही. माझं म्हणणं इतकंच की एखादा विचार मांडण्यासाठी आयते तयार शब्द म्हणून त्यांचा उपयोग करू नये.

बोरकर : तुमच्या प्रतिपादनातलं तत्त्व मला संपूर्णतया मान्य आहे. ज्या कडव्याचा तुम्ही नुकताच उल्लेख केलात त्यात उत्पत्ति-स्थिति-लयाऐवजी मी दृश्य अशा पौराणिक प्रतिमा वापरल्या एवढंच. त्यात तसं असाधारण काहीच नाही. जे सांगायचं ते दृश्यमान् करून सांगण्याच्या माझ्या प्रवृत्तीतून त्या आलेल्या आहेत. मी त्या वापरल्या त्या संस्कृतीची काव फासण्याच्या इराद्याने खास नव्हे, देवळाच्या, कथापुराणांच्या संपर्कात लहानपणापासून वाढलेल्या मला त्या प्रतिमा

सहज हाताला आल्या. कुठे असल्या प्रतिमा पुरेशा अर्थघन झालेल्या नसतील. त्या माझ्या कवितेत कुठं तशा झाल्या आहेत आणि कुठं झालेल्या नाहीत याचं परीक्षण मी केलेलं नाही. पण असले शब्द, संकेत आणि प्रतिमा माझ्या कवितेत अनेकदा येतात हे खरं आहे. त्याला कारण लहानपणी माझ्यावर झालेले धर्मसंस्कार, पौगंडावस्थेत झालेलं आध्यात्मिक साहित्याचं वाचनमनन, स्वप्नं, भास आणि दृष्टान्त यांच्या अनुभवामुळं असल्या गोष्टींच्या ठिकाणी बळावलेली श्रद्धा आणि ध्यानादिकाची थोडीफार साधना करताना आलेले अपूर्व प्रत्यय. पण तुम्ही म्हणता तशा त्या काव्यार्थघन झालेल्या नसतील तिथे त्या केवळ संस्कृतीच्या नावावर गौरवल्या जाणे गैर आहे.

पाडगांवकर : एखादा अनुभव व्यक्त करीत असताना कितीही सजीव प्रतिमेतून तो व्यक्त झाला तरी तुमचं समाधान होत नाही. त्या कवितेतल्या आशयाचं तत्त्वज्ञानात्मक विधान तुम्हाला करावंसं वाटतं; आणि त्यामुळं तुमच्या कित्येक कविता कलादृष्ट्या बिघडतात. मला वाटतं, ही लकब तुम्ही तांब्यांच्या कवितेतून उचलली आहे. 'अमृतघट' या तुमच्या कवितेत दैनंदिन जीवनातल्या हृदयस्पर्शी प्रतिमा तुम्ही घेता, पण तरीही मूळ आशयाचं विधान केल्याशिवाय तुमचं समाधान होत नाही आणि म्हणून –

तूं हंससी उपहासे तरुणा
यात्रेकरुंना, कस्तुरहरिणा
आणि बांधिसी काय शहाण्या
घर मोडुनि मांडव तयावरी?

असं तुम्हाला विचारावंसं वाटतं — त्यामुळं कवितेचा कलात्मक तोल बिघडतो.

'घरांतले चांदणे' ही सुंदर कवितादेखील घ्या ना. 'दो हृदयांतिल पराग जोडूं जडवुनि अधरावर अधरा' ही ओळ पागल करणाऱ्या चांदण्याची सारी शक्ती व्यक्त करायला समर्थ आहे.

हिरवें झुंबर हळुच हालवू
सुमगंधी स्वर गोड कालवूं
निळे रुपेरी मीन चाळवूं, करुं फेनाचा सुबक तुरा

असं सुंदर कडवंही तुम्ही लिहून जाता. जे सांगायचं आहे ते या प्रतिमांतून समर्थपणे सांगून संपलं नाही का? मग –

सुज्ञपणाच्या बेड्या तोडूं
संवत्सरांचीं वसनें सोडूं...

… पुन्हां एकदां होउनि तान्हीं
रमूं सृष्टिच्या स्तन्यसेवनीं…

या ओळींची जरूर काय? अगदी अजूनपर्यंत तुमची ही लकब कायम आहे. तुमची सौंदर्यदृष्टी तर अत्यंत चोखंदळ आहे; मग मी म्हणतो ही गोष्ट तुमच्या कलादृष्टीला खुपत कशी नाही?

बोरकर : ज्या परंपरेवर आपण पोसतो-वाढतो तिचा वारसा सहजच आपल्या अंगवळणी पडतो. तो प्रतिस्वभावच होतो म्हणा ना! ज्ञानेश्वर, टागोर, तांबे यांनी माझ्यावर फार संस्कार ठेवले. त्यात मराठी संतकवितेचा हातही थोडाथोडका नाही. मला वाटतं, आपल्या तत्त्वपिसासू, संस्कृतीवर पोसलेल्या भारतीय मनाला हा तत्त्वजिज्ञासेचा शाप म्हणा, वर म्हणा, आहेच. या तत्त्वजिज्ञासेनं कलात्मक पातळी गाठली तर प्रतिमांनी निर्माण केलेल्या कलेच्या पुतळीला ती उठाव देणारी Pedestal ठरते आणि जेव्हा तिला ते साधत नाही तेव्हा ती तुम्ही म्हणता तशी कवितेचा तोल बिघडवते. तुम्ही जी दोन उदाहरणं दिली आहेत त्यांतल्या 'अमृतघट' या कवितेत ते साधलं आहे आणि 'घरातले चांदणे' या कवितेत ते फसलं आहे. चोखंदळ सौंदर्यवेत्त्याला हे साधलं नाही तरी उमजलं पाहिजे हे मला मान्य आहे.मात्र तत्त्वजिज्ञासा ही वर्ज्य मानली पाहिजे किंवा ती कलादृष्ट्या कवितेची अर्थवत्ता वाढवू शकतच नाही असं मला वाटत नाही.

पाडगांवकर : 'सामाजिक जाणिवेच्या कविता' असं ज्यांना म्हणता येईल अशा बऱ्याच कविता तुम्ही लिहिल्या आहेत. (अर्थात जाणिवेचे असे पाणीबंद कप्पे पाडता येत नाहीत. विचाराच्या सोयीसाठीच मी असं म्हणतो आहे.) परंतु केशवसुत किंवा कुसुमाग्रज यांचा आवेश, तळमळीचा सच्चेपणा यांचा प्रत्यय तुमच्या या कवितांतून फारसा येत नाही. प्रेमकवितेतल्या किंवा निसर्गकवितेतल्या रचनेच्या लकबी (केवळ सवयीच्या म्हणून?) इथंही उमटू लागतात आणि कवितेचा सच्चेपणा जाणवत नाही. एखादा नवा अनुभव व्यक्त करायचा म्हणजे पुष्कळ वेळा आपणच निर्माण केलेले जुने आकार आपल्याला मोडूनतोडून टाकावे लागतात–निदान तसा प्रयत्न करावा लागतो – तुमची सामाजिक कविता वाचीत असताना या धडपडीच्या खुणा फारशा जाणवत नाहीत. कोणतेही सामाजिक किंवा राजकीय तत्त्वज्ञान आपण लोकहितासाठी हिरिरीनं मांडावं असं तुम्हाला कधी वाटतं का? तुमच्या राजकीय वा सामाजिक प्रेरणांचे आदर्श कोणते? सामाजिक जाणिवेच्या अनुभवांतून थोर कविता निर्माण होऊ शकेल असं तुम्ही

मानता का? गोव्याच्या राजकारणात तुम्ही उडी घेतलीत त्याचा कलावंत म्हणून प्रगतीच्या दृष्टीनं तुम्हाला काही फायदा झाला का?

बोरकर : पिंडानं मी जीवनाचा भोक्ता आहे तसाच त्याचा भक्तही आहे. आत्माविष्काराची ऊर्मी माझ्यात उपजतच आहे. लहानपणी मला चित्रकलेची आणि संगीतकलेची फार आवड होती. चित्रांत माझा हात जितका सफाईने चाले तितकाच गाण्यात गळाही लीलेनं फिरे. पण परिस्थितीच्या प्रतिकूलतेमुळं कवितेसारखं बिनभांडवली माध्यम मला पत्करावं लागलं. जे तीव्रतेनं भावलं आणि अनावर झालं ते या माध्यमातून स्वाभाविकपणे प्रकट होऊ लागलं. हा आत्माविष्कार हेच माझं स्फुरण आणि समाधान बनलं, तीच माझी आत्मविस्ताराची आणि आत्मसाक्षात्काराची साधना होऊन बसली. कवितेला सामाजिक किंवा राजकीय तत्त्वज्ञानाची बटीक करावं इतका त्यानं मी अंध कधीच बनलो नाही. समाजकारण किंवा राजकारण यांनी माझ्या जीवनालाच आव्हान दिलं तेव्हा माझ्या मनानं घेतलेल्या उसळ्याच कवितेच्या रूपाने बाहेर पडल्या. सामाजिक बंडखोरीपायी मी ज्ञातिबहिष्काराचा 'रायस' स्वत:वर ओढवून घेतला आणि गोव्याच्या राजकारणापायी सर्वस्वावर तिलांजली देऊन देशोधडी पत्करली हे तुम्हाला माहीत आहे. या भावना त्या त्या वेळी माझ्या जीवनात किती सच्च्या होत्या हे त्यांच्यासाठी मी जे मोल दिलं त्यावरून तुम्हाला दिसून येईल. पण वैयक्तिक जीवनात एखादी भावना कितीही सच्ची आणि उत्कट असली तरी ती कलेत यथायोग्य रीतीनं संक्रांत होतेच असं नाही. तसं व्हायला त्यातलं कलात्मक सत्य कवीला पुरतं गवसलेलं आणि पचनी पडलेलं असावं लातं. ही किमया माझ्या तसल्या कवितेला कितपत साधलेली आहे हे रसिकांनी ठरवायचं आहे.

सामाजिक, राजकीय, निसर्गविषयक, प्रीतिविषयक असे वर्ग पाडून मीही कवितेकडे पाहत नाही. कवितेच्या आशयाचं स्वरूप कोणतंही असो, ती जिवंत आहे की नाही, प्राणानं थरथरणारी आहे की नाही, हा आहे खरा सवाल. ती तशी असते तेव्हा भाषा मोडाफोडावी लागत नाही. तापलेल्या भावनेमुळं ती वितळून प्रवाही होते आणि हवी तशी वाकत असते. तिथं धडपडीचा प्रत्यय येण्याचं कारण नाही. अशा जिवंत कवितेचा उद्गार सहज असतो, तितकाच समर्थही असतो आणि अशा समर्थ सहजतेतूनच तिच्या जिवंतपणाचा प्रत्यय येत असतो. राजकीय व सामाजिक जाणिवेच्या माझ्या सर्वच कविता कलात्मकतेला मुकल्या असतील असं मला वाटत नाही. संख्येनं त्या अल्प असतील एवढंच. सामाजिक वा राजकीय जाणिवेतून थोर कविता निर्माण होऊ शकेल काय? — अशा अर्थाचा एक प्रश्न

तुम्ही केला आहे. कवीचा तोल मोठा असेल आणि त्यानं हाती घेतलेल्या विषयाचा तळ गाठला असेल, म्हणजेच त्याच्या प्राणानं तो स्वतःच अनुप्राणित झालेला असेल, तर त्याची प्रतिमा कोणत्याही प्रकारच्या जाणिवांना समर्थ आणि चिरंतन काव्यरूप देऊ शकेल असं मला वाटतं. वाण आहे ती असल्या द्रष्ट्या स्रष्ट्यांची.

गोव्याच्या राजकारणात पडल्यामुळं कलावंत म्हणून माझा कितपत फायदा झाला, अशा अर्थाचा एक प्रश्न तुम्ही विचारला आहे. त्याबाबत आता सांगतो. जोवर गोव्याचं राजकारण हे महान ध्येयांनी भारावलेलं स्वातंत्र्यकारण होतं, तोवर माझ्यातल्या कलावंताला ते पोषक ठरलं. पण पुढं जेव्हा ध्येयांना ओहोटी लागून आमच्यातला गाळ वर आला, तेव्हा उडण्याचं काम संपून दिवसेंदिवस त्यात जास्तजास्त चिखलात बुडण्याचंच आता शिल्लक उरलं आहे हे माझ्या लक्षात आलं. कर्तव्याच्या भ्रामक कल्पनांमुळं मी काही काल त्यात गुंतून राहिलो. त्यांत माझ्यातल्या कलावंताची प्रगती खुंटत चालली आहे आणि आता पुढं त्याचा अपमृत्यूच वाढून ठेवला आहे, असं दिसताच मी त्यातून हात धुवून मोकळा झालो. त्यामुळे मी अनेक सहकाऱ्यांचा रोष ओढवून घेतला. त्यांना सोडावं लागलं याचं दुःख मला आहे, पण माझ्यातील कलावंताशी मी इमान राखलं याचं मला समाधानही आहे.

पाडगांवकर : कलावंतावर सामाजिक किंवा राजकीय नियंत्रण असावं असं तुम्हाला वाटतं का? वीस वर्षांपूर्वीच्या काळाशी तुलना करून पाहिली तर आजचा कलावंत अधिक स्वतंत्र आहे का?

बोरकर : समाजरचना किंवा राज्यरचना कोणत्याही प्रकारची असो, आदर्श मुक्तीकडे धावणाऱ्या कलावंताला तिची नियंत्रणं आणि ताण सदैव जाणवतच राहणार आणि ती तोडण्यासाठी तो धडपडतच राहणार. त्या उभयतांतला मूल्यकलह अटळ आहे आणि त्यातच त्याचा आणि समाजाचा विकास आहे. कालची बंधनं अधिक स्थूल होती, आजची सूक्ष्म आहेत आणि त्यांच्याविरुद्ध लढणं अधिक कठीण आहे.

पाडगांवकर : केवळ काव्यलेखनावर कवी आज आपल्याकडे जगू शकेल का? तसं त्यानं जगणं काव्याच्या विकासाला आजच्या परिस्थितीत पोषक ठरेल का?

बोरकर : केवळ काव्यलेखनावर आपल्याकडे आज कवी जगू शकत नाही, हे अगदी स्पष्ट आहे आणि मला अशी परिस्थिती इष्ट वाटते. उपार्जनासाठी

कराव्या लागणाऱ्या अपरिहार्य धडपडीमुळं जीवनाशी आपलं जे निकटचं नातं राहतं त्यातून काव्यनिर्मितीसाठी लागणारं अनुभवाचं धन आपल्याला सतत मिळत असतं. जीवनाशी अशा तऱ्हेनं येणारा हा जिवंत संबंध तुटला तर आपली कविता भोवतालच्या अर्थरचनेच्या ओंजळीनं पाणी तरी पिऊ लागेल किंवा नि:सत्त्व तरी बनेल.

पाडगांवकर : मानसिक आणि आर्थिक स्वास्थ्य यांचा कलाविकासाशी घनिष्ट संबंध आहे असं तुम्ही मानता का? ज्या कालखंडात तुमच्या हातून उत्कृष्ट काव्यनिर्मिती झाली असं तुम्हाला वाटतं, त्या कालात तुम्ही तीव्र संघर्ष अनुभवीत होता की तुम्हाला स्वास्थ्य होतं?

बोरकर : झाडाला वाढण्यासाठी जसं ऊनही लागतं आणि पाणीही लागतं तसं प्रत्येक माणसाला विकासासाठी आर्थिक आणि मानसिक सुखदु:ख अवश्य असतं. अतिपाण्यानं झाड कुजून जातं, तर अतितापानं कोळपून जातं, तशी आज साऱ्या मनुष्यजातीची स्थिती झाली आहे. कवीच्या वाट्याला येणारी सुखदु:खं त्याच्या निर्मितीला पोषक ठरण्याइतकी वरच्या जातीची असावी. पण जेव्हा ती तशी नसतील तेव्हा आपल्या प्रतिभेच्या परिसानं त्याला त्यांचं सोनं करता आलं पाहिजे.माझा या बाबतीतला वैयक्तिक अनुभव विचाराल तर मानसिक वा आर्थिक स्वास्थ्याचा आणि उच्च कलानिर्मितीचा तसा अर्थाअर्थी काही संबंध नाही. तिचं नातं आहे हे आपण किती 'वोल्टेज'नं आणि कोणत्या पातळीवरून जगतो याच्याशी.

पाडगांवकर : गेल्या पस्तीत वर्षांत तुम्ही लिहिलेल्या उत्कृष्ट कविता निवडून काढायच्या म्हटलं, तर मला वाटतं, त्यांतल्या बहुतेक प्रेमकविताच निघतील. प्रेमभावनेच्या अनेक छटा तुम्ही व्यक्त केल्या आहेत. तुमच्या प्रेमकवितेत शरीर नाकारलेलं नाही. ते धुंद, रगेल, विलक्षण सुंदर होऊन तुमच्या प्रेमकवितेतून प्रकट होतं. शारीर अनुभव खोटेपणानं नाकारायचे आणि तथाकथित उच्च अशा प्रेमविषयक कल्पनांभोवती नाटकी गहिवर काढीत नि:सत्त्व शब्दांची रुंजी घालीत बसायचं, हा प्रकार तुमच्या काव्यात कुठंही आढळत नाही. 'स्मृति', 'स्पर्श', 'जपानी रमलाची रात्र' यांसारख्या तुमच्या कविता मराठीची चिरंतन भूषणं आहेत.

> रतिरत कुक्कुटसा कुंडीवर आरोहुनि माड
> चोंच खुपसुनी फुलवित होता पंखांचें झाड...
> ...करांतुनी तव खिदळत आले स्तनाकार पेले

जळता गंधक पाच उकळती यांहिं रंगलेले
अभीष्ट त्यांचें चिंतुनि आम्ही भिडवियले कांठ
सुरेहुनी तू गडे भाजिले ओठांनी ओठ

यातली प्रत्येक प्रतिमा 'कानशिलांच्या तारा झणाणून टाकणाऱ्या' धुंद वासनेच्या मुशीतून निर्माण झालेली आहे. धाबळीतल्या सोवळ्या अध्यात्माला या ओळींनी धक्का बसेल कदाचित. पण मला यात माणसाच्या शरीराचा श्रेष्ठ गौरव आढळतो. हीच रगेल धुंद भाषा जेव्हा अबोलात बोलणाऱ्या प्रीतीचा अनुभव व्यक्त करू पाहते तेव्हा एका वेगळ्या पातळीवर तेवढीच तरल बनते :

तुला मला उमगला जिव्हाळा जन्माचा पट फिटला ग
अन् शब्दांचा प्रपंच सगळा कमळासम हा मिटला ग
तुला पहाता पहाट वाटे ओती कुरणीं मोतीं ग
प्रभेस मिळती कृतार्थ होती अभिलाषांच्या ज्योती ग
...मन तव चंद्रापरि करि सोबत जेथे संचित नेतें ग
चराचरातुन प्रेमळपण तव हासत जवळी येतें ग

पण तुमची प्रेमकविता खरी खुलते तिच्यात उदासाचा सूर असताना :

काळवंडलीं जळें
चिंचही न सळ्सळे
वाटतें भयाण सर्व सलत आंत कातरा!

अशा कातरा सलवणाऱ्या क्षणाच्या वेळी. हाच आर्त क्षण 'स्मृति' या कवितेत किती हळुवार प्रतिमा धारण करतो. शब्दांनी जे सांगायचं ते सारं सांगून होतं — आणि तरीही सांगूनही न संपणारं खूप काही सारखं जाणवत राहतं :

सूर ओथंबून कंठीं कर्दळी भारावल्या
मुग्ध झाडांच्या तळीं भांबावल्या या सावल्या
स्वैर एकाकी भ्रमे दिङ्मूढ वेडा काजवा
खिन्न झाला दोडकीच्या स्वप्नपुष्पांचा थवा

सांचलें पाणी इथें अन् त्यांत गोठे चांदणें
आसवांच्या या जिण्याला मौज ना स्वप्नाविणें
रात्र होतां शांत सारें गाल गालां लाविले
भोगिलें ऐश्वर्य सारें स्पर्शसंगीतातले

अशा वेळी 'स्वरशृंगाराचा' सोस तुमच्या शब्दांना नसतो. तत्त्वज्ञानाच्या बेड्या कवितेच्या पायात अडकलेल्या नसतात.

खूपखूप बोलाच चें येतों मनांत योजून
तुला पाहतां पाहतां जातों सारें विसरून

अशी शब्दांची मर्यादा अचानक कळते — आणि म्हणूनच आशयाने भारलेला नि:शब्द बोलका होतो : सूचक प्रतिमांतून उतू जातो. बोरकर, हे जे तुम्हाला साधलं त्याचं नेमकं रहस्य कशात आहे?

बोरकर : माझ्या भाग्यानं विपुल आणि समृद्ध प्रेमजीवन माझ्या वाट्याला आलं. ते मी नि:संकोचपणानं जगलो – प्रांजळपणाने, निरागसपणाने जगलो. अगदी धुंद होऊन आणि सर्व प्रकारचे धोके पत्करून जगलो. त्यावर मी पापाचे शिक्के कधीच मारले नाहीत. उलट मी ती पुण्यसाधनाच मानली. आपल्या आणि प्रेयसीच्या प्राणाचा ठाव घेण्याच्या या आर्त भक्तीनं प्रेमभावनेच्या शारीर पातळीपासून आत्मिक पातळीपर्यंतच्या तिच्या चढत्या 'सिंफनीज' मला उमगत गेल्या. आपल्यावर जिवाभावाने प्रेम करणारी स्त्री ही आपली संरक्षक आणि संजीवन देवता आहे, अशी माझी जन्मजात श्रद्धा आहे. आयुष्याच्या अंतापर्यंत तिची नित्यनूतन स्तोत्रं माझ्या मन:कोषांतून सतत उमलत–विकसत राहावी अशी माझी आकांक्षा आहे. ज्या उदासाच्या सुरामुळे ती विशेष हृद्य होते त्यालाही कारण आहे. प्रीतीच्या साधनेत प्रेयसीच्या जीवनात दु:ख येऊ देऊ नये म्हणून पुष्कळसं दु:ख आपल्याला धीरानं गिळावं लागतं, तर कधी दिव्य प्रीतीला लौकिकाच्या जगात क्षयाचा शाप आहे याचा वरचेवर प्रत्यय येऊनही तिच्या ठिकाणची श्रद्धा ढळू नये म्हणून जाळणारी आग आतल्या आत पचवावी लागते. मी या दिव्यातून गेलो आहे. माझ्या प्रेमकवितेच्या यशाचं काही रहस्य असलंच तर ते माझ्या या मनोधारणेत आणि जीवनसरणीत आहे.

पाडगांवकर : मर्ढेकरांच्या कवितेनं मराठी कवितेत एक वेगळी वाट निर्माण केली. तसं पाहिलं तर प्रत्येक सच्च्या कवीचं व्यक्तिमत्त्व ही एक वेगळी, नवी वाटच असते. तुम्ही आणि तुमचे समकालीन यांच्या कवितेपेक्षा मर्ढेकरांची

कविता वेगळी आहे. या कालखंडात मराठी कवितेवर सांकेतिकतेची झापड येऊ लागली होती. कवितेचे ठराविक विषय, अनुभव घेण्याच्या नि:सत्त्व लकबी, ध्येयवाद आणि मांगल्य यांचे व्यक्तित्वशून्य, गुळगुळीत आदर्श, मठ्ठ सांकेतिकतेला कवटाळून धरणारा तकलुपी सौंदर्यवाद यांनी कवितेचा प्रवाह रुद्ध होत होता. मर्ढेकरांच्या कवितेनं सर्व तऱ्हेचे धोके पत्करून हा बांध फोडला. 'इरेस पडलो तर बच्चमजी' ही मर्ढेकरांची कविता बारकाईने वाचली की या काळातल्या सांकेतिक काव्यविश्वाची बरीचशी कल्पना येते. मर्ढेकरांनंतर नव्या कवींची एक पिढी जोमानं लिहू लागली, लिहीत आहे. सौंदर्यवाद हा परवलीचा गुळगुळीत शब्द वापरून नवकाव्याविरुद्ध प्रचार करणं हे आपलं वाङ्मयीन कर्तव्य आहे असं सोयीस्करपणे समजणाऱ्या काही व्यक्ती सोडल्या, तर 'नवकाव्या'ची कामगिरी आज मराठी रसिकांनी मान्य केली आहे, असं मला वाटतं. याचं श्रेय मर्ढेकरांकडे आहे. मर्ढेकरांच्या कवितेमुळे नंतरच्या नव्या कवींत sense of freedom निर्माण झाला; काव्याकडे पाहण्याची डोळस, सुजाण नजर त्यांना आली; कलाबाह्य मूल्यांचे साहित्यक्षेत्रात माजून राहिलेले संकेत झुगारून आपल्या अनुभूतीशी इमान राखण्याचं त्राण त्यांच्यांत आलं. ही नवी जाणीव म्हणजे मर्ढेकरांनी आधुनिक कवितेला दिलेली एक श्रेष्ठ देणगी आहे. या नव्या जाणिवेच्या प्रकाशात नवे कवी आपापल्या व्यक्तित्वाचा मोकळेपणाने आविष्कार करू लागले.

या नवकवितेकडे तुम्ही कोणत्या दृष्टीनं पाहता? या नव्या प्रयोगांचा, धडपडीचा तुमच्यावर काही परिणाम झाला का?

बोरकर : मर्ढेकरांची 'काही कविता' प्रसिद्ध होण्यापूर्वी तिचं हस्तलिखित वाचून वा. ल. कुळकर्णी यांनी तत्संबंधीचे आपले विचार लगेच आपल्या दैनंदिनीत टिपलेले होते. त्यात त्यांनी 'बोरकर-कुसुमाग्रजांनी ही कविता डोळसपणं वाचली पाहिजे' अशा अर्थाचं विधान केलेलं होतं. त्यांची ती टिपणं वाचल्यापासून मर्ढेकरांची नवी कविता वाचायला मी उत्सुक होतो. मी ती आस्थेनं आणि अगत्यानं वाचली आणि समजून घेण्याचा मनापासून प्रयत्न केला. जी कविता मला नीट समजली आणि आवडली तिच्यावरून हा आपल्यातला एक समर्थ कवी आहे आणि आपल्या काव्यविषयक जाणिवांची आणि आदर्शांची क्षितिजं वाढवीत आहे हे कळायला मला विलंब लागला नाही. पण त्यांच्या पुष्कळशा कवितांची दुर्बोधता आणि जे आपण ओंगळ मानीत आलो त्याला काव्यात प्रतिष्ठा मिळवून देण्याचा अट्टाहास मला रुचला नाही. भाषेची सूक्ष्मता आणि चोखंदळ सौंदर्यदृष्टी या गुणांत आमच्याहून रतिभरदेखील कमी नसलेला

हा समर्थ कवी असं का लिहितो याचा मला नीटसा बोध झाला नाही. कधी कधी तर त्याबद्दल मला त्यांचा राग यायचा. पण त्यांनी दिलेल्या धक्क्याने काव्याच्या साचत जाणाऱ्या पाण्याची कोंडी फुटली आणि तुम्ही म्हणता तसा sense of freedom कवीला मिळाला हे खरं आहे. आणि त्यांचं हे ऋण मराठी कवितेनं मान्य करायला पाहिजे, पण हे श्रेय जसं मर्ढेकरांना दिलं पाहिजे, त्याचप्रमाणे दुर्बोध, निरर्थक आणि ओंगळ अशा गोष्टींचं आजकाल जे शब्दाशब्दांत पेव फुटलेलं दिसतं आणि त्यांची व्युत्पन्न समर्थनं केलेली दिसतात, त्यांचीही जबाबदारी मर्ढेकरांवरच येते. त्यांनी एका सांकेतिकतेविरुद्ध बंड केलं; पण त्यांचं नाव घेऊन आता दुसरी सांकेतिकता प्रतिष्ठा पावू पाहत आहे. मर्ढेकर आज हयात असते तर त्यांनी या सांकेतिकतेविरुद्ध आसूड उचलला असता याविषयी मला तरी शंका नाही. मर्ढेकरांच्या कवितेनं माझ्यावर प्रत्यक्ष असा काही परिणाम केला नाही, पण त्यांनी दिलेल्या धक्क्यामुळे मला माझी काव्यमूल्यं तपासून पाहणं आणि ती समृद्ध करणं निकडीचं वाटू लागलं. माझ्यात शैथिल्य न यायला ते बऱ्याच अंशी कारण आहेत.

पाडगांवकर : तुम्हाला कविता कशी सुचते? शब्द, प्रतिमा, छंद यांची निवड तुम्ही कशी करता? पूर्वीची तुमची काव्यनिर्मितीची प्रक्रिया आणि आजची लेखनाची पद्धती यांत काही फरक पडला आहे काय? विशिष्ट तऱ्हेच्या बाह्य वातावरणाची काव्यलेखनासाठी तुम्हाला आवश्यकता भासते का? की कोणत्याही परिस्थितीत तुम्ही लेखन करू शकता?

बोरकर : मला गुणगुणता गुणगुणताच कविता सुचते. पहिल्या दोन ओळी आपोआप ओठावर येतात आणि मग कविता तयार होत असल्याची जाण येते. तयार होऊन आलेल्या ओळीच पुढच्या ओळींना ओढून म्हणा, भुरळ घालून म्हणा, आपल्या सोबतीला आणतात आणि कविता पुरी होताच ही प्रक्रिया थांबते, एवढंच पूर्वी मला कळायचं. पण पुढंपुढं नेमकं काय होतं ते संपूर्णतया कळलं नाही तरी त्या क्रियेचा बराचसा उमज मला पडू लागला. भाववृत्तीनं मनाचं आभाळ भरून आलं की मला एक प्रकारची विकलता वाटते; जीव हुरहुरू लागून पिसासारखा हलका होतो आणि निराळ्याच लोकात तरळू लागतो. अशा वेळी मला माझ्यात एक आगळा अपूर्व नाद जाणवू लागतो. त्याला वेग येत चालला की माझ्या व्यक्तित्वावर विलक्षण धुंदी चढते. पण आश्चर्य हे की त्या धुंदीच्या अवस्थेतच मला तितकीच सावधानता आणि तटस्थताही जाणवत असते. या वेळी प्रज्ञा वस्तऱ्याच्या पात्यासारखी धारदार होते. सर्व ज्ञानेंद्रियांच्या शक्ती आणि स्मृती

तरल आणि ताज्यातवान्या होतात. मनश्चक्षूंना आशय प्रतिमांच्या रूपानं सुस्पष्ट दिसू लागतो. त्यांना टिपणारे शब्द स्पंद पावत आपापली जागा घेऊ लागतात आणि ते येतात, अनुरूप छंदाच्या सरांत ओवले जातात. या साऱ्या प्रक्रियेत माझ्या प्राणाच्या, मनाच्या, बुद्धीच्या, ज्ञानेंद्रियांच्या सर्व शक्ती लय लागून वावरत असतात खऱ्या; पण हे सारं कसं अगदी सहज, लीलया घडत असतं. कवितेच्या ओळी वारंवार गुणगुणता-गुणगुणताच कधी शब्दांचा अनुक्रम बदलतो, तर कधी एखाद्या शब्दाची जागा दुसरा नवा शब्द घेतो. आणि त्या वेळी जाणवलेल्या या अधिक समृद्ध सौंदर्यसंगतीने मला आनंदाचे उमाळे येतात. पूर्वी हे सहज व्हायचं. वारंवार व्हायचं. आजही प्रक्रिया अशीच आहे; पण भट्टी पूर्वीच्या इतक्या आचीनं आणि पूर्वीसारखी वारंवार तापत नाही. व्यवहाराचं सतत भान ठेवावं लागलं तर गरुडाचा देखील कोंबडा होतो. तसा काहीसा प्रकार मला हल्ली जाणवतो. दिव्य लोक दिसतो, उडण्याची ऊर्मी येते; पण पंख जड झाल्यासारखे वाटतात. ही जाणीव मग यातना होऊन छळू लागते. आताशा पुन्हा मला पंख हलके वाटू लागत आहेत, आणि नवं काही तरी हाताला लागेल अशी आशा मी बाळगून आहे. मला असं केव्हा भरून येईल याचा नेम नसतो. त्याला काळवेळ लागत नाही. तशी स्थिती लाभली तर बाह्य परिस्थिती कशीही असो, ती माझ्या बाबतीत विरोधकारक होऊ शकत नाही. मात्र एक गोष्ट आहे. भरल्या पोटी मला कविता सुचत नाही. त्यामुळं अत्यंत अल्प खाऊन मी जणू काही उपवासाचं व्रत पाळीत असतो व काव्यदेवीच्या कृपाप्रसादाची वाट पाहत असतो.

पाडगांवकर : गेल्या पस्तीस वर्षांतल्या तुमच्या कवितांचा हा संग्रह एकत्र केलेला आहे. या कवितांकडे मागं वळून पाहिल्यावर तुम्हाला काय वाटतं? या क्षणी कुणाकुणाच्या ऋणाचं तुम्हाला स्मरण होतं?

बोरकर : या पस्तीस वर्षांतल्या कवितेकडे मागं वळून पाहिल्यावर आजवर जी धडपड केली ती अगदीच काही वाया गेली नाही असं जसं वाटतं, त्याप्रमाणं काळाच्या टिचकीला टिकून उरेल असं खरोखरच आपल्या पदरी काही पडलं आहे का? — असा प्रश्न माझ्यापुढं उभा राहतो आणि चित्त द्विधा होतं. खरं सांगायचं तर आजवर झाली ती उमेदवारी झाली — बऱ्यापैकी उमेदवारी झाली; पण... गाठायचं शिखर अजून दूरच आहे, असंच मला वाटतं. झाला तो प्रवास साधकावस्थेचा झाला. 'सिद्धप्रज्ञेचेनि लाभें । मनचि सारस्वतें दुभे ।।' अशी अवस्था येईल तोच खरा सोनियाचा दिवस. तो शेवटचा दीस गाठण्यासाठी अजून धडपडावंसं वाटतं.

तात्यासाहेब केळकर, वामन मल्हार जोशी, वामन मंगेश दुभाषी, माधवराव पटवर्धन, विठ्ठलराव घाटे, काकासाहेब कालेलकर अशा अनेक ज्येष्ठ आणि श्रेष्ठ साहित्यिकांनी माझ्या कवितेबद्दल आशेचे आणि कौतुकाचे उद्गार काढून माझ्या एकाकी साधनेत मला धीर दिला. कवि कारे आणि डॉ. गायतोंडे या दोन मित्रांशी वारंवार माझ्या ज्या चर्चा होत, त्या माझ्या काव्यसाधनेला डोळसपणा आणायला कारण झाल्या. या सर्वांचं आज मला कृतज्ञतेनं स्मरण होतं. पण ज्यांनी माझ्या काव्यसामर्थ्याबद्दल विश्वास बाळगला आणि आपल्या कुवतीप्रमाणं प्रत्यक्षअप्रत्यक्षपणं नाना परींनी ते जागवलं-वाढवलं, त्या अविस्मरणीय अशा व्यक्ती पाच : यशवंतराव सरदेसाई, गोव्याच्या ट्रेनिंग कॉलेजचे माझे अध्यापक रामचंद्र शंकर नायक, माझ्या मानसमाता बाई दॉन प्रॉपेर्सिय, भाऊसाहेब खांडेकर आणि कविवर्य भास्करराव तांबे. तांब्यांची माझी गाठभेट एकदाच झाली. पण त्यांनी केलेल्या तोंडभर कौतुकानं आणि पाठीत दिलेल्या थापेनं एका रात्रीत माझ्यातील टाकळ्याएवढ्या कलावंताला माडाची उंची आली. या पंचायतनाचं ऋण जन्मोजन्मी फिटणारं नाही.

आधी असं वडीलजनांचं ऋण वागवलं. आता तुमचं आणि भागवताचं. तुम्ही दोघांनी किती आस्थेनं आणि परिश्रमानं या संग्रहाची केळवणी केली!

□

बोरकरांची कविता, संपादक : मंगेश पाडगांवकर
मौज प्रकाशनगृह, मुंबई

काव्यातील प्रतिमासृष्टी
विंदा करंदीकर यांच्याशी चर्चा

पाडगांवकर : हल्ली काव्याचे रसग्रहण करताना प्रत्येक चांगला टीकाकार कवितेतल्या प्रतिमासृष्टीला प्राधान्य देताना आढळतो. मला वाटते, ही चांगली गोष्ट आहे. काव्याच्या अंतरंगात शिरताना कोणते दार ठोठावावे हे टीकाकारांना कळू लागले आहे. याचा अर्थ, आपल्या काव्याचे स्वरूप बदलले आहे एवढाच नव्हे, तर आपल्या टीकेचे स्वरूपही बदलले आहे असा होतो.

करंदीकर : मला वाटते, वाङ्मयाच्या दृष्टीने हा बदल स्वागतार्ह आहे. कारण प्रतिमासृष्टीचा विचार टाळून काव्याचे रसग्रहण करणे म्हणजे जवळजवळ रंगाचा विचार टाळून चित्राचे रसग्रहण करण्यासारखे आहे.

पाडगांवकर : बरोबर आहे. काव्यात दुसरे काही असो किंवा नसो, निदान सच्ची प्रतिमासृष्टी तरी असलीच पाहिजे. ही भूमिका आपणा सर्वांना आता मान्य झाली आहे.

करंदीकर : मला वाटते, या बाबतीत आपल्याला पाश्चात्त्यांचे ऋण मान्य करावे लागेल. ज्या प्रकारचा प्रतिमांचा विचार आपल्याला नवकाव्याच्या रसग्रहणात दृष्टीला पडतो, त्याचा संदर्भ हा मुख्यत पाश्चात्त्य आहे. ॲरिस्टॉटलनेसुद्धा 'रूपकावरचा अधिकार' हे कविप्रतिभेचे सर्वश्रेष्ठ गमक मानले आहे, पण ॲरिस्टॉटलने आपल्या काव्यशास्त्रात केलेला रूपकाचा विचार आणि आपल्याकडील साहित्यशास्त्रज्ञांनी केलेली अर्थालंकाराची चिकित्सा ही प्रतिमेच्या विचारापर्यंत पोचलेली आहेत असे मला वाटत नाही. प्रतिमांचे स्वरूप स्पष्ट होण्यासाठी प्रतिमा व रूपकात्मक भाषा, आणि प्रतिमा व प्रतीक यांच्यातील फरक लक्षात घेणे आवश्यक होते. हा फरक माझ्या कल्पनेप्रमाणे, कोलरिजला प्रथम जाणवला. 'भाववृत्तीने उजळलेल्या प्रतिमा' हा कोलरिजने काव्यप्रतिभेचा

एक महत्त्वाचा निकष मानला. त्यानंतर ह्यूम, हर्बट रीड, एझरा पाउंड, सी. डे. ल्यूइस, व रिचर्ड्स या निरनिराळ्या प्रवृत्तींच्या टीकाकारांनी आपल्या काव्य-विवेचनात प्रतिमासृष्टीला केंद्रस्थान दिले.

पाडगांवकर : पण मला वाटते, टीकाशास्त्रामध्ये तिकडेसुद्धा प्रथम काव्य आणि नंतर टीका हाच ऐतिहासिक क्रम गृहीत असणार.

करंदीकर : अर्थातच, प्रतिमासृष्टी प्रथम काव्यातच प्रकट झाली. हॉपकिन्स, पाउंड, इलियट, ऑडेन आणि डिलॅन टॉमस यांच्या अगदी निरनिराळ्या धर्तीच्या काव्यांमध्येसुद्धा प्रतिमांना महत्त्व आले. याचा अर्थ शेक्सपिअरसारख्या श्रेष्ठ कवीच्या काव्यात सामर्थ्यवान प्रतिमासृष्टी प्रकट झालेली नव्हती असा नव्हे. सुप्त मनाचा शोध लागण्यापूर्वीच सुप्त मनाच्या हालचाली अन्य कारणाने श्रेष्ठ काव्यामध्ये प्रकट होत होत्या, त्याच कारणामुळे प्रतिमावादाची प्रस्थापना होण्यापूर्वी अस्सल प्रतिमेचा वापर चांगल्या वाङ्मयात होतच होता. प्रतिमावादी (Imagist) कवींच्या आग्रही प्रतिपादनामुळे या निराळ्या प्रतिमासृष्टीला व वाङ्मयीन टीकेला विशेष चालना मिळाली.

पाडगांवकर : मला वाटते, प्रतिमांचे काव्यातील स्थान लक्षात येण्याच्या दृष्टीने प्रतिमा म्हणजे काय हे आधी आपल्याला पाहावे लागेल.

करंदीकर : तुमची प्रतिमासृष्टी आपल्या परीने चांगलीच समृद्ध आहे. तुमचा अनुभव तुम्ही जर मांडण्याचा प्रयत्न केला तर त्यावरून प्रतिमेची व्याख्या आपोआपच ठरविता येईल.

पाडगांवकर : माझा अनुभव असा : एखदी कविता निर्माण होत असताना तिच्यातल्या प्रतिमांची धारणा कशी होते हे जाणण्याच्या अवस्थेत मी स्वत: नसतो. माझा एखादा अनुभव जेव्हा काव्यात व्यक्त होऊ पाहतो तेव्हा मी त्या अनुभवाला योग्य अशा प्रतिमा एखाद्या तार्किक पद्धतीने शोधण्याचा प्रयत्न करीत नसतो. कवीच्या मनात एखादा अनुभव कलात्मक पातळीवर पोहोचतो याचाच अर्थ तो अनुभव प्रतिमा होऊन येतो. नेहमीच्या भाषेत सांगायचे म्हणजे—

करंदीकर : नेहमीच्या भाषेत सांगा–मला ते विशेषसे जमत नाही.

पाडगांवकर : नेहमीच्या भाषेतच सांगायचे म्हणजे अशा क्षणी प्रतिमा स्फुरते. कविता स्फुरली असेच आपण नेहमी म्हणतो. परंतु कविता स्फुरणे ही गोष्ट प्रतिमा स्फुरण्याहून काही वेगळी आहे असे समजण्याचे कारण नाही.

करंदीकर : मी कविता आणि प्रतिमा या दोन गोष्टी एकच मानीत नाही. प्रतिमासृष्टी हा कवितेचा एक घटक आहे, एकमेव घटक नव्हे.

पाडगांवकर : मला इथे 'कविता स्फुरणे' या शब्दप्रयोगाचा अर्थ स्पष्ट करावयाचा होता. बहुतेक वेळा असेच होते की जाणिवेने भारलेली एखादी प्रतिमा मनात गूढपणे तरळत राहते आणि एखाद्या विशिष्ट क्षणी त्या प्रतिमेतूनच कविता उमलू लागते. कळीतून फूल उमलावे तशीच ही सहज आणि स्वयंसिद्ध अशी प्रतिक्रिया असते.

करंदीकर : छान, प्रतिमेची चर्चाही तुम्ही प्रतिमेतूनच केली. पण प्रतिमेची माझी व्याख्या मात्र मला निराळ्या पद्धतीने मांडावीशी वाटते. कल्पनेच्या पातळीवर इंद्रियगोचर होऊ शकणारा व जाणिवेने भारलेला कवितेचा प्राथमिक घटक म्हणजे प्रतिमा होय. प्रतिमेविषयीची ही भूमिका स्पष्ट करण्यापूर्वी काव्याविषयीची माझी कल्पना मला थोडीफार सूचित करावी लागेल. काव्यामध्ये साकार होणारी जाणीव ही संश्लेषणात्मक असते. काव्यामध्ये संवेदना, भावना व विचार या जाणिवेच्या अवस्था एकात्म होतात. जाणिवेचे हे एकात्म स्वरूप प्रकट करण्याच्या दृष्टीने काव्य ही सर्वश्रेष्ठ कला आहे. हे बिकट कार्य साधण्यासाठी आपल्या सर्व साधनांचा उपयोग कवीला करावा लागतो. या साधनांमध्ये कागदावर छापलेल्या कवितेची दृश्य मांडणी किंवा शब्दांच्या ध्वनीमुळे प्रकट होणारे काव्याचे श्राव्य स्वरूप ही एका टोकाला असतात, तर दुसऱ्या टोकाला कल्पनेच्या पातळीवर प्रत्ययाला येणारा व जाणिवेच्या निरनिराळ्या घटकांमधील परस्परसंबंधातून प्रकट होणारा सौंदर्यात्मक घाट असतो.

पाडगांवकर : तुमच्या विवेचनात 'कल्पनेच्या पातळीवर' हा शब्द पुन्हा पुन्हा येतो. हा शब्द तुम्ही एवढ्या कटाक्षाने का वापरता?

करंदीकर : कारण भाषा हे माध्यमच मुळी मुख्यतः कल्पनाधिष्ठित आहे आणि त्या प्राथमिक अर्थानेच मी हा शब्द वापरलेला आहे. संगीत, चित्र, शिल्प वगैरे कलांना एक स्वाभाविक असे इंद्रियगोचरत्व असते. काव्यात लिहिलेल्या शब्दामुळे किंवा बोललेल्या ध्वनीमुळे येणारे इंद्रियगोचरत्व हे महत्त्वाचे नसते. कल्पनेच्या पातळीवर येणारे इंद्रियगोचरत्व हेच प्रतिमेमध्ये अपेक्षित असते.

पाडगांवकर : बरोबर आहे. तुम्ही म्हणता या अर्थाने कल्पनेच्या पातळीवर प्रत्ययाला येणारा घाट हेच कवितेचे मुख्य लक्षण.

करंदीकर : काव्यातील प्रतिमासृष्टी हा त्या घाटाचा एक आद्य घटक असतो. हे स्पष्टीकरण करण्याचे कारण एवढेच की, काव्यातील प्रतिमासृष्टीचा विचार म्हणजे काव्यातील सर्व घटकांचा विचार नव्हे, ही गोष्ट स्पष्ट व्हावी.

पाडगांवकर : नाट्यकाव्य किंवा महाकाव्य यांमधील काव्याचा घाट हा निव्वळ प्रतिमासृष्टीचा विचार करून ठरविता येणार नाही. पुष्कळदा एखाद्या उत्कट भावकवितेत मात्र प्रतिमासृष्टीचा विचार म्हणजेच त्या कवितेच्या एकूण घाटाचा विचार अशी स्थिती अनुभवाला येते.

करंदीकर : पण तिथे सुद्धा थोडा सूक्ष्म विचार केला की एकूण कविता ही त्यातल्या प्रतिमासृष्टीपेक्षा अधिक आहे हे आपल्यार प्रत्ययाला येईल. फक्त त्या ठिकाणी प्रविष्ट झालेले दुसरे घटक हे इतके अस्फुट व तरल असतात की त्यांचा नामकरण-विधी आपण करू शकत नाही. पण तिथेही त्यांचे अस्तित्व जरूर जाणवते. म्हणजे तिथेसुद्धा प्रतिमासृष्टी हा आद्य घटक असला तरी एकमेव घटक नसतो.

पाडगांवकर : प्रतिमेची व्याप्ती अधिक स्पष्ट होण्याच्या दृष्टीने प्रतिमा आणि रूपक यांतला फरक स्पष्ट होणे आवश्यक आहे. रूपकादी अलंकार आणि प्रतिमा यांच्यात फरक असला तरी वैमनस्य असलेच पाहिजे असे समजणे चुकीचे होईल. काव्यातील प्रतिमांशी पुष्कळ वेळा रूपकादी अलंकारांचा सहभाव असू शकतो.

करंदीकर : हे मलाही कबूल आहे. प्रतिमा रूपकात्मक असू शकतील; पण प्रतिमांचे शक्तिकेंद्र निराळे आहे. रूपकात्मक भाषेमध्ये वस्तूवस्तूंतील संबंधाला प्राधान्य असते. प्रतिमेच्या विचारात वस्तू आणि जाणीव यांच्यामधील अपरिहार्य संबंधावर कटाक्ष असतो. कवीची कल्पनाशक्ती विशेष तीव्र असल्यामुळे वस्तू वस्तूंतील सादृश्य किंवा विरोध हुडकून काढणे, एकत्वात अनेकत्व पाहणे आणि अनेकत्वात एकत्व पाहणे, 'आहे'ला नाकारणे आणि 'नाही'ला आकारणे, या क्रिया कवितेत सतत चाललेल्या असतात. पण कल्पना म्हणजे काही काव्य नव्हे. काव्य हा सृजनशक्तीचा आविष्कार असतो. या सृजनशक्तीचा प्रत्यय प्रतिमेमधून येत असतो. मम्मटाच्या काव्यप्रकाशामध्ये पहिल्या उल्हासातच कोणताही स्फुट अलंकार नसतानासुद्धा काव्य कसे संभवते याचे एक उदाहरण दिलेले आहे. (विभावना किंवा विशेषोक्ती हे 'अस्फुट अलंकार' तिथे आहेत असे सांगून पंडित मोकळे होऊ शकतील...) पण प्रतिभेची आपली कल्पना बरोबर घेऊन तो उतारा वाचला तर त्या ठिकाणच्या रसोत्पत्तीचे मर्म कळू शकेल.

पाडगांवकर : प्रतिमा आणि प्रतीक या गोष्टीही अशाच निराळ्या असल्या पाहिजेत. कारण प्रतिमा या प्रत्येक कवितेमध्ये असतातच, पण प्रतीकाचा फक्त एका विशिष्ट प्रकारच्या काव्यामध्येच अंतर्भाव होत असतो.

करंदीकर : याचे कारण अगदी स्पष्ट आहे. प्रतीकांचा हेतू व्यक्तामधून अव्यक्त सुचविणे हा असतो. प्रतीकाची योजना सान्तामधून अनंताकडे जाण्यासाठी असते.

पाडगांवकर : म्हणजे आपली दृष्टी व्यक्तावरच स्थिर झाली, त्याचाच घाट ती अनुभवू लागली, त्यालाच सुसंवेद्य मानू लागली तर अव्यक्ताकडे जाण्याची तळमळच नष्ट होण्याची भीती असते. म्हणून भाषेचा प्रतीकात्मक उपयोग करताना कल्पनेच्या पातळीवर घडणाऱ्या सेंद्रिय संवेदनावर भर नसतो. पण अशा प्रकारचे काव्य सुद्धा श्रेष्ठ असू शकते असे मी मानतो. कारण प्रतिमाजन्य आनंद हाच काही काव्याचा हेतू नव्हे.

करंदीकर : काव्यामध्ये दुसरे घटक असू शकतात हे मी प्रथमच सांगितले आहे. इथे प्रतीकाचे कार्य व प्रतिमेचे कार्य ही भिन्न आहेत हे सांगण्याचा मी प्रयत्न करीत आहे. प्रतीकात्मक काव्यामध्ये व्यक्ताचा साधन म्हणून वापर केलेला असला तरी अव्यक्त हे त्याहून अधिक उन्नत आहे अशी सुप्त जाणीव असते. परंतु प्रतिमेमध्ये आपली इंद्रिये त्या व्यक्ताभोवती रेंगाळावी अशीच प्रवृत्ती असते. तिथे व्यक्त आणि अव्यक्त ही एकात्म होतात. व्यक्तापासून अव्यक्ताकडे होत असलेल्या प्रवासाची जाणीव प्रतीकाच्या भोगामध्ये अभिप्रेत असते. जे रूपकाच्या बाबतीत म्हटले तेच प्रतीकाच्या बाबतीतही म्हणता येईल. काही प्रतीके प्रतिमांचे कार्यही करू शकतील; पण त्यांची प्रतीकात्मक शक्ती त्या कार्यावर अवलंबून नाही.

पाडगांवकर : मला वाटते, आता आपण चांगल्या प्रतिमांच्या वैशिष्ट्यांकडे वळले पाहिजे. कदाचित् त्यानेही या भेदांवर अधिक प्रकाश पडू शकेल. माझ्या कल्पनेप्रमाणे चांगली प्रतिमा ही अनुभवांशी एकजीव झालेली असली पाहिजे, तिच्यात नावीन्य असले पाहिजे, ती सांकेतिक असून उपयोगी नाही. पृथगात्म आणि नव्या अशा प्रतिमेमध्ये अनुभव घेण्याची एक वेगळी लकब अंतर्हित असते. चांगल्या प्रतिमांच्या प्रकटनात अपरिहार्यता आणि अकस्मातपणा या दोन्ही गोष्टी एकदमच अनुभवाला येतात.

करंदीकर : चांगल्या प्रतिमांची वैशिष्ट्ये मुख्यत: प्रतिमेच्या व्याख्येवरूनच निश्चित करावी लागतील. माझ्या प्रतिमेच्या व्याख्येत मी तीन गोष्टींचा उल्लेख केलेला आहे : (१) प्रतिमांचे सेंद्रिय गोचरत्व, (२) त्यांचे भारलेपण, (३) आणि त्यांचे घटकत्व. कल्पनेच्या पातळीवर का होईना, पण आदर्श प्रतिमेला एक प्रकारचे इंद्रियगोचरत्व प्राप्त झाले पाहिजे. तिचे शरीर आपल्या इंद्रियांना जाणवले पाहिजे. अर्थात प्रत्येक प्रतिमेला सगळ्या इंद्रियांशी संबंध जोडणे फार कठीण

आहे; पण बऱ्याच इंद्रियांशी एकदम संबंध जोडण्याची शक्ती कल्पनेच्या पातळीवर व्यवहार करणाऱ्या काव्यात जितकी आहे तितकी संगीत किंवा चित्र यांसारख्या इतर कलांमध्ये नाही. शिवाय, आदर्श प्रतिमा जाणिवेने भारलेली असली पाहिजे. म्हणजे कोणती तरी भाववृत्ती त्या प्रतिमेमध्ये प्रत्ययाला आली पाहिजे. त्याप्रमाणेच आदर्श प्रतिमेने आपले घटकत्व विसरता कामा नये. तसे पाहिले तर एका अर्थाने प्रत्येक संमिश्र प्रतिमेला स्वत:चे असे एक रूप असते. तिच्या निरनिराळ्या अंगांत एक प्रकारची सुसंगती असते. त्या अंगांच्या मांडणीत विरोध किंवा मेळ यांसारख्या सौंदर्यात्मक संबंधाचा प्रत्यय येऊ शकतो. अशा वेळी ती प्रतिमा स्वतंत्रपणे सुद्धा भोग्य बनू शकते. पण आदर्श प्रतिमेची खरी शक्ती निव्वळ या अंतर्गत सुसंगतीवर अवलंबून नसते. आदर्श प्रतिमा ही कवितेतील प्रतिमासृष्टीचा एक अभिन्न घटक म्हणूनच अवतीर्ण होत असते. कवितेतील इतर प्रतिमांशी आदर्श प्रतिमा ही निरनिराळे अपरिहार्य संबंध प्रस्थापित करीत असते. सबंध कविता म्हणजे जाणिवेची एक बंदिश असल्यामुळे प्रतिमाप्रतिमांतील या सौंदर्यात्मक सहकार्याला विलक्षण महत्त्व असते. सारांश, आदर्श प्रतिमा ही भाववृत्तीबरोबरच या विशिष्ट सौंदर्यभावनेचाही प्रत्यय देत असते. जणू काय त्या दोहोंमध्ये एक प्रकारचा तोल साधीत असते.

पाडगांवकर : सबंध कविता हीच पुष्कळदा एक प्रतिमा होऊ शकते असे म्हणणे कितपत योग्य होईल? मला वाटते, सी. डे. ल्यूइसने असेच प्रतिपादन केले आहे.

करंदीकर : ते प्रतिपादन मला पटू शकत नाही. प्रतिमेशिवाय दुसरे घटक काव्यात असू शकतात; आणि त्या घटकांचा सरसनीरसपणाही काव्याचे चांगले-वाईटपण ठरवू शकतो. त्यामुळे सुट्या प्रतिमा न जाणवल्यामुळे संबंध कवितेलाच प्रतिमा ठरविण्याची कसरत अनावश्यक आहे. शिवाय प्रतिमेच्या माझ्या व्याख्येमध्ये तिच्या 'घटकत्वा'चा अंतर्भाव आहे. घाटावरच घटकत्वाचा आरोप करणे हे तर्कदुष्ट होईल. मला वाटते, चांगल्या प्रतिमांच्या वैशिष्ट्यांची चर्चा आता पुरेशी झालेली आहे. पण अजून आपण या प्रतिमांचा कवीच्या व्यक्तित्वाशी, वाङ्मयाच्या प्रकाराशी व सामाजिक जीवनाशी असलेला संबंध तपासलेला नाही.

पाडगांवकर : शेवटी तुम्ही सामाजिक जीवन त्यात आणणारच. मला कल्पना होतीच. मला वाटते, प्रतिमासृष्टीची निर्मिती ज्या व्यक्तित्वाच्या मुशीतून होते त्याला या विचारात विशेष प्राधान्य दिले पाहिजे. जाणिवेच्या विविध पातळ्यांवर जाऊन बहुरंगी अनुभव घेण्याची शक्यता एखाद्या कवीच्या व्यक्तित्वात असू शकते. त्याचे

सेंद्रिय अनुभूतीचे विश्व जेवढे समृद्ध, आणि सेंद्रिय अनुभूतींचे विविध जाणिवांशी सुसंगतिपूर्ण असे संबंध प्रस्थापित करण्याची त्याची ताकद जेवढी अधिक, तेवढी त्याची प्रतिमासृष्टीही नाविन्यपूर्ण, विविध आणि समृद्ध असे म्हणता येईल.

करंदीकर : व्यक्तित्वाच्या मुशीला प्राधान्य देणे आवश्यक आहे ही गोष्ट कोणालाही मान्य होण्यासारखी आहे. पण याचा अर्थ प्रतिमांचे नियमन करणारे दुसरे घटक नसतातच असा नव्हे. नुसत्या भावकवितेचाच विचार केला, तर काव्यांतर्गत प्रतिमांचा संबंध हा मुख्यत: कवीच्या आत्मगत भावस्थितीशी निगडित असतो, ही गोष्ट खरी आहे. पुष्कळदा भावकवीला प्रथम एखादी आदिप्रतिमा (Key Image) स्फुरते. मग भावस्थितीच्या निरनिराळ्या प्रतिमांचे एक जाळे या आदिप्रतिमेभोवती फेर धरू लागते. या सर्व प्रतिमासृष्टीचा अर्थ आत्मगत भावस्थितीच्या संदर्भात लागू शकतो. पण तोच कवी एखादे कथनपर काव्य किंवा एखादे नाट्यकाव्य लिहू लागला की त्याच्या प्रतिमेची जात व मांडणी ही कोणत्या तरी आणखी एका निराळ्या संदर्भाने नियमित होऊ लागते. प्रत्येक घाटाला एक स्वतंत्र व्यक्तिमत्त्व असते. त्यातील प्रतिमासृष्टीसुद्धा त्या त्या घाटाच्या प्रवृत्तीने वेढलेली असते. ही गोष्ट नाट्यकाव्य किंवा महाकाव्य यामध्ये विशेषार्थाने प्रत्ययाला येते. नाट्यकाव्यातील एखाद्या पात्राच्या भाषणात ज्या प्रतिमा प्रकट होतात त्यांचा प्रत्यक्ष संदर्भ त्या पात्राचे व्यक्तित्व हा असतो – कवीचे व्यक्तित्व हा नव्हे. परस्परविरोधी भाववृत्ती दर्शविणाऱ्या दोन पात्रांच्या भाषणांमध्ये परस्परविरोधी प्रतिमासृष्टीचा संचार होणे हे नैसर्गिक असते – नव्हे, आवश्यक असते. मिस् स्पर्जिअनने शेक्सपिअरच्या प्रतिमासृष्टीचा विचार करताना, एखाद्या शोकांतिकेमध्ये पुन: पुन्हा प्रकट होणाऱ्या आशय-प्रतिमेचा उल्लेख केलेला आहे. या आशय-प्रतिमेचा (Theme Image) संबंधसुद्धा शेक्सपिअरच्या व्यक्तित्वाशी न जोडता तो शोकांतिकेतील पात्रांशीच जोडला पाहिजे. पण या गोष्टीचा पुष्कळदा विसर पडतो.

पाडगांवकर : पण तुम्ही नाट्यकाव्याच्या बाबतीत म्हणता तेच भावकाव्याच्या बाबतीतही म्हणता येईल. पुष्कळदा भावकवीसुद्धा एखाद्या काल्पनिक व्यक्तित्वात शिरून विशिष्ट भाववृत्ती अनुभवू शकतो. त्याच्या भावकवितेतील प्रतिमासृष्टी ही त्या काल्पनिक भावस्थितीशी सुसंगत असते.

करंदीकर : पण या पद्धतीने भावकविता निर्माण करणारे कवी फार थोडे असतात. मात्र माझ्या कल्पनेप्रमाणे श्रेष्ठ भावकाव्य हे पुष्कळदा याच पद्धतीने निर्माण होत असते. यालाच मी जाणीवनिष्ठा म्हणतो.

पाडगांवकर : मघाशी तुम्ही ज्याचा उल्लेख केलात तो प्रतिमांचा सामाजिक संदर्भ थोडा अधिक स्पष्ट केलात तर बरे होईल.

करंदीकर : करतो ना. एखाद्या कालखंडातील काव्याचा साकल्याने विचार करताना काही प्रतिमांचा वापर पुन: पुन्हा झाल्याचे दृष्टोत्पत्तीला येते. हे असे का व्हावे? या प्रतिमा नेहमी सांकेतिक असतात असेही नाही. त्या प्रतिमांचे सामान्य स्वरूप एकसारखे भासले तरी त्यांच्या वजनात एक प्रकारचा सच्चेपणा प्रत्ययाला येतो. त्या सांकेतिक नसतात; संकेताधिष्ठित असतात. अशा वेळी समाजमनाला जाणवलेली विशिष्ट भावस्थिती व्यक्तिमनातून आविष्कृत होत असते असेच म्हणावे लागेल.

पाडगांवकर : एका स्थूल अर्थाने तुमचे हे विवेचन मलाही पटू शकते. पण प्रतिमांचे नियमन करणाऱ्या या शक्तीमध्ये कवींचे व्यक्तित्व, घाटाची प्रेरणा व सामाजिक पार्श्वभूमी यांचा क्रम महत्त्वनिर्देशाच्या दृष्टीने उतरताच असला पाहिजे असे मी मानतो.

करंदीकर : हे मलाही कबूल आहे. मात्र, मला जाता जाता आणखी एक विचार तुमच्यापुढे मांडावासा वाटतो. वाङ्मयीन टीकेला उपकारक होईल अशा पद्धतीने प्रतिमांचे वर्गीकरण अजून झालेले दिसत नाही. त्या दृष्टीने मला काही वर्गीकरणे सुचवावयाची आहेत. 'अंतर्मुख' व 'बहिर्मुख' अशा व्यक्तित्वाशी सुसंबद्ध असे, 'अंतर्मुख' व 'बहिर्मुख' असे प्रतिमांचे दोन प्रकार आपल्याला कवितेत आढळू शकतात.

पाडगांवकर : तशाच काही प्रतिमा 'स्थितिसूचक' असतात, तर काही 'गतिसूचक' असतात, आणि त्यांचाही कवितेत अभिव्यक्त होणाऱ्या भाववृत्तीशी जिव्हाळ्याचा संबंध असतो.

करंदीकर : शिवाय, काही प्रतिमा 'साध्या' असतात तर काही 'संमिश्र' असतात. काही नुसत्या 'सांकेतिक' असतात, तर काही 'संकेताधिष्ठित' असतात. यातला सूक्ष्म फरक टीकाकारांनी लक्षात घेतला पाहिजे. सांकेतिक प्रतिमा निर्जीव असल्या तरी संकेताधिष्ठित प्रतिमा जिवंत असू शकतात. त्याचप्रमाणे काही 'उपऱ्या' असतात, तर काही 'संदर्भायत्त' असतात. उपऱ्या प्रतिमा कितीही दिपवणाऱ्या असल्या तरी त्यांचे कलामूल्य फार अल्प असते. संदर्भायत्त प्रतिमा ही कवितेचा एक अभिन्न घटक असते. या वर्गीकरणाच्या बरोबरच निरनिराळ्या इंद्रियांच्या संदर्भात होणारे स्वभावसिद्ध वर्गीकरण व पूर्वी

निर्देशिलेले 'आशयप्रतिमा' व 'आदिप्रतिमा' हे दोन विशिष्ट प्रकारही लक्षात घ्यावे लागतील.

पाडगांवकर : तुम्ही सुचविलेले वर्गीकरण कवितेचे मूल्यमापन करताना उपयुक्त ठरणारे आहे. पण हा तपशिलाचा विचार झाला. तत्त्वजिज्ञासूला ज्ञानेश्वरांनी निराळ्या संदर्भात केलेली प्रतिज्ञा पुरेशी आहे. त्यांनी म्हटले आहे :

तेणें कारणें मी बोलेन । बोलीं अरूपाचें रूप दावीन,
अतींद्रिय परी भोगवीन । इंद्रियांकरवी ।।

करंदीकर : 'अतींद्रिय परी भोगवीन, इंद्रियांकरवी,' प्रत्येक कवीची हीच प्रतिज्ञा असते, हेच बिरुद मिरवीत प्रत्येक प्रतिमा काव्यामध्ये प्रकट होते. निदान तशी झाली पाहिजे.

□

सत्यकथा, मे १९५८
(समाविष्ट : परंपरा आणि नवता, पॉप्युलर प्रकाशन प्रा. लि., मंबई)

श्री. पु. : संपादक आणि माणूस

ओळखीचा हिशोब वर्षांतच करायचा तर श्री. पु. भागवतांची आणि माझी ओळख झाली त्याला आता पस्तीस वर्षं होऊन गेली. तेव्हा मी कविता लिहीत होतो आणि कुठं छापून आल्या तर बरं होईल, अशा मनाच्या अवस्थेत होतो. 'मौज' – 'सत्यकथे'च्या संपादनाचं काम श्री. पु. भागवत नुकतेच करू लागले होते. छापण्याची सत्ता त्यांच्या हाती होती. कवी बोरकर तेव्हा गावदेवीला राहायचे. त्यांना भेटण्यासाठी भागवत आले होते. बोरकरांच्या घरी ते प्रथम मला भेटले. परत निघताना भागवतांबरोबर गावदेवीहून चालत मी मौज प्रेसपर्यंत आलो होतो, आणि तिथून माझ्या तेव्हाच्या घरी, म्हणजे मुगभाटात गेलो होतो, एवढंच आज आठवतं. त्या वेळी काय बोलणं झालं ते पार विसरून गेलो आहे. आणखी एक आठवतं असं की, नंतर त्याच वर्षी, 'वायूस' या नावाची माझी एक कविता 'सत्यकथे'त छापून आली होती. तात्पर्य, भागवतांबरोबर केलेली वाटचाल अगदीच फुकट गेलेली नव्हती! ही वाटचाल पुढं पस्तीस वर्षं तशीच चालू राहील, याची तेव्हा कल्पनाही नव्हती. औपचारिक, व्यावसायिक असं एकेक पाऊल उचलीत या वाटचालीचं रूपांतर खोल जिव्हाळ्यात केव्हा झालं हे माझं मलाच कळलं नाही. एक खरं की, हे रूपांतर पहिल्या झटक्यात झालं नाही. ते हळूहळू, कालांतरानं होत गेलं. १९५० ते १९७८ या अठ्ठावीस वर्षांच्या काळात भागवतांनी माझं एकही पुस्तक प्रसिद्ध केलेलं नव्हतं; म्हणजे व्यावसायिक हितसंबंधाचं वळण या वाटचालीत फार महत्त्वाचं नव्हतं. आणि तरीही ही वाटचाल सुरूच राहिली. आणि प्रारंभीच्या वाटचालीप्रमाणेच, पण निराळ्या अर्थानं ती कधीच फुकट केली नाही! कारण, इतका निर्मळ, आपलं माणूसपण शाबूत ठेवणारा स्नेहसंबंध लाभणं, यासारखं दुसरं सार्थक नाही.

कवितेवर प्रेम हा एक घटक सोडल्यास आम्हा दोघांत तसं फारसं साम्य नाही. कवी हा जास्तीत जास्त, जितका आत्मकेंद्रित असायला हवा, तितका मी आहे; म्हणजे भागवतांच्या अगदी उलट! आपलं मीपण सतत बाजूला सारून इतरांच्या सुखदु:खांशी, विकासाशी ते सतत समरस होणारे. भागवतांचं वाचन अफाट! मी स्वत:च्याच कविता तेवढ्या प्रेमाने वाचू शकणारा. भागवत अत्यंत कष्टाळू आणि व्यवस्थितप्रज्ञ. इथं मी बराच तोकडा. एक गोष्ट खरी की, गेल्या पस्तीस वर्षांच्या वाटचालीनं हा सगळा विरोध अगदी सहजपणे पचवला. भागवतांची मुलाखत घेण्याचं मी कबूल केलं खरं. पण हे अंतर मी आतून जाणून असल्यामुळं मनातून चांगलाच हबकलो! त्या समृद्ध आणि संवेदनक्षम व्यक्तिमत्त्वाच्या अनेकविध छटा मुलाखतीच्या या माध्यमातून मी उकलून दाखवू शकेन असा विश्वास, माझ्या मर्यादा लक्षात घेता, मला वाटेना; पण अशा तऱ्हेचा प्रयत्न करणं हे, तो तोकडा ठरला तरीही, एक अनुभव म्हणून समृद्धी देणारं आहे, याचीही जाणीव असल्यामुळं मी प्रत्यक्ष मुलाखत घेण्यासाठी भागवतांच्या घरी गेलो. तसा त्यांच्या घरी असंख्य वेळा गेलो आहे; पण या भूमिकेतून, काहीशा नर्व्हस अशा मन:स्थितीत प्रथमच! मुलाखतीचं स्थळ आहे भागवतांच्या घरातली बैठकीची खोली. भागवतांच्या स्वभावातला आक्रमकतेचा अभाव, नीटनेटकेपणा आणि साधी-स्वच्छ सौंदर्यदृष्टी बैठकीच्या या खोलीतही जाणवते. काचेची सरकती दारं असलेल्या कपाटात अनेक विषयांची पुस्तकं व्यवस्थित लावलेली. ही पुस्तकं, भागवतांप्रमाणे, आपणही कधी तरी वाचून विद्वता मिळवायची हा माझा एक आवडता संकल्प आहे. एका कपाटावर रेकॉर्डप्लेअर आणि संगीताच्या ध्वनिमुद्रिका. अत्यंत तरल आणि संवेदनशील मनानं भागवत संगीत ऐकतात, हे मला ठाऊक आहे. भिंतीवर पत्नी विमलाबाई आणि मुलगा अशोक यांच्याबरोबर घेतलेला भागवतांचा फोटो. अशोक गेली आठ वर्षं अमेरिकेत आहे. त्यामुळंच कदाचित, नेहमी समोर दिसावा यासाठी हा फोटो बैठकीच्या खोलीतील भिंतीवर लावला असावा. एरव्ही, आपला फोटो बैठकीच्या खोलीत ठेवण्याइतकी उघड हौस भागवतांनी दाखवली असती, असं मला वाटत नाही. त्यांचं औचित्याचं भान पक्कं आहे; पण तरीही योग्य तेव्हा औचित्याच्या फोल विवेकावर मात करणारा त्यांचा हा अबोल हळवेपणा मला फार आवडतो. एका भिंतीवर पिकॅसोच्या एका चित्राची प्रतिकृती आहे. दोन हातांत फुलांचा एक छोटासा गुच्छ धरला

आहे, असं हे चित्र आहे. पिकॅसोच्या चाहत्यांना हे चित्र कदाचित आवडणारही नाही. कारण तसं ते फार पारंपरिक वाटतं; पण मला हे चित्र फार आवडतं. प्रायोगिकता आणि आधुनिकता या दोघांचंही दडपण या चित्रात जराही जाणवत नाही. दोन माणसांच्या त्या दोन हातांतून व्यक्त होणारा स्नेह आणि फुलण्यावरची श्रद्धा त्या फुलांना अर्थपूर्ण करते आणि ती फुललेली, एकत्र जुळलेली फुलं त्या हातांना समृद्ध करतात. ते दोन्ही हात आणि ती फुलं एकमेकांशिवाय अपुरी राहतील, असंच सारखं वाटत राहतं. हे चित्र मला भागवतांच्या व्यक्तिमत्त्वाच्या संदर्भात विशेष जवळचं वाटतं. प्रायोगिकता आणि आधुनिकता यांचं, संपादक या नात्यानं पुरेपूर स्वागत करूनही भागवतांच्या अभिरुचीत या दोन्हीचं दडपण मला कधीच जाणवलेलं नाही. विकासावरच्या आणि सौंदर्यावरच्या त्यांच्या श्रद्धेनं त्यांच्या स्नेहाला, व्यवसायाला, रसिकतेला अर्थपूर्ण आणि समृद्ध केलेलं आहे. आधुनिकता आणि प्रायोगिकता हे आपल्या प्रख्यात शैलीचं वैशिष्ट्य झुगारण्याची हिंमत पिकॅसोच्या या चित्रातून जाणवते, तशीच ती भागवतांच्या कलादृष्टीतही जाणवते. आपल्या वाङ्मयीन कल्पनांचे, तत्त्वज्ञानाचे प्रतिष्ठित साचे त्यांनी होऊ दिलेले नाहीत. सतत नव्यानं घडू शकणारा हा एक संवेदनशील माणूस आहे.

पाडगांवकर : भागवत, तुमचा जन्म कुठं झाला?

भागवत : रत्नागिरी जिल्ह्यात देवरूख म्हणून तालुक्याचं हवेशीर आणि सुंदर गाव आहे, तिथं. (२७ डिसेंबर, १९२७)

पाडगांवकर : मनाची घडण करणाऱ्या, या दृष्टीनं बालपणीच्या कोणत्या आठवणी तुम्हांला सांगाव्याशा वाटतील? 'बालपणीचा काळ सुखाचा' ही ओळ तुमच्या अनुभवाशी कितपत जुळणारी आहे?

भागवत : फारशी नाही. आमचं कुटुंब तसं मोठं; पण घरची गरिबी असल्यामुळं मोठी भावंडं शिक्षणासाठी पांगलेली. त्यांचा सहवास असा मला फारसा मला मिळाला नाही. कुमारवयातच आईवडीलही दूर मुंबईला गेले, त्यामुळं एकत्र कुटुंबातील समृद्ध भावजीवन माझ्या वाट्याला फारसं आलं नाही. माझ्या वडिलांचं किराणा-भुसार मालाचं व कापडाचं छोटं दुकान होतं. त्यामुळं गरिबी असली तरी उपासमार कधी झाली नाही. दुकानातला शिल्लक आणि जरा लागलेला माल घराची नड भागवी. दाराशी एक-दोन म्हशी असत. म्हणून दूधदुभत्याचीही आबाळ नव्हती. माझ्या आईची पुष्कळ बाळंतपणं झाली. माझ्या आठवणीतच आम्ही आठ भाऊ व चार बहिणी होतो. लागोपाठ येणारी

गर्भारपणं व बाळंतपणं, गरिबी आणि घरादाराची पडणारी सर्व कामं, यामुळं ती फारशी आमच्या वाट्याला येतच नसे. शिवाय सगळ्या परिस्थितीमुळं तीही स्वाभाविकच गांजलेली, चिडचिडलेली असे. तिची सर्वांत जुनी आठवण मला आहे ती, मला पाठुंगळी घेऊन,पोटातला भार सांभाळीत, ती केर काढत असल्याची! घरात, मुख्यत: वडिलांमुळं वातावरण सनातनी आणि जुन्या कर्मकांडाचं, देवदेवतार्चनाचं, व्रतवैकल्याचं असे. मला ते फारसं आवडायचं नाही. त्यामुळे मी बराचसा घराबाहेर-बाहेरच आणि पुष्कळसा एकाकी असे. त्या वेळची एक गमतीदार आठवण सांगण्यासारखी आहे. माझ्या वर्गात गावातल्या श्रीमंत व्यापाऱ्याच्या घरची दोन मुलं होती. त्यांच्या अंगावर परीटघडीचा लेंगा, कफकॉलरचा सदरा असा पोशाख असे. मला त्याचं इतकं अप्रूप वाटे की, मी त्यांना नकळत त्यांच्या नितळ, स्वच्छ-शुभ्र कपड्यांना हात लावून पाही!

पण लहानपणापासून माझ्या मनावर फार मोठा प्रभाव आहे तो माझ्या आजीचा! तिच्या काळाच्या मानानं, पण पिंडगत सहजवृत्तीनं, ती पुढारलेली होती. प्रसंगी जातपात मानीत नसे. सोवळंओवळं बाजूला ठेवी. आस्तिक होती, पण अंधश्रद्ध नव्हती. नवससायास फार करायची नाही. कथापुराणाला जायची आणि त्या कथा आम्हांला सांगायची. हरदास-प्रवचनकारांना शिधा-दूध घेऊन मला पाठवायची; पण गावात शंकराचार्य आले तरी त्यांच्या दर्शनाला गेली नाही. अंगणातल्या पायरीवर संध्याकाळी ती बसायची. माझ्याकडून रोजचं वर्तमानपत्र वाचून घ्यायची. प्रवचनात त्या दिवशी ऐकलेल्या रामायण, महाभारत, भागवत, हरिवंश, पांडवप्रताप यांतली कथा सांगायची. तिच्या मांडीवर डोकं ठेवून त्या कथा मी ऐकत असे. डोक्यावर व गालांवरून फिरणाऱ्या तिच्या सायीसारख्या मऊ सुरकुतलेल्या हाताचा स्पर्श मला अजून आठवतो.

पाडगांवकर : वडिलांकडून तुम्हांला कोणता वैचारिक वारसा लाभला?

भागवत : माझ्या वडिलांचं शिक्षण इंग्रजी दोन-तीन यत्तांपेक्षा अधिक झालेलं नव्हतं आणि त्यांचा पिंड परंपराप्रियच होता. ते निष्ठावंत टिळकप्रेमी होते. मात्र त्यांना विशेष वैचारिक बैठक होती असं नाही. ते वर्तनानं सच्छील होते. आणि माझ्यावर त्यांच्या, गरिबीतही टिकवलेल्या, समाजोपयोगी वृत्तीची मोठी छाप आहे; पण त्यांच्या विचाराशी मी फारसा कधी समरस झालो नाही. त्यापेक्षा माझ्या आजीची व्यापक मानवी करुणा आणि तिचं निर्मम प्रेम यांच्याशीच माझा सहज संवाद साधे.

पाडगांवकर : तुमचं भागवत-कुटुंब खूप मोठं. तुम्ही अनेक वर्षं एकत्र राहिलात आणि व्यवसायही एकत्र केलात. एकत्र कुटुंबपद्धती व्यक्तित्वाच्या विकासाला पोषक ठरते, असं तुम्हांला वाटतं का?

भागवत : पाडगावकर, आमचं कुटुंब खूप मोठं खरं - अगदी टोळी म्हणावं, एवढं; पण गंमत अशी की, ते एकत्र असं उशिरा, मुंबईला आलं. मात्र, एकत्र कुटुंबपद्धती व्यक्तित्वाच्या विकासाला पोषक ठरत नाही, असं माझं अनुभवान्ती मत झालेलं आहे; परंतु त्यात सुरक्षितता अधिक असते; एकमेकांचा आधार अधिक असतो. आता शैक्षणिक, आर्थिक विकासामुळं कुटुंबातील व्यक्तींना स्वतंत्र अस्तित्वाची गरज अधिक भासते.त्यांचे व्यवसायही भिन्न असतात. त्यामुळं त्यांनी विभक्त व्हावं: पण परस्परांविषयी भावनिक जिव्हाळा शक्य तो कायम राखावा, हे मला हितकारक वाटतं.

पाडगांवकर : व्यक्तिस्वातंत्र्याचा कोंडमारा होतो, हे तुमचं म्हणणं अधिक स्पष्ट करू शकाल का? तरुण पिढी स्वार्थी आणि आत्मकेंद्रित बनल्यामुळं, अत्यंत श्रेष्ठ अशा एकत्र कुटुंबपद्धतीला तडा गेला, असं मानणारीही माणसं आहेत.

भागवत : मी त्यांच्यापैकी नाही. आचारविचाराच्या स्वातंत्र्याचे प्रगत आणि सूक्ष्म प्रकार तर सोडूनच द्या, अगदी साध्यासुध्या गरजांच्या बाबतीतही एकत्र कुटुंबपद्धतीत कुचंबणा होते. तीत अधिकाराची पक्की श्रेणी असते आणि ती उतरती असते. एक उदाहरणच सांगतो. अगदी ४९-५० सालपर्यंत माझे वडील, घरातील सगळ्या बायकांना प्रत्येकी एक-दोन याप्रमाणं लागतील तेवढी लुगडी घाऊक खरेदी करून आणायचे आणि मग प्रथम माहेरवाशिणी, नंतर ज्येष्ठतेच्या क्रमानुसार घरातल्या सुना आपापली लुगडी निवडायच्या. त्यांना कपड्यांसाठी आपल्या ऐपतीप्रमाणं देता येतील तेवढे पैसे द्यावे आणि त्यांच्या आवडीप्रमाणं खरेदी करू द्यावी, हे काही वडिलांना कधी पटलं नाही; आणि गंमत म्हणजे एकत्र कुटुंबपद्धतीवर निष्ठा असलेल्या घरातल्या बायकांनाही त्यात काही वावगं वाटलं नाही!

पाडगांवकर : या प्रश्नांची तुमच्याच बाबतीतली दुसरी बाजू सुचवू का? तुमचं कुटुंब चित्पावन. तुम्ही प्रेमविवाह केला आणि तोही कऱ्हाडे मुलीशी. असं असूनही तुमच्या कुटुंबानं तो मान्य केला आणि तुम्हांला दोघांनाही घरात सामावून घेतलं. तुमच्या कोंडमाऱ्याच्या कल्पनेशी याची सांगड तुम्ही कशी घालणार?

भागवत : पाडगांवकर, हे सामावून घेणं सहज झालं नाही आणि वडील असेतो खऱ्या अर्थानं ते परिपूर्णही झालं नाही. त्यासाठी आम्हा दोघांना – आणि विशेषतः विमलला – बारीकसारीक पण वैवाहिक जीवनात महत्त्वाच्या अशा फार गोष्टींना मुकावं लागलं! आमचं लग्न झाल्यावर लवकरच आम्ही दादरला मोठ्या जागेत राहायला आलो; माझ्या आईच्या दीर्घ आजारपणामुळं सगळीच माणसं थोडी समजूतदार बनली; म्हणून एकत्रपणाचा काच कमी झाला. एकदा आमच्या श्रीपाद शंकर नवरे यांनी मला विचारलं की, ''तुमचं एकत्र कुटुंब इतके दिवस टिकलं, याचं श्रेय कुणाचं? तुम्हा भावांचं की तुमच्या बायकांचं?'' तेव्हा मी म्हटलं, ''खरं सांगायचं तर बायकांचं आणि त्यांतही अधिक श्रेय माझ्या बायकोचं! ती आमच्यापेक्षा अधिक सुखवस्तू घरातून आली होती, शिकलेली होती, अधिक सुधारलेल्या वातावरणात वाढलेली होती, नोकरी करत असल्यामुळं आर्थिक दृष्ट्या स्वतंत्र होती. तिला आमचं कुटुंब सहज फोडता आलं असतं.'' नवरे म्हणाले, ''बरोबर!''

पाडगांवकर : शाळेत किंवा कॉलेजात तुमच्या व्यक्तित्वाला दिशा देऊ शकणारे कोणते शिक्षक तुम्हांला लाभले? त्यांच्यापासून नेमकं काय तुम्ही घेतलंत?

भागवत : देवरूखला शाळेत असताना आम्हांला द. शं. नगरकर म्हणून हेडमास्तर होते. शाळेत त्यांचा प्रभाव माझ्यावर सर्वांत जास्त पडला. गोरेपान, घारे, तेजस्वी होते, शिक्षकांच्या पेशावरील निष्ठेची मूर्तीच होते. ते खरे शास्त्राचे पदवीधर; पण आवडीने आम्हांला मराठी शिकवायचे. भाषेची आणि वाङ्मयाची गोडी त्यांनी जागी केली. दुसरे बापट, म्हणजे आपल्या प्रा. सुहास बापटचे वडील. हे चांगले चित्रकार आणि फोटोग्राफर होते. चित्रकलेची नजर त्यांनीच दिली. आपल्याबरोबर ते मला निसर्गदृश्य रंगविण्यासाठी घेऊन जात. बापट आणि वझे या शिक्षकांनी मला मैदानी खेळांची गोडी आणि कौशल्य दिलं. मुंबईला युनियन हायस्कूलमधून मी मॅट्रिक झालो. तिथल्या वा. रा. पाटणकर या अध्यापनकुशल व शिक्षणव्रती शिक्षकांचा फार परिणाम झाला.

कॉलेजात माझ्यावर सगळ्यांत खोल संस्कार केला तो प्रा. न. र. फाटक यांनी. ते केवळ वर्गात शिकवायचे नाहीत, नुसता अभ्यासक्रम शिकवायचे नाहीत; त्यांचं अध्यापन सर्वत्र व अखंड चाले. पाठ्यपुस्तक बाजूला ठेवून विषयाच्या मुळाशी ते जात, अस्सल साधनांचा अभ्यास करण्याचा आग्रह धरीत. सर्वांत म्हणजे त्यांची शुद्ध ज्ञानावर नितांत भक्ती असे. प्रत्येक रूढ मत परिश्रमपूर्वक अभ्यासानं तपासून घ्यायची त्यांची रीत असे आणि या प्रक्रियेत ते

कोणाचीही भीडभाड मानीत नसत. त्यांचा–माझा लेखक–प्रकाशक म्हणूनही पुढे संबंध वाढला आणि त्यांच्या अपत्यनिर्विशेष प्रेमाचा मला अखेरपर्यंत लाभ झाला. प्रा. गोवर्धन परिखांच्या चौरस बुद्धिमत्तेची, असामान्य वक्तृत्वाची, कोणत्याही विषयाच्या तात्त्विक गाभ्याला थेट भिडण्याच्या शक्तीची आणि माणुसकीच्या गुणांची माझ्यावर मोठीच छाप आहे.

पाडगांवकर : प्रा. फाटक यांचा तुम्ही उल्लेख केला. तुमची त्यांच्यावर भक्ती होती. काव्याची, ललित साहित्याची समज ही तुमची शक्ती. ही समज,ही संवेदनशीलता प्रा. फाटकांजवळ कितपत होती?

भागवत : खरं सांगायचं तर फार मर्यादित होती. त्यांची वाङ्मयाकडे पाहण्याची दृष्टी प्राधान्यानं ऐतिहासिक–सामाजिक–नैतिक होती, असं म्हणता येईल. त्यांच्या आणि आधुनिक वाङ्मयाचे प्रेमी असलेल्या आम्हा विद्यार्थ्यांच्या अभिरुचीत आणि मतांत नेहमीच मोठा भेद असे; पण ते आम्हांला मताचं स्वातंत्र्य देत – अगदी, ''सर, तुम्हांला कविता कळत नाही,'' असं वर्गात सांगण्याइतकं स्वातंत्र्य देत. मात्र मुळातून आणि परिपूर्ण अभ्यासाचा आग्रह धरीत आणि आमच्या मतांची कसून उलटतपासणी करीत.

फाटकांच्या मानाने प्रा. द. के. केळकर सौम्य व्यक्तिमत्त्वाचे आणि अधिक रसिक होते. 'बीं'ची 'चाफा' कविता शिकवताना, त्यांच्या आध्यात्मिक अर्थापेक्षा मी वेगळा, प्रीतिभावनापर अर्थ सुचवला; तेव्हा ते म्हणाले, ''असा अर्थ करता येईल;पण एक ध्यानात ठेवा. कवितेच्या बाबतीत कधी शब्दांच्या बाहेर जायचं नाही.'' त्यांच्या या उद्गारांचं मर्म मला आज अधिक समजतं. पण या दोघांपेक्षाही वाङ्मयाच्या रसिकतेचा संस्कार कोणी केला असेल तर तो आमचे इंग्रजीचे प्राध्यापक फ्रँकलिन फर्नांडिस यांनी. इंग्रजी भावकवितेत, विशेषत: रोमँटिक, ते भिजलेले होते; फार रंगवून शिकवत. 'किंग लिअर' शिकवताना त्यांनी शेक्सपिअरच्या सगळ्याच शोकात्मिका आम्हांला शिकवल्या. वाङ्मयाची मूर्तिमंत संस्कृतीच असलेला असा शिक्षक तरुण, संस्कारक्षम वयात मिळणं फार महत्त्वाचं असतं.

पाडगांवकर : साहित्याच्या आवडीला पोषक ठरेल असं वातावरण लहानपणी किंवा तरुण वयात तुमच्या घरात होतं का? साहित्याची इतकी उत्कट आवड आणि निष्ठा तुमच्यात कशी निर्माण झाली?

भागवत : घरात साहित्याचं वातावरण असं फारसं नव्हतं. पण आमच्या दुकानात मुंबईहून घरचीच 'प्रभात', 'मौज, 'सत्यकथा' अशी नियतकालिकं येत.

ती मी वाचीत असे.एका मित्राकडे 'किर्लोस्कर' येई. त्यातल्या फडके-खांडेकरांच्या कथा, कादंबऱ्या वेडावून जाऊन वाची. शाळेत, त्या वेळच्या सहावी-सातवीत असताना मी काही महिने आजारी पडून घरीच होतो. त्या काळात मी हाती येईल ते अगदी हावरेपणानं वाचलं. साहित्याची, कलांची आवड मुळात पिंडधर्मातच असणार, ती या वाचनानं पल्लवित झाली असं म्हणता येईल.तिला दिशा मात्र नव्हती आणि एका दृष्टीनं ते योग्यच होतं. मॅट्रिकच्या वर्षात मी मुंबईला आलो आणि इथं तर वृत्तपत्रांची कचेरीच माझ्या हाताशी होती.

पाडगांवकर : ही आवड निर्माण झाली तेव्हा कुणाचं साहित्य तुमच्या वाचनात आलं होतं? हे साहित्य वाचताना कोणत्या प्रतिक्रिया त्या वेळी झाल्या होत्या?

भागवत : आत्ताच म्हटलं त्याप्रमाणे फडके-खांडेकर यांचं साहित्य तर मी आवडीनं वाचीत होतोच; पण आता गमतीची वाटणारी गोष्ट म्हणजे मला तेव्हा माडखोलकर सर्वांत आवडायचे! त्यांच्या संस्कृतप्रचुर भाषाशैलीचं मला फार आकर्षण असे. आता जाणवतं की, चिं. वि. जोशी, ना. धों. ताम्हनकर यांच्या व्यतिरिक्त विनोदी असं मी फारसं वाचलं नाही. कविताही थोडीच वाचली; पण ती 'महाराष्ट्र रसवंती'मधून. ती पुस्तकं विलक्षण आवडायची. तशीच अत्रे-घाट्यांची 'गद्यवैभव' ही पाठ्यपुस्तकं; पण मला ती नेमलेली नव्हती. माझी पाठ्यपुस्तकं शाळा खात्याची जुनी, रूक्ष होती. त्यांचा परिणाम रानडे, अत्रे, घाटे यांच्या या पुस्तकांमुळे धुऊन गेला. अत्र्यांचं 'झेंडूची फुलें' वाचल्याचं आठवतं. विशेष म्हणजे त्या लहान वयात मी आगरकर संपूर्ण वाचले आणि गांधींचं 'हरिजन' साप्ताहिक आणि मिळेल ते इतर साहित्य नियमानं वाचीत असे. त्या वेळच्या प्रतिक्रियांबद्दल विचाराल, तर खूप आवडीनं आणि भान विसरून वाचीत असे. सारंच समजत नसे; पण वेड लावी, एवढंच म्हणता येईल.

पाडगांवकर : प्रारंभीच्या काळात तुम्ही हौसेनं साहित्याचं वाचन करीत होता. पुढं तुम्ही साहित्याचं अध्यापन आणि संपादन करू लागला. या सर्व प्रवासात तुमच्या साहित्यविषयक अभिरुचीत, मूल्यमापनाच्या दृष्टीत कोणती परिवर्तनं झाली? ही परिवर्तनं घडवून आणणारे महत्त्वाचे घटक कोणते?

भागवत : पाडगांवकर, तुमच्या प्रश्नाच्या निमित्तानं मागचा विचार करू लागलं की जाणवतं, अगदी प्रारंभी माझ्यावर भाषेची मोहिनी फार होती. शाळेतील एका निबंधात 'साहित्यातील शुक्रतारा' म्हणून मी माडखोलकरांवर लिहिलं होतं. ही

मोहिनी पुढं ओसरत गेली आणि साहित्यात होणाऱ्या जीवनदर्शनाचं महत्त्व जाणवू लागलं; पण फाटक-केळकरांच्या प्रभावामुळे असेल, साहित्याच्या ऐतिहासिक, सामाजिक आणि नैतिक मूल्यमापनाकडे अधिक कल असे. याच काळात मी 'अभिरुची' मासिकही मोठ्या आवडीनं वाचत होतो, त्यातील कथा आणि कविता वाचून साहित्याबद्दल कलादृष्टीनं विचार करू लागलो आणि तीच दृष्टी पुढं विकसित झाली. मर्ढेकर-रेगे यांच्या कविता, गाडगीळ-माडगूळकरांचं कथालेखन,गाडगीळांबरोबर सतत चाललेला वाङ्मयीन सुखसंवाद आणि वा. ल. कुळकर्णी यांची समीक्षा, यांनी या विकासाला मोठाच हातभार लावला. साहित्यकलाविषयक तात्त्विक अभ्यासातून मी माझी त्याच्या आस्वादाची आणि मूल्यमापनाची दृष्टी बनवली नाही. आजही अशी एखादी सुसंगत, पांडित्यपूर्ण, तात्त्विक कलामीमांसेची भूमिका मला आहे, असं वाटत नाही. एका परीनं ते इष्टच आहे असं मला वाटतं. त्यामुळे नित्य नव्या साहित्यकृतीच्या आस्वादाला माझं मन मोकळं राहतं आणि तिच्या मूल्यमापनाचं नवं आव्हान ते ताजेपणानं स्वीकारतं.

पाडगांवकर : समीक्षात्मक लेखनाचा परिणाम वाङ्मयीन अभिरुचीवर कितपत होतो, असं तुम्हांला वाटतं?

भागवत : माझा स्वत:चा अनुभव विचारात घेतला तर माझी अभिरुची प्राधान्यानं साहित्यकृतींच्या प्रत्यक्ष वाचनानंच घडली आहे, अभ्यासलेल्या समीक्षाग्रंथांमुळे नव्हे, असं दिसतं. समाजाची अभिरुचीही मुख्यत: तशीच घडते असं मला वाटतं. समीक्षेमुळं या अभिरुचीला, तिच्या प्रतिक्रियांना, तिच्यातून निर्माण होणाऱ्या मूल्यमापनाला स्पष्टता येते, थोडीफार दिशाही लाभते; पण त्या अभिरुचीवर मूलभूत आणि अर्थपूर्ण परिणाम समर्थ आणि प्रतिभासंपन्न साहित्यकृतीच करतात आणि हीच प्रक्रिया योग्य आहे, याबद्दल माझ्या मनात शंका नाही.

पाडगांवकर : आपण समीक्षालेखन करावं, असं तुम्हांला कधी वाटलं नाही का? आपण टीकालेखक म्हणून वावरलो तर संपादकाच्या भूमिकेत व्यत्यय निर्माण होईल, असं तुम्हांला वाटलं का? टीकालेखन करायचं नाही असा निर्णय तुम्ही जाणूनबुजून घेतला का? तो योग्य होता असं या क्षणी तुम्हांला वाटतं का?

भागवत : सुरुवातीला मी एकदोन कथा लिहिल्या, काही ललित लेखनही केलं. त्याचप्रमाणे टीकालेखन करावं असं मला कधीच वाटलं नाही, असं म्हणता

येणार नाही. 'मौजे'त मी परीक्षणलेखन पुष्कळ केलं.खांडेकर-माडखोलकरांना ते आवडायचं. नंतरही क्वचित् समीक्षालेख लिहिले; पण एक तर माझ्यात लिहिण्याची प्रवृत्ती फारशी प्रबळ नाही. समीक्षात्मक किंवा अन्य प्रकारचंही काही लिहावंसं मनात आलं तर ते लिहिण्यापूर्वीच मला असमाधानकारक वाटू लागतं. शिवाय, संपादनाच्या कामात अशा समीक्षालेखनामुळं व्यत्यय येईल, असंही मला वाटलं. साहित्यकलाविषयक, किंवा अन्य प्रकारच्याही, नियतकालिकांच्या जगात दोन्ही प्रकारचे संपादक असू शकतात. लिहिणारे आणि न लिहिणारे. दुसऱ्या प्रकारचा संपादक होणं मला आपल्या प्रवृत्तीशी अधिक जुळणारं आणि योग्य वाटलं. संपादकानं टीकालेखन केलं आणि त्या समीक्षादृष्टीतून संपादन केलं तर त्याच्या नियतकालिकाला अधिक स्पष्ट आणि ठोसपणे जाणवणारं व्यक्तिमत्त्व लाभतं ही गोष्ट खरी. इंग्रजीतील 'स्क्रुटिनी' हे त्याचं उत्तम उदाहरण आहे. एफ. आर. लीविस या त्याच्या संपादकाच्या भूमिकेचा आणि व्यक्तिमत्त्वाचा त्या नियतकालिकाच्या स्वरूपावर जबरदस्त पगडा होता. 'क्रायटेरियन', 'होरायझन', 'न्यू रायटिंग', 'लंडन मॅगझिन', अशी या संदर्भात आणखी काही नावं सांगता येतील. इंग्रजीसारख्या किंवा अन्य पाश्चात्य भाषांसारख्या, समृद्ध वाङ्मयीन आणि सांस्कृतिक परंपरेत अशा निश्चित किंवा आग्रही भूमिकांचं व्यक्तिमत्त्व असलेल्या अनेक नियतकालिकांना स्थान असतं आणि त्यांच्या क्रिया-प्रतिक्रियांतून ती परंपरा अधिकाधिक संपन्न होत जाते. मात्र अशा नियतकालिकांत संपादकाच्या समीक्षादृष्टीचं समाधान न करणाऱ्या चांगल्या लेखनावरही कळत-नकळत अन्याय होण्याची शक्यता असते; पण विविध भूमिकांची अनेक नियतकालिकं एकाच वेळी चालू असल्यामुळं त्या लेखकाचं आणि शेवटी साहित्याचं नुकसान पाश्चात्य देशांत होत नाही. आपल्याकडे मात्र अशी नियतकालिकं फार असत नाहीत. त्यामुळं संपादकाची समीक्षादृष्टी आणि अभिरुची शक्य तितकी उदार, अनाग्रही, मोकळी आणि सर्वसमावेशक (कॅथलिक) असण्याची गरज आहे, अशा काहीशा विचारानं मी संपादक म्हणून समीक्षालेखन न करण्याचं ठरवलं. हरिभाऊ मोट्यांचं उदाहरण माझ्यापुढं होतं. या भूमिकेमुळं अनेकदा 'मौज' - 'सत्यकथे'ला व्यक्तित्वच नसल्याचं दूषण स्वीकारावं लागलं. संपादक म्हणून घेतलेला हा निर्णय चुकीचा होता असं आजही मला वाटत नाही. माझ्या ठरून गेलेल्या समीक्षादृष्टीची मर्यादा मी माझ्या संपादनाला पडू दिली असती, तर 'मौज' - 'सत्यकथा'चं स्वरूप इतकं मोकळं आणि उदार राहिलं नसतं; पण व्यक्तिगत हुरहूर सांगावीशी वाटते.

संपादनाचं प्रत्यक्ष काम केल्यापासून आणि अध्यापनात अधिकाधिक गुंतल्यावर मी समीक्षालेखन करावं, असं कोणी सुचवू लागले; आजही सुचवतात. माझ्याही मनात क्वचित तशी ऊर्मी येते. पण त्याला आवश्यक तशी शिस्तशीर व्यासंगाची आणि लेखनाची बैठक जुळत नाही, त्यामुळं आपल्या व्यक्तिमत्त्वाचा एक भाग अव्यक्तच राहिला, असं वाटत राहतं खरं.

पाडगांवकर : सर्वसमावेशक अभिरुचीचा उल्लेख तुम्ही केलात म्हणून, विचारतो. 'मौज'- 'सत्यकथे'च्या संदर्भात 'संप्रदाय', 'पीठ' हे शब्द पुष्कळ मंडळी वापरत असतात-अनेकदा खवचटपणानंसुद्धा. काही विशिष्ट लेखक-कवींची तळी उचलून धरणं, त्यांची प्रभावी प्रतिमा निर्माण करण्याचा जाणूनबुजून प्रयत्न करणं, आणि त्याचबरोबर 'मौज' संप्रदायाचा टिळा लावून न घेणाऱ्या लेखक-कवींचं कधी उघड तर कधी सूक्ष्मपणं अवमूल्यन करणं हा प्रकार 'मौज' - 'सत्यकथे'कडून घडला, असं तुम्हाला वाटतं का?

भागवत : पाडगांवकर, तुमच्या प्रश्नातली खोच माझ्या ध्यानात आली. तुम्ही म्हणता त्याप्रमाणं 'संप्रदाय', 'पीठ' हे शब्द अनेकदा वापरले जातात, आणि तेही कुत्सितपणानं, हे मला माहीत आहे. गेली पस्तीस-अडतीस वर्षं ही किंवा याहूनही खवट किंवा विखारी विशेषणं मी ऐकत आलो आहे. त्यांना तशाच पद्धतीनं उत्तर देण्याऐवजी त्यांच्याकडे दुर्लक्ष करून, आपल्याला योग्य वाटणाऱ्या दिशेनं काम करीत राहणं, ती दिशा पुन: पुन्हा तपासून पाहणं हे,मी काय किंवा पटवर्धनांनी काय, रास्त मानलं. आज त्याचं गंभीरपणानं उत्तर देतो. एक म्हणजे 'मौज' - 'सत्यकथे'च्या फाइली नीट पाहिल्या तर त्यांत सर्व प्रकारचं लेखन प्रसिद्ध झालेलं आढळेल. अर्थात् संपादकाला आवडणाऱ्या लेखनाबद्दल आणि लेखकांबद्दल अधिक उत्साह व्यक्त झाला असेल आणि ते स्वाभाविकही आहे. आपल्याला आवडणाऱ्या नियतकालिकाबद्दल लेखकांनाही आपुलकी वाटते आणि तेही त्याच्याभोवती गोळा होतात. आपलं उत्तम लेखन त्याला देतात; पण वेगळ्या स्वरूपाचं चांगलं लेखन नाकारलं किंवा त्याचं अकारण किंवा पूर्वग्रहानं अवमूल्यन केलं असं मला वाटत नाही. दुसरी गोष्ट म्हणजे साहित्य-कलांच्या क्षेत्रात नव्या प्रयोगांचं स्वागत करणाऱ्या नियतकालिकांनी परंपरेतील सत्त्वांशाची बूज राखली पाहिजे, याचं भान मला नेहमीच होतं. म्हणून प्रारंभापासून मी वि. स. खांडेकरांचं सहकार्य मिळवलं. तीच गोष्ट वि. द. घाट्यांची. तिसरं म्हणजे, साहित्य-कलांच्या व्यवहारांत 'संप्रदाय', 'पीठ' या कल्पना निरर्थक असतात, असं मला वाटतं. प्रतिभाशक्ती अशा कल्पनांच्या

चौकटीत कधीच अडकून राहत नाही. आणखी एक गोष्ट अशी, 'संप्रदाय', 'पीठ' यांना काही संस्थात्मक अर्थ असेल तर साहित्यक्षेत्रातील कोणत्याही संस्था-संघटनेपासून किंवा एकूणच साहित्याच्या सार्वजनिक जीवनापासून 'मौज' - 'सत्यकथा', आणि त्यांत संपादकीय काम करणारे कामत काय, पटवर्धन काय, किंवा मी काय, आम्ही नेहमी अलिप्तच राहिलो.

पाडगांवकर : विशिष्ट भूमिकेचा अभिनिवेश बाळगणाऱ्या लेखकांनी 'मौज'-'सत्यकथे'चा सोयिस्कर व्यासपीठ म्हणून उपयोग करून, अवमूल्यनाची ही हवा निर्माण करण्याचा पद्धतशीर प्रयत्न केलाच नाही, असं तुम्ही म्हणू शकाल का? हे व्यासपीठ अशा तऱ्हेच्या लेखकांना वापरू देताना तुमच्या असांप्रदायिक भूमिकेच्या आणि सर्वसमावेशक अभिरुचीच्या संदर्भात तुम्ही पुरेसा विवेक बाळगला, असं आज, मागं वळून पाहताना तुम्हांला वाटतं का?

भागवत : काही लेखकांनी हेतुपूर्वक, तुम्ही म्हणता तसा, 'मौज' - 'सत्यकथे'चा उपयोग करूनही घेतला असेल, आणि तितक्यापुरता आमचा संपादकीय विवेक बेसावध झाला किंवा ढळला, असं मोकळेपणानं कबूल करायला पाहिजे. पण तुम्ही एक लक्षात घ्या की, मी काय किंवा कोणीही संपादक काय, हळूहळू अनुभवानं आणि चुकतमाकतच प्रगल्भ होत जातो. दुसरं असं की, त्या लेखकांनीही नेहमीच वावग्या वाङ्मयीन हेतूंनी तसं लेखन केलं असेल, असं नाही. त्यांची विशिष्ट समीक्षादृष्टी किंवा वाङ्मयेतिहासविषयक मतं त्यांना गंभीरपणंच मांडायची असतील. तिसरी गोष्ट म्हणजे कोणत्याही वाङ्मयीन नियतकालिकानं लेखकाचा हेतू बाजूला ठेवून त्याच्या मताची परीक्षा करायला हवी, त्याला वाव द्यायला हवा, आणि अशा मतामतांच्या क्रिया-प्रतिक्रियांतून जे जिवंत वाङ्मयीन वातावरण तयार होतं, त्याचं महत्त्व ओळखायला हवं. चौथी गोष्ट अशी की, मूल्यमापन-पुनर्मूल्यमापन यांच्या, सतत चाललेल्या प्रतिक्रियेवर माझा विश्वास आहे. तिच्यामुळे वाङ्मयीन वातावरण निरोगीही राहतं.

पाडगांवकर : वाव देण्याची ही भूमिका थोडी अधिक तपासून पाहू. 'मौज' - 'सत्यकथे'नं नवकथेचा आणि नवकाव्याचा हिरीरीनं पुरस्कार केला. याच काळात या प्रवाहाला जोरदार विरोध करणारे लेखक-टीकाकारही होते. या विरोधकांशी संपादक या नात्यानं आवर्जून संपर्क साधून त्यांचे विरोधी विचार 'मौज' - 'सत्यकथे'तून प्रसिद्ध व्हावेत, या प्रवाहाकडे पाहण्याचा वेगळा दृष्टिकोनही आपल्या वाचकांना परिचित व्हावा, असा प्रयत्न तुम्ही केलात का?

की तुमच्या आवडीला पोषक असंच टीकालेखन तुम्ही प्रसिद्ध करीत राहिलात?
भागवत : मला वाटतं की अशी चूक आमच्या हातून फारशी घडलेली नाही. नवकथा आणि नवकविता यांचं स्वरूप स्पष्ट करणारं आणि त्याचं समर्थनही करणारं टीकालेखन, त्या साहित्याच्या नावीन्यामुळं आणि वेगळेपणामुळं, अधिक होणं आणि आम्ही ते प्रसिद्ध करणं स्वाभाविकच होतं. पण त्या वाङ्मयाच्या विरोधी प्रतिक्रियाही तशाच तीव्र होत्या. त्यांतील गंभीर प्रतिक्रिया आम्ही आपणहून मिळवल्या आणि प्रसिद्ध केल्या. उदाहरणार्थ, मार्क्सवाद्यांची नववाङ्मयावरील टीका. दि. के. बेडेकरांचे अशा समीक्षेचे सर्व महत्त्वाचे लेख आग्रहानं मिळवून आम्ही प्रसिद्ध केले. तीच गोष्ट रा.श्री. जोगांची. क्षीरसागरांचं लेखन फारसं मिळवता आलं नाही, हे मात्र खरं. त्यात काही दोष त्यांच्या स्वभावाचा, काही आमचा. अत्र्यांचा विरोध गंभीरपणे विचारात घेण्यासारखा वाटला नाही. त्यांच्या अनुभवामुळं त्यांच्यापासून दूरच राहिलो.

या अनुषंगानं एक अनुभव सांगावासा वाटतो. पुष्कळदा ललित लेखक, समीक्षक,आणि वाचकही तुमच्या एखाद्या वाङ्मयीन भूमिकेशी आपल्या मनामध्ये पक्की सांगड बांधतात. त्यांच्या लेखी तुम्ही 'नववाङ्मयाचे पुरस्कर्ते' असता, 'रूपवादी' असता, 'प्रस्थापित' असता, 'नागर' असता, किंवा 'पांढरपेशे' असता. अशी आणखीही समीकरणं सांगता येतील. त्यांच्याच अभेद्य भिंती मानून ते तुमच्या वाटेला जात नाहीत किंवा तुम्हांला वाळीत टाकल्यासारखं करतात. हा वाङ्मयीन क्षेत्रातला, एक प्रकारचा शीर्षासन केलेला जातिवादच झाला! 'मौज' – 'सत्यकथे'च्या वाट्याला असा अनुभव काही कमी आलेला नाही. समीक्षकांकडून तर तो आलाच, पण कित्येकदा ललित लेखकांकडूनही आला. मला हे एक प्रकारचं कोंझेपण वाटतं.
पाडगांवकर : 'मौज' – 'सत्यकथे'च्या संपादनाचं कार्य तुम्ही हाती घेतलंत तेव्हा त्यांचं चालत आलेलं स्वरूप कोणतं होतं? या स्वरूपात तुम्ही कोणत्या प्रकारचा बदल घडवून आणलात? त्या काळातील जी प्रमुख साप्ताहिकं आणि मासिकं होती, त्यांच्या संपादनाचे कोणते संस्कार तुमच्या मनावर झाले होते?
भागवत : खरं म्हणजे 'मौज' आणि 'सत्यकथा' यांचं काम मी एकदम करू लागलो नाही. १९४३ साली माझे ज्येष्ठ बंधू दत्तोपंत वारले. विष्णुपंतांनी त्यापूर्वीच कॉलेज सोडून नियतकालिकांची जबाबदारी घ्यायला सुरुवात केली होती. दत्तोपंतांनंतर, इंटरच्या वर्गात असलेला मीही त्यांना थोडी थोडी मदत करू लागलो. सत्तेचाळीस–अठ्ठेचाळीसपर्यंत विष्णुपंतच 'मौजे'चं संपादन करीत.

त्यांच्या आधी 'मौजे'ला काय किंवा 'सत्यकथे'ला काय, रूप असं कसलं नव्हतंच. १९४६ पर्यंत विष्णुपंतांनी 'मौजे'ला, जीवनाच्या सर्व अंगांना विधायक रीतीनं स्पर्श करणारं एक गंभीर साप्ताहिक असं, रूप आणलं. 'सत्यकथे'ला काही काळ, अनंत अंतरकरांच्या कामामुळं, वाङ्मयीन वळण आलं होतं, तेवढंच. १९४५ च्या सुमारास-नेहमीच्या 'सत्यकथे'च्या आणि 'मौज' - 'सत्यकथे'च्या दिवाळी अंकांच्या संपादनाची जबाबदारी मुख्यत: माझ्यावर पडली. विष्णुपंतांच्या वतीनं आणि ग. रा. कामतांच्या साहाय्यानं मी ती पार पाडू लागलो, आणि पुढं काही वर्षं राम पटवर्धन माझ्या वतीनं.

मी हे काम करू लागलो त्या वेळचं 'सत्यकथे'चं स्वरूप मला फार असमाधानकारक वाटे. अनाहूत आलेलं साहित्य निवडल्यासारखं करून व छापून अंक काढण्यात येई. माझ्यावर 'अभिरुची'चा प्रभाव फार होता. आवडीनं आणि अभ्यासाच्या निमितानं 'रत्नाकर', 'ज्योत्स्ना', 'समीक्षक', 'लोकशिक्षण', 'प्रतिभा' यांच्या फाइली मी वाचलेल्या होत्या. त्यामुळं माझ्यातील वाङ्मयप्रेमाला आणि इतरही सामाजिक आणि राजकीय प्रश्नांच्या जाणिवेला पुष्टी व दिशा मिळाली होती. 'समीक्षक' - 'अभिरुची'तून व्यक्त होणारं वाङ्मयाचं नवं व वेगळं रूप जाणवत होतं आणि ते आवडतही होतं. मला आठवतं की, तेव्हा मी नव्या-जुन्या लेखकांना भेटायचो, पत्र लिहायचो. त्यांत 'सत्यकथे'चं स्वरूप बदलायचं आहे आणि त्याला 'रत्नाकर', 'प्रतिभा', 'लोकशिक्षण' यांचं मिळून जे रूप होईल, त्यासारखं काहीसं रूप द्यायचं आहे, असं म्हणायचो. खांडेकर, वा. ल. कुळकर्णी, आचार्य भागवत यांसारखी अनेक मंडळी या बेताचं स्वागत करायची. बोरकरांसारखे ज्येष्ठ कवी हा संकल्प आवडून आपल्या अप्रकाशित कवितांची वहीच स्वाधीन करायचे. त्यामुळं त्या पोरसवदा वयात आत्मविश्वास तर वाटायचाच, पण संपादनाची दिशा व दृष्टी स्पष्ट व्हायची. वालंनी तर इंग्रजीतील वाङ्मयीन नियतकलिकांचं जगच माझ्यापुढं उघडं केलं, वाङ्मयीन संपादकाच्या कामाचं महत्त्व व जबाबदारी समजावून सांगितली, स्वत: उत्साहानं लेखन केलं. आणि संपादनाच्या कल्पना - योजनांत भाग घेतला. तीच गोष्ट रा. भि. जोशी, मं. वि. राजाध्यक्षप्रभृती ज्येष्ठ लेखक - समीक्षकांची.

'प्रभात' दैनिक मध्यंतरी दत्तक दिलं होतं.ते१९४७ च्या ऑगस्टमध्ये परत घेतलं. विष्णुपंत त्याच्या कामात बुडाले आणि 'मौजे'च्या संपादनाची जबाबदारी माझ्याकडे आली. जोडीला कामत होतेच. त्या काळी मराठीतील प्रमुख

साप्ताहिकांत राजकारणाला प्रमाणाबाहेर प्राधान्य असे. त्यातही गांधी-नेहरूप्रणीत मुख्य विचारप्रवाह व चळवळी यांच्या विरोधी प्रतिपादन अधिक असे. कित्येक वेळा त्याला वैयक्तिक चारित्र्यहननाचं स्वरूप येई. इतर क्षेत्रांतील लेखनातही वैयक्तिक टीका भरपूर असे. आचार्य जावडेकर, पां. वा. गाडगीळ, डॉ. ग. य. चिटणीस, पु. य. देशपांडे, प्रभाकर पाध्येप्रभृती काही विचारवंत तात्त्विक चर्चा करीत आणि मी ती वाचीतही असे; पण लोकप्रिय होतं ते मघाशी म्हटलेलं 'नवयुग', 'झंकार' यांच्या पद्धतीचं चुरचुरीत, वैयक्तिक टीकेच्या स्वरूपाचं लेखन किंवा 'आलमगिरी' थाटाचं राजकीय टीकालेखन! 'मौज' साप्ताहिकाचं स्वरूप यापेक्षा वेगळं असं विष्णुपंतांनी घडवलेलंच होतं, तेच मी अधिक वाढवलं. याला साहित्य-कलाविषयक सांस्कृतिक अंगांची अधिक जोड दिली. 'मौज' - 'सत्यकथे'च्या या बदललेल्या स्वरूपांचं प्रतिनिधिक दर्शन १९४५-४६ सालापासूनच्या दिवाळी अंकात ठळकपणे दिसून येतं.

'मौज' - 'सत्यकथे'चं असं स्वरूपांतर करण्यात विष्णुपंतांना व मला वि. ग. देशपांड्यांचं मुख्यत: साह्य झालं. ते वाङ्मयाचे रसिक वाचक, अनेक भाषा-साहित्य जाणणारे, राजेंद्रबाबू आणि जयप्रकाशजींच्या आश्रमात त्यांच्या निकट सहवासात आलेले, झपाट्याने लिहिणारे होते. कामतांचा उल्लेख मघाशी केला. आम्हा, गुरुवर्य फाटकांच्या विद्यार्थ्यांत कामत सर्वांपेक्षा तल्लख बुद्धीचे, चतुरस्र व समजदारीनं वाचलेले, अत्यंत रसिक पण चिकित्सक, वाङ्मयकलांबद्दल उद्दाम व संसर्गकारी उत्साह असलेले, संभाषणचतुर, आक्रमक शैलीची आवड असलेले व लेखणीचे बाके. ते लेखकांना प्रोत्साहक असं वागणारे-बोलणारे, अत्यंत स्नेहशील होते. ते चित्रपटसृष्टीत हरवले आणि आपण एका चांगल्या आणि लोकप्रिय धर्तीच्या वाङ्मयीन स्तंभलेखकाला, परीक्षणकाराला आणि संपादकाला मुकलो असं मला वाटतं. श्री. शं. नवरे, श्री. म. सहस्रबुद्धे, अं. शं. अग्निहोत्री, द्वा. भ. कर्णिक, केशवराव भोळे, दत्तोपंत केळकर, प्र. के. गुप्ते, भाऊसाहेब नेवाळकर अशी कित्येक ज्येष्ठ मंडळी 'मौज'त नियमितपणे लिहायची. कामतांनंतर शांत व स्थिर वृत्तीचे व चोखंदळ रसिकतेचे राम पटवर्धन आमच्या जोडीला आले.

एक गोष्ट मात्र सांगितली पाहिजे. एखाद्या दहा-पंधरा किंवा अधिकही वर्षं चालू असलेल्या आणि कसलंही का होईना, रूप ठरलेल्या नियतकालिकाचा तोंडवळा सर्वस्वी बदलणं, आणि तेही तुटपुंज्या साधनसामग्रीत, या गोष्टीपेक्षा एखादं नवीनच साप्ताहिक सुरू करणं सोपं असतं. 'मौजे'शी सुरुवातीस वर्ष-दीड

वर्षच संबंध आलेल्या अनंतराव गद्रयांच्या नावानं शेवटपर्यंत 'मौजे'चा पिच्छा सोडला नाही! 'मौज' साप्ताहिक त्यांचंच मानणारे कित्येक लोक भेटत!

पाडगांवकर : राजकीय आणि सामाजिक प्रवाहांचा तुम्ही उल्लेख केला.तरुण वयात स्वातंत्र्याच्या चळवळीशी, राजकीय पक्षाशी किंवा कुठल्याही संघटनेशी तुमचा संबंध आला होता काय? तुमच्या या वैचारिक प्रवासाचं स्वरूप कोणतं होतं? संपादक म्हणून आणि एक विचारवंत म्हणून या प्रवासाचा कोणता ठसा तुमच्या व्यक्तित्वावर शिल्लक उरला?

भागवत : पाडगांवकर, तुम्ही 'विचारवंत' व 'वैचारिक प्रवास' असे शब्द वापरले आहेत. ते मला लावणं योग्य होणार नाही. राजकीय, सामाजिक किंवा आर्थिक तत्त्वज्ञानांचा अभ्यास करून काही एक सुसंगत अशी तात्त्विक आणि वैचारिक भूमिका मी धारण केली आणि तिचा विकास होत गेला असं घडलेलं नाही. कोणत्याही राजकीय पक्षाच्या अभ्यास-मंडळाशी माझा संबंध आला नाही. आता संघटनेशी संबंध म्हणाल तर तो राष्ट्रीय स्वयंसेवक संघाशी आला होता. १९३८-३९ सालापासून १९४२ च्या ऑगस्टपर्यंत मी संघाचा 'प्रतिज्ञित' स्वयंसेवक होतो. त्यापूर्वीच डॉ. आंबेडकरांचं भाषण ऐकलं होतं. संघाच्या दिवसांतच गावच्या महारवाड्यात एकटाच लिहा-वाचायला-शिकवायला जात होतो. गांधीजींचं 'हरिजन' वाचीत होतो. त्यामुळं संघाची झापडं मुळात ढिलीच होती. मुंबईस आल्यानंतर आमच्या प्रेसमध्ये ये-जा करणाऱ्या डांगे, लालजी पेंडसे, निमकर, जोगळेकरप्रभृती कम्युनिस्टांच्या गप्पा आणि वादविवाद ऐकत होतो. गांधीजींना मी अगदी जवळून पाहिलं ते जिनांशी चाललेल्या वाटाघाटी निष्फळ झाल्याचं त्यांनी बिर्ला हाऊसमध्ये ज्या वार्ताहरपरिषदेत सांगितलं तिथं. श्री. शं. नवऱ्यांचं बोट धरून मी तिथं गेलो होतो. त्या वेळी गांधींची पाहिलेली नितळ, तेजस्वी कांती आजही आठवते. त्यांचं मृदू पण आत्मिक बळानं भारलेलं बोलणं आठवतं. त्यांचा नर्म विनोद व मुख्यत: मुक्त हास्य आठवतं. पुढं त्यांना मी पाच-सहा वेळा पाहिलं-ऐकलं. १९४२ चं गवालिया टँक मैदानावरचं काँग्रेसचं अधिवेशन तर वृत्तपत्रप्रतिनिधी म्हणूनच मी पाहिलं आणि मंतरल्यासारखा भारून गेलो. कुसुमाग्रजांनी एका लेखात त्याचं आयुष्यातील अविस्मरणीय अनुभव म्हणून वर्णन केलं आहे; तेही फिकं वाटावं असं हे वातावरण होतं. १० ऑगस्टच्या कॉलेज-विद्यार्थ्यांच्या मिरवणुकीत व नंतरच्या संपात मी भाग घेतला, अश्रुधूर व लाठीमार चाखला. त्या मिरवणुकीचं माटुंग्याला सभेत रूपांतर झालं. त्यात गांधीजींचा संदेश मराठीत सांगायला

कोणी पुढं येईना; तेव्हा अकल्पितपणं मी पुढं झालो आणि मोठ्या आवाजात त्या संदेशाचं इंग्रजीवरून तिथंच सरळ भाषांतर करून सांगितलं. दोन-तीन दिवसांनी, या स्वातंत्र्याच्या चळवळीशी संघाच्या स्वयंसेवकांनी संबंध ठेवू नये असा आदेश प्रांतसंघचालकांनी संघाच्या बैठकीत सांगितला, तेव्हा त्यांच्याशी वाद घातला. तिथं संघ सुटला! बेचाळीसच्या काँग्रेसप्रमाणेच १९४५ व १९४६ सालची अ. भा. काँ. समितीची अधिवेशनंही पाहिली. त्यातलं स्वातंत्र्याच्या चाहुलीनं भारलेलं वातावरण आणि त्यातून स्फुरलेलं विविध ढंगांचं वक्तृत्व यांचा संस्कार चित्रित करणारे लेख 'मौजे'त लिहिले. पुढे 'मौज'च्या रौप्यमहोत्सव-अंकाच्या निमित्तानं डॉ. आंबेडकरांची चवदार तळ्याच्या सत्याग्रहासंबंधानं दीर्घ मुलाखत घेतली. त्या वेळी पाहिलेलं त्यांचं, छप्परापर्यंत पुस्तकांनी भरलेलं घर आजही आठवतं. त्यांचा अतिशय विशाल भालप्रदेश आठवतो. आणि आठवतं त्यांचं व्यासंगपूर्ण, तात्त्विक विवेचन आणि तीक्ष्ण बुद्धिमत्ता व परखड जहाल भाषा! त्यांचीही नंतर चार-सहा वेळा गाठ झाली.

अशा संस्कारांतून, वाचनातून, आणि प्रा. फाटक, प्रा. पारीख, आचार्य भागवत, रावसाहेब पटवर्धन, अशा विचारवंतांशी केलेल्या चर्चांतून माझी एक स्थूल वैचारिक भूमिका, किंवा वृत्ती म्हणा, तयार झाली. काटेकोर तात्त्विक कसोटी दूर ठेवून तिचं अगदी ढोबळ मानानं वर्णन करायचं तर ती राष्ट्रप्रेमाची आणि लोकशाही समाजवादाची आहे असं म्हणता येईल. संघ सोडल्यानंतर असंही ध्यानात आलं की, आपला पिंड संस्थात्मक संघटकाचा किंवा कार्यकर्त्याचा नाही. अमूर्त तत्त्वापेक्षा आणि घटपटादी चर्चेपेक्षा मूर्त व्यक्तीच्या सुखदुःखांबद्दल आपल्याला अधिक कळवळा आहे; मानवी प्रेम व करुणा यांची आंतरिक ओढ आहे. ही सारी मनोभूमिका माझ्या संपादन-प्रकाशनाच्या कामात अप्रत्यक्षपणे प्रेरक झालीच असणार.

पाडगांवकर : इंग्रजी साहित्य आणि साहित्यविचार यांना वाहिलेली कोणती इंग्रजी नियतकालिकं तुम्ही वाचता? एक संपादक म्हणून तुम्हांला त्यांतली कोणती विशेष आवडतात? 'सत्यकथे'च्या संपादनावर त्यांपैकी एखाद्या नियतकालिकाचा परिणाम झाला आहे का?

भागवत : इंग्रजीतील वाङ्मयीन नियतकालिकांचं जग वा. लं. नी उघडं करून दिलं; तेव्हापासून मी अशी नियतकालिकं पुष्कळच नियमितपणे वाचीत आलो आहे. जॉन लेहमनचं 'न्यू रायटिंग' आणि पुढं त्याचंच 'लंडन मॅगेझिन', ही त्यांतली विशेष आवडती. ॲलन रॉसचं 'लंडन मॅगेझिन' तितकं आवडत नाही,

पण आजही नियमित वाचतो. त्याशिवाय 'टाइम्स लिटररी सप्लिमेंट', 'स्टेट्समन', 'पॅरिस रिव्ह्यू', फिलीप राव्ह संपादक असतानाचं 'पार्टिझन रिव्ह्यू', 'पोएट्री', अशी नियतकालिकंही पाहत असे आणि अजून पाहतो. वाङ्मयाहून अधिक व्यापक स्वरूपाचं 'एन्काउंटर' त्याच्या कल्पक, उपक्रमशील आणि परिपूर्ण संपादनासाठी मला फार आवडतं. मात्र यांतल्या कोणत्याच नियतकालिकाचा प्रत्यक्ष परिणाम 'मौज' - 'सत्यकथे'च्या माझ्या संपादनावर झाला असं म्हणवत नाही. आपल्या वेगळ्या सांस्कृतिक आणि वाङ्मयीन वातावरणाच्या आणि प्रश्नांच्या संदर्भात तसा तो होणं इष्टही झालं नसतं.

पाडगांवकर : वाङ्मयाचा प्रवाह बदलण्यात किंवा या प्रवाहाला नवं वळण देण्यात वाङ्मयीन नियतकालिकाच्या संपादकाचा कितपत वाटा असतो? की हा प्रवाह केवळ निर्मितिशील लेखक-कवी बदलत असतात, आणि संपादकाचा त्यात काहीच भाग नसतो? १९४५-१९५० सालानंतर बदललेल्या वाङ्मयप्रवाहाचं श्रेय तुम्ही 'मौज' - 'सत्यकथे'ला किती द्याल?

भागवत : वाङ्मयाचा रूढ प्रवाह बदलून त्याला नवं वळण देण्याचं काम केवळ निर्मितिशील लेखक-कवी करतात आणि संपादकाचा त्यात काहीच भाग नसतो, हे मला मान्य नाही. वाङ्मयीन नियतकालिकाचा व त्याच्या संपादकाचा वाटा त्यात महत्त्वाचा असतो, असं मला वाटतं. मात्र वाङ्मयीन नियतकालिकाच्या या कामाचं स्वरूप समजून घेतलं पाहिजे. मला वाटतं की, ते महत्त्वाचं खरं, पण पूरक स्वरूपाचं आहे. वाङ्मयाच्या जगात काय किंवा कलांच्या काय, नवीन वाट चोखाळण्याचं किंवा नवं वळण लावण्याचं काम मुख्यत: नव्या उन्मेषाचा, समर्थ प्रतिभाशाली कलावंतच करतो. ती नवी वाट वा दिशा ओळखून त्याच्या निर्मितीचं वाहन होण्याचं, त्याच्या वाटचालीला अनुकूल समीक्षात्मक वातावरण निर्माण करण्याचं, त्याच्या विकासात आपल्या संवेदनशील प्रतिक्रियांनी त्याला मदत करण्याचं, वाचकांत या नव्या वाटेची जाण जागवण्याचं व संस्कारित करण्याचं कार्य अशा नियतकालिकांचं असतं. हे महत्त्वाचं पण पूरक स्थान ओळखणारा संपादकच वाङ्मयक्षेत्रात मौलिक कामगिरी बजावतो, असं माझं मत आहे. केशवराव भोळे म्हणायचे, "जो संगीतदिग्दर्शक चित्रपटातलं संगीताचं दुय्यम स्थान ओळखतो तोच संगीतदिग्दर्शक म्हणून खरं यश, कलात्मक श्रेय मिळवतो." तसंच काहीसं इथंही आहे. १९४५-५० नंतर 'सत्यकथे'नं अशाच प्रकारची कामगिरी केली आहे आणि ती मला ऐतिहासिक महत्त्वाची वाटते. तिचा रास्त अभिमानही वाटतो.

पाडगांवकर : 'सत्यकथे'च्या संपादनाचं काम तुम्ही हाती घेतलंत तेव्हा ते मासिक लोकप्रिय करावं, मोठा खप मिळवावा, असे विचार तुमच्या मनात आले होते का? 'सत्यकथा' लोकप्रिय व्हावी या दृष्टीनं तिचं संपादन करावं असं विष्णुपंतांनी तुम्हांला कधी सुचवलं होतं का?

भागवत : नाही. 'सत्यकथे'चं संपादन अंगावर घेताना तिचं जे स्वरूप मी कल्पीत होतो, ते लोकप्रिय होणार नाही आणि त्यामुळं 'सत्यकथे'चा फार मोठा खप होणार नाही, हे मला काय किंवा कामतांना काय, अशा स्वरूपाच्या पूर्वीच्या नियतकालिकांच्या अनुभवावरून माहीतच होतं. या बाबतीत विष्णुपंतांनी वेगळं कधी काही सुचवलं नाही. त्यांनी मला पूर्ण स्वातंत्र्य दिलं, इतकंच नाही तर 'सत्यकथे'च्या व्यवहाराचं कसलंही दडपण माझ्यावर येऊ नये म्हणून त्यापासून – सर्वच व्यवहारापासून – मला पूर्णपणे मुक्तच ठेवलं.

पाडगांवकर : 'सत्यकथा' तोट्यात येऊ लागलं तेव्हा आपले हट्ट म्हणा किंवा निष्ठा म्हणा, जरा सैल करून लोकप्रियतेच्या वळणाकडे झुकावं असं तुम्हाला कधीच वाटलं नाही?

भागवत : याचंही उत्तर 'नाही' असंच आहे. एक तर 'मौज' काय किंवा 'सत्यकथा' काय, नेहमी तोट्यातच होती. त्यांना लोकप्रियतेच्या वळणाकडे झुकवणं, त्यांचं आम्ही प्रथमपासून कल्पिलेलं स्वरूप पाहता, कठीण होतं. ते फारच बदलून वळवलं असतं तर 'मौज' ही 'मौज' राहिली नसती आणि 'सत्यकथा', 'सत्यकथा'! हा एक आत्मनिष्ठेचा प्रश्न आहे. ती कवीला असावी तशी संपादक-प्रकाशकालाही.

पाडगांवकर : वाङ्मयीन दृष्टिकोनाच्या बाबतीत कसलीही तडजोड न करता एखादं मासिक व्यवहाराच्या पातळीवर तोट्यात जाऊ न देणं अशक्य असतं, असं तुम्ही मानता का?

भागवत : होय. आणि जगातील अशा मासिकांचा मला माहीत असलेला सगळा अनुभव हेच सांगतो. अर्थात साम्यवादी देशांतील नियतकालिकांचा याला अपवाद. कारण तिथं नफ्यातोट्याचा प्रश्नच नसतो आणि स्वातंत्र्याचाही.

पाडगांवकर : तुमची भूमिका मला समजली, पण 'मौज' – 'सत्यकथे'च्या व्यावहारिक बाजूकडे वेगळ्या दृष्टीनं पाहणारी माणसं आहेत. त्यांना असं वाटतं की, आपल्या भूमिकेशी कसलीही तडजोड न करता 'मौज' – 'सत्यकथा' फायदेशीर जरी नाही तरी तोट्यात जाऊ न देणं सहज शक्य होतं. यासाठी आवश्यक ते संघटनाकौशल्य आणि व्यावसायिक दृष्टी तुमच्याकडे आणि

तुमच्या संस्थेकडे नव्हती. ‘सत्यकथा’ बंद करण्याची वेळ आली, त्याच्या आधी तुमच्या कामाविषयी आस्था असलेल्या मंडळींनी स्वत:च्या प्रयत्नानं तुम्हांला जाहिराती मिळवूनही दिल्या होत्या. पण या मिळालेल्या जाहिराती चालू ठेवणंही तुम्हांला जमलं नाही, आणि परिणामी ‘सत्यकथा’ बंद झालं! आपल्या संघटनाकौशल्याचा अभाव, व्यावसायिक शिस्तीचा अभाव यांना वाङ्मयीन निष्ठेच्या आकर्षक आवरणाखाली झाकण्याचा प्रयत्न तुम्ही करत नाही, याची तुम्हांला खात्री आहे का?

भागवत : होय. तसा प्रयत्न करीत नाही असं वाटतं. एक गोष्ट मात्र कबूल करायलाच हवी की, व्यावसायिक दृष्टीचा, संघटनाकौशल्याचा, आधुनिक कारभारतंत्राचा आमच्यांत अभाव आहे. त्यामुळे, ‘सत्यकथे’वरील प्रसंग ओळखून ज्यांनी वाङ्मयप्रेमापोटी जाहिरातींच्या मदतीचा हात दिला त्या स्नेह्यांबद्दल कृतज्ञता वाटली, तरी स्वभावजन्य संकोचामुळं आणि तुम्ही म्हणता त्या उणिवांमुळं शेवटी त्यांचा अवसानघात केला अशीच अपराधाची भावना माझ्या मनात आहे; पण गंभीर स्वरूपाच्या वाङ्मयीन काय किंवा अन्य स्वरूपाच्या काय, नियतकालिकाच्या खर्चाचं व उत्पन्नाचं प्रमाणच निदान देशी भाषांत तरी इतकं व्यस्त आहे की, आता सांगितलेल्या उणिवा आमच्यात नसत्या तरी आजचं मरण उद्या-परवावर गेलं असतं, इतकंच. जिथं ही व्यवसायकौशल्यं प्रगत आहेत त्या पाश्चात्य देशांत अशा नियतकालिकांपुढे सतत अंतच उभा ठाकलेला असतो आणि त्यांना व त्यांच्या चाहत्या मित्रांना मदतीसाठी वारंवार निर्वाणीची हाक द्यावी लागते, तीही ‘आर्टस् कौन्सिल’ची किंवा अन्य प्रस्थानांची मदत असताना. याचं मर्म ओळखलं पाहिजे. ‘एन्काउंटर’, ‘लंडन मॅगझिन’ यांचा गेल्या पाच-दहा वर्षांचा इतिहास बोलका आहे. ‘सॅटरडे रिव्ह्यू’सारखं गंभीर, वाङ्मय-कलांवर भर देणारं नियतकालिक तर सोडाच, पण ‘लाइफ’सारख्या जगभर लोकप्रिय असलेल्या नियतकालिकालाही खर्च व उत्पन्न यांतली दरी मिटवता आली नाही. आपल्याकडे जाहिरातदार-कारखानदारांना एक तर अशा सांस्कृतिक महत्त्वाच्या नियतकालिकांचं अगत्य नाही. राजकारण्यांप्रमाणे तेही खऱ्या अर्थानं निरक्षरच (illiterate) आहेत. त्यांना इंग्रजीत नाव होण्याचा मोह व फायदाही अधिक. त्यातच गेल्या काही वर्षांत आपल्याकडे खर्चात वाढ घोडदौडीनं होत आहे, तर उत्पन्नात कूर्मगतीनं. कितीही कुशल व्यवसायपटू झाला तरी त्याला आज ना उद्या कुंठित करणारीच

सगळी परिस्थिती आहे. व्यवसायकौशल्याचा अभाव असल्यामुळं किंवा त्या क्षेत्राचा अनुभव नसल्यामुळं, मी बिचकून अधिकच निराशावादी होत असेन; पण मला असं वाटतं खरं.

पाडगांवकर : 'मौज'सारखा यशस्वी छापखाना तुमच्या मालकीचा आहे. थोडं नुकसान सोसून तुम्ही 'सत्यकथा' चालू ठेवली असती तर काय बिघडलं असतं? जो समाज मौज प्रेसला इतकं काम देतो, सामाजिक प्रतिष्ठा देतो, त्याच्यासाठी 'सत्यकथे'च्या रूपानं थोडं नुकसान सोसणं हे नैतिक ठरलं नसतं काय? साहित्याकडे विक्रीची छापील पानं म्हणून पाहणाऱ्या एखाद्या व्यापारी वृत्तीच्या प्रकाशकाहून तुम्ही वेगळे कसे?

भागवत : पाडगांवकर, असा प्रश्न कोणी विचारावा याचं मला नवल वाटतं आणि त्यातला उपरोध जाणवून मन विषण्ण होतं. आम्हा भागवतबंधूंना नैतिक-सामाजिक ऋणाचा विसर कधीच पडलेला नाही आणि यापुढंही तो कधी न पडो! तुमच्या प्रश्नाचं उत्तर द्यायचं तर मौज प्रेसच्या विपरीत व्यावसायिक परिस्थितीचं प्रारंभापासून तपशिलानं वर्णन करावं लागेल. मी एवढंच म्हणतो की, मुद्रणाची कला व तंत्र यांत तज्ज्ञ असणं आणि त्यात यश व मान्यता मिळवणं वेगळं आणि मुद्रणव्यवसायात कुशल व यशस्वी असणं वेगळं. हे दुसऱ्या प्रकारचं यश आम्हांला फार मर्यादितच मिळालं. त्यातच मोठ्या कुटुंबाच्या जबाबदारीचं ओझं शिरावर वागवावं लागलं. १९४४-४५ सालापासून 'मौज', 'सत्यकथा'आणि 'प्रभात' दैनिकही आम्ही ज्या स्वरूपात चालवलं ते स्वरूप छापील पानांच्या यशस्वी व्यापाराचं नव्हतं, हे आंधळ्यालाही कळेल. त्या स्वरूपामुळं या तिन्ही नियतकालिकांना प्रथमपासून तोटाच येत होता आणि तो आम्ही मौज प्रेसच्या आधारानंच सोसत होतो. प्रेसलाही झेपणार नाही इतका तो प्रमाणाबाहेर गेला तेव्हाच नियतकालिकं बंद करण्याचा निर्णय आम्ही घेतला. तो घेणं सोपं किंवा सुखाचं गेलं नाही आणि प्रत्येक वेळी चार-पाच वर्षं उशिराच घेतला, एवढंच म्हणतो.

पाडगांवकर : विष्णुपंत असते तर 'सत्यकथा' बंद करण्याचा निर्णय त्यांनी तुम्हांला घेऊ दिला असता का?

भागवत : घेऊ दिला असता. कदाचित् आधीच. १९७५ साली मौज प्रकाशनाचा रौप्यमहोत्सव झाला, तेव्हा एकूण आढावा घेताना 'सत्यकथे'त येणाऱ्या तोट्याची विष्णुपंतांना पूर्ण कल्पना आली होती आणि 'सत्यकथा'

आणखी तीन वर्षं चालवून बघावी असं आमचं ठरलं होतं. त्यांच्यानंतर ती आणखी जवळजवळ पावणेचार वर्षं अधिक आम्ही चालवली.

पाडगांवकर : 'सत्यकथे'चं संपादन तुम्ही अनेक वर्षं करीत होता आणि राम पटवर्धन यांचं साहाय्य तुम्हांला होतं. पण पुढं संपादनाचं हे काम तुम्ही पूर्णपणे सोडून दिलं. हा निर्णय तुम्ही का घेतला? 'सत्यकथे'च्या आणि तुमच्या व्यक्तित्वाच्या, अशा दोन्ही दृष्टींतून हा निर्णय कितपत योग्य होता?

भागवत : तुमचा हा प्रश्न, पाडगांवकर, फार अवघड आहे. त्याचं वस्तुनिष्ठ उत्तर देण्याइतकी भावनिक अलिप्तता मला अजून आलेली नाही. 'सत्यकथे'चं संपादन कमी करत मी ते शेवटी सोडलं आणि पटवर्धनांवर पूर्णपणे सोपवलं, त्याला अनेक कारणं आहेत. एक म्हणजे ५४ साली मी प्रा. फाटकांच्या आग्रहानं आणि विष्णुपंताच्या प्रोत्साहनानं रुइया कॉलेजमध्ये अध्यापकाचं काम घेतलं. सन १९४८ पासूनच प्रा. फाटकांचा व रुइया कॉलेजच्या प्राचार्यांचा तसा आग्रह होता; मी संपादनाचा व्यवसाय निवडला. पण कुटुंबातल्या जास्त माणसांनी गुंतून पडावं अशी आपल्या व्यवसायाची स्थिती नाही असं ५४ साली विष्णुपंताचं मत झालं होतं. आम्ही १९५० पासून पुस्तक प्रकाशन सुरू केलं होतं आणि त्यांची संपादकीय जबाबदारीही माझ्याकडं होती. पुस्तक प्रकाशनाचं हे काम वाढत गेलं. त्याचप्रमाणे ६० साली मी एस.आय.इ.एस. या नव्या कॉलेजात आलो आणि प्रा. गोवर्धन पारीख, राम जोशी, अ. भि. शहा यांच्या आग्रहामुळं त्याच्या उभारणीत सहभागी झालो. अनेक कारणांसाठी या निर्णयाच्या युक्तायुक्ततेबद्दल मला आज शंका वाटते. पण मुख्य म्हणजे त्यामुळं 'सत्यकथे'च्या संपादनाच्या कामासाठी मला कमी वेळ व शक्ती उरत गेली. मधल्या काळात संपादनाच्या विविध कामांत पटवर्धन चांगले तयार झाले होते. खरं तर ते माझे विद्यार्थी. सरकारी नोकरी सोडून वाङ्मयप्रेमासाठी ते आमच्याकडे आले. वाङ्मयाची व त्यासंबंधीच्या प्रश्नांची त्यांची समज संवेदनक्षम व खोल, आस्था उदंड आणि व्यापक, अभिरुची अभिजात आणि कामातली मन:पूर्वकता निरपवाद होती. त्यामुळे 'सत्यकथे'चं संपादन त्यांच्यावर सोपवण्यात मला कोणतीही दिक्कत वाटली नाही. त्यांच्या व माझ्या वाङ्मयीन भूमिकांत थोडा फार भेद असेल, संपादकीय कामाच्या कल्पनांत, योजनांत व पद्धतींतही फरक असेल, लेखकांशी असायच्या संबंधांत वेगळेपणा असेल, पण 'सत्यकथे'वर आम्हा प्रकाशकांकडून अधिकाधिक पडत गेलेल्या व्यावहारिक मर्यादांमध्ये त्यांनी संपादनाचं काम शक्य तितक्या चोखपणे बजावलं असंच

म्हणावं लागेल. संपादक म्हणून त्यांच्या हाती 'सत्यकथा' निर्धास्त होती. पूर्वी एकदोनदा मी त्यांचं वर्णन 'अभिन्नजीव सहकारी' असं केलं आहे, ते मनापासून आणि यथार्थ रीतीनंच.

'सत्यकथे'च्या संपादनाशी प्रत्यक्ष संबंध सुटल्यामुळे माझ्या व्यक्तित्वाचा थोडा तोटा झाला, हे मात्र कबूल करायला हवं. लेखकांच्या जवळजवळ एका पिढीशी माझा पूर्वीसारखा प्रत्यक्ष व सातत्याचा संबंध राहिला नाही. त्यांच्या ताज्या लेखनाशीही तो तेवढा राहिला नाही. प्रकाशनाच्या निमित्तानं तो अर्थात् यायचा, पण जरा उशिरा. त्यामुळं पूर्वी, मराठी साहित्यातलं ताजं वातावरण, त्यातल्या नव्या प्रवृत्ती, चळवळी आणि माझं व्यक्तित्व, यांत जो तात्काळ व जिवंत संवाद साधलेला असे, त्याला मी पुष्कळ प्रमाणात मुकलो.

पाडगांवकर : केवळ व्यवसायाच्या अनुषंगानं नव्हे, तर एकूण जीवननिष्ठेच्याच संदर्भात लेखकाला तुमच्या आयुष्यात महत्त्वाचं स्थान आहे. लेखकाचा विकास व्हावा यासाठी तुम्ही नेहमीच उत्कट आस्था बाळगीत आलात. या आस्थेचं किंवा हा आंतरिक संवाद साधण्याचं प्रत्यक्ष स्वरूप कोणतं असतं?

भागवत : पाडगांवकर, तुमचा हा प्रश्न अधिकच बिकट आहे; पण तो माझ्या खास जिव्हाळ्याचा आहे. याचं उत्तरं दोन पातळ्यांवर द्यावं लागेल. एक म्हणजे मला माणसाबद्दल जसं न संपणारं कुतूहल, प्रेम व करुणा आहे, त्याचप्रमाणं त्याच्यातील निर्मितिक्षमतेबद्दल विलक्षण आकर्षण आहे - मग तो माणूस कोणत्याही क्षेत्रातला असो. उदाहरणार्थ, गांधी.त्यांचं तत्त्वज्ञान, त्यांचं विधायक कार्य, त्यांनी केलेल्या सत्याग्रहाच्या चळवळी, आणि देशाला मिळवून दिलेलं स्वातंत्र्य, या गोष्टी महत्त्वाच्या खऱ्याच आणि त्या आपापल्या परीनं अतुलनीयच आहेत. पण शेवटी विचार करता मला त्यांचं विलक्षण आकर्षण वाटतं ते त्यांच्या सर्वांगीण व अद्वितीय निर्मितिक्षमतेमुळं. शिवाय, सहवासात आलेल्या कोणाही लहानमोठ्या माणसातली निर्मितिशीलता जागी करून आणि फुलवून व्यक्तविण्याची किमयाही त्यांच्या ठायी अलौकिक होती. समग्र मानवी जीवनाच्याच माध्यमातून नवनिर्मिती करणारा तो एक असामान्य प्रतिभेचा श्रेष्ठ कलावंतच होता.

उदाहरण फारच मोठं झालं. माझ्या मर्यादित क्षेत्राच्या पातळीवर बोलायचं तर कलावंतांच्या व लेखकांच्या निर्मितिशक्तीचं मला फार आकर्षण आहे. त्यावर माझा जीव सहज लोभावतो, त्यात गुंतून पडतो आणि त्या शक्तीच्या उत्तम व परिपूर्ण आविष्कारासाठी तो आसुसतो. त्यामुळं, लेखकाच्या लेखनात

मी त्याच्याइतकाच, किंबहुना काही वेळा अधिकच, गुरफटून जातो. त्याच्या विकासाबद्दल उतावीळ होतो. त्याबद्दल त्याचे प्रश्न काय असतील, त्याच्या कलात्मक आकांक्षा, संकल्प, मोह कोणते असतील, त्याच्या एरव्हीच्या जीवनात त्याच्यातील कलावंताला काय काय सुखदु:खं भोगावी लागत असतील, त्याच्या निर्मितिक्षमतेत त्याचे कोणते लौकिक विकार व अहंकार व्यत्यय आणत असतील, याबद्दल नाना कल्पना करीत मी चिंता करीत राहतो. मनुष्य म्हणून त्याच्या व्यक्तित्वाच्या अंगांना मी समजून घेतो; काही वेळा ती सहन करतो; कित्येकदा त्याच्याबद्दल मनात करुणा वाटते; पण अंतिमत: त्याच्या निर्मितिशीलतेपुढं त्यांचीही लौकिक अंगं माझ्या लेखी गैरलागूच असतात. कुठं तरी मला आतून असाही विश्वास वाटतो की, मी त्या लेखकाची निर्मितिशक्ती जोपासू शकेन, त्याच्या निर्मितिप्रक्रियेला संवेदनशील समजदारीनं साहाय्य देऊ शकेन आणि तिचा अनर्घ्य, अम्लान आविष्कार होण्याला माझ्या स्नेहानं निमित्त होईन. यासाठी मी लेखकांशी प्रत्यक्ष भेटून, चर्चा करून किंवा पत्र लिहून सतत स्नेहसंवाद करीत असतो.

पाडगांवकर : 'मौज' - 'सत्यकथे'तून वाढलेले लेखक, मोठे झाल्यानंतर मोबदला आणि लोकप्रियता अधिक मिळते यासाठी मोठ्या खपाच्या नियतकालिकांतून लिहू लागले आणि त्यांनी 'सत्यकथे'तून लिहिणं बंद केलं, असं झालं आहे काय? - अशा वेळी तुमची खुरीखुरी प्रतिक्रिया कोणती होते? अशा लेखकांच्या लेखनाविषयीची तुमची आस्था कमी होते काय?

भागवत : या प्रश्नाचं उत्तर अंशत: मघाच्या उत्तरात गर्भितच आहे. तुम्ही म्हणता तसं अनेकदा घडलं आहे; पण त्याहून अनेक लेखक प्रसिद्धी व मोबदला किती तरी कमी मिळत असताही, 'सत्यकथा' - 'मौजे'त लिहीत राहिले, हे सांगितलं नाही तर कृतघ्न ठरेन. तुम्ही म्हणता तो अनुभव नव्याला उत्तेजन देणाऱ्या कोणत्याही वाङ्मयीन वा वैचारिक नियतकालिकाच्या वाट्याला बहुश: येतोच. अशा वेळी आपल्या लेखनाची खरी पारख व बूज जिथे होते ते स्थान आणि समजदार रसिकतेची खरी दाद सोडून काही लौकिक अपेक्षा-आकांक्षांवर लेखकांनी अधिक भर द्यावा, याची थोडी खंत वाटते खरी; पण ते मानवी स्वभावाला आणि व्यवहाराला धरून आहे, हेही मला कळतं. त्यामुळे त्यांच्या लेखनातील माझ्या आस्था किंवा अगत्य तिळभरही कमी होत नाही. इतकंच काय ज्यांनी दुखावलं, अवमान केला, तोडून टाकलं, त्यांच्या लेखनाबद्दलही तसं होत नाही.

पाडगांवकर : तुमच्याकडे येणाऱ्या लेखनात तुम्ही बदल सुचवता आणि ते बदल लेखकानं केल्यानंतरच ते लेखन प्रसिद्ध करता, असं मी ऐकलं आहे. यात कितपत तथ्य आहे? एखादा लेखक लेखन छापून यावं, मान्यता मिळावी,या दडपणाखाली असे बदल करीतही असेल. असे बदल करून घेणं योग्य आहे काय?

भागवत : पाडगांवकर, असं मीही ऐकलं आहे, त्यासंबंधीची 'ठणठणपाळ' सारख्यांची निर्मळ थट्टा ऐकून-वाचून मनमुराद हसलो आहे; आणि असा गैरसमज खराच आढळला तेव्हा खिन्न झालो आहे. मघाशी लेखकाच्या निर्मितिप्रक्रियेत ज्या प्रकारचा स्नेहसंवाद मी साधू पाहतो असं सांगितलं, त्याच्या संदर्भात हा प्रश्न समजून घेतला पाहिजे. मी काही ललित लेखक नाही आणि दुसऱ्याचं लेखन आपण करावं अशा औद्धत्यावर माझा विश्वासही नाही; पण एखादी कथा किंवा कादंबरी वाचली की, सहृदय वाचक म्हणून तिच्या कथावस्तूच्या अनेक शक्यता व परिमाणं पटवर्धनांसारख्या किंवा माझ्यासारख्या संपादकाला जाणवू शकतात. तो लेखक जर प्रत्यक्ष परिचित असेल किंवा लेखनानं परिचित झालेला असेल तर त्याच्या प्रतिभासामर्थ्याचाही अंदाज असतो. या दोहोंचा विचार करून आम्ही काही सुचवलं तर त्यात आम्ही आपलं संपादकाचं काम योग्य रीतीनं केलं असंच म्हटलं पाहिजे. श्री. ना. पेंडश्यांनी 'हद्दपार'चं भाषांतर ई. एम. फॉर्स्टरना दाखवलं तेव्हा त्यांनी सुचवलं की, ''तुम्ही हे लिओनार्द वुल्फला दाखवा. त्यानं पाहिलं तर चांगलं होईल. ही इज फर्टाइल इन सजेशन्स.'' यातलं मर्म तरी हेच आहे. एरव्ही स्वीकारार्ह असताना, लेखकाला आपल्या सूचना पटत नाहीत म्हणून त्याचं लेखन संपादकानं परत केलं तर मात्र तो दोष ठरेल. शेवटी संपादकानं लेखकाचा आत्मप्रत्ययच मानायला हवा – आणि खुद्द लेखकानंही. एक सहृदय, समजदार, चिकित्सक व कदाचित् पहिला वाचक म्हणून संपादकाच्या सूचनांचा त्यानं आदर करावा; पण त्याचं वावगं दडपण येऊ देऊ नये.

संपादकाच्या आवडीविषयी कोत्या आणि विपर्यस्त कल्पना बांधून त्याचं समाधान होईल अशा अंदाजानं लेखन करणं मला अधिकच आक्षेपार्ह वाटतं. उदाहरणार्थ, 'सत्यकथे'त किंवा अशाच एखाद्या नियतकालिकात लैंगिक अनुभवांसंबंधी धीट असलेली कथा प्रसिद्ध होते अशी कल्पना करून घेऊन तशाच कथा लिहून पाठवणं. मला यात संपादकाच्या अभिरुचीचा अवमान व लेखकात पुरेशा चारित्र्याचा अभाव या गोष्टी भासतात.लेखन पूर्ण झाल्यावर

काही लौकिक व व्यावहारिक विचाराची शक्यता व स्वातंत्र्य मी लेखकाला नाकारीत नाही; पण लेखनपूर्व किंवा लेखनान्तर्गत प्रक्रियेत अशा कलाबाह्य विचाराला त्यानं जरासाही ठाव देणं मला विपरीत वाटतं.

पाडगांवकर : 'व्यक्ती तितक्या प्रकृती' हे सर्वसामान्य माणसाप्रमाणेच लेखक-कवीच्या बाबतीतही खरं असतं, याची मला जाणीव आहे. आणि म्हणूनच, लेखक खरा असतो कसा याविषयी सर्वसामान्य विधान करणं कठीण आहे; पण असं असलं तरीही मला एक प्रश्न तुम्हांला विचारावासा वाटतो. गेली जवळजवळ चाळीस वर्षं तुम्ही संपादन-प्रकाशनाचं काम करता आहात. या काळात अनेक लेखक-कवींना तुम्ही खूपच जवळून पाहिलंत. त्यांचे अनेक बरेवाईट अनुभव घेतलेत. या सर्व अनुभवांचा काही एक संकलित परिणाम तुमच्या मनावर झाला असणारच. हा सगळा अनुभव जमेला धरून सांगा, लेखक असतो कसा?

भागवत : तुमच्या प्रश्नातच माझ्या उत्तराच्या मर्यादा सूचित झाल्या आहेत; त्यामुळं त्यांची पुनरुक्ती करीत नाही. माझा अनुभव असं सांगतो की, ललित लेखक हा एक कलावंत असल्यामुळं त्याची संवेदना, भावना, व कल्पना सामान्य माणसाहून अधिक तरल आणि उत्कट असते. त्यामुळं त्याचे मनोविकार, त्याचे सगळे अनुभव आणि त्याचा आविष्कार हे देखील सामान्य माणसापेक्षा अधिक तीव्र असतात. त्याच्या प्रतिभाशक्तीमुळं तो आध्यात्मिक व नैतिक अर्थानं अधिक चांगला माणूस होतो असा सर्वसामान्य समज आहे; पण खरोखर तो सर्वसाधारण माणसाहून अधिक माणूस असतो. कलावंत म्हणून तो अतिशय आत्मकेंद्रित, आपल्यातील प्रतिभाशक्तीच्या प्रत्ययामुळं अत्यंत अहंकारी असतो. मला कलावंताचा हा अहंकार सुंदर व आकर्षक वाटतो. आणि त्याचं सामान्य माणसाहून सामान्य असं माणूसपण स्नेहार्ह आणि करुणार्हही वाटतं. त्यामुळं एखादा लेखक किंवा कवी अहंकारी, स्वहितदक्ष, महत्त्वाकांक्षी, सत्ताभिलाषी, व्यवहारचतुर, मत्सरी, मनोगंड वाटावा इतका आपल्या भावनेनं भारून जाणारा, आत्म-पर-वंचक, आणि अन्य प्रकारे विकारवश आढळला, तर मला नवल वाटत नाही. त्याची निष्पापतेची, रूढ मानवी व्यवहारात निरागस असल्याची, जगातूनच 'उठलेला' असल्याची, काल्पनिक व रोमँटिक मूर्ती समाजमनात रूढ असते. त्या लेखक-कवींनी, आणि एकूणच कलावंतांनी, तिचं पोषण केलेलं असतं आणि तो त्याच्या सहज-चातुर्याचाच एक भाग असतो. सर्वसामान्य माणसांत कलावंताच्या कलेपेक्षा

त्याच्या या मूर्तीबद्दलच अधिक कुतूहल आणि विभूतिपूजा वाटावी असा कौतुक करायचा भाव असतो – विकृत जिज्ञासेचाही. आणि कित्येकदा कलावंतही आपल्या कलेपेक्षा या मानीव मूर्तीला जपण्याच्या मोहातच फसतात. अशा मूर्तीला माझ्या मनात सुरुवातीलाही फारसा थारा नव्हता आणि आज तर मुळीच उरलेला नाही. काकासाहेब कालेलकरांनी एके ठिकाणी जीवनाच्या चिखलात उगवलेल्या आणि कोवळ्या सूर्यप्रकाशाला अभिमुख असलेल्या शुभ्र कमळाची उपमा कलाकृतीला दिली आहे. लेखकातला माणूस आणि त्याच्या प्रतिभेचं फूल यांचा संबंध अनेक अर्थांनी काकासाहेबांनी सांगितल्यासारखा आहे. अर्थात् खऱ्या आध्यात्मिक अर्थानं आंतरिक जाग असलेला, आपल्या निर्मितिशक्तीचं व मानवी जीवनाचंच निर्मम व निरहंकार भान असलेला, अंतिम संदर्भात आपलं नगण्यत्व भावलेला, निखळ अलिप्तवृत्ती साधलेला, अंतर्मुखतेनं स्वत:चं परीक्षण करणारा, आणि स्वत:लाच साथी असलेला एखादा कलावंत भेटतोही; पण असं 'शुभ्र कांहीं जीवघेणे' अपवादात्मकच!

पाडगांवकर : अनेक ज्ञानक्षेत्रांशी संबंधित अशी पुस्तकं तुम्ही प्रकाशित करता. या पुस्तकांचं मूल्यमापन करण्यासाठी त्या त्या क्षेत्रातल्या तज्ज्ञांची तुम्ही मदत घेता की स्वत:च हे काम करता?

भागवत : स्वत:च करतो. खरं म्हणजे आमच्या प्रकाशनसंस्थेत संपादनापासून मुद्रितशोधनापर्यंतची सगळी कामं मीच करतो. अनेक मदतनीस परवडत नाहीत. एक म्हणजे विविध ज्ञानक्षेत्रांशी संबंध असलेल्या आमच्या प्रकाशनाचं स्वरूप त्या त्या क्षेत्रातील विशेष तज्ज्ञतेची गरज असणारं नाही. त्याला चांगला बहुश्रुतपणा पुरतो आणि तो मी माझ्या वाचनातून पुरेसा मिळवला आहे. शिवाय आपला प्रकाशनव्यवसाय इतका लहान आहे की, पाश्चात्य प्रकाशकांकडे काम करणारा विविध ज्ञानक्षेत्रांत तज्ज्ञ असलेला संपादकवर्ग आणि शोधकवर्ग आपल्याकडे परवडणारही नाही. तिकडे लेखकांच्या दृष्टीनंही, प्रकाशनसंस्थेतला संपादक हाच खरा महत्त्वाचा असतो. एखाद्या संपादकानं प्रकाशनसंस्था बदलली तर त्याच्याबरोबर हृदयसंवाद जुळलेले लेखकदेखील बदलतात.

पाडगांवकर : पुस्तके विकत घेऊन वाचण्याची सवय लोकांना लागावी, चांगल्या साहित्याचा प्रसार वाढावा, यासाठी 'ग्रंथाली'च्या मंडळींनी उभी केलेली चळवळ हा प्रकाशनव्यवसायातला एक क्रांतिकारक टप्पा ठरला, असं मला वाटतं. तरुण मंडळींनी साहित्याच्या प्रेमामुळं एकत्र येऊन मोठ्या कल्पकतेनं ही चळवळ उभी केली. खरं तर मौज प्रकाशनाला त्यांच्याहून खूपच मोठी

प्रतिष्ठा आणि यश होतं. असं असूनही हे काम 'मौज'नं का हाती घेतलं नाही? पुस्तकं खपवण्याचा तुम्ही जराही प्रयत्न करीत नाही, हवं असेल तर वाचक पुस्तकं विकत घेईल अशा तोऱ्यात तुम्ही राहता, अशी तुमच्या बाबतीत अनेक लेखकांची तक्रार आहे.

भागवत : पुस्तकं विकत घेऊन वाचण्याची सवय मराठी माणसांत फार कमी आहे. ती त्यांना कशी लावावी आणि चांगल्या वाङ्मयाचा प्रसार कसा वाढवावा हा आजवर सगळ्याच मराठी प्रकाशकांपुढं पडलेला बिकट प्रश्न आहे. ती कोंडी फोडण्याचे अनेकांनी अनेक प्रकारे प्रयत्न केले. काही वर्षांपूर्वी 'महाराष्ट्र टाइम्स'नं केलेल्या प्रयत्नापासून अशा अनेक प्रयत्नांत मौज प्रकाशन, प्रसंगी नुकसान सोसूनही, सहभागी झालं आहे. ती कोंडी अजून फुटलेली नाही. 'ग्रंथाली'चा वाचकांच्या चळवळीचा प्रयत्न हा पहिला सामूहिक, अव्यावसायिक आणि ती कोंडी फुटेल अशी आशा उत्पन्न करणारा प्रयत्न आहे. त्यामुळं मी त्याकडं अनुकूल वृतीनं, कुतूहलानं व मोठ्या आशेनं पाहत आहे. त्यांनी आपल्या कामाचं मूल्यमापन व्यावहारिक दृष्टीनंही करायला हवं असं मला वाटतं. शेवटी मराठी समाजात पुस्तकांची मागणी कायमची निर्माण होणं, पुस्तकं ही घरातली आवश्यक गोष्ट बनणं ही अशा कामाची कसोटी आहे. असा प्रयत्न 'मौजे'नं का केला नाही, याचं उत्तर असं की, आम्ही केवळ प्रकाशक आहोत, ग्रंथविक्रेते नाही. प्रकाशनाला पुरेसा दर्जा देण्याला व तो सांभाळण्यालाच आमच्या मर्यादित साधनशक्ती पुऱ्या पडत नाहीत. तेवढी व्यावसायिक कल्पकता व उपक्रमशीलताही आमच्यात कमी आहे, म्हणावं. कदाचित् आपल्या प्रकाशनाच्या वाङ्मयीन गुणांवर आणि वाचकांच्या रसिकतेवर आम्ही अधिक विश्वासानं विसंबतो; पण त्यात तोरा कसला नाही आणि तोरा म्हणाल तर तो काय लेखक-कवींनीच मिरवावा?

पाडगांवकर : लेखक आणि शासन यांचे कोणते संबंध असावेत? शासनाशी सहकार्य केलं म्हणजे लेखकाचा स्वाभिमान खतम् झाला हे तुम्हांला कितपत पटतं?

भागवत : लेखक आणि शासन यांचे संबंध पूर्वीच्या राजेशाहीतल्यासारखे आश्रित आणि आश्रयदाता असे नसावेत, हे उघडच आहे. लोकशाहीत ते बरोबरीच्या, समान अधिकाराच्या सहकार्याचे असले पाहिजेत. लोकशाही शासनानं साहित्य-कलांसाठी काही केलं, तर ते नागरिक जीवनाच्या समृद्धीसाठी आपलं कर्तव्य आपण केलं, अशा विनीत वृत्तीनं केलं पाहिजे.

आणि लेखक-कलावंतांनीही सरकारनं आपल्यावर काही उपकार केले असं मानून ओशाळं होता कामा नये. शासनसंस्थेशी लेखक-कलावंतांनी कसल्याही प्रकारचं सहकार्य केलं तर त्यांचा स्वाभिमान आणि स्वातंत्र्य ते गमावतात, अशी अतिरेकी भूमिका मला पटत नाही. लोकशाहीत तर ती तत्त्वत: योग्य किंवा व्यवहार्यही नाही. लोकशाहीत सरकारशी सहकार्य करणं हे नागरिक म्हणून सामान्यत: प्रत्येकाचं कर्तव्यच आहे, त्याप्रमाणं लोकशाही शासन जेव्हा अन्यायी बनेल तेव्हा त्याच्याशी असहकार करणं, विरोध करणं, ते बदलून घेणं, हेही कर्तव्यच आहे. लोकशाही शासन आणि लेखक-कलावंत यांचे निरामय संबंध, राज्यकर्त्यांची आणि त्यांच्या कारभाऱ्यांची सुसंस्कृतता, आणि लेखक-कलावंतांचा स्वाभिमान आणि चारित्र्य यांवरच शेवटी अवलंबून असतात. विशेषत: लेखक-कलावंतांच्या स्वातंत्र्यप्रियतेवर, स्वाभिमानावर आणि चारित्र्यावर. कारण कोणत्याही सत्तेचा स्वभावधर्म सामाजिक जीवनाची सर्व अंगं व्यापीत जाण्याचा आणि ती आपल्या काबूत ठेवण्याचा असतो. कल्याणकारी राज्यात तर तो स्वभावधर्म बळावण्याची अधिकच भीती असते. त्याहूनही धोकादायक गोष्ट म्हणजे समाजही कल्याणाच्या भ्रांतीनं शासनाचा असा वाढता हस्तक्षेप स्वीकारीत जातो. खरं तर कल्याणकारी लोकशाही राज्यव्यवस्थेत, अविकसित अर्थव्यवस्थेत, आणि पुराणप्रिय सामाजिक आणि सांस्कृतिक परंपरेत व्यक्तिस्वातंत्र्याचा आणि सामाजिक संस्थांच्या स्वातंत्र्याचा प्रश्न अधिक सूक्ष्म व गुंतागुंतीचा असतो. राजेशाहीत काय किंवा हुकूमशाहीत काय, स्वातंत्र्याचा शत्रू स्पष्ट असतो आणि समोर ठाकलेला असतो. कल्याणकारी लोकशाहीत खरोखर 'आत्मैव रिपुरात्मन:'असाच प्रकार संभवतो. म्हणूनच, शासन आणि लेखक-कलावंत यांच्या सहकार्याची जी भूमिका आता सांगितली तिला अशी पुस्ती जोडावीशी मला वाटते की, तशी सर्वसाधारण सहकार्याची भूमिका बाळगताना केवळ स्वातंत्र्याविषयी सतत जागं राह्यला हवं आणि लोकांना जागं ठेवायला हवं. भरतानं रामाला दिलेल्या प्रेमालिंगनासारखी शासनाची मिठी असावी, धृतराष्ट्रानं भीमाला मारलेल्या मिठीसारखी नव्हे.

पाडगांवकर : नव्या लेखकांच्या पुस्तकांच्या प्रकाशनासाठी सरकारी अनुदान देण्याची ही योजना आहे, तिच्याविषयी एक विचारवंत आणि प्रकाशक अशा दोन्ही नात्यानं तुमची प्रतिक्रिया कोणती?

भागवत : लोकशाही आणि कल्याणकारी सरकारनं अशी काही योजना आखली तर तत्त्वत: मला तीत आक्षेपार्ह काही वाटत नाही; सरकारनं आपलं

कर्तव्य केलं, असंच मी म्हणेन. मराठी प्रकाशक म्हणून ती मला उपयुक्तही वाटते. मराठी प्रकाशन व्यवसायाची आर्थिक कोंडी पाहता नव्या लेखकांना प्रकाशनासाठी फार काळ वाट पाहावी लागते ही गोष्ट खरी आहे. कोणत्याही लेखकाचं पुस्तक योग्य वेळी प्रसिद्ध होणं हे त्याच्या विकासाच्या दृष्टीनं इष्ट असतं. मात्र ही योजना आज फार सदोष रीतीनं राबविली जाते. पहिली म्हणजे आजच्याप्रमाणं ती सरकारी खात्याच्या एखाद्या विभागाकडून अमलात येता कामा नये. अशा साहित्य-कलाविषयक कामांसाठी सरकारनं खरोखर ब्रिटनमधील 'आर्ट्स कौन्सिल'च्या धर्तीवर कला-साहित्य-संस्कृतीच्या क्षेत्रातील खऱ्या अनुभवी, मोजक्या आणि मान्यवर अधिकारी तज्ज्ञांचं एखादं स्वायत्त मंडळ तयार करायला हवं आणि मुख्य म्हणजे त्याची स्वायत्तता, सत्तेचा मोह आणि मद सोडून आणि आपल्याच डोळ्यांत तेल घालून, जपायला हवी. दुसरी गोष्ट म्हणजे अशा स्वायत्त मंडळानं खऱ्याखुऱ्या तज्ज्ञांच्या साहाय्यानं वाङ्मयगुणांची कसोशीनं परीक्षा करून आणि लेखकाच्या पुढील विकासाबद्दल खात्री करून घेऊन पुस्तकांची निवड करायला हवी. त्यांच्या चांगल्या संपादनाचा आणि निर्मितीचा आग्रह धरायला हवा. आणि तिसरी गोष्ट म्हणजे त्यांच्या प्रकाशनासाठी दिलेलं अनुदान, तितक्या प्रमाणात किंमत कमी ठेवून, वाचकांपर्यंत पोचवायला हवं.

अशा आणखीही सूचना करता येतील; पण शेवटी तो आपद्धर्मच झाला. त्याचा अवलंब करण्याची पाळी नव्या-जुन्या लेखकांवर काय किंवा प्रकाशकांवर काय, कमीत कमी यायला हवी. त्यासाठी, शेवटी, समाजामध्येच ग्रंथसंग्रहाचं वेड पुरेसं जागलं-जागवलं पाहिजे. लेखक-प्रकाशकांचा खरा व सार्वभौम आधार तोच होय. 'उद्धरेदात्मनादात्मानम्' हे वचन लोकशाहीत अधिकच अर्थपूर्ण व प्राणभूत बनतं.

पाडगांवकर : चांगल्या साहित्याच्या प्रचारासाठी सरकारला काय करता येईल, यासंबंधी तुमच्या मनात काही योजना आहेत काय?

भागवत : 'योजना' हा शब्द सोडू या. मी काही मंत्री किंवा कसल्या मंडळाचा अध्यक्ष नाही; पण आता म्हटलं त्या प्रकारच्या स्वायत्त मंडळाच्या वतीनं चांगल्या ग्रंथांना किंवा त्यांच्या नव्या आवृत्त्यांना प्रकाशनासाठी अनुदान देऊन पुस्तकांच्या किमती कमी ठेवता येतील आणि त्यांच्या अधिक खपाला प्रोत्साहन देता येईल. राज्य सरकारची पारितोषिकंही अशा मंडळाच्या मार्फतच देता येतील आणि ती मिळणाऱ्या पुस्तकांच्या प्रती विकत घेऊन सरकारला आपल्या

ग्रंथालय योजनेतील सर्व ग्रंथालयांना देता येतील. शिक्षणखातं शालेय ग्रंथालयांसाठी आज क्वचित थोडे ग्रंथ खरेदी करतं; त्याचं प्रमाण पुष्कळच वाढवता येईल. कारण शेवटी शालेय ग्रंथालयं समृद्ध होणं आणि त्या लहान, संस्कारक्षम वयात चांगल्या वाचनाची गोडी लागणं हे महत्त्वाचं आहे. समाजात त्या त्या क्षेत्रांमध्ये काम करीत असलेल्या संस्थांची जागा सरकारनं किंवा सरकारनं निर्माण केलेल्या मंडळांनी शक्यतो घेऊ नये, तर त्यांना नाना परींनी पुष्ट करावं. लोकशाहीत हे महत्त्वाचं आहे. साहित्याच्या क्षेत्रात ज्यामुळं मुद्रणसाहित्याचे खर्च वाढतात, अशा करांमध्ये सवलती देता येतील. टपालखर्च कमी करता येतील. प्रकाशकांना योग्य पुस्तकांसाठी सवलतीनं कागद पुरवता येईल. शेती किंवा लघुउद्योगांप्रमाणेच सांस्कृतिक क्षेत्रही वेगळं आणि विशेष महत्त्वाचं मानून त्यात काम करणाऱ्या व्यावसायिकांना, मग ते प्रकाशक असोत की ग्रंथविक्रेते असोत, अत्यंत कमी व्याजाच्या दराने बँकांमार्फत भांडवल पुरवण्याची सोय करता येईल. मघाशी म्हटलं तशा मंडळाच्या वतीनं गावोगाव ग्रंथ-प्रदर्शनं भरवता येतील किंवा तशी भरवणाऱ्या संस्थांना मदत करता येईल. सहज मनात आल्या त्या कल्पना सांगितल्या. मुख्य म्हणजे सरकारनं ग्रंथप्रसाराचं प्राणभूत महत्त्व ओळखायला हवं.

पाडगांवकर : एखादा लेखक समाजाच्या डोळ्यांत भरण्यासाठी, त्याच्या लेखनाच्या प्रकाशनात प्रकाशकानं योजनाबद्ध सातत्य राखणं आवश्यक असत नाही काय? तुम्ही एखाद्या लेखकाचं पुस्तक प्रसिद्ध करता आणि त्यानंतर बरीच वर्षं गेली तरी दुसऱ्या पुस्तकाच्या प्रकाशनाचा मुहूर्त तुम्हांला सापडत नाही. यामुळे लेखकाचं नुकसान नाही का होत?

भागवत : तुम्ही म्हणता तसं सातत्य राखणं आवश्यक, यात शंका नाही. पण ते राखणं अपुऱ्या भांडवलामुळं व साधनसामग्रीमुळं कठीण जातं, असा मात्र अनुभव आहे. तुमच्या प्रश्नात आमच्या उशिराबद्दल केलेली अतिशयोक्ती गमतीदार खरी; पण अशा उशिराला आज तरी उपाय दिसत नाही. त्यामुळे एका लेखकाची सर्व पुस्तकं आपणच प्रसिद्ध करायची, असं एकदा ठरवलेलं धोरणही शेवटी सोडावं लागलं. पुनर्मुद्रणाच्या किंवा नव्या आवृत्त्यांच्या बाबतीत तर ही अडचण अधिकच गंभीर आहे आणि ती सर्वच प्रकाशकांपुढे आहे. प्रतिष्ठित, मान्यवर लेखकाचं नवं पुस्तक किंवा जुन्याचं पुनर्मुद्रण आणि अगदी नव्या लेखकाचं पहिलं पुस्तक, यांतलं कोणतं निवडावं हा प्रश्न या परिस्थितीत फार बिकट होतो. माझा कल अशा वेळी नव्याकडे झुकतो. तुम्ही म्हणता तसा

तो केवळ लेखकाचा तोटा नाही, तर प्रकाशकाचाही असतो, एवढं ध्यानात ठेवलं पाहिजे.

पाडगांवकर : पण अशा वेळी लेखक दुखावले जात नाहीत का? पुस्तकाची दुसरी आवृत्ती आपण काढू शकणार नाही, असं तुम्ही पहिली आवृत्ती संपताक्षणी लेखकाला कळवता का? की दोन-चार वर्षं तशीच जाऊ देता आणि मग नव्या लेखकाच्या पुस्तकाकडे आपला कल आहे याचा तुम्हांला साक्षात्कार होतो?

भागवत : यात दोन गोष्टी आहेत, पाडगांवकर. नव्या लेखकाकडे आणि नव्या प्रकारच्या लेखनाकडे असलेला आमचा कल हा पहिल्यापासूनचा आहे. वाङ्मयविषयक आवड आणि धोरण म्हणून आहे, सबब म्हणून नव्हे. दुसरी गोष्ट म्हणजे प्रकाशनाच्या क्षेत्रात सामान्यतः एक आवृत्ती संपली की दुसऱ्या आवृत्तीपर्यंत तीन-चार वर्षं जाऊ देण्याचा रिवाज आहे. अर्थात् प्रचंड खपाची लोकप्रिय पुस्तकं याला अपवाद असतात. इथे एक लहानसं निरीक्षण सांगतो. लेखनापासून ग्रंथविक्रीपर्यंत, किंवा ग्रंथसंग्रहापर्यंत समग्र ग्रंथ व्यवहार समजून घेण्याची जिज्ञासा लेखकांत क्वचित आढळते. त्याबद्दलच्या त्यांच्या कल्पना व अपेक्षा बहुधा आत्मकेंद्रित व अवास्तव असतात; पण तूर्त ते बाजूला ठेवू. आपल्या पुस्तकाच्या नवनव्या आवृत्त्या काढीत बसायचं नाही,असं धोरण असलेले हरिभाऊ मोटे अपवाद म्हणून सोडा, इतर सर्वच प्रकाशन संस्थांप्रमाणे आपल्या लेखकाचं नवं पुस्तक किंवा त्याच्या पुस्तकाची नवी आवृत्ती प्रसिद्ध करण्याचा मोह आम्हांलाही असतो आणि त्यामुळं तुम्ही म्हणता तसं, आवृत्ती संपल्याबरोबर आम्ही ते त्याला सांगत नाही, ही गोष्ट खरी. त्यामुळं लेखक नाराज होण्याची शक्यताही मी नाकारीत नाही. माझ्या बाजूनं मी एवढंच म्हणेन की, आपली काही पुस्तकं किंवा नव्या आवृत्त्या दुसऱ्या प्रकाशकांना देण्यास मी लेखकांना कसलीच हरकत घेतलेली नाही की, कोणी तशी आपली अडचण किंवा गरज सांगून, किंवा व्यवहारचातुर्यानं न सांगतासवरताही केलं तर तक्रार केली नाही. पुस्तक वेळेवर व चांगलं प्रसिद्ध होणंच अगत्याचं मानलं.

पाडगांवकर : 'मौज' - 'सत्यकथे'ला विनोदाचं वावडं आहे, हे विधान तुम्हांला कितपत पटतं?

भागवत : वावडं नाही; पण फार आवड आहे असंही नाही. हा पिंडधर्माच्या मर्यादेचाच भाग मानला पाहिजे - आणि कदाचित् मराठी विनोदाच्या मर्यादेचाही! कोटिबाजपणाच्या, सामाजिक-राजकीय उपहास-उपरोधाच्या, वाङ्मयीन

विडंबनाच्या कुंपणाबाहेर तो फारसा पडतच नाही. पु. लं. नंतर गाडगीळ, बुवा, दळवी वगळले तर स्वतंत्र प्रतिभेचा विनोदकार फारसा कोणी नाहीच.

पाडगांवकर : सर्जनशील लेखकानं केलेलं टीकालेखन आणि इतरांनी केलेलं टीकालेखन यांत तुम्हांला काही फरक जाणवतो का? सर्जनशील लेखक हा अधिक आग्रही असण्याची शक्यता असत नाही काय? आपण ज्या प्रकारचं लेखन करतो, त्याच्या आस्वादाला पोषक असं समीक्षा वातावरण निर्माण करण्याकडे त्याचा कल नसतो काय? आणि त्यामुळं असं टीकालेखन एकांगी, पक्षपाती होण्याचा धोका निर्माण होत नाही काय?

भागवत : सर्जनशील लेखकानं केलेल्या समीक्षालेखनात आणि केवळ समीक्षकानं केलेल्या समीक्षा लेखनात फरक असतो, आणि तो महत्त्वाचा असतो, असं मला वाटतं. निर्मितिप्रक्रियेच्या अनुभवामुळे आणि तिच्यातील अनेक प्रश्नांशी आपल्या लेखनात झगडावं लागल्यामुळे, दुसऱ्या लेखकाच्या लेखनाबद्दल निर्मितिशील लेखकाला एक वेगळंच कुतूहल आणि समज असते. तो 'आतून'च जणू त्या लेखनाच्या मर्माला भिडतो. ही अंतर्भेदी दृष्टी केवळ समीक्षकाला सहसा लाभलेली नसते, ही त्याची मर्यादा होय. सर्जनशील लेखक किंवा कलावंत उत्तम समीक्षक असल्याची आपल्याकडे अपवादात्मक उदाहरणे आहेत. अलीकडची काही सांगायची तर गंगाधर गाडगीळ, माधव आचवल अशी सांगता येतील. इंग्रजीतील इलियट, ऑर्वेल, ऑडन, जॉन वेन अशी काही नावं सांगता येतील. मात्र तुम्ही म्हणता तसा धोका त्यात असतो. तशा धोक्याची उदाहरणं आपल्याकडंही आहेत आणि तो इलियटलाही जाणवला आहे. गटेवरील आपल्या लेखात त्यानं तो सुचवला आहे. असा समीक्षक इलियटसारखाच प्रगल्भ असेल तर तो विवेकानं हा धोका टाळू शकतो; पण समजा, तसा धोका असला तरीही तो पत्करावा आणि मराठीतील निर्मितिशील लेखकांनी अधिक समीक्षालेखन करावं, असं मला आग्रहानं म्हणावंसं वाटतं. त्यांनी स्वत:च्या लेखनाची भूमिका किंवा स्पष्टीकरणं सांगू नयेत; पण समकालीन आणि पूर्वीच्या लेखकांच्या साहित्याचा आस्वाद घ्यावा, मूल्यमापन करीत राहावं, असं मला फार वाटतं. त्यांचे स्वत:चे कलात्मक प्रश्न त्यांना अधिक स्पष्ट होण्यालादेखील त्यामुळं मदत होईल.

पाडगांवकर : सौंदर्यशास्त्राची पुस्तकं तुम्ही प्रसिद्ध करता. या लेखनाचा उपयोग साहित्याची समज वाढण्यासाठी कितपत होतो, असं तुम्ही मानता?

भागवत : सौंदर्यशास्त्राच्या अध्ययनामुळं साहित्याची समज प्रत्यक्षपणं वाढते,

असं मी मानत नाही. त्यामुळं समीक्षेची, समीक्षेच्या परिभाषेची, समीक्षेतील संकल्पनांची, एकूण समीक्षाव्यवहाराचीच समज व प्रत वाढते आणि पर्यायानं, वाढली तर साहित्याची समज.

पाडगांवकर : दलित साहित्याच्या बाबतीत, साहित्याचा एक अभ्यासक आणि संपादक या नात्यानं तुमची भूमिका कोणती?

भागवत : गेल्या काही वर्षांत दलित साहित्याचा एक जोरकस प्रवाह मराठी वाङ्मयाच्या क्षेत्रात रूढ झाला आहे. साहित्याचा एक अभ्यासक आणि संपादक-प्रकाशक म्हणून कोणत्याही नव्या बंडखोर वाङ्मयीन प्रवृत्तीचं मी स्वागतच करतो. या प्रक्षोभाच्याही आधी अनियतकालिकांच्या चळवळीत एक प्रक्षोभ व्यक्त झाला होता, त्याच्याकडेही मी तसंच पाहिलं. त्या चळवळींनी किंवा प्रक्षोभांनी 'मौज' - 'सत्यकथे'कडे कसं पाहिलं ते मी अप्रस्तुत मानलं. मला प्रस्तुत वाटलं ते त्यातून निर्माण झालेलं साहित्य. मात्र या दोन प्रक्षोभांत एक मूलभूत भेद आहे. पहिला म्हणजे दलितांचा, मूलत: सामाजिक, सांस्कृतिक, राजकीय स्वरूपाचा आणि महत्त्वाचा आहे, आणि गौणत: वाङ्मयीन आहे, तर दुसरा केवळ वाङ्मयीन होता. या बंडखोरीतून किंवा प्रक्षोभातून कलात्मक, अर्थपूर्ण, व अभिनव रूपाचं वाङ्मय हाती लागलं का याचा शोध वाङ्मयीन नियतकालिकांच्या संपादकांनी मुख्यत: घ्यायला हवा आणि आपली वाङ्मयीन अभिरुची व भूमिका त्या वाङ्मयाच्या प्रकाशात जरूर तर तपासून पाहायला हवी. लघु-अनियतकालिकांच्या लोंढ्यातून खूपच कविता आणि त्या मानानं कमी गद्यलेखन-तेही आत्मनिवेदनपर-बाहेर पडलं आणि वाहूनही गेलं. हे एका दृष्टीनं चांगलंच झालं. त्यातून काही मोजके चांगले कवी, कथाकार, व ललित लेखक हाती लागलेही. आपल्याकडे प्रकाशनाच्या शक्यता इतक्या मर्यादित असतात की मन:पूर्वकतेनं, हौसेनं, किंवा विक्षिप्त लहरीनंही केलेलं बरंच लेखन तुंबून राहतं. लिहिणाऱ्याला ते महत्त्वाचं वाटत असतं. अशी मोकळीक मिळाली की, त्याला हलकं वाटतं आणि त्या लेखनाचा, मोजक्याच असलेल्या वाङ्मयीन नियतकालिकांवरला अस्वाभाविक व बेप्रमाण भारही कमी होतो. मी ते आस्थेनं वाचलं आहे आणि त्यातलं फारच थोडं खऱ्या व गंभीर वाङ्मयीन निष्ठेनं लिहिलेलं आणि कलात्मक नवीनता आणि गुण असलेलं आहे, असं आढळून आल्यानं खंतावलो आहे. तसं पाहिलं तर दलितांच्या प्राधान्यानं आत्मकथनपर लेखनात सामाजिक जीवनाचं पुष्कळसं अपरिचित व विदारक वास्तव व्यक्त झालं आणि ही गोष्ट सामाजिक-सांस्कृतिक

दृष्टीनंच नव्हे तर वाङ्‌मयीन दृष्टीनंही इष्ट अशीच झाली. काही चांगल्या कथा आणि कविताही लिहिल्या गेल्या. त्यांतल्या थोड्या 'सत्यकथे'त पटवर्धनांनी प्रसिद्धही केल्या. एका दृष्टीनं प्रा. माटच्यांनी त्याआधी पंचवीस-तीस वर्षं, 'मराठी साहित्याचा मोहरा घवघवीतपणे ग्रामीण व गावकुसाबाहेरच्या साहित्याकडे वळला पाहिजे', अशा अर्थाचं जे आवाहन केलं होतं ते आता फळाला आलं होतं. त्यांची भाषाभिवृद्धीची सामाजिक दृष्टीही सफल झाली होती. मात्र एकूण पाहता त्या लेखनात प्रक्षोभाचा आक्रोशच फार होता. त्या मानानं फार उंचीचं कलात्मक श्रेय गाठणारं साहित्य कमीच निर्माण झालं. चळवळीच्या प्रक्षोभात तसं होणं कठीणच असतं.

त्या दलित वाङ्‌मयामुळं किंवा 'ग्रामीण' म्हणून वेगळं अस्तित्व सिद्ध करू पाहणाऱ्या अलीकडच्या काही वाङ्‌मयामुळं, आजवरची सगळी वाङ्‌मयीन मूल्यं व परंपरा अप्रस्तुत ठरल्या असं मात्र मला वाटत नाही. सामाजिक-सांस्कृतिक अपराधाच्या गंडातून किंवा ज्येष्ठतेचा आव आणून कौतुक करण्याच्या आशीर्वादपर भूमिकेतून त्याकडे न पाहता, योग्य वाङ्‌मय-कलात्मक दृष्टीनंच त्याचा आस्वाद घ्यावा आणि मूल्यमापन करावं, असं वाटतं. त्या मूल्यांच्या, परंपरांच्या व समीक्षा-साधनांच्या आधारे मला या वाङ्‌मयातील सुंदर व इष्ट काय ते ठरवता येतं. त्यातलं 'निकं सत्त्व' निवडून फोलकटं टाकता येतात. त्याचं योग्य ते मूल्यमापन करताही येतं. दलित वाङ्‌मयाच्या खऱ्या आस्थेच्या पुरस्कर्त्या टीकाकारांना आणि खुद्द लेखकांनाही शेवटी ते तसंच करावं लागेल. मी या दोन्ही प्रक्षोभांतून निर्माण झालेलं वाङ्‌मय आस्थेनं आणि ग्रंथालयात बैठक मारून वाचलेलं आहे, आजही वाचतो. त्यातील प्रातिनिधिक व चांगल्या साहित्याचे दोन संग्रह, चिकित्सक प्रस्तावनांसह प्रसिद्ध करावेत अशी एक योजना मौज प्रकाशनाच्या रौप्य महोत्सवाच्या निमित्तानं माझ्या मनात होती. त्याची वालंशी चर्चाही केली होती. विष्णुपंतांच्या आकस्मिक निधनामुळं त्या वेळचे प्रकाशनाचे अनेक विशेष संकल्प विरघळले, त्यात ती मागं पडली. अजूनही ती हातात घ्यावीशी वाटते. मध्यंतरी दोन्ही प्रक्षोभांचं बरंच पाणी वाहून गेलं आणि निवळलं आहे. कदाचित पुरेशा अलिप्तपणं निवड व समीक्षा करायला आताच अधिक योग्य काळ आला असेल.

पाडगांवकर : तुमचं काम आणि समाजाची वाङ्‌मयीन अभिरुची यांचा साक्षात संबंध आहे. वाङ्‌मयीन अभिरुची म्हणजे नेमकं काय? ती बदलते म्हणजे नेमकं काय होतं?

भागवत : पाडगांवकर, समाजाची वाङ्मयीन अभिरुची म्हणजे काय, याचं उत्तर थोडक्यात देणं कठीण आहे. मला वाटतं, वाङ्मयकलेबद्दल समाजात असलेला उत्साह, वाङ्मयकृतींचा आस्वाद घेण्याची क्षमता, त्यातील सरसनीरस ठरवण्याची व मूल्यमापन करण्याची शक्ती, आणि वाङ्मय-कलांच्या सांस्कृतिक मूल्याची जाणीव, या घटकांचा सामाजिक अभिरुचीत प्रामुख्यानं समावेश होतो. समाजातील एका लहानशा वर्गात वाङ्मयीन कृतीच्या व परंपरेच्या व्यामिश्रतेचं भान, व्यक्तीच्या भावजीवनाशी आणि समाजाच्या सांस्कृतिक जीवनाशी असलेल्या तिच्या गुंतागुंतीच्या संबंधाची जाणीव, इतर कलांशी व ज्ञानविषयांशी असलेल्या तिच्या नात्याची यथार्थ कल्पना, या गोष्टी असतात आणि त्या समीक्षेच्या साह्यानं व्यापक समाजात हळूहळू झिरपतात. त्या सर्व घटकांना काळाचं अपरिहार्य परिमाण असतं आणि काळाबरोबर ते घटक कधी हळूहळू तर कधी वेगानं बदलतात आणि त्याप्रमाणं समाजाच्या वाङ्मयीन अभिरुचीत रूपांतर होतं. हे रूपांतर कधी वरवरचं तर कधी मूलभूत असतं. कधी बरोबर तर कधी चुकीच्या दिशेनं होऊ शकतं. कधी टूम म्हणून तर कधी खरंखुरं व मूल्यगर्भ असतं. मात्र ते श्रेष्ठ प्रतिभेचा कलावंत आणि त्याची समर्थ साहित्यनिर्मिती जितकं घडवून आणू शकतं, तितकं एखादं नियतकालिक, सामाजिक-राजकीय संस्था, किंवा एखादी संघटित राजकीय, सांस्कृतिक वा वाङ्मयीन क्षेत्रांतील वैचारिक चळवळ घडवू शकत नाही. वाङ्मयीन नियतकालिक अशा श्रेष्ठ साहित्यनिर्मितीचं वाहन झालेलं असलं तर या रूपांतराचं तेही निमित्त होतं आणि ते निमित्त व वाहन महत्त्वाचं असतं. मला वाटतं की, केशवसुतांपासून मर्ढेकरांपर्यंत जसं मराठी वाङ्मयीन अभिरुचीत रूपांतर घडत राहिलं,तसं मर्ढेकरांपासून आजपर्यंत दुसरं रूपांतर घडत राहिलं आहे. ते आजही विकसित होत असेल, खोल होत असेल; पण त्यात नवं मौलिक रूपांतर घडवणारा प्रतिभावंत अजून उगवलेला नाही.

पाडगांवकर : बांधिलकीची कल्पना साहित्याच्या विकासाला पोषक ठरेल, असं तुम्हांला वाटतं काय? बांधिलकीवादी साहित्याकडे तुम्ही कोणत्या दृष्टीनं पाहता?

भागवत : बांधिलकीच्या कल्पनेत विशिष्ट विचारसरणीनुसार, समाजहिताच्या प्रयोजनानं साहित्यनिर्मिती करणं अभिप्रेत असेल तर ती कल्पना साहित्याच्या विकासाला पोषक ठरेल असं मला वाटत नाही. लेखकाचं सामाजिक जीवनाशी अतूट नातं असतंच. पण तो बांधील असतो - आणि असावा - तो आपल्या

अनुभवाशी, त्या अनुभवाला झालेल्या तीव्र कल्पनात्मक प्रतिक्रियेशी आणि तिला शब्दांत रूप देताना तिचं व भाषेचं जे एकात्म नातं असावं लागतं त्याच्याशी. कुसुमाग्रजांनी 'बांधिलकी' आणि 'सामीलकी' असे दोन शब्द वापरून जे मत मांडलं आहे, त्याच्याशी एकंदरीत मी सहमत आहे.

पाडगांवकर : प्राध्यापक आणि संपादक या, तुमच्या आयुष्यातल्या दोन भूमिका परस्परपूरक होत्या का? या दोन्हींपैकी एकीची निवड करायची झाली, तर तुम्ही कशाची कराल? आपण जे शिकवतो आहोत त्यातून नव्या पिढीची अभिरुची आकार घेते आहे, असं समाधान प्राध्यापक या नात्यानं तुम्हांला कितपत लाभलं?

भागवत : अध्यापक व संपादक या भूमिका परस्परपूरक आहेत असं मला प्रथमपासून वाटे आणि पंचवीस वर्षांचा अनुभवही तसाच आहे. नव्या, ताज्या साहित्याच्या संपादन-प्रकाशनामुळं मी अध्यापक म्हणूनही ताजा राहिलो आणि अध्यापनासाठी म्हणून केलेल्या काहीशा शिस्तशीर आणि सहेतुक वाचनाचा संपादन-प्रकाशनाच्या कामात मला उपयोग झाला. तरुण, टवटवीत, उत्सुक, संवेदनक्षम मनांवर आपल्या शिकवण्यातून पडणारा साहित्याच्या सौंदर्याचा प्रभाव विद्यार्थ्यांच्या चेहऱ्यांवर पाहणंही सुखाचं असे. राम पटवर्धनांपासून वसंत पाटणकरांपर्यंत माझे कित्येक विद्यार्थी असे आहेत की, ते संपादनाच्या, लेखनाच्या, किंवा अध्यापनाच्या क्षेत्रात वावरत आहेत किंवा अन्य क्षेत्रात असले तरी आपली साहित्याची आवड जपून व जोपासून आहेत. अध्यापक या नात्यानं मला हे समाधान मोलाचं वाटतं. म्हणूनच संपादन-प्रकाशन आणि अध्यापन यांपैकी एकाचीच निवड करणं मला सोपं गेलं नाही. निवड करण्याची पाळीच आली तर अध्यापन सोडण्याचा निर्णय, अध्यापन पत्करलं तेव्हाच, माझ्यापुरता मी घेतला होता आणि विष्णुपंतांच्या निधनानंतर तो अपरिहार्य झाला, तेव्हा अमलातही आणला. पण अजूनही माझ्या मनानं तो पूर्णपणे स्वीकारला आहे, असं म्हणवत नाही. चुकल्याचुकल्यासारखं रोज वाटतं आणि फार अस्वस्थ होतो.

पाडगांवकर : तुमच्या दैनंदिन कामाचं स्वरूप कसं असतं? आठवड्यातले किती दिवस, दररोज किती तास? इतर वाचन केव्हा करता आणि किती वेळ? वर्षातून काही सुट्टी घेता का?

भागवत : या प्रश्नाचं उत्तर देऊन मला कसला आव मिरवायचा नाही. पण मी दिवसभर, आठवड्यातून सगळे दिवस आणि वर्षातले सगळे आठवडे असं काम

४५-४६ सालापासून करीत आलो आहे. पूर्वी लौकर उठत असे; आताशा ते जमत नाही. तरी सकाळी आठ-साडेआठला कामाला बसलो. मुख्यत: पत्रव्यवहाराच्या व मुद्रितशोधनाच्या. बारा-साडेबाराला जेवून थोडी डुलकी घेतो आणि दीड-दोनला पुन्हा कामाला सुरुवात करतो. हस्तलिखितं वाचतो, त्यांच्यावर मुद्रणपूर्व संस्कार करतो. संध्याकाळी साडेसहा-सातपर्यंत हे काम चालतं. दिवसभर कोणी ना कोणी येतं; त्यांच्याशी गप्पा, चर्चा वगैरे करतो. तेवढाच खंड. तोही खंड नव्हे; कारण या गप्पा मुख्यत: कामाबद्दल असतात. वाङ्मय-कलांच्या क्षेत्रांतील व्यक्तिगत टवाळी, गावगप्पा यात मला गोडी नाही. इतर वाचन दिवसा अधूनमधून व मुख्यत: रात्री. मला झोप लौकर लागत नाही. लागली तर अडीच-तीनला जाग येते. डोळे व डोकं शिणेपर्यंत वाचतो. पूर्वी, विशेषत: दिवाळी अंकांच्या काळात, प्रेसमधे रात्रपाळ्या असायच्या. मध्यंतरी पंचवीस वर्षं त्यात कॉलेजच्या कामाची भर पडली. बारीकसारीक आजारपणं, मध्ये अपघात झाला ते तीन एक महिने आणि परदेशी गेलो ते दोन-सव्वादोन महिने, वगळले तर विश्रांती अशी काहीच नाही. कुठं बाहेरगावी गेलो तरी कामं सोबतीला असतात. पण पाडगांवकर, नेहरूंनी लिहिलं ते खरं आहे. शरीर हे अद्‌भुत यंत्र आहे. आपण मन आपल्या कामात सर्वस्वी गुंतवलं तर त्याच्याकडून घ्यावं तितकं काम ते करतं.

पाडगांवकर : प्रकाशनासाठी निवड केल्यापासून ते पुस्तक रूपानं प्रसिद्ध होईपर्यंत तुमच्या कामाचं नेमकं स्वरूप काय असतं?

भागवत : अजूनपर्यंत मौज प्रकाशन हा तसा एकखांबी तंबू होता. 'सत्यकथे'नंतर आता पटवर्धन मदतीला आले आहेत. पण तोवर, आलेल्या हस्तलिखितांची पोच देणं किंवा मनात योजलेल्या प्रकाशनासाठी लेखकाशी पत्रव्यवहार किंवा चर्चा सुरू करणं इथपासून माझ्या कामाला सुरुवात होते. हस्तलिखित वाचलं आणि ते आवडल्यामुळं त्याची निवड केली म्हणजे लेखकाशी पत्रानं किंवा प्रत्यक्ष भेटून त्याबद्दलची चर्चा सुरू होते. त्याचं पुस्तक उत्तम व्हावं या दृष्टीनं, मघाशी म्हणालो तसं, माझ्या शंका, सूचना मी त्याला कळवतो; त्याबद्दल चर्चा करतो: त्यांचा विचार करून योग्य वाटतील ते संस्कार, किंवा आवश्यक ते पुनर्लेखन लेखक करतो. आणि अशा रीतीनं दोघांनाही जास्तीत जास्त समाधानकारक वाटलेलं हस्तलिखित मग मी मुद्रणप्रतीच्या दृष्टीनं तपासतो आणि दुरुस्त करतो. प्रेसमधील लोकांशी त्याची मांडणी, टाइप, मुद्रणाची पद्धत यांचे तपशील ठरवतो. वेष्टनचित्रासाठी चित्रकार निश्चित करून

त्याला ते हस्तलिखित वाचायला देतो आणि त्यानं केलेल्या रेखाटनांतून योग्य वाटेल अशा रेखाटनाची अंतिम चित्रासाठी निवड करतो. पुस्तकाची जुळणी सुरू झाली की दुसरी गॅली-प्रुफं व शेवटची पेज-प्रुफं तपासतो, प्रेसमधील त्याच्या प्रगतीवर लक्ष ठेवतो. इतक्या सगळ्या परिश्रमानंतर जेव्हा पुस्तक तयार होऊन पहिल्या दोन प्रती माझ्याकडे येतात तेव्हा त्याची छपाई, बांधणी नीट झाली आहे की नाही, ते पाहतो आणि तशी ती झाली असेल तर अतिशय सुखावतो.

पाडगांवकर : साहित्यात तुमचा सर्वांत आवडता प्रकार कोणता आणि का?

भागवत : भावकविता! कारण त्यात जीवनानुभवाचा अमूर्त, अशरीरी, शुद्ध भावनार्कच व्यक्त होतो आणि भाषेच्या सर्व शक्ती. त्या खालोखाल कादंबरी. कादंबरीत जीवनाचा समग्र, व्यामिश्र, व्यापक अनुभव आणि त्याचा अर्थ मूर्त व सूचित होतो. या दोन टोकांत बाकीच्या वाङ्मयप्रकारांचे मधले सगळे मिसळते रंग येतात.

पाडगांवकर : साहित्याप्रमाणं इतर कलांत तुम्हांला किती रस वाटतो? इतर कलांची जाण वाढवण्यासाठी तुम्ही काही विशेष प्रयत्न करता काय? अशी जाण वाढणं, साहित्याची समज वाढण्याला पोषक ठरतं, असं तुम्ही मानता का?

भागवत : पाडगांवकर, तशी मला पुष्कळ गोष्टींत गोडी आहे. कोकणात खूप खेळायचो. मुंबईत आल्यावर काही वर्षं मी वेड लागल्यासारखं क्रिकेट पाहिलं, तेही प्रेसबॉक्समधून. एक श्रीनिवास शास्त्री वगळले तर देशातले सर्व राजकीय-सामाजिक रंगांचे आणि वक्तृत्वाच्या विविध ढंगांचे वक्ते, व्यसन लागल्याप्रमाणं ऐकले. त्यामुळं व्यक्तिमत्त्वाच्या विविधतेची आणि भाषेच्या वापराची एक वेगळीच जाण आली. संगीत, चित्रपट, नाटक, चित्र, शिल्प, नृत्य, अशा विविध कलांत मला तज्ज्ञतेच्या पातळीची जाणकारी नसली तरी अवीट गोडी आहे. ललित कलांत गोडी असणं आणि मन त्यांच्या सौंदर्यानं संस्कारित करणं वाङ्मयकलेची समज वाढण्याला पोषक ठरतं, असा माझा अनुभव आहे.मात्र, इतर कलांचे हे संस्कार, किंवा समज मी तात्त्विक आणि ग्रांथिक अभ्यासातून मिळवले नाही. प्रत्यक्ष कलाकृतींच्या साक्षात् अनुभावर माझा अधिक विश्वास आहे आणि तो मी साक्षेपानं आणि भरपूर घेतला आहे. तो घेताना कुणा अधिक जाणकाराची वैचारिक संगत मिळाली तर 'अधिकस्य अधिकं फलम्'. उदाहरणार्थ, संगीताच्या बाबतीत प्रथम केशवराव भोळे आणि नंतर कुमार गंधर्व व शरच्चंद्र चिरमुले यांच्याशी केलेल्या संगीत-चर्चेचा लाभ झाला. चित्रकलेच्या

बाबतीत बेन्द्रे, आंबेरकर, दलाल यांनी, तर शिल्प व वास्तू या कलांत नानासाहेब करमरकर व माधव आचवल यांनी विशेष नजर दिली. प्रथम केशवराव भोळे, प्र. के. गुप्ते व केशवराव दाते यांच्याशी केलेल्या चर्चा आणि नंतर 'रंगायन'शी आलेला संबंध आणि त्यात घडलेला विजया मेहता, डॉ. श्रीराम लागू, माधव वाटवे, वृंदावन दंडवते यांचा सहवास नाट्यकलेच्या बाबतीत उपयोगी पडला. चित्रपटांची नजरही प्रथम केशवराव भोळ्यांनी दिली. या सर्व जाणकारांची सर्वच मतं मी स्वीकारली असं मात्र नाही. ती मी माझ्या अनुभवावरून बनवीत गेलो आणि हा अनुभव विविधांगी व समृद्ध बनवण्याचा सतत प्रयत्न केला. काही वर्षांपूर्वी परदेशी गेलो तेव्हा मी बहुतेक काळ विद्यापीठांचे परिसर, ग्रंथालयं आणि त्याहीपेक्षा चित्रसंग्रहालयं, शिल्पप्रदर्शनं आणि नाटकं पाहण्यात घालवला. पाश्चात्त्यांचं व अमेरिकनांचं तंत्रज्ञान आज ना उद्या आपल्यात आणताही येईल; पण त्यांचं ज्ञानविज्ञानाचं व कलांचं हे समृद्ध सांस्कृतिक संचित मात्र उसनंही घेता येणार नाही, तितकं नव्यानं उभारता येणार नाही.

पाडगांवकर : या परदेशप्रवासात तुम्हांला सांगण्यासारखं विशेष काय जाणवलं?

भागवत : परदेशाहून प्रवास करून येणाऱ्या सर्वच लोकांना तेथील तांत्रिक प्रगती, जीवनोपयोगी वस्तूंची समृद्धी, सामाजिक व्यवहारांची निर्दोष संघटना व शिस्त, शरीरश्रमाची प्रतिष्ठा आणि अखंड कार्यशीलता, आपल्या व दुसऱ्याच्या वेळेची कदर आणि वक्तशीरपणा, मानवी संबंधांतील व्यक्तीचं स्वातंत्र्य व समता यांची जाणीव, इत्यादी गोष्टी जाणवतात; त्या मलाही जाणवल्या. माझ्या मनावर परिणाम राहिला आहे तो तीन-चार गोष्टींचा. एक म्हणजे परिसरातील नितांत सौंदर्य आणि स्वच्छता सांभाळण्याची दृष्टी. दुसऱ्या गोष्टीचा उल्लेख मी आत्ताच केला, ती म्हणजे विद्येचं, संशोधनाचं आणि कलेचं जिवंत व सुसंस्कारित प्रेम. तिसरी लक्षात राहिलेली गोष्ट म्हणजे, विशेषत: अमेरिकेत, गांधींचा व त्यांच्या विचारांचा विद्यापीठात वारंवार ऐकलेला अनुकूल उल्लेख. प्रवासाहून परतताना त्याबद्दलचं आश्चर्य मनात घोळत राहिलं होतं. आणखी एक वाटत राहिलं की, पाश्चात्त्य देश, आणि विशेषत: अमेरिका येथील लोक आणि आपण भारतीय यांच्यात आर्थिक, तांत्रिक, शास्त्रीय आणि कलात्मक प्रगतीत, लोकसंख्येत आणि नैसर्गिक साधनसामग्रीत एवढं अंतर आहे की, आपल्या वैयक्तिक आणि सामाजिक जीवनमानाच्या सुधारणेच्या विचारात

आपण त्यांचा नमुना समोर ठेवण्यात काही अर्थ नाही. तो गाठणं आपल्याला कठीण आहे. आपल्याला दोन-तीनशे वर्षं उशीर झाला आहे. आपण आपल्या परिस्थितीला अनुरूप असा आपला नमुना त्यामुळं कल्पिला पाहिजे. तरच आपल्या अपेक्षांना, राहणीला, आणि विकासाच्या सर्व योजनांना वास्तव बैठक लाभेल. अर्थात हे काही दीर्घ अवलोकनानं किंवा खोल अभ्यासानं बनलेलं मत नव्हे, तर धावत्या प्रवासात उमटलेला आणि मनात अजूनही रेंगाळत राहिलेला संस्कार आहे.

पाडगांवकर : आपल्याकडील संस्था पुष्कळ वेळा एकखांबी तंबू ठरतात. मौज प्रकाशनाच्या संदर्भात हा विचार माझ्या मनात येतो आहे. तुमच्यासारखी साहित्याची उत्कट आवड आणि समज असलेला सध्या भागवत कुटुंबात कोण आहे? आजचा दर्जा सांभाळून ही प्रकाशनसंस्था पुढंही चालावी अशी कोणती व्यवस्था तुमच्या डोळ्यांसमोर आहे? त्यासाठी नव्या पिढीतल्या कुणाला तुम्ही तयार करत आहात काय?

भागवत : पाडगावकर, तुमच्या प्रश्नाचं उत्तर आज तरी, नाही असं आहे. आमची प्रकाशन संस्था, मी मघाशी म्हटलं त्याप्रमाणं एकखांबी तंबूच राहिला आहे. पटवर्धनांसारखा बळकट टेकू आज त्याला आहे, हे खरं. पण फार पुढचा विचार केला तर तुमच्यासारखा माझ्यापुढंही प्रश्न उभा राहतो. अशा प्रकाशन संस्था व्यक्तिमत्त्वनिष्ठ राहतात, आणि कवीप्रमाणं समृद्ध रसिकतेच्या संपादक-प्रकाशकाचं व्यक्तिमत्त्व शिकवून तयार करता येत नाही, हेच खरं. तरी व्यवसायाच्या सातत्याचा आणि वैशिष्ट्याचा प्रश्न उरतोच. नव्या प्रमुखाच्या प्रभावी व्यक्तिमत्त्वाबरोबर ते वैशिष्ट्य बदलेल हेही खरं; पण असा प्रमुख आम्ही अजून घडवलेला नाही, ही उणीव मान्य करायलाच हवी. कदाचित हा प्रश्न इतर प्रकाशकांपुढंही असेल. केवळ व्यवसायसातत्याचा प्रश्न सोडवणं सोपं आहे. खरा प्रश्न आहे प्रकाशनसंस्थेच्या वाङ्मयीन व्यक्तिमत्त्वाचा आणि प्रभावक्षमतेचा. तशा व्यक्तिमत्त्वाचं माणूस कुटुंबातून तयार होणार नसेल तर कदाचित् आमच्या कौटुंबिक व्यवसायाचं संस्थात्मक स्वरूप बदलावं लागेल आणि कुटुंबाबाहेरचा, पण समृद्ध वाङ्मयीन व्यक्तिमत्त्वाचा, त्या क्षेत्रातील कल्पकता व उपक्रमशीलता असलेला, निर्मितिक्षम कर्तृत्वाचा नवा माणूस मिळवावा लागेल. तो मिळेल किंवा नाही, हे आज मला माहीत नाही. खरं म्हणजे मी अजून या प्रश्नाचा पुरेशा धीटपणानं व स्पष्ट दृष्टीनं विचार केलेलाच नाही. पण मला एक नक्की कळतं की, असा माणूस मिळाला नाही तर आमचा

प्रकाशन व्यवसाय उद्या चालू राहिला किंवा वाढला तरी त्याला आजचं वाङ्मयीन व्यक्तिमत्त्व उरणार नाही. कदाचित् वाङ्मयीन किंवा सांस्कृतिक क्षेत्रात तसं होणंच अधिक स्वाभाविक असेल. ती क्षेत्रं जात्याच अधिक व्यक्तिमत्त्वनिष्ठ असतात.

पाडगांवकर : भागवत, विचारवंत, साहित्याचा रसिक अभ्यासक, संपादक आणि प्रकाशक अशा, वाङ्मयव्यवहारावर ठसा उमटवणाऱ्या तुमच्या व्यक्तिमत्त्वाचा शोध घेण्याचा मी इथवर प्रयत्न केला. या तुमच्या व्यक्तिमत्त्वाइतकंच एक माणूस म्हणून तुमच्याविषयी मला कुतूहल आहे आणि अनेकांना तसं असण्याची शक्यता आहे. आणि म्हणूनच आता व्यक्तिगत स्वरूपाचे प्रश्न, तुमची हरकत नसली तर, मला विचारायचे आहेत.

भागवत : पाडगांवकर, तुम्ही म्हणता तसा हा शोध तुमच्या एकट्याचा चालू नव्हता. त्यात तुमच्याबरोबर मीही वाटचाल केली आहे. तेव्हा ती पुढंही चालू ठेवायला माझी हरकत नाही.

पाडगांवकर : साहित्याच्या क्षेत्रात आपण खूप काम केलं; पण त्या मानानं आपल्याला मान्यता मिळाली नाही, लोकप्रियता लाभली नाही, अशी खंत तुम्हांला अधूनमधून वाटते का?

भागवत : नाही. लोकप्रियतेची फारशी अपेक्षाच केली नव्हती; आणि मान्यता म्हणाल, तर ती कामाच्या मानानं कदाचित् अधिकच मिळत असेल, असं वाटतं. मघाशी एकदा म्हटलं त्याप्रमाणं, एका अंतिम दृष्टीनं आपल्या कर्तृत्वाचं मूल्यमापन माणसानं करीत राहावं आणि त्याचं नगण्यत्व ओळखावं, अशी माझी धारणा आहे.

पाडगांवकर : तुम्ही नेहमीच गंभीर असता, सहसा हसत नाही, असा एक समज आहे. हे तुम्हांला ठाऊक आहे?

भागवत : होय. जीवनाचा खळाळता उल्हास माझ्यात जरा कमीच आहे. त्यामुळं माझी वृत्ती अधिक गंभीर आहे ही गोष्ट खरी. माधव आचवल म्हणायचे की, ‘‘तुझ्या मनाचा रंग राखाडी आहे.’’ ते खरं असावं. पण मी कधीच हसत नाही, ही गोष्ट खरी नाही. पुष्कळदा चांगला खळखळून हसतो. मात्र नर्म विनोद मला अधिक आवडतो आणि चांगल्या विनोदाचं स्वागत अट्टहास्यानं नसलं तरी स्मितानंही मनमोकळं करता येतं, असं मला वाटतं.

पाडगांवकर : ‘‘कधी हसता का,’’ या माझ्या प्रश्नाचं, जराही न हसता, तुम्ही गंभीरपणं उत्तर दिलंत. एखादी कलाकृती आवडली की धुंद होऊन तिला तुम्ही

दाद देऊ शकता का? की स्तुतीचे शब्द तोंडातून बाहेर पडण्यासाठी तुम्हांला फार कष्ट घ्यावे लागतात? तसे कष्ट होत असावेत, असाही अनेकाचा समज आहे.

भागवत : पण तो बरोबर नाही. काही आवडलं तर मी त्याची योग्य ती स्तुती करतो आणि ती मनाला कसलेही कष्ट न होता. मात्र निसर्गातल्या किंवा कलाकृतीच्या तरल सौंदर्याची धुंदी मला मुग्ध व अबोल करते. त्या धुंदीत विरून तसंच राहावं, असं वाटतं. कलावंताला 'बहोत खूब', 'माशाल्ला', 'क्या बात है' अशा आरडाओरडीनं दाद देण्याची उर्दू रीत माझ्या वृत्तीला सोसत नाही. आमचे दादा घाटे त्यावरून माझी थट्टा करायचे, कधी रागवायचेही. पण हा पिंडधर्माचाच प्रश्न आहे.

पाडगांवकर : तुमच्या व्यवसायाचं स्वरूपच असं आहे की, अनेक प्रतिभाशाली व्यक्तींशी तुमचा संबंध येतो. अशा वेळी काहीशी न्यूनतेची भावना कधी तुमच्या मनात निर्माण होते का?

भागवत : नाही. प्रतिभावंताला मी फार मानतो हे खरं; पण माझ्यातल्या रसिकालाही तितकाच मानतो. त्याबद्दल मला अहंकार नाही, पण आत्मप्रत्यय आहे. कोणाही खऱ्या रसिकाला तो असला पाहिजे आणि मला वाटतं, कलावंतामधलाही प्रतिभेचा लवलवता कोंभ अशा रसिकाची वाट पाहतो, त्याच्यासाठी फुलतो, आणि त्याचा आदर करतो.

पाडगांवकर : आत्मचरित्र लिहावं असं तुम्हांला नाही का वाटत? निदान जी अनेक मोठमोठी माणसं भेटली त्यांची संस्मरणं?

भागवत : नाही. निदान अजूनपर्यंत तरी जोरानं तसं वाटलं नाही. चांगलं लिहिता येईल अशीही खात्री नाही. तुम्ही म्हणता तशा आठवणी लिहाव्यात, त्याचं वाङ्मयीन महत्त्व आहे, असं अलीकडं मनात तरळून जातं; पण तितकंच.

पाडगांवकर : माणसाच्या मनावर अनेक प्रकारचे ताण असतात. तुमच्या मनावरचे ताण हलके कशानं होतात?

भागवत : माणसांशी स्नेहभावानं साधलेल्या संवादामुळं, शक्य तितक्या अहंकाररहित, ममत्वशून्य व अलिप्त वृत्तीनं केलेल्या विचारामुळं, आणि आपल्या आवडीच्या कामात गुंतल्यामुळं. मात्र माझा स्वभाव असा आहे की, हलके झाले तरी कसले ना कसले ताण मनावर राहतातच.

पाडगांवकर : तुमच्या पत्नी, विमलाबाई यांची मदत तुमच्या प्रगतीच्या दृष्टीनं किती झाली?

भागवत : पाडगांवकर, 'अवर्णनीय नाम परकलत्रम् ।' असा संकेत नैतिक सभ्यतेच्या दृष्टीनं जसा पाळावा, तसा 'अवर्णनीय नाम आत्मकलत्रम् ।' असा संकेत सुंस्कृत शिष्टाचारासाठी पाळावा. इथं 'वर्णन' या शब्दाचा अर्थ 'प्रशंसा', 'स्तुती' असा आहे.

पाडगांवकर : तुमचा मुलगा, अशोक अमेरिकेत विज्ञानविषयाचा डॉक्टर झाला आणि सध्या तो पोस्ट-डॉक्टरल संशोधन करतो आहे. त्यानं भारतात येऊन स्थायिक व्हावं, तुमच्याजवळ राहावं, असं तुम्हांला वाटतं का? विचारांच्या, मतांच्या पातळीवर दोन पिढ्यांतलं अंतर तुमच्यात किती आहे? या अंतराचा मानसिक ताण तुम्हांला कितपत जाणवतो?

भागवत : अशोकनं शक्यतो भारतात परत यावं आणि आमच्याजवळ राहावं असं मला अर्थातच वाटतं. मात्र, आठ वर्षांपूर्वी तो परदेशी गेला तेव्हा ते वैयक्तिक व राष्ट्रीय कारणासाठी जितक्या जोरानं वाटलं, तितकं आज वाटत नाही. आपली हुशार मुलं परदेशी उच्च शिक्षण घेऊन मायदेशी परत यावी, त्यांनी आपल्या विशेष तज्ज्ञतेचा लाभ आपल्या देशाला द्यावा, ते त्यांचं राष्ट्रीय कर्तव्य आहे, असं तेव्हा जोरात वाटायचं. दरम्यान, आपल्या देशातली परिस्थिती इतक्या झपाट्यानं बदलत गेली आहे आणि जीवन इतकं स्पर्धाग्रस्त व असुरक्षित बनलं आहे की, आपलं मूल दूर आहे तेच बरं आहे, तिथंच ते सुखी असो, अशी भावना हल्ली मनात येते.

तुम्ही म्हणता तसं दोन पिढ्यांतलं अंतर अशोकच्या आणि माझ्या विचारा-आचारांत असणारच. मात्र, त्याचा मनस्ताप होण्याइतकं ते मोठं नाही, असं मला वाटतं. कारण नवतरुण वयापासून मी त्याला बरोबरीनं व स्नेहानं वागवलं, त्याचा विवेक जागवण्याचा प्रयत्न केला आणि त्याला निर्णयाचं पूर्ण स्वातंत्र्य दिलं. नवीन आचारविचार समजून घेण्याची, त्यातलं तथ्य स्वीकारण्याची माझ्या मनाची शक्ती मी गमावू दिली नाही. आणि त्याच्याकडून वार्धक्यातल्या रूढ, स्वाभाविक आणि स्वार्थी अपेक्षा आम्ही उभयतांनी फारशा ठेवल्या नाहीत. त्यामुळं तोही मनानं दुरावला नाही. इरावती कर्वे म्हणायच्या, ''भागवत, मुलांना दूर उडू द्यावं, म्हणजे मनानं तरी ती परत आपल्याकडे येतात.''

पाडगांवकर : अशोकच्या पिढीच्या भारतीय तरुणांनी भारतात परत यायचं ठरवलं तर त्यांना इथं काम करण्यात समाधान लाभू शकेल, असं तुम्हांला वाटतं का? बरेचसे कर्तबगार भारतीय तरुण परदेशात शिक्षण घेण्यासाठी गेले

की परत यायला राजी नसतात. असं का होतं?

भागवत : अशोकच्या आधीच्याही पिढ्यांपासून पाश्चात्य देशात उच्च शिक्षणासाठी जाणाऱ्या बुद्धिमान व कर्तबगार तरुणांत दोन वर्ग असतात. पहिला वर्ग महत्त्वाकांक्षी, लौकिक यशाच्या लालसेनं प्रेरित झालेल्या, श्रीमंत राहणीचा मोह असलेल्या तरुणांचा असतो. विकसित व लोकशाही पाश्चात्य देशांत त्यांच्या या प्रवृत्तीचं समाधान सहज व भरपूर होतं. सुखाच्या राहणीची सवय माणसाला चटकन होते आणि आपल्या बंधनात बांधून टाकते. त्यामुळं हा वर्ग परत यायचं टाळू लागतो आणि शेवटी तिथंच राहतो. पण यामुळं आपल्या समाजाचं फारसं नुकसान होत नाही. तो वर्ग, इंग्लंड-अमेरिकेत असला काय किंवा इथं असला काय, सर्वसामान्य माणसापासून किती तरी दूरच व अलिप्त राहतो. उपरोध म्हणजे याच सामान्य जनतेवरील सत्तेची सर्व केंद्रं तो बळकावतो आणि सत्तेचे सर्व फायदे मिळवतो. दुसरा वर्ग ज्ञानाच्या किंवा कोणत्या तरी विशेषज्ञतेच्या प्रेरणेनं तिकडे गेलेल्या तरुणांचा. तेही शेवटी परत येत नाहीत. कारण ज्ञानाची किंवा विशेषज्ञतेची बूज होईल, तिला वाव मिळेल असं ज्ञानप्रेमी, मोकळं वातावरण आपल्या देशात अजून निर्माण झालेलं नाही - तशी आशाही दिसत नाही. आपल्याकडे सर्वच क्षेत्रांत सत्तेचा व नोकरशाहीचा काच स्वतंत्र प्रतिभेची किंवा बुद्धिमत्तेची नाकेबंदी करतो. हा वर्ग परत न आल्यामुळं मात्र आपल्या देशाचं व समाजाचं नुकसान होतं. पण ज्ञान हे शेवटी वैश्विक आहे असं मानलं, तर त्या नुकसानीचा सल कमी होण्यास मदत होते.

पाडगांवकर : देवावर तुमचा विश्वास आहे का? देवाची प्रार्थना एखाद्या संकटाच्या प्रसंगी तुम्ही कधी केली आहे का? जगण्यासाठी देवावरची श्रद्धा आवश्यक आहे, असं तुम्ही मानता का? ही श्रद्धा तुमच्या ठिकाणी नसेल तर तुम्ही त्राण कशातून मिळवता?

भागवत : पाडगांवकर, तात्त्विक भूमिकेचा आव न आणता किंवा कीस न काढता सांगायचं तर देवावर माझा विश्वास नाही. चांगलं जगण्यासाठी देवावरची श्रद्धा आवश्यक आहे, असं मला वाटत नाही. त्यासाठी शुद्ध मनाच्या विवेकाची गरज आहे, असं मी मानतो. देवापुढं माझे हात जुळत नाहीत; ज्येष्ठ व देवासारख्या माणसांपुढे आपोआप जुळतात. संकटांच्या प्रसंगी देवाची प्रार्थना माझ्या मनात उमटत नाही. त्या वेळी, किंवा एरव्हीही, मला त्राण मिळतं ते माझ्या विवेकबुद्धीतून आणि माणसांच्या शुद्ध, गाढ, उदार स्नेहातून. माणसाच्या चांगुलपणावर माझी अंतिम श्रद्धा आहे. आपल्या पलीकडे

जाऊन इतर माणसांशी संवाद साधणं मी मोलाचं व सार्थक्याचं मानतो. माणसाच्या निर्मम व निरहंकार स्नेहाइतकं पवित्र आणि सगळ्याच मानवी नात्यांना खरा अर्थ देणारं, मानवी जीवन सार्थ आणि सफल करणारं दुसरं काहीही नाही.

पाडगांवकर : तुम्हांला कधी एकाकी वाटतं का? मृत्यूच्या भीतीमुळे, कसल्या तरी अनामिक, असुरक्षिततेच्या भावनेमुळे अस्वस्थ वाटतं?

भागवत : होय. अनेकदा अस्वस्थ आणि एकाकी वाटतं. मृत्यूची भीती माणसाबरोबर सावलीसारखीच असते आणि जन्मापासून आपल्या सावलीसारखीच ती स्वीकारावी लागते. कोणत्याही अतीव सुखाच्या क्षणी माणूस नि:संग, एकटा होतो आणि दु:खाच्या किंवा कसल्याही अनामिक भीतीच्या क्षणी फार एकाकी उरतो. मला कळू लागलं तेव्हापासून वारंवार एक विलक्षण अनुभव भाझ्या भेटीला येत गेला आहे. चार माणसांत बसलो असताना किंवा एकटा असताना, सुखात असताना किंवा दु:खात, मित्रांच्या हास्यकल्लोळात रमताना किंवा त्यांची गंभीर चर्चा ऐकताना, मैफिलीत किंवा सभासंमेलनांत, अशा वेगवेगळ्या प्रसंगी माझ्या मनात "तू इथं कशाला आला आहेस? इथं तू काय करीत आहेस?" असा प्रश्न अगदी अचानक, जवळून ऐकू आल्यासारखा उमटतो आणि प्रयत्नपूर्वक मला माझं अवधान चालू विषयाकडे, अनुभवाकडे, किंवा भोवतालच्या मंडळींकडे खेचून आणावं लागतं आणि चित्त त्यात एकाग्र करावं लागतं. या अनुभवाचा अर्थ मला कधी लागलेला नाही. मी तो फारसा कोणाला सांगितलेला नाही, तुम्हांलाही नाही. ते कसंही असो, पण त्यानं माझ्या सर्वच जगण्याला एक विलगता दिली आहे, कुठं तरी अप्रस्तुततेचं भान दिलं आहे, योग्य अर्थाचं उदासपणही. यातून येणाऱ्या एकाकीपणाची मला भीती मात्र वाटत नाही.

पाडगांवकर : खूप माणसं आयुष्यात येतात आणि जातात. कधी मृत्यूच्या रूपानं तर कधी दुरावा निर्माण होऊनही. तुमच्या एकूणच वृत्तीवर याचा कोणता परिणाम होतो?

भागवत : मी तसे मृत्यू फार पाहिले, पाडगांवकर. त्यांतले काही फार हानी करून व चटका लावून गेले. उदाहरणार्थ, विष्णुपंतांचा व माधव आचवलांचा मृत्यू. असेच आणखी काही. मृत्यूनं माणूस हरपला की सारंच हरपतं व संपतं. पण निसर्गक्रमानुसार ते स्वाभाविक आहे, अटळ आहे, ते कधी तरी उमजतं आणि मनाचं विषण्ण समाधान होऊ शकतं. माणसं दुरावणं हाही एक प्रकारचा

मृत्यूच. कदाचित् अधिक हानिकारक आणि वेदना देणारा. माझ्या वाट्याला तोही काही वेळा आला आहे. पण का कोण जाणे, त्यामुळं सारं संपलं असं मला वाटत नाही. माणसाचा दुरावलेला स्नेह पुन्हा मिळू शकेल, मी मिळवू शकेन, असं मला वाटत राहतं. आपल्या हाती नसलेल्या काही कारणांनी प्रत्यक्षात तो परत मिळू शकणारही नाही किंवा मीही तो मिळवण्याचा प्रयत्न करणार नाही. पण तरीही त्या मित्राच्या जीवनाबद्दलची माझी आस्था कायमच राहते. म्हणजे एका अर्थानं आणि वेगळ्या तऱ्हेनं ते नातं अतूटच राहतं आणि तो स्नेही माणूस तसा त्या स्नेहासाठी अप्रस्तुतच होतो.

पाडगांवकर : लहानपणी आपण कोण व्हावं असं तुम्हांला वाटायचं? आज तुम्ही जे काय आहात त्यात योगायोगाचा भाग किती?

भागवत : अगदी लहानपणी मी गावातल्या अड्यावर मोटार-ड्रायव्हरांच्या संगतीत फार असायचा, आणि ऐटबाज ड्रायव्हर व्हावं असं मला फार वाटायचं. सतार हे वाद्य मला इतकं आवडतं आणि माझ्या चित्तकोषाच्या गाभ्याला असा स्पर्श करतं की, सतारवादक व्हायचं एक चोरटं स्वप्न मी मनात लपवून ठेवलं आहे. त्याऐवजी संपादक-प्रकाशक झालो, तो मात्र काहीसा योगायोगामुळं व पुष्कळसा विचारपूर्वक निवडीनं. घरचीच नियतकालिकं होती हा योगायोग. पण वाचनाच्या आणि शिक्षणाच्या संस्कारांमुळं साहित्याची आवड निर्माण झाली आणि शिक्षण संपल्यावर व्यवसाय निवडण्याची वेळ आली त्या वेळी मी स्वत:हून संपादनाचा व्यवसाय निवडला आणि इतर बंधूंनीही तो मान्य केला. त्या व्यवसायानं मला स्वाभाविक आनंद आणि साफल्याचं पुरेसं समाधान दिलं आहे.

पाडगांवकर : भागवत, तुमचं बोलणं आधीच कमी आणि त्यातही स्वत:विषयी काही बोलण्याचं तुम्ही कटाक्षानं टाळत आलात. पण या मुलाखतीच्या निमित्तानं तुम्हाला स्वत:विषयी बरंच बोलावं लागलं - तसं बोलणं भागच पडलं. हा अनुभव एकूण कसा काय वाटला?

भागवत : पाडगांवकर, कमी बोलणारा माणूस बोलू लागला, त्यातही स्वत:विषयी बोलू लागला, की आवरता आवरत नाही; असं खरोखर तुम्हांला वाटत असेल. पण तुम्हांला तक्रार करता येणार नाही; तुम्हीच ते ओढवून घेतलं आहे. मात्र तुमच्या प्रश्नांना तोंड देण्याचा हा प्रसंग फार अवघड गेला, हे कबूल करायला हवं. कारण तुमच्या प्रश्नांना उत्तरं देता देता मी स्वत:लाच पाहत होतो आणि आतल्या आत संकोचून जात होतो. रंगभूमीवरचा पडदा अचानक वर

जावा आणि त्या भगभगत्या दिव्यांच्या प्रकाशात आपण उघडेवाघडे उभे आहोत असं रंगमंचामागची कामं करणाऱ्या गड्याच्या एकदम ध्यानी यावं आणि त्यानं बावरून जावं, तसं माझं झालं आहे. फरक इतकाच की, प्रेक्षकांच्या जोडीला मी स्वत:ही रंगभूमीवर मांडलेल्या एखाद्या मोठ्या आरशात माझं रूप पाहत आहे आणि त्या आत्मदर्शनानं दुप्पट दचकत व संकोचत आहे.

□

माणूस, दिवाळी १९८३
(समाविष्ट : संवाद)